AF748724

நான் ஏன்

அர்பன் நக்சல்களை

எதிர்க்கிறேன்?

நான் ஏன் அர்பன் நக்சல்களை எதிர்க்கிறேன்?

மாரிதாஸ்

கிழக்கு

நான் ஏன் அர்பன் நக்சல்களை எதிர்க்கிறேன்?

Naan Yaen Urban Naxalgalai Ethirkkiren?

Maridhas ©

First Edition: March 2019

320 Pages

Printed in India.

ISBN 978-81-8493-987-3

Kizhakku 1149

Kizhakku Pathippagam

177/103, First Floor, Ambal's Building, Lloyds Road,
Royapettah, Chennai - 600 014. Ph: +91-44-4200-9603
Email : support@nhm.in   Website : www.nhm.in

kizhakkupathippagam   kizhakku_nhm

Author's Email: maridhasm@gmail.com

Kizhakku Pathippagam is an imprint of New Horizon Media Private Limited

இந்தியாவை நேசிக்கும்
இளைய தலைமுறையினருக்கு

உள்ளே

அபாயம்: அர்பன் நக்சல்கள்

நரேந்திர மோதி பதவியேற்ற ஓராண்டுக்குள் தமிழ்நாட்டில் மிகப் பெரிய அளவில் அவருக்கு எதிரான பிரசாரம் அவிழ்த்துவிடப்பட்டது. அவர் தமிழுக்கு எதிரானவர்; அவர் தமிழர்களையும் தமிழ்நாட்டையும் பெரிய முதலாளிகளுக்கும் பன்னாட்டு கம்பெனிகளுக்கும் விற்று விடுவார்; அவர் தமிழ் பண்பாட்டையே அழித்துவிடுவார் என்றெல்லாம் மிகக் கடுமையான பிரசாரம் எல்லாத் தளங்களிலும் அவிழ்த்து விடப்பட்டது. தமிழ்நாட்டின் சில முக்கிய ஊடகக் குடும்பங்கள் இதில் முன்னணியில் நின்றன. அந்நிய மதமாற்ற அமைப்புகளும் தங்கள் கல்விச்சாலைகளையும் கல்லூரிகளையும் கூட இந்த பிரசாரத்துக்குப் பயன்படுத்த அனுமதித்தன.

இந்தப் பிரிவினைவாத நச்சூற்றுப் பிரசாரத்துக்கு எதிராகத் தமிழ்நாட்டில் ஒரு நல்ல குரல் எழும்பாதா என பாரத தேசத்தின் நன்மையிலும் தமிழ்நாட்டின் நலத்திலும் அக்கறை உள்ளவர்கள் ஏக்கத்துடன் காத்திருந்தார்கள். அப்போது ஒரு நூல் வெளிவந்தது. ஒரு இளைஞர், கையில் ரிச்சர்ட் டாவ்கின்ஸின் நூலுடன் இருக்க 'நான் ஏன் நரேந்திர மோடியை ஆதரிக்கிறேன்' என்கிற தலைப்புடன் வெளிவந்தது அந்த நூல். அந்த அட்டைப்படமே கச்சிதமாகப் பல செய்திகளை விளக்கியது. ஏதோ தமிழகத்தின் படித்த இளைஞர்களெல்லாம் மோதியை எதிர்க்கிறார்கள் என்கிற மாயையை அடித்து நொறுக்கியது அந்த நூல். அந்த அட்டைப்படத்தில் இருந்தவரும் அந்த நூல் ஆசிரியருமான மாரிதாஸ் சற்றும் தயங்காமல் எவ்வித சமரசமும் இல்லாமல் மோதிக்கு எதிரான பிரசாரப் பொய்களை அடித்து நொறுக்கினார். உணர்ச்சியையும் அறிவையும் தரவுகளையும் சரியான விகிதங்களில் கலந்து அவர் கொடுத்த வாதங்கள் இடதுசாரிகளைப் பயந்து நடுங்கவைத்தன. அவர்களின் பிரசாரப் பதுங்கு குழிகளில் பாய்ந்து ஒடுங்கவைத்தன.

மாரிதாஸ் இளைஞர். விரிவான அறிவுப்பரப்பு கொண்டவர். ஆதாரங்களுடன் பேசுபவர். வெற்றுக் கோஷங்களால் செய்யப்படும்

பிரசாரமாயைகளைக் கச்சிதமான புள்ளிவிவரங்களுடன் எதிர்கொள்பவர். சமூக வலைதளங்கள், மின்னணு சமூக ஊடகங்கள் ஆகியவற்றின் இயக்கவியலை அறிந்தவர். அந்த நெளிவு சுளிவுகளைக் கற்றவர். எனவே தக்கவிதத்தில் பொய் பிரசாரங்களைத் தவிடுபொடியாக்கும் விதத்தில் பதிலளிப்பவர்.

இன்று அவரது காணொளிகள் மிகவும் பிரபலமாக இருக்கின்றன. எந்தப் பிரச்னையாக இருந்தாலும் அதை ஆதியோடு அந்தமாக அணுகுகிறார். பள்ளி ஆசிரியர் போலச் சொல்லிப் புரியவைக்கிறார். ஓர் அரசியல் கட்சி செய்ய வேண்டிய பணியைத் தனிமனிதனாக இவர் செய்கிறார். கட்சியைத் தாண்டி மோதியின் மீதான நம்பிக்கை எந்த அளவு தேசபக்தி கொண்ட அறிவார்ந்த இளைஞர்களிடம் சென்று அவர்களைச் செயல்படச் செய்கிறது என்பதற்கான அற்புதமான உதாரணம் மாரிதாஸ். தமிழ்நாட்டுக்குக் கிடைத்த வரப்பிரசாதம் அவர்.

அர்பன் நக்சல்களின் போராட்டங்களைப் பற்றிய இந்த நூலில் மாரிதாஸ் ஐந்து தலைப்புகளில் இந்த ஐந்து ஆண்டுகளில் நரேந்திர மோதி அரசுக்கு எதிராக நடத்தப்பட்ட பொய்ப் பிரசாரங்களை அலசுகிறார்.

> ‘போராட்டங்கள்’, ‘போராளிகள்’, ‘செய்தி ஊடகங்களும் சமூக வலைதளங்களும்’, ‘தூய மதவாதம், தூய ஜாதிவாதம்’, ‘இளைஞர்களும் தேசநலனும்’.

குறிப்பாகப் போலிப் போராளிகள், போராட்டங்கள் ஆகியவற்றின் பின்னால் இந்திய எதிர்ப்பு, வளர்ச்சி திட்ட எதிர்ப்பு ஆகிய இலக்குகள் இருப்பதையும் இவர்களுக்குப் பின்னால் இந்தியாவை சர்வதேச அரங்கில் பொருளாதாரத்தில் தோற்கடிக்க விரும்பும் சக்திகள் இருப்பதையும் துல்லியமாக வெளிப்படுத்துகிறார் மாரிதாஸ்.

உதாரணமாக சாகர் மாலா திட்டம் ஏன் எதிர்க்கப்படுகிறது என்பதைப் புள்ளிவிவரங்களுடன் விளக்குகிறார் மாரிதாஸ்:

> இந்தத் திட்டம் நிறைவேறக்கூடாது என்பது இந்தியாவை எதிரியாக நினைக்கும் அனைத்து நாடுகளின் எண்ணம்; மிகச் சரியாகக் கூற வேண்டுமென்றால் சீனா. இன்றைய நிலையில் உலகத்தின் 67% கப்பல் கன்டெய்னர்கள் செல்வது சீனாவின் துறைமுகங்கள் வழியாகத்தான். ஒன்று துறைமுகம் Chinese-owned என்று இருக்கும். அல்லது Chinese-invested என்று இருக்கும். இதனால் ‘மொத்த உலகத்தில் மூன்றில் இரண்டு பங்கு சரக்கு நகர்வை சீனா கட்டுப் படுத்துவதுடன் - அனைத்து நாடுகளிலும் சில துறைமுகங்களை

யாவது தன் மறைமுகக்கட்டுப்பாட்டில் வைத்துள்ளது' என்று ஃபைனான்ஷியல் டைம்ஸ் ஜனவரி 2017 வெளியிட்ட ஆய்வறிக்கை மிகத் தெளிவாகக் குறிப்பிட்டிருக்கிறது. இந்த சாகர் மாலா திட்டம் நிச்சயம் சீனாவுக்குப் பெரும் பின்னடைவை உருவாக்கும் என்பதால் இதை சீனாவின் ஆதரவாக என்றுமே விசுவாசமாக நிற்கும் கம்யூனிஸ்ட் கட்சிகள் எதிர்க்கவே செய்வர். கேட்டால் கார்ப்பரேட் எதிர்ப்பு என்று பேசுவர்.

திராவிட, காங்கிரஸ், கம்யூனிஸ்ட் கட்சிகள் எப்படி இலவசங்கள் மூலம் மக்களையும் சூழலையும் மாசுபடுத்தினர் என்பதையும் நரேந்திரமோதி எப்படி அதனை மாற்றியமைக்கிறார் என்பதையும் நறுக்கு தெறித்தாற் போன்ற வாசகங்களில் கூறுகிறார். உதாரணமாக, 'அன்று கருணாநிதி கொடுத்த டிவியால் ஏற்பட்ட கரியமில வாயு மாசு இன்று நரேந்திரமோதி கொடுக்கும் LED விளக்குகளால் சரி செய்யப்படுகிறது.'

இந்து மத வெறுப்பு கொண்ட மதமாற்ற சக்திகள் இந்திய வளர்ச்சியை விரும்புவதில்லை. வளர்ச்சி பெற்ற இந்தியாவில் சாதி பூசல்கள் இருக்காது. பொருளாதார வளம் பெறும் சமுதாயத்தில் சாதி பொருளற்றதாகி விடும். சாதி பூசல்கள் இல்லாவிட்டால் மதமாற்றத்தை நியாயப்படுத்த வெளியே சொல்லப்படும் காரணங்களைச் சொல்ல முடியாது. எனவே பொருளாதார வளர்ச்சிக்கு முட்டுக்கட்டை போடுவதன் மூலம் சாதி மோதல்களை வளர்க்க முடியும். சாதி மோதல்களை வளர்ப்பதன் மூலம் மதமாற்றத்தை அதிகரிக்க முடியும். இது மதமாற்ற சக்திகளின் கணக்கு.

பொருளாதார வளர்ச்சியையும் உள் கட்டுமான பணிகளையும் இந்தியாவில் முடக்குவதன் மூலம் இந்தியாவை எப்போதும் அந்நிய நாடுகளை நம்பி வாழும் நாடாகவே வைத்திருக்க முடியும். வளர்ந்த நாடுகளின் சந்தையாக மட்டுமே இந்தியா இருக்கும். இது அமெரிக்கா போன்ற நாடுகளுக்கு நல்லது. உள்கட்டுமானப் பணிகள் முடக்கப் பட்டு வளர்ச்சி தேங்கிய நிலையில் இருக்கும் இந்தியா பலவீனமான இந்தியா. அப்படிப்பட்ட இந்தியாதான் பாகிஸ்தானுக்கும் சீனாவுக்கும் தேவை. இது சீனா, பாகிஸ்தான் ஆகியவற்றின் கணக்கு.

அந்நிய மதமாற்ற அமைப்புகளும், சீன பாகிஸ்தான் ஆதரவு கொண்ட சித்தாந்தங்களை மேற்கொள்ளும் இடதுசாரி இஸ்லாமியவாத அமைப்புகளும் ஒன்றாக இணையும் இடம் இந்தியா வலிமையும் வளமும் சமுதாய நல்லிணக்கமும் கொண்ட நாடாக மாறிவிடக் கூடாது என்பதுதான். அதற்கான வேலைகளை அவை மேற்கொள்ளுகின்றன. இந்தியாவில் இந்த மூன்று நாசகார சக்திகள் முழுமையாக இணைந்திருக்கும் ஒரு மாநிலம் தமிழ்நாடு.

இந்த இந்திய எதிர்ப்பு, இந்து வெறுப்பு சக்திகளுக்கு எதிராக இன்றைக்குத் தமிழ்நாட்டில் எழுந்திருக்கும் முக்கியமான உண்மையின் உரத்த குரல் மாரிதாஸ். அவர் ஒரு தனிமனிதரல்ல. அவர் இன்றைய தமிழகத்தின் கட்டாயத் தேவை. அவரது இந்தப் புத்தகம் 2019 நாடாளுமன்ற தேர்தல் காலகட்டத்தில் வந்திருப்பது தமிழகத்தின் நல்லூழ். இந்த நூல் உங்களைச் சிந்திக்கச் சொல்கிற நூல். நம் வருங்கால சந்ததிகள் ஊழலற்ற, வலிமையான, வளமான தமிழ்நாட்டில், ஒன்றுபட்ட பாரதத்தில் வாழ நீங்கள் கட்டாயமாகப் படிக்கவேண்டிய நூல் இது. நீங்கள் படியுங்கள்; படித்துப் பிறரையும் படிக்கச் சொல்லுங்கள்; பரிசாக இந்த நூலைக் கொடுங்கள்.

நூலாசிரியர் மாரிதாஸுக்கு ஓர் இந்தியராக, தமிழராக நாம் ஒவ்வொருவரும் நம் நன்றியைச் சொல்லக் கடமைப்பட்டிருக்கிறோம்.

- அரவிந்தன் நீலகண்டன்

(உடையும் இந்தியா, பஞ்சம் படுகொலை பேரழிவு கம்யூனிஸம், நரேந்திர மோடி: புதிய இரும்பு மனிதர் உள்ளிட்ட நூல்களை எழுதியவர்)

பாகம் 1

போராட்டங்கள்

கதிராமங்கலப் போராட்டம்

செய்தி: கதிராமங்கலத்தில் மக்கள் போராட்டம்...

இந்தியாவின் வளர்ச்சி தடுக்கப்பட வேண்டியது. தெற்காசிய பிராந்தியத்தைக் கட்டுக்குள் கொண்டுவரத் துடிக்கும் சீனாபோன்ற நாடுகளுக்கு மட்டும் அல்ல; மேற்கத்திய நாடுகளுக்கும்கூட அது அவசியமானது. உலகத்தின் மிகச் சிறந்த வளம் எது? மனித வளம். அதுவும் நல்ல சிந்தனையுள்ள அறிவாளிகள் கிடைப்பது மிக மிக அரிது. அப்படியான அறிவார்ந்த மனிதர்களை இந்தியாபோன்ற நாடுகளில் இருந்து எடுத்துக்கொள்ளும் மேற்கத்திய நிறுவனங்கள்வரை உலக நாடுகள் பலவும் இந்தியா இந்த விதம் இருப்பதையே விரும்புகிறார்கள்.

அப்படியிருக்க ஒரு நாட்டை வீழ்த்த, வளர்ச்சியைத் தடுக்கவேண்டும் என்று முடிவு செய்தால் அதற்கு நேரடிப் போர் தொடுக்கவேண்டும் என்பது இன்றைய காலக்கட்டத்தில் அவசியமற்றது. ஒரு நாட்டை வீழ்த்த அந்த நாட்டில் உள்ள 'பேச்சு சுதந்தரம்' என்ற ஒன்றைப் பயன்படுத்தினால் போதும்; அந்த நாட்டில் உள்ள பன்முகத்தன்மையை இனம், மொழி என்று தூண்டிவிட்டால்போதும்; அதற்கு வரலாற்றை இழுத்துக்கொண்டு வாய் கிழிய வசனம் பேசத் தெரிந்த, உழைத்து வாழ விரும்பாத, மேடை பேச்சாளர்கள் பத்து பேர் இருந்தாலும் போதும்; அந்த நாட்டை எளிதில் வீழ்த்திவிடலாம்; அல்லது அந்த நாட்டின் வளர்ச்சியைத் தடுத்து நிறுத்தலாம்.

ராணுவத் தேவைக்கு மிகச் சிறந்த Boeing AH-64 Apache என்ற ஹெலிகாப்டர் ஒன்றின் விலை சுமார் 254 கோடி டாலர். பத்து ஹெலிகாப்டர் வாங்க 2,540 கோடி டாலர் செலவு ஆகும். ஆனால், அந்தச் செலவைக் கொஞ்சம் புத்திசாலித்தனமாகச் செய்தால் இந்தியா போன்ற நாட்டை வீழ்த்துவது எளிது. இந்தியாவின் வளர்ச்சியைத் தடுப்பதும் எளிது. அதற்கு 'இயற்கை ஆர்வலர்கள்', 'புரட்சிப் போராளிகள்' எனச் சிலரைக் களமிறக்கினால் போதும்.

இவர்களை வைத்து ஒரு நாட்டை எப்படி வீழ்ச்சியடையச் செய்ய முடியும்?

ஒரு நாடு அல்லது வீடு எதுவானாலும் அதை வீழ்த்த அவர்களின் பொருளாதார வளத்தைச் சிதைக்க வேண்டும். இதுதான் அடிப்படைத் தந்திரம். இந்தியாவின் பொருளாதாரத்தைத் தாங்கிப்பிடிக்கும் நிறுவனங்கள், அமைப்புகள் எவை எவை? அவற்றுக்கு எதிராக எந்தவிதமான திட்டங்கள் தேவை?

இந்தியாவின் மொத்த வருவாயில் 21% கிடைப்பது கார்ப்பரேட் நிறுவனங்களுக்கான வரி மூலம்தான். அதில் அரசு மற்றும் தனியார் நிறுவனங்கள் இரண்டும் அடக்கம். மொத்த மக்கள்தொகையில் வருமான வரி கணக்கு காட்டும் நபர்கள் 1.5% என்றால் அதில் அதிகமானவர்கள் இந்த கார்ப்பரேட் நிறுவனத்தை நேரடியாகவோ மறைமுகமாகவோ சார்ந்தவர்களே. கார்ப்பரேட் நிறுவனங்களின் ஊழியர்கள் மூலம் தனி நபர் வருமான வரியும் வருவதால் முதலில் இந்தியாவில் உள்ள கார்ப்பரேட் நிறுவனங்கள் வீழ்த்தப்பட வேண்டும் என்று திட்டமிட்டிருக்கிறார்கள்.

அப்படி என்றால் இந்திய அரசுப் பொது துறை நிறுவனங்களில் எவை எவை சக்திவாய்ந்தவை? அந்த நிறுவனங்களுக்கு எதிராக மக்களை தூண்டிவிடுவதுதான் முதல் வேலை.

National Thermal Power Corporation (NTPC)

Oil and Natural Gas Corporation (ONGC)

Steel Authority of India Limited (SAIL)

Bharat Heavy Electricals Limited (BHEL)

Indian Oil Corporation Limited (IOCL)

Coal India Limited (CIL)

Gas Authority of India Limited (GAIL)

Bharat Petroleum Corporation Limited (BPCL)

அடுத்து, இந்தியாவில் இருக்கும் மிக சிறந்த Industrialists முகேஷ் அம்பானி, அசிம் பிரேம்ஜி, அனந்த் மகேந்திரா, பஜாஜ், குமாரமங்கலம் பிர்லா, ரத்தன் டாடா, அதானி - இந்தவிதமான தொழில் முனைவோர் அடுத்த பலம். இவர்களின் நிறுவனங்கள் இந்தியாவில் மட்டுல் அல்ல இந்தியாவைத் தாண்டியும் வளர்ச்சி அடைந்துவிடக்கூடாது என்று இந்தியாவை அழிக்க நினைப்பவர்கள் திட்டமிடுகிறார்கள். வெளிநாடு களில் இவர்களுடைய நிறுவனங்கள் வளர்வதும் மறைமுகமாக

இந்தியாவின் பலமே. இவர்களின் நிறுவனங்களும் முடக்கப்பட வேண்டும். ‘ஆப்பிள், கூகுள், மைக்ரோசாப்ட், அமேசான் எல்லாம் சிறந்த நிறுவனங்கள். இதன் தலைவர்கள் எல்லாம் உலகம் முழுவது மிருக்கும் இளைய தலைமுறையினருக்குச் சிறந்த எடுத்துகாட்டாக, ஹீரோக்களாக இருப்பவர்கள். ஆனால், அதே இந்தியாவில் என்றால் அவர்கள் வில்லன்கள்.’ இதுதான் இந்தியாவின் வளர்ச்சியைத் தடுத்து நிறுத்துவதில் முதல் அவசியமான திட்டம்.

வருமானத்தின் அடிப்படையில் பார்க்கும்போது முன்னர் குறிப்பிட்ட இவைதான் நாட்டின் பொதுத்துறை நிறுவனங்களில் முக்கியமானவை. இந்த நிறுவனங்களுக்கு எதிரான மனநிலையை உருவாக்கி இந்த நிறுவனங்கள் மீது மக்களுக்கு வெறுப்பினை உருவாக்கி இந்த நிறுவனங்களுக்கு எதிராக மக்களைத் தூண்டவேண்டும். இந்த நிறுவனங்களின் எந்தத் திட்டம் என்றாலும் அதற்கு எதிராகத் தூண்டிவிடுவது ஆக அவசியமான எளிமையான சிறப்பான திட்டம். தமிழகத்தில் மட்டும் அல்ல; இந்தியாவில் அனைத்து மாநிலங்களிலும் இந்த நிறுவனங்கள் எந்தத் திட்டம் கொண்டுவந்தாலும் எதிராக மக்களைப் போராட்டத்தில் தூண்டுவதை நாம் கண்கூடாகக் காணலாம். போராளிகளின் வேலை, நீதித்துறையின் மீதும், ஆட்சி நிர்வாகத்தின் மீதும் நம்பிக்கையின்மையை விதைக்கவேண்டும். அதை அடுத்து மேலே கூறிய நிறுவனங்களை எதிர்க்க வேண்டும்.

Cognitive psychology என்று ஒன்று இருக்கிறது. அதாவது மனித மூளை எப்படிக் கவனிக்கும், எப்படி எடுத்துக்கொள்ளும், அதன் மூலம் கிடைக்கும் உடனடி விளைவு என்ன, இப்படி தீவிரமாக ஆய்வு செய்யும் பிரிவு இது. தனியாக இருக்கும்போது மனித மூளை எப்படி சிந்திக்கும்; கூட்டமாக இருக்கும்போது எப்படிச் சிந்திக்கும் என்பதை யெல்லாம் தீவிரமாக ஆராயும் பிரிவு.

இப்போ இது எதற்கு?

‘புரட்சி’ என்றவிதமான வார்த்தைகளைக் கேட்டாலே ஒருவித போதை ஏற்பட்டுவிடும் மனிதனுக்கு. புரட்சி என்ற வார்த்தை அதிகம் மனித மூளையைக் கட்டுப்படுத்தக்கூடியது. பிரச்னை என்னவென்றால் இதைப் பயன்படுத்தி மனிதரைத் தவறாகவும் கொண்டு செல்ல முடியும்; உலகம் முழுவதும் கடந்த 60 ஆண்டுகளில் எங்கேயெல்லாம் புரட்சி என்று பேசி ஆயுதம் தூக்கினார்களோ, ஆயுதம் ஏந்திய புரட்சியாளர்களை ஆதரிக்கிறோம் என்று மக்கள் ஒரு சாரார் ஆதரித்தார்களோ அவர்கள் அனைவருமே அந்த சமூகத்தின் பெரும்

வீழ்ச்சிக்கு வித்திட்டார்களே தவிர எந்த நல்லதும் நடந்துவிடவில்லை.

ஆயுதம் ஏந்திய புரட்சியாளர்களைத் திரைப்படத்தில் பார்க்கவும் பேசவும் நன்றாக இருக்கும். ஆனால், அவர்கள் உருவாக்கிய உருவாக்கும் அழிவு மிகத் தீவிரமானது. இன்றும் இந்தப் புரட்சி என்ற வார்த்தை ஒரு போதைபோல் தான் பரவியுள்ளது.

இவர்கள் ஒன்று 'புரட்சி' என்று வருவார்கள்; அல்லது 'இயற்கை ஆர்வலன்' என்று வருவார்கள். இவர்களுக்கு நோக்கம் சரியானதா என்பதை நாம் இதுவரை நடந்த சில போராட்டங்கள் சார்ந்து தீவிரமான ஆய்வு செய்து புரிந்துகொள்வது நல்லது.

உணர்வைத் தூண்டும்விதத்தில் ONGC நிறுவனத்தை எதிர்த்து வந்த செய்தி: 'கண்ணை விற்று ஓவியம்! இயற்கையை விற்று மீத்தேன்!'

இந்தியாவில் கோவில்களை கம்யூனிஸ்ட், கிறிஸ்தவ தொண்டு நிறுவனங்கள், போராளிகள் என்ற பெயரில் சில இயக்கங்கள் நாசம் செய்யும் வேலை நடக்கிறது.

நான் கோவில் என்று கூறுவது, Oil and Natural Gas Corporation (ONGC), National Thermal Power Corporation (NTPC), Gas Authority of India Limited(GAIL)போன்ற அரசு நிறுவனங்களைத் தான்.

உங்கள் அனைவருக்கும் HMT நிறுவனத்தின் கைக் கடிகாரம் ஞாபகம் இருக்கும். உங்கள் தாத்தா அல்லது அப்பா இவர்களது விருப்பமான கடிகார நிறுவனம் அதுவாகத்தான் இருக்கும். இந்த இந்திய அரசின் நிறுவனம் இப்போ என்ன ஆச்சு... எப்படி அழிக்கப்பட்டது என்று தேடிப் படிக்கவும். 1970களில் இந்தியாவின் முதன்மை இடத்தில் இருந்த பொதுத்துறை நிறுவனமான இந்த HMT நிறுவனம் கடந்த 40 வருடங்களில் எப்படி வீழ்ந்தது? இந்தியா ஒரு கோவில் என்றால் அதன் கோபுரக் கலசம் HMT நிறுவனம் என்று நாடாளுமன்றத்திலேயே நேரு கூறியதுண்டு; ஏனென்றால் அந்த அளவு லாபம் கொடுத்த நிறுவனம். அந்த கோபுரம் எப்படி சாய்க்கப்பட்டது? எல்லாம் நம்ம கம்யூனிஸ்ட் தொழில்சங்கத்தின் புண்ணியம்தான்.

இன்று இந்தியாவில் முதல் இடத்தில் இருக்கும் சிறந்த பொதுத்துறை நிறுவனம் எது? இந்த ONGC நிறுவனம் தான்.

ஏறக்குறைய 40,000 ஊழியர்களுடன் ஆண்டுக்கு Rs 30,000 கோடி லாபத்துடன் இயங்கும் நிறுவனம். உலக அளவில் இந்தியாவுக்கு நமது ISROபோல் பெருமை சேர்க்கும் நிறுவனம் இது. அந்த அளவுக்கு தரமான நிறுவனம் என்று பெயர் எடுத்த நிறுவனம் இது.

இது உலக அளவில் முதல் 500 தலைசிறந்த நிறுவனங்கள் வரிசையில் எப்போதுமே இருந்து வந்துள்ள நிறுவனம். அது மட்டும் அல்ல; ஆசியாவின் சிறந்த பொதுத்துறை நிறுவனங்கள் வரிசையில் 5வது இடம் பிடித்த சிறந்த நிறுவனம். இந்திய அளவில் முதல் இடத்தில் இருக்கும் பொதுத்துறை நிறுவனம். இவர்கள் எண்ணய், எரிவாயு சார்ந்த திட்டங்களை இந்தியாவில் மட்டும் அல்ல; உலகம் முழுவதும் செயல்படுத்துகிறார்கள்.

அதாவது பிரேசில், கொலம்பியா, கியூபா, மியான்மர், லிபியா, சூடான் என்று உலகம் முழுவதும் சென்று எரிவாயு எடுக்கும் திட்டங்களை மிகக் குறைந்த செலவில் அந்த அந்த நாடுகளுக்கு செய்துகொடுக்கும் நிறுவனம். இதன் மூலம் நம் நாட்டுக்கு வருமானம் மட்டும் அல்ல; மற்ற நாடுகளுடனும் நம்மால் நல்ல வெளியுறவுக்கொள்கைகளையும் மேற்கொள்ள முடிகிறது. ஒரு தொழில்நுட்பத்தில் இந்தியாவை ஒரு நாடு சார்ந்து இருந்தால் அது இயற்கையாக இந்தியாவின் வலிமையை அதிகப்படுத்தும்... சரிதானே? அதாவது உலக அளவில் மிகக் குறைந்த செலவில் விண்வெளிக்கு செயற்கைக்கொள்களை இஸ்ரோ அனுப்புவதால் நம்மை எல்லா நாடுகளும் நாடுகின்றன. இதனால் இயற்கையாக யாரும் நம்மைப் பகைத்துக்கொள்ள விரும்பமாட்டார்கள். அதுதான் அறிவு சார்ந்து வளர்ந்த நாடுகளின் பலம்.

ONGC சூடானுக்கு எரிவாயு எடுக்கும் திட்டத்தை இந்திய அரசின் சார்பாக செய்து கொடுத்து அதன் மூலம் நமக்கு சூடானிடம் இருந்து தேவையானவற்றைப் பெற முடிகிறது. அப்படி பார்த்தால் மறைமுகமாக இதுபோன்ற நிறுவனங்களின் வளர்ச்சி என்பது இந்தியாவின் வலிமையை மேலும் உலக அரங்கில் கூட்டுகிறது.

சரி இப்போது ONGC திட்டங்களைக் குறிவைத்துப் போராட்டங்கள் கட்டமைக்கப்படுவது அப்பட்டமாக நடக்கிறது, அது ஏன்?

இந்திய ா என்ற வளரும் நாட்டின் கையை உடைக்கவேண்டும் என்றால் அதற்கு மிகச் சிறந்த வழி அந்த நாட்டில் முதல் 10 இடத்தில் இருக்கும் பொதுத்துறை நிறுவனங்களை அழிக்கவேண்டும். இதுதான் இந்தியாவின் எதிரி நாடுகளின் எண்ணம். இது மொத்த இந்தியாவின் பொருளாதார வளர்ச்சி வரலாறு, விவரம் அறிந்தவர் அனைவருக்கும் நன்கு தெரியும்.

இப்படி இந்திய அரசின் கீழ் வரும் நிறுவனங்கள் அனைத்தையும் நஷ்டம் ஆக்கவேண்டும் என்று முனைப்புடன் எப்போதுமே கம்யூனிஸ்ட் தொழில் சங்கங்கள் வேலை செய்யும். எவ்வளவு சம்பளம் கூட்டினாலும் போதாது போதாது என்று தூண்டிவிடுவது கம்யூனிஸ்ட்

களின் வேலை. அது சீனாவின் எண்ணம் - சீனாவின் எண்ணம் தங்கள் சித்தம் என்று வேலை செய்பவர்கள் நம்ம கம்யூனிஸ்ட் தலைவர்கள்.

இப்போது போராட்டங்கள் எப்படி கட்டமைக்கப்படுகின்றன என்று பார்ப்போம்.

இத்தனை நாட்களாக இந்த மாவோயிஸ்ட், நக்சல் என்ற கம்யூனிஸ்ட் ஆதரவு தீவிரவாத கூட்டங்கள்தான் இந்த வேலையை மும்முரமாகச் செய்யும். அதாவது எந்தத் திட்டம் வந்தாலும் அதனைக் குழப்பும் விதமாக மக்களிடையே வெகு தந்திரமாகப் பொய் பரப்புரைகளை மேற்கொள்ளும். இதனால் ஆங்காங்கே தேவை இல்லாத போராட்டங்கள் வெடிக்கும்.

சமீபகாலமாக இந்த வேலையை மாவோயிஸ்ட், நக்சல் ஆதரவாளர்கள் தங்களை நேரடியாக அப்படிக் காட்டிக்கொள்ளாமல் வேறு வேறு பெயர்களில் சமூகத்தில் கலந்து குழப்பும் வேலையை வேகமாகச் செய்கிறார்கள். இதற்கு மிகப் பெரிய அளவில் மதம் மாற்றும் கிறிஸ்தவ அமைப்புகளும்கூடக் கைகோர்க்கின்றன. 20,000 கிறிஸ்தவ தொண்டு நிறுவனங்களை நரேந்திர மோதியின் அரசு இழுத்து மூடிவிட்டதை மறக்கவேண்டாம். அதில் ஒன்று நம்ம 'அணு உலை எதிர்ப்புப் போராளி' உதயகுமார் நடத்தியது!

இதுபோல் இயக்கங்களுக்கு நல்ல எடுத்துக்காட்டு:

1. நாம் தமிழர், 2. தந்தை பெரியார் திராவிடர் கழகம், 3. கூடங்குளம் அணு உலை எதிர்ப்பு என்று கிறிஸ்தவ அமைப்பின் பின் புலத்தில் சுப. உதயகுமாரன், 4.தமிழ்த் தேசப் பேரியக்கம் பெ. மணியரசன், 5. தமிழ்த் தேச விடுதலை இயக்கத்தின் தியாகு, 6. மே 17 இயக்கத்தின் திருமுருகன் என்ற கிறிஸ்தவர், 7. தமிழர் விடியல் கட்சியைச் சேர்ந்த டைசன், 8. திராவிடர் விடுதலை கழகத்தின் தபசி குமரன், 9. மனித நேய மக்கள் கட்சி இவர்கள் அனைவருக்கும் வழிகாட்டியாக கம்யூனிஸ்ட் தலைவர்கள்.

இவர்கள் எண்ணம் மிகத் தெளிவாக இருக்கிறது. அது இந்த மேற்கூறிய அரசு நிறுவனங்களின் எந்த ஒரு திட்டமும் தமிழ் நாட்டின் உள்ளே வந்துவிட்டால் உடனே பிரச்னை செய்யவேண்டும். வேறு மாநிலங்களில் போராட்டம் இல்லை என்று கூற முடியாது. ஆனால் தமிழ் நாட்டில் ஜெயலலிதா இறந்த பிறகு இவர்கள் ஆட்டம் உச்சத்தில் இருக்கிறது.

போராட்டங்கள் எளிமையாக எப்படித் தூண்டிவிடப்படுகின்றன?

அதுதான் social psychology.

ஒரு செய்தி அல்லது விஷயத்தால் மக்கள் பாதிக்கப்படப்போவதாக வந்தால் - அது அப்படி நடக்காது என்று நீங்கள் பேசிவிட்டால் சாதாரணமானவர். அதுவே அந்த விஷயத்தால் நாடே அழிந்துவிடும் என்று மக்களைக் காப்பாற்றவும், அரசை எதிர்த்தும், ஆட்சியர்கள், அரசியல்வாதிகளைத் திட்டியும் பேசிவிட்டால் நீங்கள் போராளி ஆகிவிடுவீர். பலருக்கு இந்தப் போராளி என்ற பிம்பம் பிடித்திருக்கிறது. அதனால்தான் தங்களுக்கு விவரமே தெரியவில்லை என்றாலும்கூட அந்த விஷயத்தைத் தங்களுக்குத் தெரிந்த மட்டத்தில் வைத்து மிகையாக விமர்சனம் செய்ய முயற்சிசெய்கிறார்கள்.

அதாவது 'நல்லவன் என்றால் மக்களுக்காகக் குரல் கொடுக்க வேண்டும். அரசாங்கத்தைத் திட்டவேண்டும்' அதுதான் நம் சமூகத்தில் உருவாகியிருக்கும் புது வியாதி.

இந்த Social Psychology நல்லவிதமாக வேலை செய்ய மிக முக்கிய மானது, ஒரு செய்தி எப்படி மக்களிடம் சேர்க்கப்படவேண்டும் என்பது தான். அதற்கு இப்போதெல்லாம் ரொம்பக் கஷ்டப்படத் தேவை இல்லை; ஒரு அனிமேஷன் வீடியோ தயார் செய்து அதை Youtube, Facebook, WhatsApp என்று அனுப்பினால் போதும். போராளிகளுக்குப் பத்திக்கொள்ளும், நம்ம இயக்கங்களுக்கும் கிடைத்துவிடும் வேலை.

இவர்கள் இயக்கங்கள் உண்மையில் எப்படிப்பட்டவை?

இவர்களின் பொதுவான குணம் என்ன என்று நன்கு உற்றுக் கவனிக்கவும்.

தனித் தமிழ்நாடு, இந்தியாவில் வளர்ச்சி சார்ந்த எந்த நல்ல விஷயமும் பேச மறுப்பது, இந்தியாவில் நல்ல திட்டம் என்று ஒன்றுகூட இல்லை என்ற மனநிலைக்கு மக்களைத் தள்ள முயற்சிசெய்வது, இந்தியாவில் நீதி கிடைக்காது என்ற தோற்றத்தை உருவாக்குவது, இந்தியாவின் அரசு, அரசியல்வாதிகள், தொழில் அதிபர்கள் எல்லாம் சேர்ந்து பொது மக்களைத் திருடுகிறார்கள் என்று குழப்புவது, தனியார் கம்பெனிகளை விரட்டும் மனநிலைக்கு மக்களைக் கொண்டு சென்று பின்னர் வேலை இல்லை என்று பிதற்றுவது, யாருமே நல்லது செய்யப்போவது இல்லை என்று கூச்சல் போடுவது, எந்த மத்திய அரசின் திட்டம் என்றாலும் எதிர்ப்பது... இவைதான் பொதுவான இலக்காக இருக்கும். சின்னச் சின்ன வேறுபாடு இருக்கலாம்; ஆனால், பொதுவாக இவர்கள் அனைவரும் இந்த இலக்கில் ஒத்துப்போவார்கள்.

அதைவிட ஒரு முக்கியமான ஒரு இலக்கு: 'அனைவரும் ஹிந்துகளை ஒன்றிணையவிடாமல் தடுப்பது; அல்லது ஹிந்து மதத்தை அவமானம் செய்வது'.

ஹிந்து என்ற ஆன்மாவைக் கொன்றால் ஒழிய இந்த நாட்டை

அழிக்கமுடியாது. அந்த வகையில் ஹிந்துகளை ஒன்றிணையவிடாமல் தடுத்ததில் திராவிடக் கட்சிகளுக்கு முக்கியப் பெரிய பங்கு இருக்கிறது.

தேசத்தை இப்படிப்பட்ட துரோகிகளிடம் இருந்து காப்பாற்ற வேண்டியது முக்கியம். அதற்காக எந்த எல்லைக்குப் போனாலும் அது தவறில்லை என்றே சொல்வேன். தர்மம், நியாயம், குடியரசு, சட்டம் இவையெல்லாம் நாட்டை அழிக்க நினைக்கும் துரோகிகளுக்குப் பார்க்கக்கூடாது என்பது என் தனிப்பட்ட கருத்து.

அச்சச்சோ நான் ஏதோ நடக்காததைக் கூறுவதாக எண்ணவேண்டாம். உலக வரலாறு தெரியாமல் நான் கூறவும் இல்லை. பிரிவினைவாதி களை அழிப்பதில் அதீத ஆர்வம் காட்டவேண்டும். இல்லையென்றால் இந்த விஷமிகளைச் சமாளிக்கவே தனியாக பட்ஜெட் ஒதுக்க வேண்டி வரும். அதுவும் மக்களிடம் இவர்களுக்குப் போராளிகள் என்ற பட்டம் வேறு கிடைத்துவிடும்.

சீனாவில் உளவு வேலை பார்த்த 10 அமெரிக்க ஐரோப்பியர்களைச் சத்தமில்லாமல் கொலை செய்துவிட்டுக் காணாமல் போனவர் பட்டியலில் சேர்த்துவிட்டனர். இப்படியான தேச நலன் சார்ந்த வேலை களையெல்லாம் நாம் கம்யூனிஸ்ட் நாடுகளான ரஷ்யா, சீனாவைப் பார்த்துக் கற்றுக்கொள்ளவேண்டும். தர்மம், நியாயம், குடியரசு, சட்டம் இவையெல்லாம் நாட்டை அழிக்க நினைக்கும் துரோகி களுக்குப் பார்க்கக்கூடாது என்பது என் தனிப்பட்ட கருத்து.

ஆக, கதிராமங்கலத்தில் மக்கள் போராட்டம் என்பது அப்படிப் பொய்யாகத் தூண்டிவிடப்பட்ட போராட்டங்களில் ஒன்றுதானே தவிர வேறு ஒன்றும் இல்லை.

●

மீத்தேன் எதிர்ப்பு

செய்தி: மீத்தேனைக் குப்பைகளில் இருந்தும் எடுக்கலாம்; அதை விட்டு விட்டு அரசும் அரசியல்வாதிகளும் மக்களின் விவசாய நிலத்தைத் தோண்டி எடுப்பது தவறு'.

மீத்தேன் வாயுவை குப்பைகளில் இருந்து எடுக்க முடியும் என்று கூறுவது சரி; ஆனால் இது எவ்வளவு சாத்தியம் என்பதைப் பார்க்கும் முன் சில விவரங்களை நாம் புரிந்துகொள்ளவேண்டும்.

G. C. Chaturvedi IAS - *இவர் 34 ஆண்டுகளுக்கு மேல் ஒரு* IAS *அதிகாரியாகத் திறமையுடன் பணியாற்றியவர்; நிர்வாக விஷயத்தில் மிகுந்த அனுபவம் கொண்டவர். பெட்ரோலியம் அமைச்சகத்தில் தலைமைச் செயலாளராகவும் பதவி வகித்தவர். இவருக்கென்று மிக பெரிய சாதனைப் பட்டியல் இருக்கிறது.* Dr. Baldev Raj (Director, National Institute of Advanced Studies), Dr. Ashvini Kumar (Managing Director, Solar Energy Corporation of India), Dr. Anand Kumar (Director, PETROTECH Society),Prof Juzer M Vasi (Emeritus Fellow, IIT Bombay), Dr. D. R. Ranade (Former I/C Microbiology Dept. ARI) *இவர்கள் ஒவ்வொருவருக்கும் மிக பெரிய சாதனைப் பட்டியலும், தனி நிர்வாக அனுபவமும் மிகச் சிறந்த அறிவியல் ஆய்வு அறிவுகளும் உண்டு.*

இவர்களைப் பற்றி ஏன் குறிப்பிடுகிறேன்?

இந்த சாதனையாளர்கள் எல்லோரும்தான் நாட்டில் மீத்தேன் முதல் பெட்ரோலியம்வரை அனைத்தையும் எடுக்கும் அரசு நிறுவனமான ONGC (Oil and Natural Gas Corporation Limited) *நிறுவனத்தின்* Advisory Commitee *தலைவர்கள். இவர்கள் வழிகாட்டுதலில்தான்* ONGC *இயங்குகிறது.*

இவர்கள் மட்டுமல்ல Hydrogen generation, Solar Energy, Biotechnology for Energy, Uranium*போன்றவற்றில் மிக பெரிய*

அறிவியல் மேதைகள், ஆய்வு விஞ்ஞானிகள் ஆகியோரும் அந்த நிறுவனங்களில் உண்டு. இவர்கள் தவிர சில ஆயிரம் மிக அனுபவமுள்ள இன்ஜினியர்கள் என்று ஒரு ராட்சத கட்டமைப்பைக் கொண்டது இந்த ONGC அமைப்பு.

மீத்தேன் திட்டத்தில் ஈடுபடும் இந்தப் பெரும் ஆய்வாளர்கள், IAS நிர்வாகிகள், சில ஆயிரம் அனுபவம் உள்ள இன்ஜினியர்கள், விஞ்ஞானிகள் யாருக்கும் மக்கள் மீது அக்கறை இல்லை... அரசியல்வாதிகளுக்கும் அக்கறை இல்லை.... அட நம்ம நீதிமன்றத்துக்குக்கூட அக்கறை இல்லை... என்றா நினைக்கிறீர்கள்?

இன்னும் ஒருபடி மேலே சென்று கூறவேண்டும் என்றால் நாட்டில் இயற்கை வளங்களைப் பாதுகாக்கவும், அதன் மீது தொடரப்படும் சமூக நல வழக்குகளை விசாரணை செய்யவும் பசுமை தீர்ப்பாயம் (National Green Tribunal, NGT) என்ற அமைப்பு உள்ளது. அதன் நீதிபதிகளுக்குக் கூட மக்கள் மேல் அக்கறை இல்லையா. இந்த Youtube, Facebook-ல் திரியும் போராளிகளுக்கு இருக்கும் அறிவுகூட இந்த யாருக்கும் இல்லை என்றா நினைக்கிறீர்கள்?

Urban Local Bodies (ULBs) கொடுக்கும் புள்ளிவிவரப்படி நாள் ஒன்றுக்கு இந்தியாவில் சுமார் *1,00,000* metric tonnes குப்பை கிடைக்கிறது. *1,00,000* metric tonnes கிடக்கும் இந்தியாவில் அதை விட்டு விட்டு ஏன் மீத்தேனுக்கு இத்தனை எதிர்ப்புகளைத் தாண்டி இவ்வளவு அறிவியல் மேதைகள் கஷ்டப்படவேண்டும்?

இப்படி உங்களை நீங்களே ஒருமுறையாவது கேட்கலாமே!

எவனோ ஒருவன்தான் பிரபலமாவதற்கோ நல்ல காசு சம்பாதிக்கவோ மக்கள் உணர்வுக்குத் தகுந்ததுபோல் பேசி Youtube-ல் வீடியோ போட்டால் அது எல்லாம் உண்மையாக இருக்கவேண்டும் என்று அர்த்தம் இல்லை. நான் எந்த ஒரு குறிப்பிட்ட நபரையும் குறை சொல்ல விரும்பவில்லை. அதே நேரம் மாணவர்கள், வாசகர்கள் கொஞ்சமாவது அறிவியல் அறிவையும், நிர்வாக விஷயங்களையும் தேடித் தெரிந்து கொண்டு யோசிக்கவேண்டும். எதற்கு எடுத்தாலும் சமூக அக்கறை என்ற பெயரில் போராளிகள் என்ற பெயரில் எல்லாவற்றையும் எதிர்ப்பது ஒரு வியாதிபோல ஆகிவிட்டது. அதுவும் தமிழ் நாட்டில் கொஞ்சம் அதிகமாகவே இந்த நோய் மாணவர்களைத் தொற்றிக்கொண்டுள்ளது.

சரி... ஏன் அந்தக் குப்பையில் இருந்து மீத்தேன் எடுக்கக்கூடாது... அது என்ன தவறா?

குப்பையில் இருந்து மீத்தேன் எடுக்கும் அந்த ஐடியா தவறே இல்லை. ஆனால், அதைச் செயல்படுத்த முடியாத அளவுக்கு அது சிக்கலானது.

அதற்கான செலவும் நடைமுறையில் நீங்கள் நினைப்பதைவிட மிக மிக அதிகம். அதை விளக்கும் முன் எதனால் தங்கம் சுரங்கங்களில் வெட்டி எடுக்க வேண்டும்... அதை ஏன் செய்ய முடியாது என்ற கேள்விக்கு பதில் யோசியுங்கள்.

தங்கத்தை சோதனைச்சாலையில் தயாரிக்கமுடியுமா? உலகத்தில் அதிகம் தேடல்கள் நடந்தது இந்த விவகாரத்தில்தான்.

முடியும்; இரும்பைக்கூடத் தங்கமாக மாற்ற முடியும். என்ன அதற்கான அணு அமைப்பை மாற்றி [Xe]4f145d106s1 என்று அமைக்கும் வேலையைச் செய்தால் முடிந்தது. Lawrence Berkeley National Laboratory (LBNL) என்ற ஆய்வு நிறுவனம் இதனைச் செய்தே கூடக் காட்டியது. ஆனால் அதற்கு ஆகும் செலவு - சுரங்கம் வெட்டி கிடைக்கும் தங்கத்தின் மதிப்பை விட மிக மிக மிக அதிகம். அதுவும் எவ்வளவு தங்கம் கிடைக்கும் என்பதும்கூட ஒரு உறுதி இல்லை.

எனவேதான் தங்கம் சோதனைச்சாலைகளில் உருவாக்கப்படுவ தில்லை. சுரங்கங்களில் வெட்டி எடுக்கப்படுகிறது. இந்த நடைமுறை எதார்த்தம் புரிகிறதா?

அதேபோல்தான் இப்போது இந்தக் குப்பையைக்கொண்டு மீத்தேன் எடுக்கிறேன் என்ற பேச்சும். இது ஏதோ இன்று வந்த புதிய ஐடியா வெல்லாம் கிடையாது 1970களில் How I Generate Power from Garbage என்ற ஆய்வு கட்டுரையில் வெளியானது தான். என்றாலும் இன்றுவரை அதை நாம் செயல்படுத்த முடியாத அளவு அது சிக்கலானது.

நாம் குப்பை என்று பொத்தாம் பொதுவாகக் கூறாமல் நமது குப்பையில் Organic waste என்று கூறப்படும் சாப்பிட்டு மிச்சம் ஆனவை, காய்கறி, பழங்கள் இவற்றில் இருந்துதான் மீத்தேன் எடுக்கப்படும்.

ஆனால், நமது குப்பை என்பது 60 முதல் 67 சதவீதம் இந்த Organic waste தான். மீதம் பிளாஸ்டிக், பாத்திரங்கள், ரப்பர்கள் என்று Recycle and Re-usable Waste ஒரு 20%, ஆபத்தான அல்லது தனித்து அழிக்கப்படவேண்டிய குப்பைகளான மருந்துப்பொருட்கள், வெடி மருந்துகள், மாத்திரைகள், மின்சாதனப் பொருட்கள் என்று எடுத்தால் அது ஒரு 10% ஆகும். இவை தவிர பிற குப்பைகள்.

ஆக, நாம் குப்பைகளை வீட்டிலேயே பிரித்துத் தனி தனியே போட வேண்டும். குப்பை வாங்க வரும் நபரிடம் அதனை முறையே Organic waste, Toxic e-waste, Recycling waste மற்றும் சாதாரணக் குப்பைகள் என்று கொடுக்கவேண்டும் (ஆனால் நாம் குப்பையைப் பிரிக்காமல் மொத்தமாகக் கொட்டித்தான் கொடுப்போம். நிச்சயம் மக்கள்

ஒத்துழைப்போடு என்று ஆரம்பிக்கும் திட்டங்கள் பல நாசம்தான் ஆகும்.)

நம் மக்கள் இப்படிக் குப்பையைப் பிரித்துக் கொடுப்பார்கள் என்று நினைக்கிறீர்களா? ஒன்று புரிந்துகொள்ளுங்கள் இன்னும் 48% பேர் வீட்டில் டாய்லெட் கிடையாது. ஆனால் 99% பேரிடம் செல் போன் இருக்கிறது!

எனவே இந்த அமைப்பை மட்டும் கொஞ்சம் சிந்தியுங்கள்: மக்கள் ஒவ்வொருவர் வீட்டிலும் 4 விதமான குப்பைகளை மக்கள் பிரித்துப் போடுவார் - அப்படிக் கொடுக்கப்படும் குப்பைகளை மாநகராட்சி ஊழியர்கள் வாங்கத் தேவையான ஊழியர்கள், அதற்கான கட்டமைப்பு - வாங்கிய குப்பைகளை எடுத்து உற்பத்தி ஆலையில் சேர்ப்பது... இது நீங்களும் நானும் நினைப்பதுபோல் எளிய விஷயம் அல்ல. நீங்கள் சென்னையில் மட்டும் வாழும் சுமார் 80லட்சம் மக்களை ஒழுங்காகக் குப்பையைக் கூடையில் கொடுங்கள் என்று கூறினாலே நடக்காது. நீங்கள் ஒரு project management analysis எடுத்தால் இந்தத் திட்டம் பெரும் தோல்வியைத் தழுவ ஆயிரம் காரணங்கள் கிடைக்குமே ஒழிய, நிச்சயம் இந்த நிலையில் வெற்றிக்கு சாத்தியமே கிடையாது.

இப்படிச் செய்யலாம். கிராமங்களில் குட்டி குட்டிக் குப்பைத் தொட்டியில் இருந்து எரிவாயு எடுக்கும் திட்டங்கள் செய்யலாம் ஒழிய - மொத்தக் குப்பையையும் வாங்கிப் பிரித்து மீத்தேன் எடுக்கும் வேலை எல்லாம் இங்கே அல்ல ஜப்பான்போன்ற மக்கள் ஒத்துழைப்பு உள்ள நாடுகளில்கூட நடக்க சாத்தியம் மிகக் குறைவு. அப்படி நடந்தாலும் செலவு பூமியில் இருந்து மீத்தேன் எடுப்பதைவிட அதிகம் இருக்குமே ஒழியக் குறையாது.

அப்போ வெளிநாடுகளில் செய்வதாக அந்த வீடியோவில் கூறுகிறாரே?

ஆம் செய்கிறார்கள். ஆனால் அதை ஒரு குறிப்பிட்ட அளவு சோதனை முயற்சியாகத்தான் செய்கிறார்கள். 100% படித்த மக்கள் வாழும் நகரத்தில்கூடக் குப்பைகளை மக்களை நம்பிச் சேகரிக்க முடியாது என்ற நிலைதான் இருக்கிறது. ஏதோ அங்கொன்றும் இங்கொன்றும் நடக்கும் விஷயத்தையெல்லாம் எடுத்துப் பேசுவது முறையாகாது.

பின்பு ஏன் எதிர்ப்புகளைத் தூண்டிவிடுகிறார்கள்?

ONGC என்பது மிக அனுபவம் வாய்ந்த நிறுவனம். அந்த நிறுவனம் இந்த வேலையை இங்கே எதோ தமிழ் நாட்டில் மட்டும் செய்வது போல இந்த சீமான்போன்ற பொருளாதார, அறிவியல் அறிவு இல்லாத சிலர் பேசித் திரிவது வெட்கக்கேடு.

உண்மையில் வியட்நாமில் 2 திட்டங்கள், ரஷ்யாவில் 3 திட்டங்கள், சூடான் நாட்டில் 2 திட்டங்கள், தென் சூடான் 2 திட்டங்கள், ஈரான், இராக், லிபியா, சிரியா, பிரேசில், கம்போடியா, வெனிசுலா, கஜகஸ்தான், நியூஸிலாந்து என்று பல நாடுகளில் நமது ONGC நிறுவனம் இதே விதமான வேலைகளில் பல ஆண்டுகளாக ஈடுபட்டு வருகிறது. இந்தியாவில் இருக்கும் BSNL, Railwayபோன்ற பொதுத்துறை நிறுவனங்களில் இந்த ONGCதான் நல்ல லாபகரமாகவும் இருக்கிறது - இந்தியாவின் பெருமையாகவும் இருக்கிறது.

இந்தியாவில் ISRO, NTPC, CIL, GAILபோன்ற பொதுத்துறை நிறுவனங்கள்தான் லாபகரமாக இயங்குகின்றன. இப்படி லாபகரமாக, நமது நாட்டுக்குப் பெருமை சேர்க்கும்விதமாக இருக்கும் சில பத்து நிறுவனங்களை நாசம் செய்தால்தான் இந்தியாவைப் பொருளாதார நிலையில் முழுமையாக வீழ்த்தமுடியும் என்பது உலகம் அறிந்த ரகசியம். எனவே போராளிகள் என்ற போர்வையில் உண்மையில் இந்தப் போராட்டங்களை முழுக்க முழுக்க நக்சல், மாவோயிஸ்ட் போன்ற கம்யூனிஸ்ட் தீவிரவாத இயக்கங்களும் அதன் ஆதரவாளர்களும் தான் தூண்டுகிறார்கள்.

போராட்டங்கள் முழுக்க பயத்தைத் தூண்டிவிட்டு, உணர்வைத் தூண்டிவிட்டு இங்கே கட்டமைக்கப்படுகின்றன. தயவு கூர்ந்து அறிவியலையும் அப்துல் கலாம்போன்ற அறிஞர்களையும் நம்புங்கள். சும்மா உதய குமார் முதல் திருமுருகன் காந்திவரை எந்நேரமும் மக்களிடம் எதையாவது தூண்டிவிட்டு நாட்டுக்கு எதிராகக் கலகம் செய்யத் துடிக்கும் கூட்டத்திடம் கொஞ்சம் மாணவர்கள், வாசகர்கள் எச்சரிக்கையாக இருக்கவும்.

ஒரு இன்ஜினியரிங் கல்லூரிக்கு சராசரியாக மாணவர்கள் 100 பைக்குகள் வருவதாகக்கொள்வோம். தமிழ் நாட்டில் மட்டும் 700 இன்ஜினியரிங் கல்லூரிகள் - ஆக நாள் ஒன்றுக்கு ஒரு வாகனம் 1 லிட்டர் செலவு செய்கிறது என்றாலும்கூட - தமிழ் நாட்டில் மட்டும் தினமும் 70,000 லிட்டர். ஆக நாடு முழுவதும் வெறும் இன்ஜினியரிங் கல்லூரிக்கு மட்டும் ஒரு நாளுக்கு சுமார் 10,39,600 லிட்டர் பெட்ரோல் தேவை.

ஆக ஒரு ஆண்டுக்கு 37,94,54,000 லிட்டர் பெட்ரோலை வெறும் இன்ஜினியரிங் கல்லூரி மாணவர்கள் மட்டும் குடிப்பீர்கள் என்றால் - ஆர்ட்ஸ் காலேஜ், சட்ட கல்லூரி, விவசாயம், ஆசிரியர் கல்வி, மருத்துவக் கல்லூரிகள், Pharmacy, Nursing, polytechnic, Veterinary, Homeopathy என்று நாட்டில் மாணவர்கள் மட்டும் பயன்படுத்தும் பெட்ரோல் தேவையைக் கொஞ்சம் கணக்குப் போடுங்களேன்.

தலை சுற்றும்... அதற்கு நீங்கள் கல்லூரி வாகனங்கள் - அரசு பொது பயன்பாட்டு வாகனங்கள் என்று பயன்படுத்திக் கொஞ்சம் adjust செய்து வாழ்ந்தால் நமது நாட்டின் பெட்ரோல் தேவை ஆண்டுக்கு மாணவர்கள் மூலமே சுமார் 120 கோடி லிட்டருக்கும் மேல் மிச்சம் செய்யலாம்.

நமது நாடு 4.83 million barrels தினமும் இறக்குமதி செய்கிறது. எங்கே இதற்கு ஒத்துழைப்பு கொடுங்க பார்க்கலாம்!

விளை நிலத்தில் மீத்தேன் எடுத்தால் விவசாயம் என்னவாகும்?

கடவுளே, மொத்த இந்தியாவில் விவசாயம் நடக்கும் பரப்பளவு என்ன, இந்த மீத்தேன் எடுக்கும் திட்டத்துக்குத் தேவைக்கான பரப்பளவு என்ன என்று கொஞ்சம் ஒப்பிடுங்கள். மிக மிக மிகக் குறைவான பரப்பளவு தான் பயன்படப் போகிறது. இதனால் தமிழகம் பாலைவனம் ஆகும் என்பது எல்லாம் சுத்த முட்டாள்தனமான வதந்தி.

இந்திய விவசாயத்தைக் கொஞ்சம் பொறுமையாகத் தேடிப் படிக்கவும்; குழப்பவேண்டாம். சீமான்போலச் சில அறிவற்றவர்கள் சொல்வது அல்ல; விவசாயம் சார்ந்த பொருளாதாரம் என்பது வேறு. இந்தத் திட்டத்தால் எந்த பாதிப்பும் கிடையாது. மக்கள், மாணவர்கள் புள்ளிவிவரங்கள் மூலம் திட்டத்தின் குணம் அறிய முயலுங்கள்.

நீங்கள் ஒரு நல்ல நிர்வாகியாக வரவேண்டுமென்றால் புள்ளி விவரங்களுடனான உறவை மேம்படுத்துங்கள். உண்மைகளை, புள்ளிவிவரங்களைத் தேடுங்கள். எண்கள் வெறும் எண்கள் அல்ல, அவை பெரும் உண்மையைக் கூறும், உணர்த்தும் கடவுள் மொழிகள்.

தயவுகூர்ந்து இந்த Facebook, Youtube பிரபலங்களிடம் எச்சரிக்கையாக இருக்கவும். என்னைக்கூட நம்பாதீர், நீங்களே உண்மையைத் தேடுங்கள். உணர்ச்சிவசப்படாதீர். மிக மிக மிக முக்கியம் இந்த சினிமா பிரபலங்கள் உங்கள் உணர்வுக்குத் தகுந்ததுபோலத்தான் பேசுவார்கள் - காரணம் உங்களிடம் நல்ல பெயர் கிடைக்கவேண்டும், விளம்பரம் கிடைக்கவேண்டும். அவ்வளவுதான். எனவே சிவகுமாரில் ஆரம்பித்து பாலாஜிவரை சினிமா பிரபலங்களிடம் போய் இஸ்ரோ விண்வெளி ஆய்வுக்கு விடை தேடாதீர்.

போராளிகள் என்று திரிபவர் எவராவது நரேந்திர மோதி அறிவித்த தூய்மை இந்தியா திட்டத்துக்கு மக்கள் ஒத்துழைக்க வேண்டும்; சுகாதாரம் இல்லாததால்தான் பல நோய்கள் வருகிறது - அப்படி வரும் திடீர் மருத்துவச் செலவுதான் நமது சேமிப்பை எடுத்துக்கொள்கிறது; அதனால்தான் பெரும் துயரம் மறைமுகமாக வருகிறது. எனவே

அனைவரும் தூய்மை இந்தியா திட்டத்துக்கு ஒத்துழைப்பு கொடுப்போம் - அது நாட்டுக் குடிமகனாக நமது கடமை என்று கூறினாரா? நல்ல திட்டம் என்றால் ஆதரித்து மக்களைச் சரியாக வழி நடத்துபவர்தானே உண்மையில் இங்கே சமூகப் போராளியாக இருக்க முடியும்? ஆனால் எந்நேரம் பார்த்தாலும் மக்களை, மாணவர்களைப் போராட்டம் நடத்தத் தூண்டுபவர் என்ன போராளி!

•

நியூட்ரினோ திட்டம் எதிர்ப்பு

செய்தி: 'தேனி மாவட்டத்தில் நியூட்ரினோ திட்டம் பேரழிவை ஏற்படுத்தும்!'

Chlorine-37 என்ற ஐசோடோப்பு solar neutrino மூலம் - ஒரு எலக்ட்ரான் இழந்து Argon 37 மாறி... போதும் போதும்; இப்படி அதன் ஆய்வு உள்ளே சென்று நான் உங்களைக் குழப்ப விரும்பவில்லை. ஆனால், திட்டத்தை என்னால் முடிந்த அளவு எளிமையாக விளக்குகிறேன்.

இந்த விவகாரத்தைப் பார்க்கும் முன் சில அடிப்படை விவரங்கள் புரிந்துகொள்ளவேண்டும்:

இதே ஆய்வை neutrino detector என்று உலக நாடுகள் முழுவதும் செய்கின்றன. ஜப்பான் Super-Kamiokande, கனடாவில் Sudbury Neutrino Observatory, ரஷ்யாவின் Baksan Neutrino Observatory இப்படி உலக நாடுகள் அனைத்திலும் இது நடக்கிறது நடந்தது. அறிவியல் ஆய்வுகளில் மிக அதிக பயனுள்ள தேடல்களில் இதுவும் மிக முக்கியமானது.

1,300 meters அளவு ஆழமான கிணறு தோண்டுவதாகக் கூறும் அனைவரும் ஒன்றைப் புரிந்துகொள்ளுங்கள்- கனடாவில் இருக்கும் Homestake experiment ஏறக்குறைய 1,478 meters ஆழத்தில் மேற்கொள்ளப்பட்ட இதே நியூட்ரினோ ஆய்வு 1980களில் நடந்தது. அதாவது 30 வருடம் முன்னர் இதை விட ஆழத்தில் இந்தச் சோதனையை Raymond Davis - அமெரிக்காவில் மேற்கொண்டார். இது இதை விடக் கூடுதல் ஆழம் - நிலப்பரப்பு என்பது தேனிபோல் இடமே ஆகும்.

கனடாவில் உள்ள Sudbury Neutrino Observatory இதன் ஆழம் 2100 m. ரஷ்யாவின் Baksan Neutrino Observatory இது 4,700 m ஆழத்தில் அமைத்துள்ளனர்.

எனவே இந்த ஆய்வு எந்த உலகம் முழுவதும் இப்படியாகவே நடக்கின்றன. இது எதோ இங்கே மட்டும் பூதாகரமாகப் பேசி ஏதோ தமிழ் நாடே அழிந்து போகும் என்ற அளவில் உணர்வைத் தூண்டும் பொய்யான தகவல்களைப் பரப்புகிறார்கள் வழக்கம்போல இந்தப் போராளிகள்.

இப்போ எதுக்கு இந்த Neutrino observatory?

இது நியூட்ரினோ என்ற ஒரு துகளைத் தேடும் பணி. அவ்வளவு தான். அந்தத் துகள் நீங்கள் என்று நினைத்துக்கொள்ளுங்கள் - நீங்கள் இப்போ என் வீட்டு கதவைத் திறக்காமலே உள்ளே வருகிறீர்கள் - என் உடல் உள்ளே புகுந்து செல்ல முடியும் - நம்ம சினிமா படப் பேய்கள்போல. அதேபோல ஒரு மரம் செடி மட்டும் அல்ல; இந்த பூமியின் நடுவே பயணிக்க முடியும் - அதனால் உங்களுக்கு எதுவும் ஆகாது என்றால் எப்படி? அப்படி ஒரு விசித்திரமான துகள்.

இதை ஏன் கண்டிபிடிக்க வேண்டும்?

Gamma, X-Ray போன்றவை எல்லாம் இதுபோலத்தான் கண்டுபிடிக்கப் பட்டு இன்று பெரிய அளவில் மருத்துவம் முதல் கடல் ஆய்வுகள்வரை மேற்கொள்ளப்படுகிறது. அந்த விதம் எந்த Alpha, Beta, Gamma, X-rays இவற்றைவிட இது மிக அதிகப் பலன் தரக்கூடியது என்று நம்பப்படுகிறது.

நியூட்ரினோ நமது உடலை ஏதும் செய்துவிடும் என்று கிளப்பு கிறார்களே?

உங்கள் சுண்டு விரலைப் பாருங்கள் - அதன் நுனியில் மட்டும் சுமார் 65 பில்லியன் - அதாவது 6500,00,00,000 நியூட்ரினோ ஒவ்வொரு நிமிடமும் கடக்கிறது. வெறும் விரல் நுனியில் மட்டும். எனவே தினமும் கடந்து செல்லும் மிகச் சின்னத் துகள் அதைப் பிடிக்கவேண்டும் என்று நினைத்துக்கொள்ளவும்.

இதைப் பிடிக்க எதற்கு அவ்வளவு ஆழம் செல்ல வேண்டும்?

ஒரு விஷயம் புரிந்துகொள்ளுங்கள் - இது எதோ முயல் பிடிக்கும் வேலை இல்லை. இந்தத் துகள் அனைத்துக்கும் பொதுவான குணம் ஒன்று உண்டு - அதாவது அவை ஒரு இடத்தில் வைத்துப் பிடிப்பது மிகக் கடினம்.

அது ஏன் என்றால் - நீங்கள் என் வீட்டுக்கு வந்து பேசிவிட்டுச் செல்கிறீர். 10 மணிக்கு வந்து பேசிவிட்டு 10.30க்கு கிளம்புகிறீர். அப்போ உங்களைப் பிடிக்க என் வீட்டுக்கு அந்த 10-10.30குள் வந்தால்

பிடித்துவிடலாம். சரியா? இந்த 30 நிமிடம் என் வீட்டில் இருப்பீர். அதேபோல இதுபோலத் துகள்களைப் பிடிக்க முடியும் - ஆனால் பிரச்னை அவை அந்த இடத்தில் இருக்கும் நேரம் 10-24 (10^{24}) - அதாவது ஒரு நொடியில் 0.000000000000000000000001 நேரம்தான் ஒரு இடத்தில் இருக்கும். இப்போது அந்த இடமும் தெரியாது - அது இருக்கும் நேரமும் இந்த விதமாக மிக விந்தையாக இருப்பதால் அதைத் தேடுவதன் சவாலைக் கொஞ்சம் நாம் உணரவேண்டும்.

0.000000000000000000000001 நொடி மட்டுமே இருக்கக் கூடியது? அப்படி என்றால் ஒரு நொடியை ஆயிரம் கோடி கோடி கோடியால் வகுக்கக் கிடைக்கும் ஒரு நேரம். 1 மணியை 60ஆல் வகுக்கக் கிடைக்கும் 1நிமிடம்போல் . கொஞ்சம் மல்லாக்கப் படுத்துச் சிந்திக்கவும்.நமக்கு எதுக்குடா இந்த வேலை என்று தோன்றலாம் - ஆராய்ச்சியாளர்கள் - மாணவர்களுக்கு இது ஒரு தவம். இந்த விதம் ஆய்வுகள் அறிவியல் தேடல்களில் மூலம் கிடைத்த கண்டிபிடிப்புகள்தான் உங்களைச் சுற்றி இருக்கும் அனைத்தும். தயவு கூர்ந்து ஆராய்ச்சிகளை - அறிவியலை எதிர்க்காதீர்.

இதைப் பிடிக்க முடியாது. நிச்சயம் அது உங்களைக் கண்டுகொள்ளாமல் கடந்து செல்லும். ஆனால் ஆய்வாளர்கள் 1,300 மீட்டர் ஆழத்தில் chlorine 37 - argon 37 ஆக மாறும் நிகழ்வை அதில் இருந்து வெளிப்படும் ரேடியேஷனைக் கணக்கிடுவதன் மூலம் இதன் தன்மையை உணரமுடியும் என்று கூறுகிறார்கள். உறுதியாகத் தெரிவது இல்லை. ஒன்றை உறுதியாகப் புரிந்துகொள்ளுங்கள். இது அவர்கள் எதுவும் செய்வது இல்லை - தினமும் நடக்கும் அந்த நிகழ்வை எப்படியாவது பிடித்துவிடவேண்டும் என்று மட்டுமே இந்தக் கிணறு வெட்டப் படுகிறது. எனவே இது வெறும் கண்டுபிடிக்கும் detector மட்டுமே.

ரொம்ப சத்தம் வருதே?

வெறும் 300 அடி கிணறுக்கே சத்தம் வரும் தானே... இதில் ஒரு துளை என்பது சுமார் 4200அடிவரை போடப்படும் பெரிய கிணறு - சத்தம் வருவது இயற்கையே. அதைக்கொண்டு பயம்கொள்ளத் தேவை இல்லை. இவ்வளவு ஆழமா? ஐயோ பூமித் தாய் என்ன ஆவாள்? பூமியே அழியப் போகிறது இவ்வளவு பெரிய ஓட்டையைப் போட்டால் என்ன ஆகும்? பூமியின் விட்டம் 12,742 கிமீ. அதாவது நீங்கள் போடும் இந்தக் கிணறு 0.01%கூடக் கிடையாது. எனவே இதனால் எந்தப் பாதிப்பும் பூமியின் மேல்பகுதிக்கு ஏற்படப் போவது இல்லை. பூமி நாம் நினைப்பதைவிடவும் கொஞ்சம் உருவம் பெரிது. நீங்கள் போடும் இந்தத் துளை மிக மிக மிகச் சின்னது, அதன் வடிவத்தைப் பொறுத்து ஒப்பிட்டால்.

சரி இதனால் எந்த ஆபத்தும் இல்லை; எங்களுக்கு என்ன லாபம்?

சுமார் 1,800 கோடி முதலீட்டில் இந்த ஆய்வு நடப்பதால் - தேனியைச் சுற்றிப் பணப் புழக்கம் உருவாகும். அது அந்தப் பகுதி மக்களுக்கு நிச்சயம் பொருளாதார வகையில் நன்மை பயக்கும் விஷயமே.. சாதாரண 50 கோடி ரூபாய்க்கு High ரூபாய்க்குப் போட்டாலே அந்தப் பக்கம் நல்ல வியாபாரம் நடக்கும். இது 1,800 கோடி முதலீடு. எனவே நல்லது தான்.

ஆபத்தும் இல்லை முதலீடும் கிடைக்கிறது. அப்படியானால் மக்கள் எதிர்ப்பு உருவாகக் காரணம் என்ன?

இந்த விதமான திட்டங்கள் அனைத்துமே முறையாக Ministry of Environment (India)விடம் அனுமதி வாங்கிவிட்டுத் தானே தொடங்கு கிறார்கள். அதாவது சுற்றுச் சூழலுக்கு ஆபத்து என்றால் எப்படி சுற்றுசூழல் துறை இதற்கு அனுமதி அளிக்கும்? சரி அப்படி நாசம் ஆகும் என்று இந்தப் போராளிகளிடம் தகுந்த ஆதாரம் இருக்கும் என்றால் தேசிய பசுமைத் தீர்ப்பாயம் (National Green Tribunal, NGT) போகவேண்டியது தானே. அல்லது நீதிமன்றத்தை நாடலாமே?

அட கூடங்குளம் அணுவுலை எதிர்ப்பு நடந்தது ஒரு நாள் இரண்டு நாள் அல்ல; நன்கு திட்டமிட்டு ஒரு வருடத்துக்கு மேலாகப் பெரும் செலவில்தான் அந்தப் போராட்டத்தை நடத்தினர் போராட்டக்காரர் கள். சரிதானே? ஒரு திட்டமிடல் அதற்குத் தகுந்த செலவுகள் செய்து எப்படி இந்தப் போராட்டகாரர்கள் போராட்டங்களை நடத்து கிறார்கள்? நீதிமன்றம் போகாமல் - தேசிய பசுமைத் தீர்ப்பாயம் போகாமல் முறையாகச் சுற்றுசூழல் அமைச்சகத்தில் அனுமதி வாங்கி நடக்கும் திட்டங்களை எதிர்த்து இவர்கள் ஏன் மக்களைத் தூண்ட வேண்டும்? ஏனென்றால் நீதிமன்றம் போனால் இவர்கள் தோற்றுப் போவார்கள். நீதிபதிகள் தரவுகளின் அடிப்படையில் தீர்ப்பு வழங்குவார்கள். மக்கள் என்றால் எந்தத் தரவும் தரத் தேவையில்லை. அழிவு வரும் என்று வெறுமனே பயமுறுத்தினாலே போதும்.

இறுதியாக:

1735-ல் இன்றைய நோபல் பரிசு தரும் Royal Academy of Science ஒரு ஆய்வு குழுவைப் பெரு நாட்டுக்கு அனுப்பியது. அந்தக் குழுவின் வேலை பூமியின் விட்டம், அகலம் என்று பூமியின் அளவுகளைக் கண்டுபிடிப்பது. Charles Marie - Pierre Bouguer தலைமையில் சென்ற இந்தக் குழுவை அந்தப் பகுதி மக்கள் எல்லோரும் சேர்ந்து ஏதோ சூனியக்காரர்கள் என்று கருதிக் கல்லால் அடித்து விரட்டி - அந்தக் குழு எங்கோ தப்பி ஓடியது. இறுதியில் என்ன ஆனார்கள் என்று பலரைப் பற்றி விவரமே கிடைக்காமல் போனது.

அந்தக் காலக்கட்டம் அப்படி; அதனால் மக்கள் தவறாகப் புரிந்து கொண்டனர் - ஆனால் இன்று மக்களைத் தவறாகத் தூண்டிவிடுகிறார்கள்.

மதிப்புக்குரிய எழுத்தாளர் ஜெயமோகன் கூறுவதுபோல 'வெள்ளையன் போய்-கொள்ளையன் ஆட்சிக்கு வந்துவிட்டான்' என்று கூறினால் நம் மக்கள் 'வெள்ளையன் கொள்ளையன்... எதுகை மோனை சரியாக இருக்கு. அப்போ சரி தான்' என்று நம்புவர். அதுதான் நம் மக்களின் பிரச்னை. இதுபோலத்தான் இப்போ பலர் திடீர் போராளிகளாகப் பேச ஆரம்பித்துவிட்டனர் தமிழகத்தில். ஆனால் இப்படியான வசனங்கள் எல்லாம் அர்த்தம் இல்லாதவை. தயவுகூர்ந்து உணர்ச்சியைத் தூண்டிவிடும் இப்படியான வசனங்களை எல்லாம் நம்பாதீர்.

மக்களையும் மாணவர்களையும் நான் கேட்டுக்கொள்வது: அறிவியல் சார்ந்து சிந்திக்கும் பக்குவத்துக்கு வாருங்கள். இந்தத் தமிழ், முப்பாட்டன் என்று கண்ட கண்ட கதைகளை ஒவ்வொருவரும் இஷ்டத்துக்கு எழுதிப் பரப்பிவிடுகிறார்கள் - அதில் பல உண்மை அல்ல. உண்மையான தமிழக இந்திய வரலாறு தெரியவேண்டும் என்றால் புத்தகங்களில் தேடுங்கள். ஜெயமோகன்போல அறிவார்ந்தவர்களிடம் வரலாறைத் தேடிச் செல்லுங்கள் - அதை விட்டு விட்டுச் சும்மா WhatsApp - Facebookல் வரும் கண்ட கண்ட கதை எல்லாம் நம்பாதீர்.

என்னையும் நம்பாதீர். நான் கொடுக்கும் தகவல்கள், புள்ளிவிவரங்கள் அனைத்தையும் தயவு கூர்ந்து படித்துச் சரியா என்று தேடிப் படிக்கப் பழகுங்கள்.

•

எட்டு வழிச்சாலை எதிர்ப்பு

செய்தி: 'கஞ்சமலை - வேடியப்பன் மலை கனிம வளங்களை வெட்டி எடுக்கத்தான் சேலம் எட்டு வழிச்சாலை!'

இந்தியாவின் 2014/15 இறக்குமதி செய்யப்பட்ட மொத்த இரும்பு தாது (iron-ore) 15-million tons. அதாவது 1.5கோடி டன் இறக்குமதி செய்துள்ளோம். இந்தியாவின் உள்நாட்டு உற்பத்தி தொடர்ந்து அதிகரித்து வருகிறது. அதனால் இரும்பின் தேவையும் அதிகரிக்கிறது. அதாவது மிதி வண்டிகள் ஆரம்பித்து ரயில் வண்டிகள், ரயில் தண்டவாளங்கள்வரை - கப்பல் கட்டுவதில் ஆரம்பித்து வீடு கட்டத் தேவைப்படும் TMT கம்பிகள்வரை - தண்ணீர்க் குழாய்கள் ஆரம்பித்துத் தெரு கரண்ட் போஸ்ட் அனைத்துக்கும் இரும்பின் தேவை இருக்கிறது. அது தொடர்ந்து அதிகரித்து வருகிறது.

2014-15ல் மட்டும் 1.5 கோடி டன் இறக்குமதி செய்துள்ளோம். எனவே நம் உள்நாட்டில் இரும்பை எடுத்துப் பயன்படுத்துவது தானே சரி? எல்லா நாடும் தங்கள் உள்நாட்டில் இருந்தால் எடுத்துப் பயன்படுத்தித் தானே வளர்கின்றன? ரயில் வண்டிகள் அதிகம் வேண்டும் - கட்டடம் கட்ட கம்பிகள், குறைவான விலையில் வேண்டும், வாகனங்கள் ஓட்டுவோம்; ஆனால் அது தயாரிக்க இரும்பை எடுக்க விடமாட்டோம்.. இது என்ன நியாயம்?

தமிழகத்தின் இரும்புத் தாதை எடுத்து அனைத்து மாநிலங்களுக்கும் கொடுக்கப்போறாங்க... அய்யகோ தமிழகம் வஞ்சனை செய்யப் படுகிறதே! என்று ஆரம்பிக்கும் முன் நீங்கள் புரிந்துகொள்ளவேண்டியது:

இந்தியாவில் உள்நாட்டு இரும்பில் இருந்து நாம் மொத்தம் இரும்பு தாது வெட்டி எடுப்பது எவ்வளவு? இந்தியாவில் இரும்பு தாது வழங்கும் மாநிலங்களில் முக்கியமானவை எவை?

ஒரிஸா, கர்நாடகா, கோவா, சட்டீஷ்கர், ஜார்க்கண்ட் இந்த ஐந்து மாநிலங்கள்தான் 97% தேவையைப் பூர்த்தி செய்கிறார்கள். மீதம் உள்ள

மாநிலங்களில் மிக மிகக் குறைவான கனிம வளங்களே இருக்கின்றன. தமிழகத்தில் உண்மையில் கனிமங்கள் இருப்பு மிக மிகக் குறைவு. இந்தியாவில் இரும்புத் தாது இருப்பில் 33.9% இருப்பது ஒரிஸாவிடம், 12.3% இருப்பது கர்நாடகாவில், 26.3% இருப்பது ஜார்க்கண்ட் மாநிலத்திடம், 5% கோவாவிடம், 18.8% சத்தீஷ்கர் இந்த மாநிலங்கள் தான் நாட்டில் ஒட்டுமொத்த இரும்பு தாது வெட்டி எடுப்பதில் 97% பூர்த்தி செய்கின்றன. இவர்கள் எல்லோரும் இதேபோல எங்கள் கனிமவளங்களை அடுத்த மாநிலங்களுக்குக் கொடுக்க முடியாது எடுக்கவிடமாட்டோம் என்று கூற எவ்வளவு நேரம் ஆகும்?

எனவே, கொஞ்சமாவது நியாயம் எது என்று சிந்திக்கவும். உங்களுக்கு இரும்பு தேவையும் அதிகம் வேண்டும். அதே நேரம் இருப்பதை எடுக்கவும் விடமாட்டோம் என்றால் என்ன சிந்தனை இது?

இந்தப் பகுதிகளில் ஏறக்குறைய 100 மில்லியன் டன் இரும்பு தாது இருப்பதாக அரசு வெளிப்படையாகத் தானே கூறுகிறது. எதையும் அரசு மறைக்கவில்லையே? அவர்கள் கொடுக்கும் தகவல்களை எடுத்து வெளியிட்டு - எதோ ரகசியத்தை வெளியிட்டதுபோலப் பரப்புவது என்ன வியாதி? அதை எடுத்து உள்நாட்டுத் தேவையைப் பூர்த்தி செய்வதன் மூலம் இறக்குமதியை வெகுவாகக் குறைக்கலாம். அது நேரடியாக நம் நாட்டுக்குத் தானே நல்லது.

அவ்வளவு பெரிய இடத்தைச் சுரங்கம் என்று தோண்டுவதா என்று சிலர் கேட்கிறார்கள். சுரங்கம் என்றால் தோண்டாமல் என்ன செய்வார்கள்? என்ன கொடுமை இது. அய்யா தமிழ்நாட்டின் பரப்பளவு சுமார் 130,060 km^2 - அதில் சுமார் 1000 ஹெக்டேர் நிலத்தை எடுத்துப் பயன்படுத்த அரசு விரும்பினால் கொடுப்பதில் எந்தத் தவறும் இல்லை. ஏன் என்றால் வெறும் 0.01%கூட அதன் அளவு கிடையாது மொத்தமாக ஒப்பிட்டால் . எனவே எந்தப் பெரிய தவறும் இல்லை இதில்.

இயற்கை பாதிப்பு?

இயற்கை பாதிப்பில்லாமல் உங்களால் வீடு என்ன தெருவில்கூட நடக்கமுடியாது சார்.

அதாவது நன்றாகப் புரிந்துகொள்ளுங்கள், நீங்கள் கோழி, ஆடு என உயிர்கள் மீது அன்புடையவராக இருந்தாலும் சரி நீங்களும்கூடத் தினமும் சில கோடி நுண்ணுயிர்களைத் தின்றுதான் உயிர் வாழ்கிறீர். இதுதான் இயற்கை (சேலத்தில் காட்டுக்குள் வீடு கட்டுவதாக விளம்பரம் செய்கிறார் சிலர். அதுகூட எத்தனை எத்தனை மண்புழுக்கள், குருவிகள் தங்க வேண்டிய இடத்தில் நீங்கள் வீடு கட்டி குடியேறுவது எப்படி சரி. அய்யா வீடு கட்டும் போதே எவ்வளவு

மண்ணில் வாழும் சிறு உயிரினங்கள் இறக்கும்? இப்படிப் பேசி வீடு கட்டுவதையும் நிறுத்திவிடலாமா?).

எனவே இயற்கை எந்த அளவுக்கு இதனால் பாதிப்பாகும் - அதற்கு மாறாக என்ன திட்டம் அரசிடம் உள்ளது என்ற அக்கறை எல்லாம் பசுமை தீர்ப்பாயம் சென்று கேட்டுத் தெரிந்துகொள்ளுங்கள். அதை விட்டு விட்டு அய்யகோ மலை... கனிமவளம் என்று ஆரம்பிக்க வேண்டாம்.

இது தனியாருக்குக் கொடுப்பதாகத் தகவல் கூறுகிறதே?

நீங்களும் 1000 கோடி இருந்தால் போட்டி போட்டு எடுக்க வேண்டியது தானே. இதை அரசு நடத்த வேண்டும் என்ற அவசியமே இல்லை. மொத்த இரும்பை எடுத்துக்கொடுக்கும் வேலைதான் தனியாருடையது - நன்கு கவனித்தால் அந்த அறிக்கையில் எவ்வளவு சதவீதம் அரசும் அந்தப் பணியைச் செய்யப் போகும் நிறுவனமும் பகிர்மானம் இருக்கும் என்பதும் தெரியும்.

தனியார் லாபம் இல்லாமலா செய்வான்?

இது என்ன முட்டாள்தனமான கேள்வி? லாபம் இல்லாமல் எவன் செய்வான். அது நியாயமான முறையில் இருக்கிறது என்றால் கொடுக்கத் தான் வேண்டும்.

அரசே நடத்தலாமே.

அய்யோ தயவுகூர்ந்து ஆரம்பித்துவிட வேண்டாம்... அரசு நடத்தின இப்படியான விஷயங்களில் அரசு ஊழியர்கள் காட்டிய வேலை லட்சணம் இந்த 60 ஆண்டு இந்திய வரலாற்றை எடுத்துப் பார்த்தாலே தெரியும். என்னைக் கேட்டால் அரசுப் பள்ளியில் ஆரம்பித்து மருத்துவமனைவரை அனைத்தையும் தனியாரிடம் ஒப்படைத்து விடுவது மிக மிக நல்லது.

நமக்குத் தேவை தரமான கல்வி, மருத்துவம் ஏழைக் குழந்தைகளுக்கு சென்று சேரவேண்டும். அரசு ஊழியர்கள் என்றாலும் அரசு செலவு செய்துதான் ஆகவேண்டும். எப்படிப் பார்த்தாலும் அரசுக்குச் செலவுதான். அது சரியாக, செலவும் குறையும் என்றால் தனியார் தவறே கிடையாது. அரசு ஊழியர்கள் ஆண்டு ஆண்டுக்குச் சம்பளம் பத்தவில்லை என்று போராட்டம் நடத்திக் காசு கொடு இன்னும் காசு கொடு என்று அரசை மிரட்டாமல் நிம்மதியாகவிடுவர். (ஆசிரியர் பணிக்கான குறைந்த பட்ச சம்பளத்தை வேண்டுமானால் அரசு நிர்ணயம் செய்யலாம் தவிர என்னைக் கேட்டால் தேவையே இல்லை இந்த அரசு ஊழியர்கள் தொல்லை).

எனவே இப்போதுதான் 2000களில் ஆரம்பித்துத்தான் கொஞ்சம் கொஞ்சமாக இந்த அரசே நடத்த வேண்டும் என்ற தவறான கொள்கையை மாற்றி வருகிறது அரசு. தயவு கூர்ந்து விட்டுவிடுங்கள். இல்லை BSNL போலத்தான் ஆகும். அப்படியே லாபம் வந்தாலும் அது மக்களுக்கு வராது - இந்த ரயில்வேபோல. ஆக அரசு எடுத்து நடத்த வேண்டும் என்று கூறுபவனுக்கு இந்த நாட்டில் அரசு ஊழியர்களின் குணம் தெரியவில்லை என்று பொருள். வங்கியைக் கொடுத்தோம் - மொத்தமும் காலி. திவால் ஆகும் நிலைக்குக் கொண்டுவந்துவிட்டனர். இதை விடவா நமது அரசு ஊழியர்கள் லட்சணம் புரியவேண்டும். எனவே போதும்.

சீனாவில் இருந்து இறக்குமதி செய்யலாமே... அதுவும் குறைந்த விலையில் என்று சில போராளிகளின் அறிவுரை வேறு.

பிளாஸ்டிக் பொருட்கள் விலை குறைவு இறக்குமதி செய்யலாமா? கோதுமை இறக்குமதிக்கு வரியை நீக்கிவிட்டால் இன்னும் குறையுமே என்ன செய்யலாமா? அரிசி பருப்பு சீனி என்று பெரிய லிஸ்ட் இருக்கு அனைத்தும் குறைந்த விலையில் கிடைக்க இறக்குமதியைத் திறந்து விடலாமா... என்ன சொல்ல.

உள்நாட்டு உற்பத்தி திறன் மேம்படவும், கண்டுபிடிப்புகள் வெற்றியடையவும் பல சமன்பாடுகள் உள்ளன. எனவே இந்த விவகாரத்தைப் பொறுத்தவரை இறக்குமதி திறந்து விடுவது அல்ல தீர்வு. மாறாக இரும்பு தாது வெட்டி எடுத்து அது ஸ்டீல் ஆலைகளைச் சென்று சேரச் சரியான ரயில், சாலைகள், கடல் வழித்தடங்களை, உருவாக்கிக் கொடுப்பதுதான் அவசியம். ஏன் என்றால் சரக்கு பயணமாகும் தூரமும் வழித்தடங்களும்தான் உள்நாட்டில் ஸ்டீல் விலை அதிகமாகக் காரணம் ஆகிறது என்று ஆய்வாளர்கள் கூறுகிறார்கள். எனவே இப்படி எவராவது சீனாவுக்கு ஆதரவாகப் பேசினால் விரட்டி அடியுங்கள்.

எனவே இரும்பு தாது என்னவோ தமிழகம் கொடுத்துத்தான் மற்ற மாநிலங்கள் பெறவேண்டுமா என்று பேசுவதை விட்டுவிட்டுக் கொஞ்சம் நாட்டில் உள்நாட்டு உற்பத்தி, அதன் தேவை சார்ந்து சிந்திக்கவும். உடனே விவசாயம் பாழாகுமே என்று ஆரம்பிக்க வேண்டாம்.

'விமானம் நிலையம் எதற்கு?', 'சாப்பாட்டுக்கு எங்கே போவ?', 'சாஃப்ட்வேரா சோறு போடும் விவசாயம்தான் சோறு போடும்!!!', இப்படி எல்லாத் துறையையும் விவசாயத்தோடு இணைத்துப் பேசும் முட்டாள்தனத்தை விடுங்கள். சினிமா நடிகர்கள்தான் இப்படி

உணர்வைத் தூண்டிவிட்டு, காசு பார்த்து அடுத்த படம் நடிக்கிறார்கள் என்றால் நீங்கள் இதுபோன்ற வசனங்களைப் பேசித் திரிய வேண்டாம். எல்லாமே தனித்துறைகள். அதை விவசாயத்தில் வளர்ந்த நாட்டுடன் ஒப்பிட்டுப் பேசவும்; யோசிக்கவும். அதைவிட்டு விட்டு - கார் கம்பெனி எதற்கு, சாஃப்ட்வேர் கம்பெனி எதற்கு, சினிமா எதற்கு என்று பேசி திரியாதீர்.

●

சாகர் மாலா திட்ட எதிர்ப்பு

செய்தி: 'மீன்வளம் முற்றிலும் அழிக்கப்படும்!' - சாகர் மாலா திட்டம் குறித்து எச்சரிக்கும் சமூக ஆர்வலர்கள்'

சரி, சாகர் மாலா திட்டத்தைப் பற்றிப் பேசும் முன் கொஞ்சம் நாட்டில் சில விவகாரங்களை அனைவரும் புரிந்துகொள்ளவேண்டும்.

இந்தியாவின் மின்சார உற்பத்தி : 1,400,800 GWh, *சீனாவின் உற்பத்தி திறன் 6,142,490* GWh.

இதில் விசேஷம் என்னவென்றால் பொதுவாக Energy costs *இந்தியாவைவிட சீனாவில் குறைவு. அப்படி என்றால் ஒரு* kilo watt hour *உருவாக்க சீனாவுக்கு வெறும் 6.99 ரூபாய்தான் செலவு பிடிக்கும் - அதே இந்தியாவில் 12.08ரூபாய் ஆகும். காரணம் என்ன?*

நம் நாட்டைப் பொறுத்தவரையில் மின்சார உற்பத்தியில் 69% நிலக்கரி கொண்டுதான் செய்கிறோம். நிலக்கரி கிடைக்கும் இடத்துக்கும் மின்சாரம் உற்பத்தி செய்யும் இடத்துக்கும் இடையே நிலக்கரியைக் கொண்டு செல்ல நாம் பெரும்பாலும் ரயில் தண்டவாளங்களைத்தான் பயன்படுத்துகிறோம். ஆனால் உலக நாடுகளுடன் ஒப்பிட்டால் நம்முடைய தவறைப் புரிந்துகொள்ளமுடியும். எதனால் நம் நாட்டில் Energy costs *அதிகம் என்பதும் புரியும்.*

இந்தியாவின் நிலக்கரி சுரங்கம் மூலம் 2014-15 ல் 507 million ton *உற்பத்தி என்று இருந்து இன்று 780* million ton *உற்பத்தி என்று நிற்கிறது. இது 2019-20ல் ஏறக்குறைய 1,000* million ton *என்று உயரும் என்று கணிக்கப்படுகிறது. நன்கு புரிந்துகொள்ளுங்கள் இந்தியாவின் நிலக்கரி கையிருப்பில் 71% ஜார்கண்ட், ஒரிஸா, சட்டிஸ்கர் இந்த மூன்று மாநிலங்களில் இருந்துதான் கிடைக்கிறது. அத்துடன் மேற்கு வங்காளம், மத்திய பிரதேசம், தெலுங்கானா, மகாராஷ்டிரா இந்த*

மாநிலங்களில் மீதம் 28 சதவீதம் நிலக்கரி இருக்கிறது. மற்ற மாநிலங்களில் வெறும் 1% தான்.

எனவே இப்படிக் கிடக்கும் நிலக்கரி வளத்தை நாம் பிரித்துக்கொண்டு மின்சார உற்பத்தியை அனைத்து மாநிலங்களிலும் செய்கிறோம். இதில் பிரச்னை என்னவென்றால் நிலக்கரி ஒரு இடத்தில் இருந்து இன்னொரு இடத்துக்குக் கொண்டு செல்ல நாம் ரயில்வே தடவாளங்களை பயன்படுத்துவதுதான்.

இதனால் செலவும் அதிகம் ஆகிறது ஒருபக்கம், இன்னொரு பக்கம் நேர விரயமும் ஆகிறது. இந்தியாவைப் பொறுத்தவரை இப்படி கண்டைய்னர் 12-17நாட்கள் ஆகும் என்றால் - அதே கண்டைய்னர் சீனாவில் ஒரு இடத்தில் இருந்து இன்னொரு இடத்தை அடையச் சுமார் 7 நாட்கள்தான் ஆகும். இங்கேதான் இந்தியா பின்தங்குகிறது.

இதேபோல் இன்னும் ஒரு விவரத்தையும் பார்த்தால் நாட்டின் logistics freight எப்படியான பிரச்னையைச் சந்திக்கின்றன என்று புரியும்.

சுசீம் பானர்ஜி (Director-General of the Institute for Steel Development and Growth) கூறுகிறார் - இந்தியாவில் internal freight rate அதாவது உள்நாட்டு சரக்கு கையாளும் செலவு சீனாவின் சீனாவில் ஆகும் செலவை விட மூன்று நான்கு மடங்கு அதிகம். இதுதான் உள்நாட்டு ஸ்டீல் உற்பத்தியாளர்கள் பாதிப்புக்குக் காரணம் என்கிறார்.

நன்கு புரிந்துகொள்ளுங்கள் சீனாவில் இருந்து இறக்குமதி ஆகும் ஸ்டீல் விலை உள்நாட்டில் உற்பத்தியாளர்களை விடக் குறைவு என்றால் என்ன சொல்ல? வரி போடலாமே என்று கூறவேண்டாம். பல பொருளுக்கும் அதிகபட்ச வரி விதிப்பு WTO மூலம் ஐநா நிர்ணயம் செய்யும். எனவேதான் உள்நாட்டு உற்பத்தியாளர்களுக்கு ஏற்படும் பாதிப்பாக சுமார் அவர்களுக்கு வழங்கப்பட்ட 1,48,290 கோடி வாராக்கடன் இந்த ஸ்டீல் உற்பத்தியாளர்களின் முதல் 5 இடத்தில் இருப்பவர்களிடம் உள்ளது. எதனால் என்று இப்போ காரணம் புரிகிறதா?

உள்நாட்டி ஸ்டீல் உற்பத்தியாளர்கள் பிரச்னை புரிகிறதா? உற்பத்தி செய்து கடனைக் கட்டுவதில் அல்ல பிரச்னை. production-ல்கூட கிடையாது. ஆனால் internal freight உள்நாட்டு சரக்கு கையாள்வதில் தான் பெரும் நேரமும் பணமும் விரயம் ஆகிறது.

இந்தப் பிரச்னை ஸ்டீல், நிலக்கரிக்கு மட்டும் தானா என்றால் அப்படி அல்ல. இந்தியாவில் உள்ள அனைத்து material industries - அப்படி என்றால் சிமின்ட், ஸ்டீல், பேப்பர், பிளாஸ்டிக், டெக்ஸ்டைல், கட்டுமான நிறுவனங்களுக்குத் தேவையான பொருட்கள், கெமிக்கல்ஸ்

என்று அனைத்து உற்பத்தி துறைகளுக்கும் தேவையான raw material எடுத்துச் செல்ல ஆகும் செலவு அதிகம். இது அனைத்துத் துறைகளை யும் பாதிக்கிறது.

மிக எளிதாகக் கூறினால் 2,000 கிமீ தூரம் பயணிக்க 3,800 ரூபாய் ஆகும் என்றால் - சீனாவில் அதே 2,000 கிமீ தொலைவுக்கு 1,144 ரூபாய் மட்டுமே ஆகும் என்று JSW Steel தனது கவலையைத் தெரிவிக்கிறார்கள்.

ஒரு பிரதமராக நீங்கள் கொஞ்சம் உள்நாட்டு உற்பத்தியாளர்கள் கவலையை யோசித்துப் பாருங்கள்.

அதற்குத் தீர்வு?

உலக நாடுகளில் என்ன விதமான தீர்வு உள்ளது என்று ஆய்வு அறிக்கைகள் எடுத்து முழு விவரத்தை சுமார் 338 பக்க அறிக்கையாக மிகச் சிறந்த வல்லுனர்கள் குழு வெளியிட்டுள்ளது. தாராளமாக நீங்கள் அதை அனைவரும் படிக்கலாம். இப்படி வெளிப்படையாக வெளியிடுவது குடிமகனான நாம் தெரிந்துகொள்ளத்தான். 338 பக்கம்... வெறும் பக்கம் அல்ல ஆய்வு அறிக்கை. எதோ Youtube, Facebook போராளிகள்போல் இதை எளிதாக, உணர்வுகளைத் தூண்டி விளக்கவும் முடியாது. நீங்கள் விரும்பினால் தாராளமாகத் தேடிப்படிக்கலாம்.

சரி, இங்கே இப்போது சாகர் மாலா ஏன் தேவை?

அதாவது நாம் இந்த விதம் ஸ்டீல் தொடங்கி பேப்பர்வரை அனைத்து material industriesக்குத் தேவையான சரக்குகளைக் கையாளும் செலவைக் குறைக்கவும் - விரைவுபடுத்தவும் நாம் துறைமுகங்களை நம்புவதுதான் சாலச்சிறந்தது. சரக்கைக் கையாள்வதில் Ships, Rail, Truck, Air இந்த நான்கின் குணமும் பயனும் வேறு வேறு. சரக்குக்கு ஏற்ற வழிதடம் நிச்சயம் அவசியம். அதில் cargo ship capacity என்பது இந்தவிதம் material industriesக்கு மிகவும் சரியாகப் பொருந்தக் கூடியது.

இப்போ அரசு என்ன திட்டத்தை இந்த சாகர் மாலா மூலம் முன் வைக்கிறது என்றால்: Port Modernization, Port Connectivity, Port-led Development மற்றும் Coastal Community development என்று 4 பெரும் பிரிவுகளாகப் பிரித்து இந்தத் திட்டத்தை நடைமுறைப்படுத்த விரும்புகிறது நரேந்திர மோதி அரசு.

1. Port modernization - Port Connectivity:

நம் நாட்டின் கடற்கரை மொத்தம் 7,517 கிமீ தூரத்தில் சுமார் 12 துறைமுகங்களை நவீனமயமாக்கலுடன், சுமார் 200 இரண்டாம் நிலை துறைமுகங்களைக் கட்டமைக்க விரும்புகிறது நரேந்திர மோதி அரசு.

இந்த அனைத்துத் துறைமுகங்களையும் நாட்டில் அனைத்து நகரங்களுடன் இணைத்து புதிய வழித்தடங்கள் உருவாக்குவதன் மூலம் உற்பத்தியாகும் பொருட்கள் துறைமுகங்களைச் சென்று அடையும் நேரத்தைப் பெரும் அளவு குறைக்க விரும்புகிறது அரசு. இதைத்தான் அரசு port modernization, port connectivity என்று முன் வைக்கிறது. இதன் மூலம் நாடு முழுவதும் 80க்கும் மேற்பட்ட இணைப்புத் திட்டங்களின் மூலம் அனைத்து நகரங்களையும் துறைமுகங்களையும் இணைக்கிறது.

துறைமுகங்களை நவீனமயமாக்கல் என்பது வரும் கப்பல்களைப் பழுதுபார்க்கும் நிலையம் ஆரம்பித்து - கப்பல்களில் வரும் பொருட்களைச் சேமிக்கத் தேவையான சேமிப்புக் கிடங்குகள் storageவரை அனைத்தையும் எதிர்காலத் தேவைக்கு ஏற்ப நவீனமயமாக்கல் ஆகும்.

2. Port-Led Development:

சாகர் மாலா திட்டத்தில் இருக்கும் மிக மிக முக்கியமான அம்சம் இதுதான். நன்கு புரிந்துகொள்ளுங்கள் இந்தத் திட்டத்தின் ஒரு பகுதியாக 14 Coastal Economic Zones உருவாக்க நரேந்திர மோதி அரசு விரும்புகிறது.

இந்த விஷயத்தில் சீனாவை நாம் எடுத்துக்காட்டாகக் கொள்வோம். நீங்கள் எந்த வளர்ந்த நாட்டையும் இந்த விஷயத்தில் எடுத்து இந்தத் திட்டத்துடன் ஒப்பிடலாம்.

சீனாவின் அனைத்து Special Economical Zone, Economical and Technical Development Zone, Economical Hub என்று பொருளாதார உற்பத்தி மண்டலங்களை 90% இந்தத் துறைமுகப் பகுதிகளில்தான் உருவாக்கி உள்ளன. 1980களிலிருந்து சீனாவில் துறைமுகம் சார்ந்த வளர்ச்சி மிக மிக மிகப் பெரியது.

அது ஏன் என்றால் மிக எளிமையாகக் கூறுகிறேன் :

கப்பல் மூலம் வரும் materials தொழில்சாலைகளை அடைய நீண்ட தூரம் பயணிக்கத் தேவை இல்லை; அரசு சிறப்பு மண்டலங்கள் மூலம் தொழில்சாலைகளைத் துறைமுகங்கள் அருகே உருவாக்க உதவும். இதனால் உற்பத்தி வேகம் பிடிக்கும், பயணிக்கத் தேவையான செலவும் குறையும். உற்பத்தியாகும் பொருட்கள் விரைவாக ஏற்றுமதியும் ஆகும். இது மிக மிக நல்ல விஷயம்.

எடுத்துக்காட்டுக்கு நான் நிலக்கரியை இறக்குமதி செய்து அதை நாட்டின் உள்ளே எடுத்துச் சென்று மின்சாரம் உற்பத்தி செய்வதைவிட - இறக்குமதி ஆகும் துறைமுகங்கள் அருகேயே மின்சார நிலையங்களை

உருவாக்கிக் கொண்டால் - மின்சாரம் கொண்டு செல்ல வழித்தடம் மட்டும் இருந்தால் போதுமே.

அதேபோல் தான் நான் ஒரு furniture manufacturer. என் தொழில்சாலைக்குத் தேவையான மரங்களை இந்தோனேசியாவில் இருந்து இறக்குமதி செய்கிறேன். பின் மரச்சாமான்களைச் செய்து மீண்டும் வேறு ஒரு நாட்டுக்கு ஏற்றுமதி செய்யவோ, உள்நாட்டில் வேறு பகுதிக்கு அனுப்பவோ விரும்புகிறேன். எனக்குத் துறைமுகம் அருகே உற்பத்தித் தொழிற்சாலைகளை அமைத்துக்கொள்ள அரசு அனுமதியும் உதவியும் கட்டமைப்பும் உருவாக்கிக் கொடுத்தால் பெரும் செலவு மிச்சம் தானே.

இதைத்தான் port-led development என்று அரசு முன்வைக்கிறது. உற்பத்தித் தொழிற்சாலைகளில் செலவினத்தைக் குறைக்க இது நிச்சயம் பெரும் உதவி செய்யும்.

3. Coastal community development:

இந்தியாவில் மொத்தம் ஏறக்குறைய 20 லட்சம் மக்கள் கடல் சார்ந்த பொருளாதாரத்தின் கீழ் வருகிறார்கள். மீனவர்கள் ஆழ்கடல் சென்று மீன்பிடிக்கும் சூழலுக்கு மாறவேண்டும். கச்சத்தீவு சென்று ஏன் பிடிக்கிறார்கள்? காரணம் ஆழ்கடல் சென்று மீன் பிடிக்க வசதி இல்லை என்பதால்தான். இதுபோல் நாடு முழுவதும் இருக்கும் மீனவ சமூகம் ஆழ்கடல் சென்று மீன் பிடிக்கத் தேவையான நவீன மீன்பிடி கப்பல்கள் இருக்கும் என்றால் நம் ராமேஸ்வரம் மீனவர்கள் ஜப்பான்வரை கூடச் சென்று மீன்பிடிக்க வழி பிறக்கும்.

நரேந்திர மோதிதான் மீனவர்கள் ஆழ்கடல் சென்று மீன்பிடிக்கத் தேவையான மீன்பிடிக் கப்பல்கள் வாங்க ஒரு கோடிவரை மானியத்துடன் கடன் தருவதாகக் கூறியவர். மத்திய அரசின் 20% மானியம் போக மாநில அரசும் மானியம் தரத் தயார் என்றது. இதன் மூலம் சாதாரணமாக 12 nautical miles முதல் 22.2வரை மட்டுமே சென்று மீன் பிடித்த மீனவர்கள் - 200 nautical miles முதல் 370.4 kmவரை சென்று மீன் பிடிக்க முடியும். எந்தப் போராளி இந்தத் திட்டத்துக்குப் பாராட்டு தெரிவித்தார்? எவராவது இதற்கு நரேந்திர மோதி அரசுக்குத் தமிழகத்தில் நன்றி தெரிவித்தாரா? கிடையாது.. இங்கே வலுக்கட்டாயமாக நரேந்திர மோதி எதிர்ப்பு திட்டமிட்டு உருவாக்குவது தானே வேலை. 12-15 லட்சம் மானியம் கொடுத்து - அது போதாது என்று முத்ரா கடனுதவித் திட்டம் மூலம் பணம் கொடுக்கவும் ஏற்பாடுகள் செய்யப்பட்டன.

இந்தப் பிரிவின் கீழ் கடல் சார்ந்த மக்களுக்குப் பொருளாதாரம் சார்ந்த முன்னேற்றத்தை வெறும் மீன் பிடிப்பு என்ற மட்டத்தில் மட்டும் இல்லாமல் விரிவுபடுத்த விரும்புகிறது அரசு. இதன் மூலம் கடல்

சார்ந்த மக்களுக்கு மீன் பிடித்தல் மட்டும் வருமானம் அல்ல. சுற்றுலாத்துறை மூலம் கடல் பகுதிகளை அதற்கு தகுந்தாற்போல் சுற்றுலா மையங்களாக உருவாக்கமுடியும். கடல்சார்ந்த விளையாட்டுத் துறைகளையும் இணைத்துக்கொண்டால் இது மிக எளிதில் சாத்தியம்.

அடுத்ததாக கப்பல் கட்டுதல், கடல் சார்ந்த உபகரணங்கள் செய்தல் (marine equipment manufacturing), பிடிக்கப்பட்ட மீன்களைச் சந்தைப்படுத்தும் industrial fish processing மூலம் வேலை வாய்ப்புகளை உருவாக்குதல் எனப் பல திட்டங்கள் உள்ளன. maritime aquaculture மூலம் கடல்களைக் குத்தகை கொடுத்து மீன் முதல் பாசிகள் வளர்ப்பு ஆரம்பித்து முடிந்த அளவு கடல் சார்ந்த பயன்களை அதிகம் உருவாக்குவது என்று அனைத்து வழிகளிலும் வேலைவாய்ப்பைப் பெருக்கவும் திட்டங்கள் தீட்டப்பட்டுள்ளன. அந்தப் பகுதி மக்களுக்கு coastal community development மூலம் சிறப்புக் கல்வி நிலையங்கள், பயிற்சிக்கூடங்களை உருவாக்கவும் அரசு விரும்புகிறது. இதன் மூலம் ஏறக்குறைய கடல் சார்ந்த 25 லட்சம் மக்கள் நேரடியாகப் பயன்பெறுவர்.

சீனா மட்டும் அல்ல European transport corridors தொட்டு சிங்கப்பூர் வரை அனைத்து நாடுகளின் வளர்ச்சியில் இந்தத் திட்டங்களுக்கு மிக முக்கிய பங்கு உண்டு. அது அனைத்து நகரங்களையும் துறைமுகங்கள் நோக்கி இணைப்பது மூலம் சாத்தியம் ஆனது. இது 100% வெற்றி தந்த விஷயம்.

இந்தத் திட்டம் நிறைவேறக்கூடாது என்பது இந்தியாவை எதிரியாக நினைக்கும் அனைத்து நாடுகளின் எண்ணம் ஆகும். மிகச் சுலபமாகக் கூறவேண்டுமென்றால் சீனா இன்றைய நிலையில் உலகத்தின் 67% கப்பல் கன்டெய்னர் செல்வது சீனாவின் துறைமுகங்கள் வழியாகத்தான். ஒன்று துறைமுகம் Chinese-owned என்று இருக்கும். அல்லது Chinese-invested என்று இருக்கும். இதனால் மொத்த உலகத்தில் மூன்றில் இரண்டு பங்கு சரக்கு நகர்வை சீனா கட்டுப்படுத்துவதுடன் - அனைத்து நாடுகளிலும் சில துறைமுகங்களையாவது தன் மறைமுகக் கட்டுப்பாட்டில் வைத்துள்ளது என்று Financial Times ஜனவரி 2017ல் வெளியிட்ட ஆய்வு அறிக்கை மிகத் தெளிவாகக் குறிப்பிட்டிருக்கிறது.

ஆனால் இந்த சாகர் மாலா திட்டம் நிச்சயம் சீனாவுக்குப் பெரும் பின்னடைவை உருவாக்கும் திட்டம் என்பதால் இதை சீனாவின் ஆதரவாக என்றுமே விசுவாசமாக நிற்கும் கம்யூனிஸ்ட் கட்சிகள் எதிர்க்கவே செய்வர். கேட்டால் கார்ப்பரேட் எதிர்ப்பு என்று பேசுவர்.

இனி, இந்தத் திட்டத்தைக் குறையாக முன்வைத்து வந்த வீடியோ - பதிவுகள் அனைத்திலும் இருந்த முக்கியமான குற்றச்சாட்டுகளுக்கான பதில்களைச் சொல்கிறேன்.

1. சாகர் மாலா திட்டத்துக்கான காண்ட்ராக்டை அதானியே முழுவதும் எடுத்துவிட்டார். இனி இந்தியாவில் உள்ளே வெளி போகும் அத்தனையும் அவர் கட்டுப்பாட்டுக்குப் போய்விடும்.

இந்தக் குற்றச்சாட்டைக் கூறிய நபருக்கு அடிப்படை அறிவே கிடையாது என்று நினைக்கிறேன். இந்தியாவில் GMR groupதான் பெரும்பாலான விமானநிலையங்களைக் கட்டுவதற்கான முதலீடு களைச் செய்துள்ளது. அதற்காக அவர்களா உங்களை விமான நிலையத்தில் customs checking செய்கிறார்கள்? அறிவு இருக்கிறதா இப்படிப் பேச?

இந்தியாவில் Law Enforcement Department (LED), Border Security Force (BSF), Central Reserve Police Force (CRPF), Central Industrial Security Force (CISF) என்று இருக்கும் இந்த அமைப்புகள் எல்லாம் என்ன என்று இவர்களுக்குத் தெரியுமா? விமான நிலையம் கட்டுவதற்கு நீங்கள் முதலீடு செய்தால் - நாட்டின் law enforcement கட்டுப்பாடு எப்படி நிறுவனங்கள் கையில் போகும்? எனவே இது முட்டாள்தனமான கற்பனை.

அடுத்து ஏதோ அதானி மட்டும்தான் காண்ட்ராக்ட் எடுத்ததாகக் கூறுகிறார்கள். அது பொய். இந்த 8 லட்சம் கோடி செலவில் உருவாகும் இந்தத் திட்டத்தில் துறைமுகம் கட்டுவது நவீன மயமாக்கல் ஆரம்பித்து - நகரங்களைத் துறைமுகத்துடன் இணைக்கும் ரயில் சாலைகள்வரை அனைத்திலும் பல நிறுவனங்கள் முதலீடு செய்கின்றன.

அவை சில: Essar, AP Moller, J M Baxi, Louis Berger, Aaecom India, CH2M Hill India என்று பல கட்டுமான நிறுவனங்கள் முதலீடு செய்கின்றன.

2. மக்கள் பணம் 8 லட்சம் கோடியை இந்தத் திட்டத்தில் முதலீடு செய்யப்போகிறார் நரேந்திர மோதி.

இதற்குத்தான் நான் பலமுறை கூறுகிறேன் ஷேர் மார்க்கெட் என்றால் என்ன, அதில் நிறுவனங்கள் எப்படி 20,000 கோடி - 30,000 கோடி என்று முதலீட்டைத் திரட்டுகின்றன. ரிலைன்ஸ் JIO நிறுவனம் ஆரம்பிக்க அம்பானி எப்படி 1 லட்சம் கோடி முதலீட்டை மக்களிடம் இருந்து பெற்றார் என்று தயவு செய்து தேடிப் படியுங்கள். அது புரிந்தால் மட்டுமே நான் சொல்ல வருவது விளங்கும்.

எனவே, இது எல்லாம் மக்கள் பணம் அல்ல. நம்ம நாட்டில் பொதுவாக புல்லட் ரயில், விமான நிலையங்கள் ஆரம்பித்து நம் தேசிய நெடுஞ்சாலை (National highway) தனியார் அவர்கள் முதலீட்டில் கட்டிக் கொடுத்து - பின் அதைப் பயன்படுத்தும் மக்களிடம் வசூல்

செய்துவிட்டு - குறிப்பிட்ட காலத்துக்குப் பின் நாட்டுக்கு ஒப்படைத்து விடவேண்டும்.

நம்ம national highway டோல் கேட் மூலம் அந்த சாலையைப் பயன்படுத்தும் நபர்களிடம் வசூல் செய்துகொள்வதுபோல் தான் அனைத்துத் திட்டங்களும் செயல்படுத்தப்படும். இதற்காகத்தான் Sagar Mala Development Company Limited என்று முதலீட்டை வரவேற்கத் தனி கம்பெனியை உருவாகியுள்ளது நரேந்திர மோதி அரசு.

உடனே பெரும் முதலாளிகள் எல்லாம் மோசம் என்று ஆரம்பித்து விடுவார்கள். வெளிநாட்டு நிறுவனங்களுக்கு கொடுத்தால் அது போச்சு என்று கத்தவேண்டியது. நம்ம உள்நாட்டு நிறுவனங்களுக்குக் கொடுத்தால் கார்ப்பரேட் எதிர்ப்பு என்று பேசுவது. அப்போ 20,000 கோடி முதலீடு நீயும் நானும் போடுவோமா என்றால் நாம் ஏழை என்று பேசுவது. என்னதான் இவர்களின் பிரச்னை?

அம்பானி ஒன்றும் அவர் வீட்டு பீரோவில் இருந்த ஒரு லட்சம் கோடியைப் போட்டு Jio நிறுவனம் ஆரம்பிக்கவில்லை. அந்தப் பணத்தை அவரை நம்பி மக்கள் கொடுக்கிறார்கள். அதைக்கொண்டு அவர் வியாபாரம் செய்து தன்னை நம்பி முதலீடு செய்த மக்களுடன் லாபத்தைப் பகிர்ந்துகொள்கிறார். இதில் என்ன தப்பு இருக்கிறது? தயவு கூர்ந்து share market பங்குகள் மூலம் எப்படி நிறுவனங்கள் மக்களிடம் பணம் வசூல் செய்கின்றன என்று தேடி முதலில் தெரிந்து கொள்ளுங்கள். உங்களை நம்பி எவராவது முதலீடு செய்வார்களா? அப்படித் தகுதியை வளர்த்துப் பாருங்கள். அப்போது தெரியும் பொருளாதாரம் என்றால் என்ன என்று.

இந்த கம்யூனிஸ்ட் பற்றி நன்றாகப் புரிந்துகொள்ளுங்கள், இவர்கள் ஒரே ஒரு தொழில்சாலையைப் பொதுவுடைமை கொள்கை மூலம் நடத்திக்காட்டச் சொல்லுங்கள். நான் நாட்டைக் காலி செய்கிறேன். அட நான்கு கோடி மக்களைப் படுகொலை செய்து உருவான சீனாவின் கம்யூனிஸ்ட் கட்சி ஆட்சிகூட இன்று 80% தனியார் நிறுவனங்களை அனுமதி செய்துள்ளது. ஆசியாவில் பெரும் பணக்காரர்கள் எல்லாமே சீனாவின் கம்யூனிஸ்ட் கட்சிக்காரர்கள்தான். வெட்கமே இல்லாமல் இங்கே எல்லாமே அரசுடமை என்று தனது தோல்வி அடைந்த கொள்கையைப் பேசித் திரிகிறார்கள். கொஞ்சமாவது பொருளாதாரம் படியுங்கள். இல்லையென்றால் இப்படியான அறிவுகெட்டதனத்தால் நாசம் ஆகும் நாடு.

3. மீனவர்கள் வாழ்வாதாரம் பாதிக்கும், இயற்கை வளம் போச்சு!

இந்தியாவில் இயற்கை வளங்களுக்கு பாதிப்பு என்று உங்களிடம் ஆதாரம் இருந்தால் தாராளமாகத் தேசியப் பசுமைத் தீர்ப்பாயம்

(National Green Tribunal, NGT) செல்லலாமே? அதை விட்டு விட்டு ஏன் மக்களைப் போராடத் தூண்டிவிடணும்? நாட்டில் இந்தப் போராளிகள் என்ற பெயரில் பல விஷமிகள் நக்சல் சீனாவின் ஆதரவோடு நல்லாவே நடிக்கிறார்கள்.

கம்யூனிஸ்ட் எவரையாவது சீனாவில் போராட்டம் நடத்தச் சொல்லுங்கள். அங்கே போராட்டத்துக்குத் தடை. இங்கே வாய் கிழியப் பேசுவது. இதில் 25 கோடி மீனவர்கள் பாதிப்பு என்றொரு பொய். நாட்டில் மொத்த மக்கள் தொகையே 130 கோடி தான். கடற்கரை இருபது எத்தனை மாவட்டம் என்று கூடத் தெரியாத எதோ ஒரு தற்குறி பேசிய பேச்சு இது. மீன் பிடித்தல் மட்டும் அல்ல; ocean economy என்றால் என்ன என்று தேடி முதலில் படிக்கச் சொல்லுங்கள். தாராளமாக சாகர் மாலா திட்டத்தில் coastal community development மூலம் அந்த மக்களை எப்படிப் பொருளாதார வலுவான சமூகமாக மற்ற முடியும் என்ற திட்டம் உள்ளது. படித்துவிட்டுப் பின் கொஞ்சமாவது அறிவுடன் கேள்வி எழுப்பச் சொல்லவும்.

இந்தத் திட்டத்தின் மிக முக்கியமான பகுதி இணையம் துறைமுகம். அதை எதிர்த்துப் போராட்டத்தை உதயகுமார் கூட்டம் சர்ச்சுகள் மூலம் முன்பே ஆரம்பித்துவிட்டது. இந்த கூடங்குளம் உதய குமார் ஓர் மிக மோசமான பிரிவினைவாதி மட்டும் அல்ல; மதவெறி பிடித்தவர். இந்தக் குழு ஒரு திட்டத்தை எதிர்க்கிறது என்றால் அந்தத் திட்டத்தைக் கண்ணை மூடிக்கொண்டு ஆதரித்துவிடலாம்.

4. மிக முக்கியமான குற்றச்சாட்டு: *free trade zone* மூலம் அந்நியர்கள் நம் நாட்டை ஆக்கிரமிப்பு செய்யப் போகிறார்கள் என்பது.

மீண்டும் கூறுகிறேன் இந்த Facebook, WhatsApp திரியும் திடீர் போராளிகள் எவனையும் நம்பாதே. அதுவும் தமிழகத்தில் இவர்கள் தொல்லை நாளுக்கு நாள் அதிகம் ஆகிவிட்டது. ஜெயலலிதா இறந்த பின் மாவோயிஸ்ட் நக்சல்களுக்குப் பிரிவினை செய்ய நல்ல இடமாகத் தமிழகம் மாறிவிட்டது. எந்நேரம் பார்த்தாலும் போராடுங்கள் போராடுங்கள் என்று கூப்பாடு போடுவதே வேலை.

Free Trade Zone என்பது என்ன? ரொம்பக் குழம்பவெல்லாம் வேண்டாம் - உலக அளவில் இருக்கும் நிறுவனங்கள் இந்தியாவில் வந்து முறையாக வரி செலுத்திவிட்டுப் பின் வியாபாரம் செய்யவேண்டும். ஆனால் இதன் மூலம் துறைமுகங்கள் அருகே மண்டலங்கள் உருவாக்கப்பட்டு அங்கே அவர்கள் பொருளை இறக்குமதி செய்து உள்நாட்டு வியாபாரிகளுக்கு வர்த்தகம் செய்யலாம்.

நன்கு புரிந்துகொள்ளுங்கள் இது materials மட்டும்தான். அதாவது, நீங்கள் ஒரு விளையாட்டுப் பொருட்கள் செய்யும் நிறுவனம்

நடத்துகிறீர்கள். உங்கள் நிறுவனத்துக்குத் தேவையான Raw materials polyvinyl chlorideபோன்றவை நீங்கள் ஆர்டர் செய்து இறக்குமதி ஆகி உங்களை வந்தடைய 40 நாள் ஆகும் என்று வைத்துக்கொள்வோம். நாளை இந்தவிதமான free trade zoneகளை அரசு உருவாக்கிக் கொடுத்தால் அந்த raw materials விற்கும் நிறுவனங்கள் தங்கள் பொருட்களைச் சேமிப்புக் கிடங்கில் வைக்க இங்கே அனுமதி உள்ளதால் உங்களுக்கு ஆர்டர் செய்த சில நாட்களில் பொருட்கள் கிடைக்க வழி பிறக்கும் (அப்போதும் வரி உண்டு, ஆனால் குறைவாக இருக்கும்.) மரங்கள் இறக்குமதி செய்வதும் ஒன்றுதான்; துறைமுகங்கள் அருகே உள்ள free trade zone சென்று வாங்குவதும் ஒன்றுதான். நேரம் மிச்சப்பட வேண்டும், அதன் மூலம் உற்பத்தி வேகம் தடைப்படக் கூடாது என்பது மட்டுமே அரசின் நோக்கம்.

இது உள்நாட்டு உற்பத்தியைக் கூட்டுவதற்கு உதவும். தவிர உலகம் முழுவதும் உள்ள free trade zone தேடிப் படிக்கவும். கொஞ்சமாவது வியாபார அறிவை வளர்க்க அது உதவும்.

இறுதியாக :

என் அம்மா அடிக்கடி இப்படிக் கூறுவார்: 'ஒரு குடும்பத்தில் ஒரு கெட்டிக்காரப் பிள்ளைக்குச் சம்பாதிக்க வேகமும் விவேகமும் இருந்தால் போதும். மொத்தக் குடும்பமும் பணக்கஷ்டம் இல்லாமல் பிழைத்துக்கொள்ளும்'. அதாவது பொருளாதாரம் தேடுவதுதான் ஒவ்வொரு குடும்பத்தில் முதல் தேவை. அதற்குத்தான் நாம் மக்களுக்கு வழி வகை செய்ய வேண்டும். ஆனால் இங்கே என்ன நடக்கிறது? எந்தப் போராளியாவது இந்தத் திட்டம் நல்ல திட்டம்; அரசுக்கு ஒத்துழைப்பு மக்கள் கொடுக்கவேண்டும் என்று கூறி இருப்பாரா? அனைத்துத் திட்டத்தையும் குறை கூறிப் போராடத்தானே உங்களை அழைக்கிறார்; அதில் தெரியவில்லையா இவர்களின் யோக்கியதை?

என் கவலையைக் கொஞ்சம் புரிந்துகொள்ளுங்கள்: படித்தவன் எல்லாம் அரசு வேலை தேடுகிறான். சாதாரண VAO வேலைக்கு சுமார் 9351 காலி பணியிடத்துக்கு இதுவரை 19.50 லட்சம் பேர் விண்ணப்பித்துள்ளனர் என்று செய்தி வருகிறது! மனசாட்சியைத் தொட்டுக் கூறுங்கள் என்ன படித்து என்ன பயன்? கொஞ்சமாவது வியாபாரம் செய்வோம், ஏதாவது உற்பத்தி செய்வோம் என்ற தைரியம், எண்ணம் யாருக்காவது இருக்கிறதா? எங்கேயோ இருந்து வந்து lays chips விற்கிறார்கள். இங்கே அந்த சிப்ஸ் செய்யும் இயந்திரம் 10 லட்சம்கூடப் பெறாது. அதை வாங்கி எப்படி உற்பத்தி செய்து மார்க்கெட் செய்து வருமானம் பார்க்கலாம்; அதற்கு அரசு

கொடுக்கும் நிதியை எப்படி வாங்குவது என்று எந்தப் போராளியாவது சொல்லித் தருகிறார்களா?

அவையெல்லாம் வேண்டாம் 10,000 ரூபாயை எப்படி 12,000 ரூபாயாக மாற்றலாம் என்ற வியாபாரத் தேடல் இல்லாத ஒரு கேடுகெட்ட இளைய சமூகத்தை உலகில் எங்குமே பார்க்க முடியாது. எந்நேரம் பார்த்தாலும் சினிமா படத்தைப் பார்த்துவிட்டு, தன்னைப் போராளி என்று நினைத்துக்கொண்டு எதற்கெடுத்தாலும் போராட்டம் போராட்டம் என்று திரிந்தால் நாடும் வீடும் நாசம் ஆகும்; இது தவிர நல்லது ஒன்றுகூட நடக்கப் போவது இல்லை இந்தப் போராளிகளால்.

எவனையும் நம்பாதே - என்னையும் கூட. தயவு கூர்ந்து கொஞ்சமாவது நாட்டின் பொருளாதாரம் தேடிப் படி. இன்று Haiti என்ற தீவு மக்கள் நாசம் ஆனதற்குக் காரணமே போராட்டம்தான். கண்மூடித்தனமான எந்த அறிவும் இல்லாத உணர்ச்சியை மட்டுமே தூண்டிய போராட்டங்களால் அந்த மொத்த நாடும் நாசம். கொஞ்சமாவது புரிந்து கொள்ளுங்கள். இங்கே போராட்டங்கள் என்ற பெயரில் நம் உணர்வு களைத் தூண்டி நரேந்திரமோதிக்கு எதிரான ஒரு பொய் பிம்பத்தை உருவாக்க ஒரு பெரும் கூட்டமே வேலை செய்கிறது. நான் கூறுவது இதுதான்: நீங்கள் பிஜேபிக்கோ நரேந்திரமோதிக்கோ ஆதரவாக நிற்க வேண்டாம். ஆனால் நியாயமான சரியான திட்டங்களை அதன் முழுமையும் தெரிந்துகொண்டு பின் முடிவை எடுங்கள்.

கொஞ்சமாவது பொருளாதாரம் தேடிப் படியுங்கள். அதில் உங்களுக்கு நாட்டின் நிர்வாக விவரம் புரியும். பின்னர் தெளிவாக உங்களால் வலது இடதுசாரி பொருளாதாரம் பேச முடியுமென்றால் பின்னர் அரசின் திட்டங்களைப் பேச முன்வாருங்கள். அதுவரை மாணவர்கள் எந்த அரசியல்வாதி, போராளி, இயற்கை ஆர்வலர்போன்றவர்களின் உணர்ச்சியைத் தூண்டும் பேச்சுக்கும் மயங்கிவிடாதீர்.

வாஜ்பாய் தங்க நாற்கரச் சாலைத்திட்டம் கொண்டுவந்த போதும் இதே கூட்டம் போராட்டம் செய்தது. இன்று? நீங்கள் செல்லும் அனைத்து தேசிய நெடுஞ்சாலைகளும் அவர் காட்டிய வழிதான். இந்தப் பெரும் திட்டம் மூலம் நேரடியாக மறைமுகமாக சுமார் 1கோடி வேலை வாய்ப்புகளும், சுமார் ஆண்டுக்கு Rs 40,000 கோடி செலவு மிச்சமும் ஆகும். தயவுகூர்ந்து கண்மூடித்தனமாக எதையும் முழுமையாகத் தெரிந்துகொள்ளாமல் எதிர்க்காதீர்.

•

ஸ்டெர்லைட் எதிர்ப்பு

செய்தி: 'ஸ்டெர்லைட் ஆலையை மீண்டும் திறக்காதீர்... மீறித் திறந்தால் தீக்குளிக்கவும் தயங்க மாட்டோம்...'

இந்த ஸ்டெர்லைட் சார்ந்து கொஞ்சம் பொறுமையாகச் சில உண்மைகளை தூத்துக்குடி மற்றும் தமிழகத்தின் அனைத்துத் தரப்பு மக்களும் தெரிந்துகொள்ள வேண்டும்.

ஏன் என்றால் இந்தப் போராட்டத்துக்கு ஆதரவு தெரிவித்த அல்லது ஆதரவாகக் கருத்துகளைப் பரப்பிய பலரிடமும் நான் பேசியதில் அவர்களில் 99.9% பேருக்கு என்ன குற்றச்சாட்டு என்பதுகூடத் தெளிவாகத் தெரியவில்லை. இப்படி அரைகுறையாகப் போராட்டங்களை ஆதரிக்கிறேன் பேர்வழி என்று திரியும் இணையப் போராளிகள் தான் இன்றைய தேதியில் நாட்டின் ஆபத்தான கூட்டம்.

1. இந்த நிறுவனத்தால் தூத்துக்குடி மாசடைந்து காணப்படுகிறதா?

உலகத்தின் மோசமாகக் காற்று மாசு அடைந்த நகரங்கள் பட்டியலை WHO (World Health Organization) வெளியிட்டுள்ளது. அதன் படி டெல்லி, வாரணாசி, ஃபரீதாபாத், பாட்னா, லக்னோபோன்ற நகரங்கள் முதல் இடத்தில் இருக்கின்றன. அந்த வரிசையில் 204 வது இடத்தில் சென்னை வருகிறது. மும்பை கொல்கொத்தாபோன்ற நகரங்கள் எல்லாம் இதற்கு முன் (348வது இடத்தில் திருவனந்தபுரம் வருகிறது. இந்தப் பட்டியலில் வேறு எந்தத் தமிழ் மாநில நகரங்களும் கிடையாது. முதலில் அதைப் புரிந்துகொள்ளுங்கள். நிச்சயமாக இந்தப் பட்டியலில் தூத்துக்குடி கிடையாது!

2. தமிழகத்தில் புற்றுநோயால் அதிகம் பாதிக்கப்பட்ட மாவட்டம் தூத்துக்குடியா?

தமிழ் நாட்டில் புற்றுநோய் பாதிப்பு உள்ள மாவட்டவாரி கணக்கெடுப்பின்படி சென்னை முதல் இடத்தில் உள்ளது. இரண்டாவது

காஞ்சிபுரம், மூன்றாவது கோவை வருகிறது. இதில் 18-வது இடத்தில் தூத்துக்குடி மாவட்டம் வருகிறது. மதுரை 9 வது இடம். தமிழகம் முழுவதும் ஆண்களுக்கு சராசரியாக லட்சத்தில் 71.4 பேருக்குப் புற்று நோய் என்றால் தூத்துக்குடியில் 68.3 பேருக்கு மட்டுமே வருகிறது; பெண்கள் லட்சத்தில் 90.9 பேர் பாதிப்பு அடைகிறார்கள் என்றால் தூத்துக்குடியில் அது 73.3 என்ற அளவில் இருக்கிறது.

புற்றுநோய் வருவதற்கு ஸ்டெர்லைட்டில் இருந்து வெளிவரும் மாசுதான் காரணம் என்பது உண்மையா? புகைபிடித்தல் 30%, ஆல்கஹால், குட்கா, பான்மசாலாபோன்ற பழக்கங்கள் 42%, குடும்ப மரபணு 5% என்று பல காரணங்கள் உண்டு. அதில் 9% அளவுக்குச் சுற்றுப்புறச் சூழல், காற்று மாசு இவை காரணம். ஆக நாம் ஒரு இடத்தில் புற்று நோய் அதிகம் பரவுகிறது என்றால் அந்த மாநிலத்தில் சராசரியாக ஏற்படும் பாதிப்பைவிட அங்கே அதிகமா என்று ஆய்வு செய்தல் வேண்டும்.

தூத்துக்குடியில் தமிழகத்தின் சராசரியை விடக் குறைவாகத்தான் நோய் பாதிப்பு உள்ளது என்பதுதான் உண்மை.

ஆக உலகளாவிய அளவில், தேசிய அளவில், மாநில மாவட்ட அளவில், ஆண் பெண் என்று எந்த வகையில் பார்த்தாலும் தூத்துக் குடியில் புற்றுநோய் பாதிப்பு சராசரிக்கும் குறைவாகத்தான் உள்ளது. எனவே, முதலில் தூத்துக்குடியில் புற்று நோய் பாதிப்பு அதிகம் என்ற தகவல் தவறு. அடுத்ததாகப் பொதுவாக என்ன காரணங்களால் இந்தப் புற்று நோய் வருமோ அதுதான் இங்கும் காரணமே ஒழிய நோய் வந்தவர்கள் அனைவருக்கும் காரணம் ஸ்டெர்லைட் என்று கூறுவதில் எந்த நியாயமும் இல்லை. இன்றும் அங்கே ஏராளமான பணியாளர்கள் புற்று நோய் எதுவும் இல்லாமல் வேலை பார்க்கிறார்கள்.

3. ஆனால் தொழிற்சாலைகளிலிருந்து வெளியேற்றப்படும் சல்பர் டையாக்சைடு அமில மழையை ஏற்படுத்தி அனைத்து உயிர்களுக்கும் நோய் உருவாக்கும்; விளை நிலங்கள் நாசம் ஆகும் என்று என்று கூறுகிறார்களே?

Tamil Nadu Pollution Control Board கொடுக்கும் ஆய்வு தகவல் என்னவென்றால் SIPCOT239 பகுதியில் 2018 ஜனவரி மாதம் நடத்தப்பட்ட ஆய்வில் மாதத்தின் சராசரி மாசு அளவு 12.44μg/m3 என்ற அளவில் உள்ளது. இதுபோல் ஆய்வை நான்கு நாட்கள் இடைவெளியில் தொடர்ந்து மாதம் முழுவதும் நடத்துவர் என்பது அனைவரும் கவனிக்க வேண்டிய விவரம்.

2018 மார்ச் மாதம் நடத்தப்பட்ட ஆய்வில் மாசு 14.38 μg/m3 என்ற அளவில் இருந்தது. இது ஏப்ரல் மாதம் 13.51μg/m3... இதே

மாதங்களில் 9-10µg/m3 என்ற அளவில் நைட்ரஜன் ஆக்ஸைடு இருந்து வருகிறது. இது கடந்த காலங்களில் இருந்த மிக மிகச் சராசரியான அளவே. எந்த விதத்திலும் இது கூடவில்லை என்பது நிதர்சன உண்மை. இதனால்தான் காற்று மாசு அடைந்த இந்திய நகரங்கள் பட்டியலிலும் சரி, தமிழகப் பட்டியலிலும் சரி தூத்துக்குடி சராசரி ஆபத்தான பகுதி என்று கூறும் அளவை விடக் கீழ் இருக்கிறது. மாசு அடைந்த தமிழக நகரங்களில் தூத்துக்குடி 18ஆவது இடத்தில் உள்ளது..

தகவல் வேண்டும் என்றால் நம் நாட்டின் Central Pollution Control Board இதற்காகவே national air quality monitoring programme என்று வேலையைச் செய்கிறது. கொஞ்சம் அவர்களிடம் பட்டியல் வாங்கி எந்த எந்த நகரத்தில் இப்போது காற்று மாசு நீங்கள் சொல்வதுபோல் அபாய நிலையில் உள்ளது என்று தெரிந்து அங்கே என்ன காரணத்தால் என்று புரிந்துகொண்டு போராடலாமே? அப்படிக் காப்பாற்ற வேண்டும் என்று நினைத்தால் நீங்கள் சென்னையைத்தான் முதலில் காப்பாற்றவேண்டும். அதற்குப் போராட்டம் எல்லாம் வேண்டாம். அதிகம் வாகனங்கள் பயன்பாட்டை நிறுத்துங்கள்! காற்று மாசுபாட்டால் வாழத் தகுதி இல்லாத நகரங்களில் சென்னைதான் தமிழகத்தில் முதலிடம்.

4. ஸ்டெர்லைட் வெளியிடும் சல்பர் டையாக்சைடு அளவு நிர்ணயம் செய்ததைவிட அதிகம் என்ற குற்றச்சாட்டு?

நம் நாட்டில் Central Pollution Control Board கொடுத்த சட்ட வழிகாட்டுதல் படி இந்த சல்பர் டையாக்சைடு அளவு சுமார் 50-80µg/m3வரை இருக்கலாம். இன்னும் தெளிவாகக் கூறினால் குடியிருப்புப் பகுதிகளில் 60 µg/m3 வரையிலும், தொழிற்சாலைப் பகுதிகளில் 80 µg/m3, மிகவும் பாதுகாக்கப்படும் காடுகள் பகுதிகளில் 15µg/m3 என்றும் இருக்கலாம் என்று கூறுகிறது. அப்படிப் பார்க்கும்போது மிகவும் பாதுகாப்பான பகுதி என்று நாம் வரையறை செய்த பகுதிகளை விட இது மிக மிகக் குறைவான அளவே.. அதாவது 12-14%வரைதான் இந்தப் பகுதிகளில் வெளியாகிறது. எனவே இது ஆபத்தான விஷயம் இல்லை.

அப்புறம் இன்னொரு விஷயம் இந்தக் காற்று மாசு அடைவதில் இந்த அனுமதிக்கப்பட்ட அளவு 50-80µg/m3 என்று மிக மிகக் குறைவான உச்ச அளவைக் கொண்டுள்ள நாடு இந்தியா. இதே SO_2 வெளியிட ஐரோப்பிய யூனியன் 350µg/m3 வரையும், ஜப்பான் 250µg/m3 வரையும் சீனா 150 முதல் 700µg/m3 வரைகூடச் சில இடங்களில் அனுமதி அளிக்கிறது. ஆனால் World Health Organization கொடுக்கும் பரிந்துரை 125µg/m3 ஆகும். எனவே தூத்துக்குடி பகுதிகளில் வெளியாகும் சராசரியான 12-14 என்பது மிகச் சாதாரண அளவே.

இதனால் கரு கலையும், புற்றுநோய் வரும் என்பதெல்லாம் வேண்டும் என்றே மக்களைப் பயமுறுத்தும் வேலையே தவிர வேறு இல்லை.

5. அதிகப்படியாக SO_2 போன்ற வாயுக்களை வெளியிடுவதால் தானே இந்த ஆலை மூடப்பட்டுள்ளது?

இல்லை... இன்னொரு விஷயமும் நீங்கள் புரிந்துகொள்ளவேண்டும். அது என்ன வென்றால் தூத்துக்குடி பகுதியில் இந்த வெளியாகும் மொத்த சல்பர் டையாக்சைடு அளவில் 50% -த்தை வெளியிடுவது 1000 MW மின் உற்பத்தி செய்யும் NTPL Thermal Power Station தான். அடப் போராட்டம் நடத்தக் கிளம்பிவிட வேண்டாம். இதுவும் நம் நாடு நிர்ணயம் செய்த அளவில்தான் வெளியிடுகிறது. எந்தத் தவறும் இல்லை.

நான் இதை ஏன் கூறுகிறேன் என்றால் SO_2 வெளியிடுவதுதான் பிரச்னை என்று மக்களிடம் பயத்தினைத் தூண்டுகிறார்கள். அது முழுக்க முழுக்கப் பொய். காப்பர் தயாரிக்கும் ஸ்டெர்லைட்ஆலையில் இருந்து 1% SO_2 மட்டுமே வெளியாகிறது என்பதுதான் உண்மை. எனவே எந்தக் காலத்திலும் நீதிமன்றம் அல்ல; யாரும் SO_2 வெளியிடுவதால்தான் இந்த ஆலை மூடப்படுகிறது என்று எங்கேயும் கூறியது இல்லை. அது வடிகட்டிய பொய், வதந்தி.

6. ஆனால் கடலோரப் பகுதிகளில் மீன்வளம் பாதிக்கிறதே?

2009-2010ஆம் மொத்த மீன் உற்பத்தி அளவு 48995 டன். இது 2015-16 ஆண்டில் 58418 டன். அதற்கு முந்திய ஆண்டு 2014-15ல் அது 57272 டன் என்ற அளவில் இருந்தது. அரசின் தகவல்படி ஒவ்வொரு ஆண்டும் வளர்ச்சி சீராக இருக்கிறது என்பதுதான் உண்மை. 2016-17ஆம் ஆண்டுகளில் இது 59,672 டன் என்பது மற்ற எந்த வருடங்களையும் விடக் கூடுதலாகவேதான் இருக்கிறது. மீன் உற்பத்தி பாதிக்கப் படுகிறது என்பது தவறான செய்தி.

7. மழை வளம் குறைந்திருப்பது உண்மை தானே?

அதற்கு அந்த ஆலை என்ன செய்யும்? உலக அளவில் ஏற்பட்டுள்ள கார்பன் வெளியீடு காரணமாக பூமி வெப்பமயமாதல் நடந்துள்ளது. இதனால் பூமியின் அனைத்துப் பகுதிகளிலும் கால நிலை மாறியுள்ளது. அதுவும் கணிக்க முடியாத அளவு கடினமாக சிக்கலாக மாறியுள்ளது என்று கூறுவதுதான் உண்மை. அப்படிப் பார்த்தால் அதற்கு நாம் அனைவருமேதான் காரணம் - ஏன் என்றால் இந்த மொத்த கார்பன் வெளியிடுவதில் நாம் அன்றாடம் பயன்படுத்தும் கார் பைக்குகளுக் கான பெட்ரோல், டீசல்தான் முக்கிய காரணம். சுமார் 60% இந்தப் பூமிக்குக் கேடு வரக் காரணமே மனிதன் கச்சா எண்ணெய் பயன்படுத்துவது தான்.

எனவே, இந்த விஷயத்தில் நாட்டின் வரலாற்றுச் சராசரியோடுதான் நீங்கள் இந்தப் பகுதியின் மழையளவை ஒப்பிட வேண்டும். அப்படிப் பார்க்கும்போது india meteorological department இந்தப் பகுதி கடந்த 15 வருட மழை அளவை நாம் பார்க்கும்போது கிடைக்கும் உண்மை என்னவென்றால்:

1990ல் ஜனவரி மாதம் 147 mm மழை கிடைத்த இந்த தூத்துக்குடி பகுதியில் 1997ல் அதே ஜனவரி மாதம் ஒரு சொட்டு மழை கிடையாது. ஆனால் 2000ஆம் ஆண்டு ஜனவரியில் சுமார் 29 mm மழை கிடைத்தது - 2010 ஜனவரியில் மழை இல்லை. 2015, 2016 ஜனவரியில் மழை கிடையாது. என்னடா இது ஒரு ஒழுங்கே இல்லாத புள்ளி விவரமாக இருக்கிறதே என்று தோன்றுகிறதா? இப்போது பிப்ரவரி மாதம் பற்றிக் கொஞ்சம் பொறுமையாகப் பாருங்கள்.

இந்த தூத்துக்குடி பகுதியில் 1990ல் பிப்ரவரி மாதம் மழை இல்லை. 1997ல் அதே பிப்ரவரி மாதமும் ஒரு சொட்டு மழை கிடையாது.. ஆனால் 2000ஆம் ஆண்டு பிப்ரவரியில் சுமார் 153 mm மழை கிடைத்தது. 2010 ஜனவரியில் 86 mm கிடைத்தது. 2015, 2016 ஜனவரியில் மழை கிடையாது. ஆனால் 2011, 2012, 2013, 2014 ஆகிய ஆண்டுகளில் சராசரியாக 30 - 45 mm மழை இருந்தது. இப்போது இதை என்னவென்று சொல்ல?

மழை நன்கு கிடைக்கும் மாதங்களான அக்டோபர், நவம்பர், டிசம்பர் மாதங்கள் இன்றும் அதே குழப்பமான சராசரியைத் தொடர்கின்றன என்பதுதான் உண்மை. 1990ல் அக்டோபர் மாதம் 253 mm மழை கிடைத்த இந்த தூத்துக்குடி பகுதியில் 2000ல் அதே அக்டோபர் மாதம் கிடைத்த மழை 9.6mm மட்டுமே. ஆனால் 2006ஆம் ஆண்டு அக்டோபரில் சுமார் 463.5 mm மழை கிடைத்தது. 2013 அக்டோபரில் 23.2 mm மட்டுமே கிடைத்த மழை 2014ல் வரலாற்றுச் சாதனையாக 622 mm மழை பொழிந்தது.

ஆக, ஸ்டெர்லைட்டால் மழை அளவு குறைந்துவிட்டது என்று இழுத்துவிடுவதில் எந்த நியாயமும் இல்லை. உலகளாவிய அளவில் வானிலை மாற்றம், உலக வெப்பமயமாதல்தான் காரணமே அன்றி வேறு இல்லை. அனைத்து நாடுகளும் இதன் பாதிப்பை உணர்கின்றன. அதற்கும் 60% மேல் காரணம் கச்சா எண்ணெய் பயன்பாடும், நிலக்கரி பயன்பாடும்தான் ஒழிய வேறு இல்லை.

8. நிலத்தடி நீரில் நைட்ரேட் அளவு அதிகம் ஆகிவிட்டது என்று செய்தி வருகிறதே... மற்றும் நிலத்தடி நீர் எடுக்கப்படுகிறது என்று குற்றம் சாட்டுகிறார்களே.

Central Ground Water Board (CGWB) என்ற அமைப்பினை அது கொடுக்கும் தகவல்படிப் பார்க்கும்போது ஒரு பகுதியில் நிலத்தடி நீரில் ஒரு லிட்டரில் ஃப்ளோரைடு 1.5 mg/l மேல் இருந்தால், நைட்ரேட் 45 mg/l மேல் இருந்தால், ஆர்சனிக் 0.05 mg/l மேல் இருந்தால், இரும்பு 1.0mg/l மேல் இருந்தால் அந்தப் பகுதி நிலத்தடி நீர் கண்காணிக்கப்பட வேண்டிய பட்டியலில் வருகிறது.

திண்டுக்கல், சேலம்போன்ற பகுதியில் ஃப்ளோரைடு, நைட்ரேட், குரோமியம்போன்றவை அதிகம் உண்டு. இதுபோல் கோவை, தர்மபுரி, வேலூர், விருதுநகர், தேனி என்று பல மாவட்டங்களில் பலவிதமான வகையில் சில தனிமங்களின் அளவு சற்று அதிகம் உண்டு. இது உலக இயற்கையான குணம். ஆனால், அது அதிகம் ஆகிவிடாத வண்ணம் கண்காணிக்கிறோம். இதில் தூத்துக்குடி பகுதியில் நைட்ரேட் மட்டுமே சற்று அதிகம் என்பர். இந்தியா முழுவதும் 387 மாவட்டங் களில் இந்த நைட்ரேட் அளவு இதுபோல் சற்று அதிகம் தான். இது அந்த நிலப்பரப்பின் இயற்கையான தன்மை என்று புரிந்துகொள்ளவும். மீண்டும் கூறுகிறேன் 387 மாவட்டங்களில் இந்தவிதம் அதிகம் உண்டு.

அடுத்து நீர் ஆதாரத்துக்கு இந்த நிறுவனம் 60% தேவைக்குக் கடல் நீரைச் சுத்திகரித்துப் பயன்படுத்தவதாகவும், சுமார் 30% தேவையை அரசிடம் இருந்து பெறுவதாகவும் சில கணக்குகள் கூறப்படுகிறது. இந்த விவகாரத்தில் எனக்குச் சரியான ஆதாரங்கள் இன்றும் கிடைக்க வில்லை. அதே நேரம் ஒன்றைத் தெளிவாகப் புரிந்துகொள்ள வேண்டும். அது என்னவென்றால் ஏதாவது விதி மீறப்பட்டுள்ளது என்று தெரிய வருகிறது என்றால் அதற்கான சரியான அபராதம் விதிப்பதுதான் முறை. ஆனால் இங்கே எதற்கெடுத்தாலும் நியூட்ரினோ திட்டம் முதல் இந்த ஸ்டெர்லைட் ஆலைவரை குறையைச் சரி செய்ய யாரும் பேசுவது இல்லை; மாறாக இழுத்து மூடு இழுத்து மூடு என்று பேசுவது சிறிதும் சரியல்ல.

அப்படிக் குறை இருக்கு... இழுத்து மூடு என்றால் அரசு பேருந்து ஆரம்பித்து சிப்காடில் உள்ள அனைத்து நிறுவனங்களுமே மூட வேண்டி வரும். அது முறை அல்ல - தவற்றை சரி செய்ய வேண்டும் தவிர அதற்காக ஒட்டுமொத்தமாக இழுத்து மூடுவதுதான் தீர்வு என்று பேசுவது மிக மிக ஆபத்தானது.

9. இதனால் உப்பு உற்பத்தி பாதிக்கப்பட்டுள்ளது என்று கூறுகிறார்களே.

ஒட்டுமொத்த உப்பு உற்பத்தி சார்ந்த முந்தைய ஆண்டுகளின் நிலையோடு ஒப்பிடும்போது சராசரியான உற்பத்திதான் இன்றும் நடைபெறுகிறது. அதாவது 90களில் தூத்துக்குடி 14-15 லட்சம் மெட்ரிக் டன் உப்பு உற்பத்தி என்றால் - அதேதான் 2003ல் 15 லட்சம் மெட்ரிக்

டன்னாகத்தான் இருந்தது. அப்படிப் பார்க்கும்போது Department of Industrial Policy - Promotion கீழ் SALT DEPARTMENT கொடுக்கும் தகவல்படி 2015ல் 1554172 டன் அளவுக்கு தூத்துக்குடியில் உற்பத்தி நடந்துள்ளது. எனவே இது திட்டமிட்டு மக்களைக் குழப்பும் வேலை.

10. ஆனால் சமீபத்தில் நாடாளுமன்றத்தில் தண்ணீர் மாசு இருப்பது உண்மை என்று மத்தி அமைச்சரே ஒப்புக்கொண்டுள்ளார்?

அவர் என்ன பேசினார் என்று தயவு கூர்ந்து தெளிவாகக் கவனிக்கவும். Central Ground Water Board (CGWB) எடுத்த சர்வே படி SIPCOT பகுதியில் நிலத்தடி நீர் மாசு அடைந்துள்ளது என்பது உண்மை என்கிறார்கள். ஆனால் V.V. Titanium Pigments (P) Ltd அதே Sipcot Industrial Complex பகுதியில்தான் உள்ளது - Titanium dioxide, Ferrous Sulphate Heptahydrate உற்பத்தி செய்கிறது. இந்த கெமிக்கல் உற்பத்தி நிறுவனத்தால் மாசு அடைந்தது என்று கூறலாம்தானே? K.T.V Oil Mill இருக்கு அதன் வெளியீடுகள் மூலம் நிலத்தடி நீர் பாதிப்படைகிறது என்று யாரும் குறை கூறலாம் தானே!

முதலில் முழு விவரம் இன்னும் வெளியாகவில்லை. ஆனால் முந்தைய ஆய்வுகளில் மாசு அடைந்ததாகத் தகவல் இல்லை. எனவே ஆய்வு வெளியானால்தான் என்ன விவரம் என்பது நமக்குப் புரியும்.

எனவே அரசு கூறுவது Sipcot பகுதியில் நிலத்தடி நீர் மாசு அடைந்துள்ளது என்று. அதற்கு ஸ்டெர்லைட்தான் என்று எந்த இடத்திலும் அவர் கூறவில்லை. இதை முதலில் கவனமாக எடுத்துக் கொள்ளுங்கள். அப்படிக் கெடுகிறது என்றால் நிச்சயம் தீவிரமாகக் கண்காணிப்பும் அபராதமும் விதித்து நிலையைச் சரிசெய்ய முயற்சிக்க வேண்டும் என்பதுதான் சரி. அதை விட்டுவிட்டு மொத்த Sipcot இழுத்து மூடச் சொல்லிருவோமா?

11. தமிழக அரசு லைசன்ஸ் கேன்சல் செய்துள்ளதே?

எல்லாரும் போராட்டம் பண்றாங்க, அரசியல்வாதி என்ன செய்வர்! பாவம் அவர்கள் தப்பிக்க வழி இது. நீதிமன்றம் அனுமதி கொடுத்தால் இவர்களுக்குப் பிரச்னை இருக்காது. எனவே, இதை நீதிமன்றம் சென்று தீர்த்துக்கொள்வதுதான் அரசியல் ரீதியாகத் தொந்தரவு இருக்காது என்று ஆட்சியாளர்கள் நம்புவதால் இப்படி நடக்கிறது. நிச்சயம் லைசன்ஸ் மீண்டும் கிடைக்கும். இது இந்தியாவில் உள்ள ஒரு பொதுவான ஆபத்தான அரசியல் குணம். இதை முதலில் திருத்த வேண்டும். இல்லையென்றால் முதலீடுகள் வருவது கடினம். குறைந்த பட்ச பாதுகாப்புகூட இல்லை என்றால் எந்த நிறுவனம் வரும்? 10 பேர் உட்கார்ந்து எந்த நிறுவனத்துக்கு எதிராகவும் மக்களைத் தூண்டலாம் என்றால் என்ன நாடு இது... என்ன அரசு இது?

12. சரி இவ்வளவு தகவல்களையும் ஏன் இந்தச் செய்தி நிறுவனங்கள் பெரிய அளவில் வெளியிடுவது இல்லை?

நம்ம ஊரில் பொதுநலன் கருதி யார் செய்தி நிறுவனம் நடத்துகிறார்கள். எல்லாருக்கும் பிசினஸ்தான் குறிக்கோள். காசு கொடுத்தால் உங்கள் நிறுவனம் பற்றிப் பேசுவோம்; இல்லை என்றால் கெட்டதைப் பரப்புவோம் என்று மிரட்டிக் காசு பார்க்க இதுவெல்லாம் நல்ல வாய்ப்பு என்று பயன்படுத்துவார்கள். மக்கள் நலனுக்கோ நாட்டு நலனுக்கோ அவர்கள் செய்தி நிறுவனம் நடத்தவில்லை. அவர்கள் முதலாளிகளின் வீட்டு நலனுக்குச் செய்தி வாசிக்கும்போது இவர்களிடம் வேறு என்ன எதிர்பார்க்க முடியும்?

இறுதியாக:

இதன் மூலம் நான் கூற விரும்புவது இது தான்: 'ஸ்டெர்லைட் ஆலையினால் கரு கலைந்துவிடும், கேன்சர் வரும், விவசாயம் அழியும், மழை குறையும், குழந்தைகள் மனவளர்ச்சி குறையும் என்று பதற்றப்படுத்திப் பயத்தை விதைத்துப் போராட்டத்தைத் தூண்டிவிடச் சில சமூக விரோத சக்திகள் இங்கே தீவிரமாக வேலை செய்கின்றன'. அவர்கள் இலக்கு எதையும் எளிதில் நம்பும் வெகுஜன மக்கள்தான். தீவிரமான பிரிவினைவாதக் கூட்டம் இது.

உண்மையை மக்களிடம் எடுத்துச் சொல்லிப் புரியவைப்பது கடினம். படித்தவர்களுக்கே நியூட்ரினோ என்றால் என்ன என்று சொல்லிப் புரிய வைப்பது கடினம். இதுதான் அரசு திட்டங்கள் பக்கம் இருக்கும் பெரிய சிக்கல்; அதே நேரம் 'உங்கள் வீட்டில் கேன்சர் வருதா... அதுக்கு அந்த நிறுவனம் இங்கே இருப்பதுதான் காரணம்; உங்கள் குழந்தை உடல் நலம் இல்லையா... அதற்கு அந்த நிறுவனம்தான் காரணம்; உங்கள் வீட்டில் குழந்தை பிறப்பு இல்லையா... அதற்கு அந்தத் திட்டம்தான் காரணம் என்று மக்கள் மத்தியில் இருக்கும் பிரச்னை அனைத்தையும் எளிமையாகக் காரணம் காட்டித் திசை திருப்புவது மூலம் வெறுப்பை எளிதில் விதைக்க முடிகிறது போராட்டக்காரர்களால். இதுதான் இங்கே பெரிய சிக்கல்.

இதற்கு மிகச் சிறந்த உதாரணமாக ஸ்டெர்லைட் மாறி நிற்கிறது.

வாகன ஓட்டிகள் ஆரம்பித்துப் பொறியாளர்கள்வரை ஏறக்குறைய 25,000 பேர் நேரடியாகவும் மறைமுகமாகவும் வேலை இழந்துள்ளனர். சுமார் 10% அளவுக்கான வருவாயை தூத்துக்குடி மாவட்டமே இழந்துள்ளது. இந்த ஆலையில் இருந்து ஆர்டர் பெற்று இயங்கிய பல ஆயிரம் குட்டி நிறுவனங்களும் இன்று மூடும் நிலைக்குத் தள்ளப்படுகிறது. இந்த 25,000 குடும்பங்கள் நிலை இன்று?

ஸ்டெர்லைட் அல்ல; இங்கே எந்த நிறுவனத்தையும் எதிர்த்து அப்பாவி மக்களிடம் பயத்தினை விதைத்துப் போராட்டங்களைத் தூண்டிவிட முடியும்; அதன் மூலம் எந்த நிறுவனத்தையும் மிரட்ட முடியும்; அடிபணிய வைக்க முடியும் என்ற ஒரு மோசமாக நிலையில் தமிழகம் மாறி வருகிறது. இப்படித் தொடர் சூழல் உருவாகும் என்றால் தமிழகத்தில் இருந்து நிறுவனங்கள் மெல்ல விலகிச் செல்ல வேண்டிய நிலைக்கு அவை தள்ளப்படும். அது மிக மிக மிக மோசமான பொருளாதாரச் சீரழிவையும் வேலை இல்லாத திண்டாட்டத்தை உருவாக்கிப் பெரும் வறுமையையும் கொண்டு வந்து சேர்க்கும்.

எந்த ஒரு நிறுவனமும் சட்டப்படிதான் இங்கே வருகின்றன. அதில் விதி மீறல்கள் இருக்கும் என்றால் நிச்சயம் ஒழுங்குபடுத்த வேண்டுமே ஒழிய ஒட்டுமொத்தமாக இழுத்து மூடுவது அல்ல தீர்வு. மீண்டும் ஸ்டெர்லைட் இயங்கும் என்பதுதான் உண்மை. ஏன் என்றால் இந்த விவகாரம் நீதிமன்றம் முன் சென்றாகவேண்டியிருக்கும். குறைகள் இருந்தால் அபராதம் வேண்டுமானால் விதிக்க முடியுமே தவிர நிச்சயம் இழுத்த மூட முடியாது.

எந்தப் போராட்டத்தை எப்படி புரிந்துகொள்ளவேண்டும் என்பதற்கு சமூகம் இந்த ஸ்டெர்லைட் நிகழ்வை ஒரு பாடமாகவே கொள்ள வேண்டும். போராட்டங்கள் என்பதாலேயே அவை அனைத்தும் புனிதம் ஆகிவிடாது.

•

உயர் மின் அழுத்தக் கம்பி கோபுரங்கள் எதிர்ப்பு

செய்தி: 'உயர் மின் அழுத்தக் கம்பி கோபுரங்களுக்கு எதிர்ப்புத் தெரிவித்து மக்கள் போராட்டம்'

Power Grid Corporation of India Limited (POWERGRID) என்ற மத்திய அரசு நிறுவனத்துக்கு எதிராகப் போராட்டத்தை வழக்கம்போலப் பயத்தைத் தூண்டி விதைத்தது இந்த அர்பன் நக்சல் கூட்டம். NTPC, ONGC, GAIL என்று மத்திய அரசின் எந்த நிறுவனத்தின் வேலையையும் நடத்தவிடக்கூடாது என்பதில் ஒரு கூட்டம் முனைப்பாக வேலை செய்கிறது என்று பல முறை எச்சரித்துள்ளேன். வழக்கம்போல்... இறுதியில் நரேந்திர மோதி ஒழிக என்று வந்து நிற்பார்கள். நிச்சயம் போராட்டத்தை அரசும் ஏற்காது, நீதிமன்றமும் ஏற்காது. வழக்கம்போல நரேந்திர மோதி சதி என்று முடித்துவிட்டு இன்னொரு போராட்டம் ஆரம்பிப்பர்.

விஷயத்தைப் புரிந்துகொள்ள விரும்பும் நபர்களுக்கு எளிய விளக்கம்:

மின்சாரம் உற்பத்தி செய்ய வேண்டும் - அதற்கு அனல் மின் நிலையம் (Thermal power), அணுமின் நிலையம் (Nuclear power), புதுப்பிக்கவியலா வளம் (Non Renewable energy), சூரிய மின்சக்தி (Solar power), காற்றாலைகள் (Wind mills), நீர்மின்சக்தி (Hydroelectric power) என்று பிரித்து ஒவ்வொரு நாடும் மின்சாரம் உற்பத்தி செய்கிறது. அப்படி உற்பத்தி செய்யப்படும் மின்சாரம் உற்பத்தியாகும் இடத்தில் இருந்து உங்கள் வீட்டுக்கும் நிறுவனங்களுக்கும் எப்படி வருகிறது?

அதற்கு அரசு மின்சாரப் பரிமாற்றம் மற்றும் விநியோகம் (transmission and distribution) செய்வதற்கு நாடு முழுவதும் இடங்களை உருவாக்கியுள்ளது. அதில் இந்த உயர் அழுத்த மின்சாரங்களைக் கடத்தி - அதை substation எடுத்து வந்து பின் அது switch station மூலம்

விநியோகம் செய்யத் தயார் ஆகிறது. இந்த மின்சாரப் பரிமாற்றம் மற்றும் வினியோகத்தைக் கண்காணிக்க அலுவலகங்கள் அதற்கு ஊழியர்கள் இருக்கிறார்கள் (நமது ஊர் மின்சார அலுவலகங்கள் இவை).

உற்பத்தியான இடத்தில் இருந்து மின்சாரத்தைக் கடத்திக் கொண்டு வந்து சேர்க்கக் கட்டாயம் இந்த டவர்கள் வேண்டும். நாடு முழுவதும் கடந்த 4 வருடத்தில் ஆண்டுக்கு 24,908 கிமீ தொலைவுக்கு இந்த டவர்களை நரேந்திர மோதி தலைமையிலான அரசு அசுர வேகத்தில் அமைத்துள்ளது. அதற்கு முன் காங்கிரஸ் அரசு ஆண்டுக்கு 4,385 கிமீ மட்டுமே டவர்கள் அமைத்து வந்தது. சுமார் 48,000 கோடி ஒதுக்கி இதற்கான கட்டமைப்பை மேம்படுத்தியதுள்ளது. எதற்கு? நாட்டின் எந்த ஒரு இடத்தில் மின்சாரம் உற்பத்தி செய்யப்படும் என்றாலும் அது தேவைக்கு ஏற்ப எந்த இடங்களுக்கு விரைந்து செலுத்த முடியும் என்ற கட்டமைப்பை நாடு பெற வேண்டும் என்பதற்காக.

அதற்காகத்தான் இந்த நிறுவனம் Power Grid Corporation of India Limited வேலை செய்கிறது. இந்த நிறுவனம் கடந்த ஆண்டு மட்டும் Transmission lines 765Kv Ac, 400kv AC, 220kv AC என்று மின்வழித் தடங்களை மத்திய மாநில அரசுகளின் தேவைக்கு 23,000 கிமீவரை கொடுத்து சாதித்துள்ளது. அதனால்தான் நாட்டின் 99.85% கிராமங்கள் இன்று முழுமையாக மின்சார வசதியைப் பெற்றுள்ளன. அதாவது சரியாகக் கூறினால் இந்த ஆண்டில் மட்டும் 5,96,556 கிராமங்களில் மின்சார வசதியை ஏற்படுத்திக் கொடுத்துள்ளனர். இந்தியாவின் பிற மாநிலங்களில் வராத பிரச்னையை தமிழகத்தில் எப்படித் தூண்ட முடிகிறது? எந்த நிலப்பரப்பில் எப்படியாக எடுத்துச் செல்வது சரி என்பது இந்த 30 வருட அனுபவம் உள்ள நிறுவனத்துக்கு, அதில் இருக்கும் IAS அதிகாரிகளுக்கும், Engineersக்கும் இல்லாத யோசனையை நம்ம இணைய போராளிகள் கொடுப்பது வேடிக்கை.

நன்கு புரிந்துகொள்ளுங்கள், திமுக காலத்தில் மின்வெட்டு வர ஒரு முக்கிய காரணம் கூடுதல் உற்பத்திக்கான திட்டமிடல் இல்லை. இது தமிழகம் மட்டும் அல்ல; பல மாநிலங்களின் நிலையாக இருந்தது. இன்னொரு பக்கம் மற்ற மாநிலங்களில் இருந்து மின்சாரம் பெறத் தேவையான கட்டமைப்பு நாட்டில் இல்லை. ஒரு மாநிலத்தில் இருந்து இன்னொரு மாநிலம் பெறுவது என்பது நாடு முழுவதும் மிகக் குழப்பமான நிலையில் இருந்து வந்தது. மூன்றாவது, நாட்டின் மொத்த மின் தேவைக்கும் - உற்பத்திக்குமான இடைவெளி 6%க்கும் மேல் இருந்தது. இன்று இந்த அனைத்தையும் ஏறக்குறைய 4 வருடங்களில் முடிவுக்குக் கொண்டு வந்துள்ளார் நரேந்திர மோதி. இன்று Energy

Deficit 0.7%கூடக் கிடையாது. ஆக நாடு முழுவதும் மின் உற்பத்தி 199,877 மெகா வாட் என்ற அளவில் இருந்து 344,002 மெகா வாட் என்று கூட்டப்பட்டுவிட்டது. அதைக் கொண்டுசேர்க்க வழித்தடங்கள் வேண்டாமா? இது இங்கே மட்டுமா போடுகிறார்கள்? நாடு முழுவதும் இந்தப் பணி நடக்கிறது. இதைப் போய்த் தடுப்பதா?

நாட்டில் எப்படியான நிலையை இந்த அர்பன் நக்சல் கூட்டம் உருவாக்குகிறது தெரியுமா?

மின் உற்பத்திக்கு நிலக்கரி சுரங்கள் கூடாது; நிலக்கரி எடுத்தால் பூமி நாசம் ஆகும்; பெரும் பூகம்பம் வரும் என்று மக்களைப் போராட்டத்துக்கு அழைக்கிறார்கள். ஆனால் நாட்டின் மொத்த மின் உற்பத்தியில் நிலக்கரியின் தேவை 57.7%. எங்கே போவது நிலக்கரிக்கு? உலக வெப்பமயமாதலுக்கு காரணமே நிலக்கரி பயன்பாடுதான். ஒவ்வொரு நாடும் நிலக்கரி பயன்பாட்டை முடிவுக்குக் கொண்டு வர வேண்டும் என்று ஆய்வாளர்கள் சொல்கிறார்கள். சரி அப்படியானால் மின்சாரத்தை எப்படி உற்பத்தி செய்ய? அடுத்த வழி அணு மின் நிலையங்களை அமைப்பது தான். அணு மின்நிலையம் அமைத்தால் புற்று நோய் பரவும், மீன் வளம் போகும், கரு கலையும் என்று அதற்கும் போராட்டம் நடத்துகிறார்கள். இப்போது இதையெல்லாம் மிஞ்சும் விதமாக மின்சாரம் எடுத்துச் செல்ல டவர் வைக்கக்கூடாது. அது எங்கள் விவசாயத்தைப் பாதிக்கும் என்று கிளப்பிவிட்டு இருக்கிறார்கள். ஆனால் 24 மணி நேரமும் தங்கு தடை இல்லாமல் மின்சாரம் மட்டும் வேண்டும், அதுவும் இலவசமாக!

அரசுக்கும் மக்களுக்கும் இடையே கலவரங்களை உருவாக்குவதுதான் பிரிவினைக்குச் சரியான வழி என்று திரியும் நக்சல் தீவிரவாத ஆதரவாளர்கள் நாடு முழுவதும் அந்தந்த மாநில மக்களிடம் இப்படி யான போராட்டங்களைத் தூண்டுவது வாடிக்கையாகிவிட்டது. மக்கள் நீதிமன்றங்களை நாடாது - நேரடியாகப் போராட்டத்தில் குதிப்பது பெரும் அழிவைத்தான் தருமே அன்றி எந்த நல்லதும் தந்துவிடாது. நிலங்களுக்கு அதிக விலை கிடைக்கப் போராட்டம் நடத்துங்கள் என்று சில திமுக பிரமுகர்கள் வெளிப்படையாக மக்களைத் தூண்டுவது அரசியல் அநாகரிகத்தின் உச்சம். இதற்கு நேரடியாகச் சென்று தூண்டிவிடும் விதமாக ஆதரவு கொடுக்கும் ஸ்டாலினின் நடவடிக்கை உச்சகட்ட அயோக்கியத்தனம்.

குப்பையில் இருந்து மீத்தேன் தயாரிக்கலாமே என்று ஒருத்தர் 10 நிமிட வீடியோ போட்டுவிட்டுப் போய்விட மக்கள் போராடத் தயாராகி விட்டனர். மீத்தேன் எடுப்பதில் சுமார் 30 வருட அனுபவமும், IITபோன்ற

கல்வி நிலையங்களில் ஆராய்ச்சிக்கூடங்களில் பல ஆண்டுகள் ஆய்வும் செய்த துறை நிபுணர்களுக்குத் தெரியாத புத்திமதியை இந்த 10 நிமிட வீடியோவில் ஒருவர் கூறுகிறாரே இது சரியா என்று சற்று சிந்தித்திருந்தால் நாடு உருப்பட்டிருக்கும்.

ஒன்றும் மட்டும் தெளிவாகப் புரிந்துகொள்ளுங்கள்:

கம்யூனிஸ்ட்கள் அனைத்துப் போராட்டங்களையும் தூண்டிவிட்டு இறுதியாக ஒரு வசனம் கூறுவார்கள் 'மக்களுக்குப் பிடிக்கவில்லை என்றால் எதற்குத் திட்டம், எதற்குத் தொழிற்சாலை? மக்களுக்காகத் தானே அரசு தவிர - தவிர அரசுக்காக மக்கள் இல்லை.' இப்படி வசனம் பேசிப் பேசி இந்த நாட்டை மோசமான சுடுகாடாக மாற்றாமல் விடமாட்டார்கள் கம்யூனிஸ்ட்கள்.

மீண்டும் மீண்டும் கூறுகிறேன்: லெனின் புரட்சி செய்த ரஷ்யாவில் அந்த மக்களாலேயே இன்று நிராகரிக்கப்பட்ட கம்யூனிஸம் மிச்சம் இருக்கும் ஒரே இடம் நம் நாடுதான். சீனாவெல்லாம் கம்யூனிஸ்ட் பொருளாதாரக்கொள்கையைத் தூக்கியெறிந்து பல வருடம் ஆகிவிட்டன. அதிகார மட்டத்தில் கம்யூனிஸ்ட்கள் இருக்கிறார்களே தவிர அங்கே கம்யூனிஸ்ட் பொருளாதாரமே கிடையாது. ஆனால் இங்கே தோழர் தோழர் என்று நாட்டைக் கெடுத்துக் குட்டிச்சுவராக ஆக்காமல் விடமாட்டார் கம்யூனிஸ்ட். ஒரே ஒரு நிறுவனத்தை கம்யூனிஸ பொருளாதாரக்கொள்கை அடிப்படையில் நடத்திக் காட்டச் சொல்லுங்கள்... நான் நாட்டைக் காலி செய்கிறேன். இதைச் சவாலாகவே கூறுகிறேன். கம்யூனிஸ்ட் ஒரே ஒருத்தர் தாங்கள் முன்வைக்கும் பொருளாதார சித்தாந்தத்தின் அடிப்படையில் ஒரு நிறுவனத்தை நடத்திக் காட்டச் சொல்லுங்கள்.

இந்த கம்யூனிஸ்ட் கூட்டத்தைக் கொலை வெறியாக எதிர்க்கும் நபர்கள் உலகத்தில் யார் என்று தேடுங்கள்.... அவர் 'முன்னாள் கம்யூனிஸ்ட் ஆகத்தான் இருப்பார்'.

அணு உலை விவகாரத்தையோ விண்வெளிக்குச் செயற்கை கோள் அனுப்புவதையோ அல்லது Power Transmission and Distribution Grid பற்றியோ எப்படி வெகுஜனங்களுக்குச் சொல்லிப் புரியவைப்பது? மக்கள் மத்தியில் இவர்கள் பயத்தைக் கிளப்பிவிட்டு மக்களைப் போராடக் கூறிவிட்டுப் பின்னால் உட்காந்து கொண்டு மக்களுக்குப் பிடிக்கவில்லை; திட்டத்தை நிறுத்துங்கள் என்பார்கள்.

•

காவிரி தீர்ப்பு எதிர்ப்பு

செய்தி: 'உச்ச நீதிமன்றத்தின் காவிரி தீர்ப்பு: தமிழகத்துக்குத் தண்ணீர் குறைப்பு'

காவிரி தீர்ப்பு கொண்டு இங்கே ஆரம்பித்துவிட்டனர், ஒருபக்கம் அரசியல் ஆதாயம் தேடும் வேலையை; இன்னொருபக்கம் பிரிவினை வாதிகள் தமிழ் என்று உணர்வைத் தூண்டும் வேலையில் தீவிரமாக இறங்கிவிட்டனர். வழக்கம்போல நரேந்திர மோதி ஒழிக, ரஜினி ஒழிக என்று வெறுப்புப் பிரசாரங்கள். இவர்கள் தீர்வைத் தேடவில்லை. எப்படி இதை வைத்து அரசியல் செய்யலாம் என்று தேடித் திரிகிறார்கள். இவர்கள் அனைவரையும் கொஞ்சம் ஒதுக்கிவிட்டு விஷயத்தை ஆய்வு செய்வோம்.

(GFFA) 2017 சமீபத்தில் வெளியான அறிக்கை Water and Agriculture in India *கூறியுள்ள தகவல்கள் சில இதோ:*

160 மில்லியன் ஹெக்டேர் விவசாய நிலம் இந்தியாவில் உள்ளது. இதில் 39 மில்லியன் ஹெக்டேர் நிலம் நிலத்தடி நீராலும், 22 மில்லியன் ஹெக்டேர் நிலம் ஆறு, குளம், ஏரிகளாலும் பாசனம் பெறுகிறது. இந்தியாவில் மீதம் இருக்கும் அனைத்து விவசாய நிலமும் பருவ மழையை நம்பியே விவசாயம். அதாவது மூன்றில் இரண்டு பங்கு நிலம் மழையால்தான் இந்தியாவில் விவசாயம் செய்யப்படுகிறது.

முதலில் இந்த உண்மையைத் தெரிந்துகொள்ளுங்கள். எனவே, விவசாயம் பாதிக்கப்படுவது பெரும்பாலும் பருவமழை இல்லாமல் போவதால்தான். இங்கே காலத்துக்கு மழை பொழிந்தால் எந்தப் பிரச்னையும் இல்லை. ஏனென்றால் நமது விவசாயம் பெரும்பாலும் மழையை நம்பிய விவசாயமே.

1700 m^3 *முதல் 1000* m^3 *இருக்கும் எந்த நாடும் வறட்சி பாதிப்புக்கு எச்சரிக்கையாக இருக்கவேண்டிய நாடு. அந்த வகையில் இந்தியாவின்*

தற்போதைய அளவு 1544 m^3. எனவே இந்தியா மிக எச்சரிக்கையாகத் தண்ணீரைப் பயன்படுத்த வேண்டும்.

மிக முக்கியமான விஷயம் இந்தியாவில் கிடைக்கும் தண்ணீரை இந்தியர்கள் 80% விவசாயம் சார்ந்தவர்கள்தான் பயன்படுத்துகிறார்கள். அதில் சிக்கல் என்னவென்றால் இந்தியாவுக்கு மழை மூலம் கிடைக்கும் தண்ணீரில் 18-20% நீரைத்தான் முறையாக உபயோகம் செய்கிறோம். மீதத்தை வீணடிக்கிறோம்.

இந்தியா ஏற்றுமதி செய்யும் விவசாயப் பொருட்களில் அரிசிதான் முதலிடம். ஆனால் சுமார் 3,500 liters தண்ணீர் ஒரு கிலோ அரிசி விளைச்சலுக்குத் தேவை.

Rice Export Association கொடுக்கும் புள்ளிவிவரங்கள் சில இங்கே :

சவுதி அரேபியாவுக்கு மட்டும் இந்தியாவில் இருந்து ஏற்றுமதி ஆகும் அரிசியின் அளவு 9,66,931 MT. அதாவது 96,69,31,000 கிலோ அரிசி ஏற்றுமதி சவுதி அரேபியா என்ற நாட்டுக்கு மட்டும் நாம் ஏற்றுமதி செய்கிறோம். அதற்கு அடுத்த இடத்தில் இரான். அதற்கு 935568 MT ஆண்டுக்கு ஏற்றுமதி செய்கிறோம்.

அதிகமாக இந்தியாவிடம் இருந்து இறக்குமதி செய்யும் நாடுகளில் முதல் பத்து நாடுகளின் இறக்குமதி அளவு மட்டும் சுமார் 29,33,488 டன்!

IIT கான்பூர் கொடுக்கும் Irrigation water management தகவலில் இருக்கும் சுவாரசியமான விஷயம் என்னவென்றால், ஒரு கிலோ அரிசியை உருவாக்க சுமார் 2000 - 3000 லிட்டர் தண்ணீர் தேவை. உண்மையில் இது சிக்கனமாக முறையாகப் பயன்படுத்தினால் தேவைப்படும் அளவு. உண்மையில் இந்தியாவில் ஒரு கிலோ அரிசி விளைச்சலுக்கு 5000 லிட்டர் வரைகூடச் செலவு செய்கிறார்கள்.

UAS-B Research Director ஏ. சிவாண்ணா கூறுகிறார்:

'நமது நாட்டின் பொருளாதார அடிப்படையில் பார்த்தால் இங்கே விவசாயம் என்பது முழுக்க நிர்வாகத் திறமை இல்லாத தன்மையில் நடக்கிறது'.

ஏன் கூறுகிறார் என்றால் இங்கே நிலத்தடி நீரை உறிஞ்சி விவசாயம் செய்கிறேன் பேர்வழி என்று ஒரு கூட்டம் கண்மூடித்தனமாக விவசாயம் செய்வதும் அதை ஒருவித உணர்ச்சி நிலையில் ஆட்சியர்கள் ஆதரிப்பதும்தான் இங்கே நிலத்தடி நீர் வேகமாகக் குறையக் காரணம்.

கொஞ்சம் காவிரி விவகாரத்தின் உள்ளே செல்வோம்.

ஆரம்பத்தில் இருந்தே காவேரி நீர், தங்களுக்குத்தான் சொந்தம், காவேரி தங்கள் சொத்து என்று தேவை இல்லாத புகைச்சல் கர்நாடகாவில் அரசியல் பிழைப்பு காரணமாக நடக்க ஆரம்பித்தது 1990களில். அதைத் தொட்டு இங்கேயும் உணர்வுகளைத் தூண்டி அரசியல் தான் நடக்கிறதே ஒழிய எந்தக் கட்சியும் இதை மனசாட்சியுடன் அணுகவில்லை.

ஆனால், நீதிமன்றத் தீர்ப்பானது எல்லாப் பக்க விவரங்களையும் ஆய்வு செய்து வழங்கப்படுவது. தமிழகத்தில் சுமார் 25.8 லட்ச ஏக்கர் நிலப்பரப்பு, கர்நாடகாவில் சுமார் 6.8 லட்ச ஏக்கர் நீர்ப்பாசனப் பகுதி காவேரி நீர் சார்ந்து உள்ளன. இப்போது தனது விவசாய நிலப்பரப்பை விரிவுபடுத்த விரும்பும் கர்நாடகத்தின் எண்ணத்தால் இந்தப் பிரச்னை பெரிதாகி நிற்கிறது.

1 TMC = 28,316,846,592 லிட்டர்.

இன்றைய நிலையில் தமிழகத்துக்கு 404.25 TMC, கர்நாடகத்துக்கு 284.75 TMC, கேரளா 30 TMC, புதுச்சேரி 7TMC என்று இறுதியாகக் கூறிவிட்டிருக்கிறது. இந்தத் தீர்ப்பில் இருக்கும் முக்கியமான இரண்டு அம்சங்கள்- காவிரி எவருக்கும் சொந்தம் இல்லை; இரண்டாவது காவிரி ஆற்றின் குறுக்கே கர்நாடகா அணை கட்ட முடியாது. ஒரு பக்கம் தண்ணீர் குறைப்பு என்றாலும் இன்னொரு பக்கம் சாதகமான விஷயமும் இதில் உண்டு. இப்போது இதை அரசியல் செய்து ஆதாயம் தேடுவதா அல்லது இதனைச் சரியான விதத்தில் பயன்படுத்தி முன்னேறுவதா என்பதுதான் விஷயம்.

ஒருபக்கம் சரியாகவும் - இன்னொரு பக்கம் தவறாகவும் தீர்ப்பு பேசப்படக் காரணம் என்ன?

National Institute of Hydrology கொடுக்கும் தகவல்படி காவிரி பாசனப் பகுதி மொத்தம் 81,155 square kilometres இதில்: தமிழ்நாடு 43,856 square kilometres; கர்நாடக 34,273 square kilometres; கேரளா 2,866 square kilometres, பாண்டிச்சேரி 160 square kilometres. (காவேரியுடன் இணையும் அனைத்து அமராவதி, ஹேமாவதி என்று 9 கிளை நதிகள் அனைத்தின் மொத்த மதிப்பு சேர்த்தே கணக்கிடப்பட்டுள்ளது)

அப்படி என்றால் காவிரி பாசனப் பகுதிகளில் 54.03% தமிழகமும், 42.23% கர்நாடகமும் மீதம் கேரளா பாண்டிச்சேரியும் வைத்துள்ளன என்று தெரிகிறது. இந்தக் கணக்குப்படிப் பார்த்தால் இன்றைய தீர்ப்பு பெரிய ஏமாற்றம் கிடையாது. ஏன் என்றால் மொத்தம் 726 TMC தண்ணீரை முறையே தமிழகம் 55.6%, கர்நாடகம் 39.2%, கேரளா 4.1%, 1% பாண்டிச்சேரி என்று தண்ணீர் பகிர்மானம் செய்வது சரியாகவே

நடந்துள்ளது. எனவே பாசனப் பகுதிகளின் பரப்பளவில் இது விகிதாசார விதமாகச் சரியான தீர்ப்புதான்.

தமிழகம் இதை வேறு விதமாக அணுகுகிறது. தமிழகத்தின் நிலத்தடி நீர் மட்டத்தைக் கணக்கில் எடுத்துக் கொண்ட நீதிமன்றம் கர்நாடகாவின் நிலத்தடி நீர்மட்டத்தைக் கணக்கில் எடுக்காதது ஏன் என்று சில நியாயமான வாதங்கள் வருவது சரிதான். மிக முக்கியம் அரசியல் கட்சிகள்தான் இந்த விஷயத்தை வேண்டும் என்றே பூதாகரமாக்க முயற்சி செய்கிறார்கள். தமிழகத்துக்கு ஏமாற்றம் தருவதாக அமைந்தாலும் இது மோசமான தீர்ப்பு அல்ல.

உண்மையில் அறிவித்த அளவு 177.25 TMC கர்நாடகம் தமிழகத்துக்குத் திறந்து விடவேண்டும் - இதாவது முறையாக வரவேண்டும் என்பது தான் அந்தப் பகுதி விவசாயிகள் எதிர்பார்ப்பு. சில அரசியல் சார்புள்ள விவசாயச் சங்கங்கள் தவிர பிற இயக்கங்கள் இதை வரவேற்கவே செய்கிறார்கள்.

இன்றைய அவசர தேவை என்ன?

காவிரி நதி நீர்ப் பங்கீட்டு வாரியம் அமைத்து இந்தத் தண்ணீர் நீதிமன்றம் சொன்ன தீர்ப்புப்படிப் பகிர்வு நடக்கிறதா என்று கண்காணிக்க வழிவகை செய்ய வேண்டும். அது ஏன் என்றால் நல்ல மழை பெய்யும் வருடங்களில் பிரச்னை இல்லவே இல்லை. மழை குறைவாகக் கிடைக்கும்போதுதான் பிரச்னை.

அப்போது தமிழகம் தனக்குக் கொடுக்கவேண்டிய 177.25TMC வேண்டும் என்று கூற, மழை இல்லை என்று கர்நாடகம் குறைவாகக் கூற பிரச்னை ஆகிறது. உண்மையில் மழை குறைந்தால் 177.25 TMC அனுப்பவேண்டிய அவசியம் இல்லை என்றாலும் கிடைக்கும் மழை அளவைக் கணக்கிட்டு விகிதாசார அடிப்படையில் தண்ணீரைப் பிரித்துக் கொடுக்கும் முக்கியமான வேலையை இந்தத் தீர்ப்பாயம் செய்ய வேண்டும். அதற்காகவே இந்த வாரியம் மிக விரைவில் அமைக்கப்படவேண்டும். தமிழகம் 55.6%, கர்நாடகம் 39.2%, கேரளா 4.1%, பாண்டிச்சேரி 1% என்று மொத்தத் தண்ணீரைப் பிரித்துக் கொடுக்க ஒரு அமைப்பு என்று வைத்துக்கொள்ளவும்.

கர்நாடகா, தமிழ்நாடு இருவருக்குமே இதில் தங்கள் பக்கம் கூற ஆயிரம் புள்ளிவிவரங்கள், காரணங்கள் இருக்கும். அவை அனைத்தும் கேட்டு ஒரு தீர்ப்பு வந்துள்ளது. அதுவும் மேல் முறையீடு முடியாது. அடுத்த 15 வருடத்துக்கு. அதை நரேந்திர மோதி தலைமையிலான அரசு அரசாணையில் வெளியிட்டும்விட்டது.

நிரந்தரத் தீர்வுதான் என்ன?

இப்போது பழைய கணக்குக்கு வருவோம்:

நீங்கள் சவுதி அரேபியாவுக்கு அனுப்பும் அரிசியின் அளவை விவசாயம் செய்ய எவ்வளவு தண்ணீர் தேவை தெரியுமா? 96,69,31,000 கிலோ அரிசியை விவசாயம் செய்து உருவாக்க சுமார் கிலோவுக்கு 3000 லிட்டர் தண்ணீர் என்று சராசரி அளவை எடுத்துப் பார்த்தாலும் சுமார் 2900793000000 லிட்டர் தண்ணீர் தேவை ஆகும்.மீண்டும் கூறுகிறேன் நீங்கள் விவசாயம் செய்கிறேன் என்ற பேர்வழியில் கண்மூடித்தனமான விவசாயத்தால் உங்களுக்கு பெரும் ஆதாரமாக விளங்கும் தண்ணீரை ஏற்றுமதி செய்கிறீர்கள். அதுவும் 2900793,00,00,000 லிட்டர் தண்ணீர் ஒரு நாட்டுக்கு.

கொக்கோகோலாகாரன் தண்ணீர் எடுத்து உங்கள் மாநிலத்தில்தான் விற்க முடியும். ஆனால் விவசாயம் என்ற பெயரில் நீங்கள் ஏற்றுமதி எந்த வகையில் நியாயம்?

ஒரு தனி நபரின் ஆண்டு தண்ணீர் தேவை 54,750 லிட்டர். சராசரியாக ஒரு 5 பேர் கொண்ட குடும்பத்தின் ஆயுள் காலத்தேவையே 1,64,25,000 லிட்டர் தண்ணீர்தான். அப்படி என்றால் 1,76,600 குடும்பங்களின் ஆயுள் காலத் தேவைக்கான நீரை ஒரே ஆண்டில் சவுதி அரேபியாவுக்கு ஏற்றுமதி செய்கிறேன் பேர்வழி என்று அனுப்பிவைப்பது எது? மறைமுகமாக இந்த விவசாயம் தானே! எனவே இங்கே கண்மூடித்தன மான விவசாயம் என்பது கால காலமாக நடக்கிறது. இது தொடரும் என்றால் இந்த முறைப்படுத்தாத விவசாயமே நம்மை வீழ்த்தும். பெரும் தண்ணீர் பிரச்னைக்கு இந்த விவசாயமே காரணம் ஆகும். அதற்கான காலம் மிக விரைவில் வரும்.

மீண்டும் கூறுகிறேன் இந்தியாவின் தண்ணீர் வளத்தில் 80% விவசாயத்துக்குத்தான் பயன்படுத்துகிறோம். நமக்கு இருக்கவேண்டிய அக்கறை அதை முறையாகப் பயன்படுத்துகிறோமா என்பதுதான். தண்ணீர் அதிகம் கிடைக்கும் பகுதிகளில் நிச்சயம் விவசாயம் செய்து அதைத் தேவை என்றால் ஏற்றுமதி செய்யலாம். ஆனால், தண்ணீர்க் கட்டுப்பாடு நிலவும் பகுதிகளிலும் கண்மூடித்தனமாக அரிசிபோன்ற தண்ணீர் அதிகம் தேவைப்படும் பயிர்களைப் பயிர் செய்வது உண்மையில் நாட்டுக்கு நல்லதே அல்ல.

நிலத்தடி நீர் எடுத்து விவசாயம் செய்யவேண்டுமா? கொஞ்சமாவது தேவைக்கு விவசாயம் செய்யவேண்டும் அதில் நியாயம் இருக்கிறது. உணவுப் பொருட்களை இறக்குமதி செய்யும் அளவுக்கு இந்திய வளம் இல்லை. அதே நேரம் கண்மூடித்தனமான விவசாயமும் ஏற்க முடியாது. நீர் வளம் அனைவரது எதிர்காலத்தையும் கேள்விக்குறியாக்கும்.

Agronomy அதிகம் ஆய்வுகள் செய்யவேண்டும். மிகக் குறைந்த தண்ணீர்ப் பயன்பாட்டில் என்னென்ன விவசாயங்கள் செய்யமுடியும் எப்படி என்று ஆய்வுகளை வேகப்படுத்தி ஒரு கட்டுப்பாட்டை விதிக்க வேண்டும். எல்லாப் பக்கமும் அரிசி, கோதுமை விவசாயம் செய்ய முடியாது. குறைந்தபட்ச நீர் ஆதாரம் உள்ள பகுதிகளில் தடைகூடச் செய்யலாம்; தவறே அல்ல. அதற்குப் பதிலாக மாற்று விவசாயத்தைச் சிந்திக்க வேண்டும். இதுதான் இந்த அடுத்த 15 வருடத்தில் நாம் செய்ய வேண்டியது. நாம் என்றால் தமிழகம், கர்நாடகம் மட்டும் அல்ல; அனைத்து இந்திய மாநிலங்களிலும் விவசாயம் முறைப்படுத்தப்பட வேண்டும். தீவிரமாக நீர் ஆதாரங்களைக் கண்காணிக்கவேண்டும்.

இந்த விஷயம்தான் மொழிப் பிரிவினைவாதிகளுக்கு நல்ல வாய்ப்பாக அமைந்துவிடுகிறது. ஏன் என்றால் இவர்கள் மக்களின் உணர்வைத் தூண்டி ஆதாயம் தேட விரும்புகிறார்கள். ஆக கர்நாடகாகாரன் தமிழனை அடிக்கிறான் - தண்ணீர் தர மாட்டான். இனி இந்தியா எதற்கு? இப்படி எளிமையாக மக்களைத் தூண்டுவர். கர்நாடகாவில் மட்டுமா தமிழ்களை அடித்தார்கள். இங்கேயும்தான் இந்தக் கட்சி முட்டாள்கள் கன்னடர்களை அடித்தார்கள். எனவே, இரண்டு மாநிலத்திலும் இப்படிக் கேடு கெட்ட கூட்டம் உண்டு. அதற்காக கன்னடர் தமிழ் என்று பகைமையை உருவாக்க முயற்சிப்பது மிக அருவருப்பான விஷயம். தமிழ் கன்னடம் என்று மொழி வேற்றுமை பார்க்காமல் பழகும் பல ஆயிரம் குடும்பங்கள் அங்கும் உண்டு இங்கும் உண்டு. எனவே நல்லது எதுவுமே தெரியாதவர்கள் இந்தச் சீமான் போன்ற பிரிவினைவாதி கூட்டம். இவர் இங்கே என்றால் அங்கே வாட்டாள் நாகராஜ் என்றொருவர் இருக்கிறார். இவர்கள் இரண்டு பேரையும் மொழி வெறியைத் தூண்டி உணர்வுகளைத் தூண்டி மாணவர் களைத் தவறாக நடத்தி சமூக அமைதிக்குப் பங்கமானவர்கள் என்று கூறி ஆயுள் முழுவதும் சிறையில் அடைக்கலாம்.

காவிரி இல்லை என்றால் மாநிலமே நாசம் போச்சு என்று இந்த சினிமா இசையமைப்பாளர் ஒருவர் மக்களைத் தூண்டிவிடுகிறார். இதுபோலத் தூண்டிவிடும் செய்திகளை மக்கள் நம்பவேண்டாம். ஏன் என்றால் அவர்கள் கூறுவதில் உண்மை கிடையாது. பொறுமையாக முழுவதும் படிக்கவும்.

விவசாயம் சார்ந்து பொதுவாக நம் தமிழகம்பற்றிப் புரிந்துகொள்ள வேண்டும் அனைவரும். சில விவரங்கள் இங்கே.

தமிழகத்தின் மொத்த விவசாய நிலபரப்பு 63 லட்சம் ஹெக்டேர் (Net irrigation 27.09 லட்சம் ஹெக்டேர்). இதில் 55.7% நிலபரப்பு முழுக்க முழுக்க நிலத்தடி நீர் சார்ந்த விவசாயம். அதாவது Tube wells விவசாய

பம்புசெட்போன்றவை, கிணறுகள்போன்றவை இவற்றின் மூலம் கிடைக்கும் நீர் ஆதாரம் கொண்டு தமிழக விவசாயிகள் செய்யும் விவசாய அளவு 55.7% ஆகும். இது தவிர 17.6% விவசாயம் குளங்கள் மூலம். அப்படியாக சுமார் 73% விவசாய நிலங்கள் முழுக்க முழுக்க மழையை நம்பிய விவசாயம் (நிலத்தடி நீர் + நேரடி மழை). இதை முதலில் அனைவரும் புரிந்துகொள்ளவேண்டும். ஏறக்குறைய இந்தியா முழுவதும் 4-ல் மூன்று பங்கு விவசாயம் என்பது மழையை எதிர்பார்த்து நடக்கும் விவசாயம்தான்.

தமிழகத்தில் ஓடும் பெரும் ஆறுகள் மூலம் செய்யப்படும் விவசாயம் என்பது சுமார் 26.4% ஆகும். தமிழகத்தின் நிலத்தடி நீர் ஆதாரம் என்றால் சுமார் 811 TMC, மீதம் இருப்பவை 853 TMC.

-இதில் காவிரி டெல்டா பகுதியில் 14.47 லட்சம் ஹெக்டேர் நிலபரப்பு விவசாயத்துக்கு ஏற்றது. அதாவது 11.13% (Net irrigation 26% ஆகும்) தமிழக விவசாயம் இந்த காவிரி மாவட்டங்களான தஞ்சாவூர், திருவாரூர், நாகபட்டினம், திருச்சி, அரியலூர், கூடலூர், புதுக்கோட்டை என்ற மாவட்டங்கள் சார்ந்து நடைபெறுகிறது. இந்தப் பகுதியில் இருக்கும் 60% work force இந்த விவசாயம் சார்ந்து இருக்கிறது என்பது கவனிக்க வேண்டிய விஷயம். மிக எளிமையாகக் கூறினால் தமிழகத்தின் 26% உணவு உற்பத்தி இந்த மாவட்டங்கள் சார்ந்து இருக்கிறது.

இந்த 11.13% விவசாயப் பரப்பும் முழுவதும் காவிரி ஆற்றின் நீர் ஆதாரத்தை நம்பியவை அல்ல. இந்தப் பகுதியின் மழை நீர் சார்ந்த விவசாயமே அதிகம் - அதன் அளவு வடகிழக்குப் பருவமழை மற்றும் தென்மேற்குப் பருவமழை மூலம் கிடைக்கும் சராசரி அளவு 956 mm-1350 mm மழைநீர்.

இங்கே நாம் தெளிவாகப் புரிந்துகொள்ளவேண்டியது மொத்த காவிரி தண்ணீரில் 404.25 TMC, கர்நாடகத்துக்கு 284.75 TMC, கேரளா 30 TMC, புதுச்சேரி 7 TMC. அதில் நம் மாநிலத்தில் உற்பத்தியாகும் கிளை நதிகள் தவிர்த்து விட்டுப் பார்த்தால் நமக்கு கர்நாடகம் கொடுக்கவேண்டிய தண்ணீர் அளவு - 177.25 TMC. இதுவும் மழை அளவு குறையும்போது பகிர்மானம் அதன் விகிதாசார அடிப்படையில் பகிர்ந்துகொள்ளத்தான் நமக்கு இப்போது காவிரி மேலாண்மை வாரியம் தேவையாகிறது.

கூடுதலாக நமக்குக் கிடைக்கும் இந்த 177.25 TMC தண்ணீர் அளவை முறையாக வழங்காததுதான் இப்போது பிரச்னை. ஒவ்வொரு ஆண்டும் ஏதோ ஒரு வகையில் பருவ மழை குறையும்போது இரண்டு மாநிலங்களிலும் பிரச்னை எழுகிறது. பருவமழை குறையும்போது அதற்கு ஏற்ப கொடுக்க வேண்டிய தண்ணீர் அளவும் குறைவாக இருக்கவேண்டும். அதாவது 177 டி.எம்.சி. ஒவ்வொரு ஆண்டும்

கட்டாயம் தரவேண்டும் என்பது கிடையாது என்ற கர்நாடக வாதம் தீர்ப்பின்படி சரி என்றாலும் - அந்த தண்ணீர் பற்றாக்குறை காலங்களில் கொடுக்கப்பட்டுள்ள விகிதாசாரத்தின் படியாவது தண்ணீர் கிடைக்கிறதா என்றால் அதிலும் ஏமாற்றமே. அதன் மூலம் சுமார் 2 முதல் 3% அளவுக்கு விவசாய நிலம் பாதிக்கப்படுகிறது என்பது உண்மை. இப்படி இருக்க தமிழ்நாடே நாசம் என்று கூச்சல் போடுவது உணர்வைத் தூண்டிவிடும் வேலைதான் ஒழிய வேறு இல்லை. பாதிப்பு என்பது உண்மை. நீதிமன்றத் தீர்ப்பை மதிக்காத கர்நாடக அரசின் செயல் மோசமானது. ஆனால் இதனைக் கொண்டு தீவிரமாக வெறுப்பு அரசியல் செய்யத் துடிக்கும் இரண்டு மாநிலக் கட்சி தலைவர்களுமே இதை மேலும் தீ மூட்டுகிறார்கள். மொழி வெறி என்ற போதையில் இரண்டு பக்கமும் பிரிவினை வெறுப்பும் வளர்கிறது.

இந்த சினிமா இசையமைப்பாளர், சில பிரிவினைவாதிகள் ஆகியோர் கூறுவதுபோலத் தமிழகமே நாசம் என்ற கூப்பாடு உண்மை கிடையாது. குறிப்பிட்ட அளவு விவசாயம் பாதிக்கும் என்பது உண்மை. அதைக் கேட்கும் முழு உரிமை மாநில மக்களுக்கு உண்டு. அதற்காக இதுதான் சந்தர்ப்பம் என்று உண்மையைத் திரித்துப் பெரிதாக்கி இந்திய தேசியக் கோடியை எரித்துத் தேசப்பிரிவினைக்கு விதை போடும் கூட்டத்தின் நோக்கம் காவிரி தண்ணீர் அல்ல; மாறாக இதுதான் சந்தர்ப்பம் மக்களை நாட்டுக்கு எதிராகத் தூண்ட வேண்டும் என்ற எண்ணம்தான் ஒழிய வேறு இல்லை.

இறுதியாக :

ஒன்றை நன்கு புரிந்துகொள்ளுங்கள் தென் இந்தியாவின் முக்கியமாகத் தமிழகத்தின் நீர்த் தேவையை மொத்தமாகப் பூர்த்தி செய்ய மிகச் சிறந்த வழி ஒன்று உண்டு. அது நதி நீர் இணைப்பு.

இதற்கு உண்மையில் தமிழகம், ஆந்திரா, கர்நாடகா ஆர்வம் காட்ட - கேரளா மட்டும் மறுக்கிறது. அது கம்யூனிஸ்ட் என்றாலும் சரி, நமது திமுக கூட்டணியில் இருக்கும் காங்கிரஸ் என்றாலும் சரி நதி நீர் இணைப்புக்குச் சம்மதம் தெரிவிக்க முடியாது என்கிறார்கள். இந்தியாவில் ஆண்டுக்கு சுமார் 69,000 TMC தண்ணீர் உற்பத்தியாகிறது. இதில் 13%தான் பயன்படுத்தப்படுகிறது. எஞ்சிய தண்ணீர்க் கடலில் கலக்கிறது. ஆம் வீணாகிறது.

கொடுமை என்னவென்றால் தென் இந்தியாவில் இவ்வளவு பிரச்னைகள் இருக்கின்றன. ஆண்டுக்கு கேரளாவில் கிடைக்கும் தண்ணீர் அளவு 44 ஆறுகளில் மூலம் ஏறக்குறைய 2,500 TMC. கடலில் சென்று கலப்பது மட்டும் 2000 TMC. ஐந்தில் நான்கு பங்கு தண்ணீர்க் கடலில் கலந்தாலும் கலக்குமே தவிர நதிகளை இணைக்க மாட்டேன் என்று கூறுவதில்

என்ன நியாயம் இருக்கிறது? (கட்டாயம் கடலில் ஆறுகள் சென்று சேரவேண்டும் என்று குழப்பவேண்டாம். கொஞ்சம் oceanology எடுத்துப் படித்து ஒவ்வொரு கடலின் குணத்தையும் புரிந்து கொண்டு யோசிக்கவும். எனவே பொத்தாம்பொதுவாக ஆறுகள் இணைப்புக்கு எதிர்ப்பு தெரிவிக்க வேண்டாம்.)

எங்கே இந்த கம்யூனிஸ்ட் நக்சல் ஆதரவாளர்கள் வாயைத் திறக்கக் கூறுங்கள். நதிகள் இணைப்பு போல் இந்திய தேசத்தை மேலும் வலுவாக உருவெடுக்க வழிவகை செய்யும் எந்தத் திட்டத்தையும் கம்யூனிஸ்ட் தலைவர்கள் ஆதரிக்க மாட்டார்கள். அது ஏன் என்றால் என்றாவது இந்தியா சிதற வேண்டும் என்று காத்திருப்பவர்கள் எப்படி ஆதரிப்பார்கள்?

நரேந்திர மோதியின் அரசு நதிகளை இணைக்க மிகுந்த அதிகம் ஆர்வம் காட்டுகிறது. அதிக நீர் ஆதாரம் உள்ள மாநிலங்கள் தங்கள் சுய அரசியலுக்கு இதில் மோதி எதிர்ப்பு அரசியல் செய்தால் எப்படி நாடு முன்னேறும்? நாளைய பாரதம் இந்த மாணவர்கள் தான். மாணவர்கள் மொழி கொண்டு பிரிவினை செய்யும் கூட்டங்களைத் தவிருங்கள் - ஆதாயம் தேடி உங்கள் உணர்வுகளைத் தூண்டும் அரசியல்வாதிகளை விட்டு விலகுங்கள். பிரச்னைக்குத் தீர்வை அறிவியல் ஆய்வுகள் மூலம் தேடுங்கள். இன்றைய நிலையில் காவிரி தீர்ப்பை ஏற்றுத் திறமையாக தண்ணீர் வீணாகாமல் சரியான விதத்தில் விவசாயப் பயன்பாட்டுக்கு வழிவகை செய்வோம்.அறிவியல் ரீதியாக ஆய்வுகள் செய்து இருக்கும் தண்ணீரைச் சரியாகப் பயன்படுத்தத் தேவையான தீர்வுகளை நோக்கி நகர்வதுதான் இரண்டு மாநிலங்களுக்கும் நல்லது.

•

ஐ.பி.எல். தேவையா விவசாயம் தேவையா?

செய்தி: 'ஐ.பி.எல் போட்டி நடத்தாதே; காவிரிக்காக ஒருமித்த குரலில் பொங்கி எழும் தமிழக அரசியல் கட்சிகள்!'

காவிரி மேலாண்மை வாரியம் அமைக்க வலியுறுத்தி, தமிழகம் முழுவதும் பல்வேறு போராட்டங்கள் நடைபெற்று வரும் நேரத்தில் இந்த ஐபிஎல் விளையாட்டு, தமிழ் இளைஞர்களைத் திசை திருப்பும் என்று கூறி, சென்னையில் போட்டிகள் நடத்த எதிர்ப்புத் தெரிவித்து, போராட்டம் நடத்தினர் மக்கள்.

நான் மக்களைக் கேட்கிறேன்: IPL தேவையா... விவசாயம் தேவையா என்று கேட்கிறீர்களே விவசாயம் தேவையா... சினிமா தேவையா என்று ஒரு நடிகனிடம் கேட்டால் சினிமா வேண்டாம் என்பாரா?

விவசாயம் தேவையா... கார் கம்பெனி தேவையா?

விவசாயம் தேவையா... சாஃப்ட்வேர் கம்பெனி தேவையா?

விவசாயம் காவிரி தண்ணீர் வரல ... பிரியாணி கடைக்காரன் பிரியாணி விற்கிறானே என்ன கொடுமை பாருங்கள் என்று பிரியாணி கடைக்காரனைக் கேட்பார்களா?

இப்படி ஒப்பிடுவது உணர்வுபூர்வமாகப் பேச நல்லா இருக்கும். 'சாஃப்ட்வேராடா சோறு போடும்... விவசாயி தாண்டா சோறு போடுவான்' என்று பேசலாம். ஆனால் அப்படி ஒப்பிடக்கூடாது.

ஏன் என்று கொஞ்சம் விளக்குகிறேன்:

நீங்கள் அல்லது உங்கள் குழந்தை நாளை இந்த நாட்டை ஆட்சி செய்யும் என்றால் - மிக முக்கியமான விஷயம் பணப் புழக்கத்தில் கவனம் செலுத்துவது. பணம் வேகமாகவும், அதிகம் மக்களிடம் கைமாற வேண்டும். அப்போதுதான் அதற்கு ஒரு நல்ல மதிப்பு உண்டு.

சமூகத்தில் பொருளாதார மேம்பாடு உருவாகும். வாங்கும் திறனும் அதிகமாகவேண்டும்; உற்பத்தித் திறனும் அதிகம் ஆகவேண்டும்.

அதற்குச் சமூகத்தில் அனைத்துத் துறைகளும் அவசியமானவை. கார், வாகன உற்பத்தி - உணவு உற்பத்தி - ஆடை உற்பத்தி - வீட்டுக்குத் தேவையான மின்சார சாதனங்கள் உற்பத்தி என்று உற்பத்தி நிறுவனங்கள் அதிகம் பெருக வேண்டும். ஒரு பக்கம் உற்பத்தி அதிகம் ஆக ஆக சர்வீஸ் செக்டார் என்று அழைக்கப்படும் அனைத்து உற்பத்தி பொருட்களையும் விற்கும் இடங்கள், பழுது பார்க்கும் இடங்கள் என்று ஆரம்பித்து விமானம் முதல் பேருந்துகள் இயக்குவது, அனைத்து வகையான ஹோட்டல்கள் எனப் பெருகவேண்டும்.

இது ஆக முக்கியமான விஷயம்.. இதில் பொழுதுபோக்குகள் என்பது நமக்குப் பொழுதுபோக்கு ஆனால் அது இன்னொருவருக்கு வியாபாரம். திரைப்படம், விளையாட்டுபோன்றவை அந்த வகையே. அவையும் இந்த மொத்த சமூகத்தில் ஆக முக்கியமான துறைகள் தான்.

IPL மூலம் ஆண்டுக்கு சுமார் வரிவருமானம் மட்டும் அரசுக்கு 500 கோடிக்கு மேல், அத்துடன் அதை ஒளிபரப்பும் டிவிகள் சுமார் 1,200 கோடி வருமானம் பெறுகிறது. சுமார் Rs 30,000 கோடிக்கு மேல் பணப்புழக்கத்தை உருவாக்க வல்லது இந்த IPL. அதில் எவ்வளவு லாபம் என்பதைவிட இதனால் கிடைக்கும் வேலை வாய்ப்பு மிக மிக அதிகம். விளம்பரதாரர்கள் முதல் கேமரா மேன்வரை அனைவரும் ஊழியர்கள் தானே. அடுத்து வீரர்கள், அவர்கள் தங்கும் விடுதிகள் ஆரம்பித்து அதுவும் பெரும் காசு புழக்கம் உருவாக்கும் வேலை. எனவே இது முழுக்க முழுக்க வியாபாரம் ஆகும். பொழுது போக்கு உங்களுக்கு - வியாபாரம் BCCIக்கு. இதை நாம் தவறு என்று கூறவே முடியாது. சுமார் 50,000பேருக்கு மேல் வேலை வாய்ப்பினை தரவல்லது. இதை எதற்கு நிறுத்தவேண்டும்? இதை வெறும் பொழுதுபோக்காகப் பார்க்கக்கூடாது.

ஏன் என்றால் இது அந்தத் துறைக்கே உள்ள குணம். மாருதி இந்த ஆண்டு 25,000 கார்களை விற்றது என்றால் அது அவர்கள் வியாபாரம். கார் விற்கிறானே - காரா சோறு போடும் என்று அவர்களிடம் போய்க் கேட்பது நியாயம் அல்ல. சினிமா தயாரிப்பை எவனாவது நிறுத்துவானா?

உன் பசி தீர்ந்த பிறகும் நீ சாப்பிடும் இட்லி உன்னுடையது இல்லை என்று 20 கோடி சம்பளம் வாங்கிவிட்டு ஒருவர் வசனம் பேசுவதும் - அதுதான் கம்யூனிஸம் என்று 5 கோடி சம்பளம் வாங்கிவிட்டு ஒரு இயக்குநர் வசனம் எழுதுவதும் - 5 ரூபாய்க்கு வைத்தியம் பாருங்கள் என்று வசனம் பேசிவிட்டுப் பல கோடி சம்பாதிப்பதும் - கார்ப்பரேட் எதிர்ப்பு என்று 100 கோடி முதலீட்டில் 200 கோடி லாபம் ஈட்டும் ஒரு

சினிமா தயாரிக்கும் கார்ப்பரேட் நிறுவனம் படம் எடுப்பதும் எல்லாமே நாடகம். அது அவர்கள் தவறே அல்ல. அது அவர்கள் வியாபாரம். நம் உணர்வை வியாபாரம் ஆக்குவது சரி அல்ல என்றாலும் அது சினிமா என்பதால் அது அவர்கள் தவறு அல்ல. வேண்டுமானால் உங்கள் தவறு என்பேன்.

உங்கள் உணர்வைத் தூண்டி வியாபாரம் பார்க்கும் அந்த கேடுகெட்ட தனத்தினைவிட IPL யாரை ஏமாற்றினார்கள்? இது விளையாட்டு சார். பிடிச்சா பார்; இல்லைனா விலகி நில். இதைப் பொருளாதார நிபுணர்கள் எவரும் எதிர்க்க மாட்டார்கள்.

இதுபோல அனைத்து விளையாட்டுகளும் - ஒவ்வொரு மாவட்டம் தோறும் பிரபலம் அடைய வேண்டும். அதற்கு அனைத்து விளையாட்டு களையும் முறையாக வழிமுறைகள் செய்து தனியாரிடம் இந்த கிரிக்கெட்போல விட்டுவிட வேண்டும் (BCCI ஒரு தனியார் நிறுவனம்). அப்போதுதான் ஒலிம்பிக் போட்டிக்குத் தேவையான வீரர்கள் கிடைப்பார்கள். அரசு அதிகாரிகள் கையில் இருக்கும்வரை நல்ல வீரர்கள் உருவாவது கடினம்.தனியாரிடம் இருந்தால் விளையாட்டு வீரர்கள் பலர் உருவாவார்கள், அவர்களுக்கு நல்ல ஸ்பான்சர் கிடைக்கும், விளையாடு பொருட்கள் சார்ந்த உற்பத்தி உயரும். இது ஒரு மிக முக்கியமான வளரவேண்டிய துறை.

சம்பளம் வாங்கும் அனைவரும் யோசிக்கவும். நீங்கள் ஒரு லட்சம் வாங்கினாலும் அதை உங்கள் கையில் முடங்காத வண்ணம் உங்களைச் சுற்றி அது இது என்று ஒரு வலையை உருவாக்கி மீண்டும் அந்தப் பணத்தை வங்கிக்கு வர வைப்பார் பொருளாதார நிபுணர்கள். அதுதான் மிக முக்கியம் இங்கே. பணம் ஒரு இடத்தில் தேங்கக்கூடாது. அதற்கு இப்படிப் பல நூறு வகையில் துறைகள் உருவாகவேண்டும்.

அப்போது ஒப்பிடுவது தவறா? ஒப்பிடாமல் எப்படித் துறை வளர்ச்சி விவரம் பேச முடியும்?

நான் இன்னொரு துறையோடு ஒப்பிடுவதுதான் தவறு என்றேன். நீங்கள் ஒப்பிட வேண்டும் என்றால் ஜெர்மனி, அமெரிக்க, ரஷ்யா, சீனா என்று வெற்றிகரமாக விவசாயிகள் நல்ல வருமானம் கிடைக்கக்கூடிய ஆரோக்கியமான பொருளாதாரம் உள்ள வளர்ந்த நாடுகளுடன் ஒப்பிட்டு இந்தியாவிலும் எப்படி அப்படி விவசாயிகள் வருமானத்தைக் கூட்டுவது என்று சிந்திக்க வேண்டும். அதுதான் நல்லது.

அதாவது, அதே துறையில் வெற்றி அடைந்தவருடன்தான் ஒப்பிட வேண்டுமே ஒழிய விவசாயத்தை - இஸ்ரோ ராக்கெட் செலுத்துவதுடன் ஒப்பிடுவது சுத்த முட்டாள்தனம். இந்தச் சினிமா நடிகர் சிவகுமார்

இப்படிப் பேசுவதைக் கண்டு வெறுப்பு கொண்டேன். இவையெல்லாம் என்னவிதமான ஒப்பீடு?

நீங்கள் வீட்டில் கோழிக்கறி எடுத்துச் சமைத்துச் சாப்பிடும்போது நான் ஒரு புகைப்படத்தை எடுத்து - பாருங்கள் விவசாயி சாகுறான் ; இங்கே இவன் கோழிக்கறி சாப்புடுறான்... என்றோ நீங்கள் புதிய ஆடை வாங்கச் செல்லும்போது - இங்கே பாருங்க விவசாயி கோமணம் இல்லாமல் திரியுறான் - இவனுக்குப் புதுசா ஜீன்ஸ் வாங்குறான் என்ன கொடுமை பாருங்கள் என்று உங்களைப் புகைப்படம் எடுத்து நானும் மீம்ஸ் போட முடியும். அதுவும் சரிதானே. என்னதான் உங்கள் பிரச்னை... விவசாயம், விவசாயம், விவசாயம்... அப்படியானால் அந்தப் பிரச்னையை எப்படித் தீர்க்கலாம் என்று யோசியுங்கள்.

இதில் முக்கியமான ஒரு விஷயமும் கூறவேண்டும் -

நடிகர் சூர்யாவின் அப்பா நடிகர் சிவகுமார் 'எதுக்கு ராக்கெட்; தண்ணீ தரச் சொல்லுங்க' என்கிறார். இப்படிப் பேசுவது பெரிய புத்திசாலித் தனமான செயல்போல் ஆகிவிட்டது நாட்டில்.

இப்படி ஒரு துறையை இன்னொன்றுடன் இணைத்துக் குழப்பிக் குறை சொல்வது பொதுவா கம்யூனிஸ்ட் செய்றவேலை. இப்போ சினிமாக்காரர்கள் எல்லாம் இதேபோல் கிளம்பிட்டாங்க.

இப்படி வசனமெல்லாம் பேசினால் நாட்டில் அவர் சமூகப் போராளி, சமூகத்தின் மீது அக்கறை உள்ளவர் என்று ஆகாது.

ஒன்றை நன்கு புரிந்துகொள்ளுங்கள். நாட்டில் உள்ள BHEL, HAL, ECILபோன்ற மத்திய அரசின் பொதுத்துறை நிறுவனங்கள் போன்று இதுவும் ஒரு பிரிவு. சென்ற 5 ஆண்டுகளில் வெளியிட்ட கணக்கின்படி நேரடி லாபம் ஏறக்குறைய 800கோடி. இது நேரடி லாபம் மட்டுமே. மறைமுகமாக?

சமீபத்தில் சென்னையைத் தாக்கிய புயலின் தன்மையை எப்படிக் கணித்தோம் தெரியுமா? அதைச் சரியாகக் கணிக்கவில்லை என்றால் அறிவியல் ஆர்வலர்கள் கருத்துப்படி இன்னொரு சுனாமி அளவைவிட அதிகம் உயிர் இழப்பைச் சந்தித்திருப்போம். அத்துடன் முன்னெச்சரிக்கை நடவடிக்கை காரணமாக உயிர்ச் சேதம் மட்டும் அல்ல; பொருட் சேதமும் பெரிய அளவில் தவிர்க்கப்பட்டது.

ஒரு வேளை புயலை நாம் கணிக்காமல் விட்டிருந்தால் நமக்கு 40000 கோடி மேல் எளிதில் பொருட் சேதம் நடந்திருக்கும்.

இதை யார் கணித்தது... எப்படி இந்தியா கணித்தது?

INSAT 3DR எதற்கு இந்தியா அனுப்பியது என்று தெரியுமா? அல்லது PSLV எப்படி உருவானது, எப்படி ஏவப்படுகிறது, அதில் இருக்கும் அறிவில் விவரம் தெரியுமா?

உலக அளவில் விண்வெளி ஆராய்ச்சியில் இந்தியா 5ஆவது இடத்தில் உள்ளது. ஆனால் அவர்களுக்கு நாம் ஒதுக்கும் நிதியைக் கொஞ்சம் எடுத்துப் பாருங்கள்.. இஸ்ரோவின் பெருமை புரியும்.

நாட்டில் உள்ள கனிம வளங்கள் தொட்டு, காடுகள் பராமரிப்பு, மற்ற நாடுகளின் உளவு வேலை தடுப்பு, இந்திய கடலின் வளம் சார் விவரங்கள், இயற்கை சார் மாற்றங்கள் கணித்து அரசு இயங்கக் காரணம் யார்?

மற்ற எந்த நாட்டை விடவும் நாம் மிகச் சிக்கனமாகச் செயற்கைக் கோள்களைச் செலுத்துவது உலக அளவில் ஆச்சரியமான ஒன்று. இதனால் இந்தியாவை நோக்கி விண்வெளி சார் ஆராய்ச்சி நிறுவனங்கள், முதலீடுகள் வருவது நமது மாணவர்களுக்கு எத்தகைய நல்ல எதிர்காலம் அமைத்துத் தரும் என்பதை அறிவார்ந்த யாரும் எளிதில் உணர்வர்.

நாட்டில் இந்த அறிவியல் மேதைகள் வேணாம் என்று நாட்டை விட்டுத் துரத்திவிடுவோமா?

அவர்கள் அமெரிக்கா, ஐரோப்பிய நாடுகள் சென்று அங்கே அந்த நாட்டுக்கு உதவினால் இங்கே உட்கார்ந்து கொண்டு 'நம்ம இந்தியாவுக்குத் திரும்புங்கள், அடுத்த நாட்டுக்கு உழைப்பது சரியா முறையா' என்று வாய் சவடால் பேசுவது.

இறுதியாக :

நாட்டில் சினிமா எதற்கு? சூர்யா சம்பளத்தில் பாதியை ஒரு கிராமத்துக்குக் கொடுத்தாலே இந்நேரம் 50 கிராமம் முன்னேறி இருக்குமே!

நாட்டில் இருக்கும் இளைஞர்களின் 80% நேரத்தை வீணாக்குவதே திரைப்படக் கலைஞர்கள்தான்.

முதலில் என்ன சாதனை செய்துவிட்டீர் என்று கண்ட கண்ட விருதுகள் விழாக்கள்? அதற்குச் செலவு செய்வதற்குப் பதிலாகப் பிச்சை எடுக்கும் குழந்தைகள் வாழ்க்கையை மேம்படுத்தலாமே!

சரி நல்ல சினிமா எடுத்து சமூகத்துக்கு முன் மாதிரியாகக் கொண்டு செல்லவாவது செய்கிறீர்களா?

சிங்கம் படத்தை நான் பார்த்தது இல்லை; ஆனால் 5 நிமிடம் ஓடும் வீடியோவில் அவர் போடுற சவுண்ட்!

அந்தத் திரையில் தோன்றும் காவல்துறை அதிகாரி துரைசிங்கம் - ஊரில் கல்லூரி மாணவர்களிடையே ஒருவித ஆக்ரோஷமான எண்ணத்தைத் தூண்டிவிடுகிறார்.

'எவனையாவது அடிச்சாதான் நாம ஹீரோன்னு' ஒரு கூட்டம் எப்போதும் அடிதடிக்குத் தயாராகவே கல்லூரிகளில் இருக்கிறது.

இன்னொரு படத்தில் ஹீரோ 'நான் அடிச்சா தாங்க மாட்ட; நாலு மாசம் தூங்க மாட்ட' என்று பாடுகிறார்.

இது நல்லாவா இருக்கு? முதல்ல ஏன் அடிக்கிறீங்க? அதுவே தப்பு. ஏதாவது பிரச்னை என்றால் போலீஸ்கிட்டப் போ.

இதுபோல நாட்டில் முழு நேரம் வன்முறை தூண்டும் உங்கள் சினிமாத் துறையை ஒரு 5 வருஷம் மட்டும் இழுத்து மூடிவிட்டு அப்பறம் தண்ணீர் பிரச்னையைப் பேசுங்க.

'வீட்டில் நீச்சல் குளம்; ஊருக்கு தண்ணீர் உபதேசம்'.

முதலில் உங்களுக்குத் தெரியாத துறையைப்பற்றிப் பேசும் முன்னர் அதன் விவரங்களைக் கேட்டுத் தெரிந்துவிட்டுப் பேசுங்கள்.

நான் இஸ்ரோ சாதனையை ஒரு இந்தியனாக உலகத்தின் எந்த மூலையிலும் சென்று பெருமையாகக் கூறிக்கொள்வேன். ஆனால், உங்கள் சினிமாக் கதா நாயகர்கள், நடிகைகள் வீடியோவைப் போட்டால் நாட்டோட மானம்தான் போகும். காவல்துறை அதிகாரியாக நடிக்கும் போதும் குத்தாட்டம் போடுகிறார்கள் கதாநாயகர்கள். அந்தக் கதாபாத்திரத்துக்கென்று ஒரு கண்ணியம் வேண்டாமா?

சிவகுமார்... space science and research சார்ந்த விவரங்கள் கொஞ்சம் நல்லாவே பாடம் நடத்துவேன். உங்களுக்கு, உங்க குடும்பத்துக்குத் தெரிந்துகொள்ள ஆர்வம் இருந்தால் என் வீட்டுக்கு ஒரு எட்டு வந்து தெரிந்துகொள்ளுங்கள். என்னிடம் சின்ன அளவில் telescope மற்றும் சில அடிப்படை சாதனங்கள் உண்டு.

அல்லது என் மாணவர்கள் சிலரை அனுப்பி வைக்கிறேன், உங்களுக்குப் பாடம் நடத்த. ஆனால் புரிந்துகொள்ள உங்களுக்கு ஆர்வம் வேண்டும்.

இதுபோல் சினிமா நடிகர்கள் உள்ளே வருவதால் பெரும் குழப்பம் ஏற்படுகிறது இங்கே. அவர்கள் பிரபலம் என்பதால் பிரச்னை இன்னும் அதிகம் சிக்கல் ஆகிவிடுகிறது என்பதைத் தெரிவிக்கத்தான் இந்த விஷயத்தைச் சேர்த்துக் கூறுகிறேன்.

•

விவசாயக் கடன் தள்ளுபடி

செய்தி: 'விவசாயக் கடன்களைத் தள்ளுபடி செய்ய வலியுறுத்தி, டெல்லியில் விவசாயிகளின் பிரம்மாண்ட பேரணி'

விவசாயி என்ற போர்வையில் பசுத்தோல் போர்த்திய புலிக் கூட்டம் நடமாடுகிறது, அந்தத் தோற்றத்தைக் கண்டு ஏமாறாதே!

இந்திய விவசாயிகளை நீங்கள் சரியாகப் பிரித்துப் பார்க்கும் பழக்கத்தை உருவாக்கிக்கொள்ளுங்கள். இல்லை என்றால் விவசாயம் சார்ந்து இருப்பவர்கள் அனைவரும் விவசாயி என்று நினைத்துவிடத் தோன்றும்.

1. முதலில் சாதாரண நிலம் இல்லாத கூலி விவசாயி. இவர்கள்தான் 60%மேல் இருக்கும் விவசாயிகள். உண்மையான ஏழை விவசாயிகள் இவர்கள் தான்.

நாத்து நடுதல், களையெடுத்தல், உரம், பூச்சிக்கொல்லி மருந்து தெளித்தல், நீர்ப்பாசனம் செய்தல், அறுவடை என்ற அனைத்து விவசாய வேலைகளையும் காலம் காலமாகச் செய்தவர்கள் இவர்கள். இவர்களிடம் பெரும்பாலும் நிலம் கிடையாது. அடுத்தவரது நிலத்தில் கூலிக்கு வேலை செய்து கொடுப்பவர்கள். தினக் கூலி, மொத்தமாக வாங்கிய கடனுக்குக் கூலி என்று பலர் உண்டு.

இவர்கள் எந்தக் காலத்திலும் விவசாயத்துக்கு என்று வங்கியில் கடன் வாங்கியது கிடையாது. வங்கிகளில் கொடுக்கவும் மாட்டார்கள். வசதி இல்லாதவருக்கு எதை நம்பிக் கடன் கொடுப்பார்கள்? எனவே இந்த விவசாயக் கூலித் தொழிலாளர்கள் கடன் வாங்கினால் வட்டிக்கு விடும் உள்ளூர் நபர்களிடம்தான் வாங்குவார்கள். அதிகபட்சம் தவணையாக 1,000 ரூபாய் 2,000 ரூபாய் வாங்கும் ஏழைகள் இவர்கள்.

2. இரண்டாவது 4,5 ஏக்கர் வைத்துள்ள நடுத்தர விவசாயி.பொதுவாகக் குடும்பமாகத் தங்கள் நிலத்தில் வேலை செய்பவர்கள் . இவர்கள்

அதிகபட்சம் 15,000, 20,000 ரூபாய் கடன் வாங்கும் நடுத்தர விவசாயி. அதுவும் அவசரத் தேவைக்கு மட்டுமே என்பதால் அதிகம் வங்கிகள் பக்கம் போகமாட்டார்கள். தெரிந்தவர்கள், கமிஷன் மண்டிபோன்ற வற்றில் வாங்கிவிட்டுத் திரும்பக் கொடுக்கும் பழக்கம் உடையவர்கள்.

இவர்களில் மிகக் குறைவான வர்க்கத்தினரே வங்கிகளில் கடன் வாங்குவது உண்டு.

3. மூன்றாவதாக வருவது நம் நாட்டாமைகள். 50 ஏக்கர், 200 ஏக்கர் என்று இருக்கும் பெரும் விவசாயிகள். டிராக்டர் வாங்குவது முதல் அனைத்து வகையிலும் வங்கிக் கடனைப் பயன்படுத்தும் கூட்டம் இது. 10 லட்சம் 20 லட்சம் எல்லாம் இவர்கள்தான் வாங்குவது.

ஆக, விவசாயிகள் அனைவருக்கும் கடன் தள்ளுபடி செய்யுங்கள் என்று கூறுவது நியாயமே இல்லாத கோரிக்கை. இது முதலில் புரிகிறதா? சிறு, குறு விவசாயிகளுக்கு வறட்சி, வெள்ளம் இவற்றால் பாதிப்பு ஏற்பட்டிருந்தால் அரசு கடனைத் தள்ளுபடி செய்யச் சொல்வதில் நியாயம் இருக்கிறது. பண்ணையார்கள் வாங்கிய கடன்களை எதற்குத் தள்ளுபடி செய்யவேண்டும்?

பின்னர் ஏன் அனைவருக்கும் தள்ளுபடி கேட்கிறார்கள்?

1950களில் இருந்தே நாட்டில் விவசாயிகளுக்கு நிதி ஒதுக்கப்படுகிறது. அப்போது எல்லாம் 90% மக்களிடம் நிலம் கிடையாது. அப்போ ஒதுக்கிய நிதி எல்லாமே விவசாயிகள் என்ற போர்வையில் இருந்த உள்ளூர் நாட்டாமைகள்தான் நம்ம கூட்டுறவு வங்கியில் உட்கார்ந்து பிரித்துக்கொண்டனர். எந்த ஏழைக்கும் அந்தப் பணம் சென்றது இல்லை. கிராமக் கூட்டுறவு வங்கியை ஒரு நாளும் ரிசர்வ் வங்கி நம்பியதே இல்லை. அது ஒரு கொள்ளை அடிக்கும் கூடாரம்.

எனவே நாடு விடுதலை ஆன நாள் முதல் விவசாயி என்ற போர்வையில் வாங்கித் தின்று ஏப்பம் விட்டது பெரும்பாலும் அந்த அந்த ஊர், ஊராட்சி, ஒன்றிய தலைவர்கள் அவர்கள் சொந்தங்கள் அந்த ஊர் நிலக்கிழார்கள் தான்.நேற்று இன்று அல்ல திமுகக்காரன் வந்தாலும் சரி, காங்கிரஸ் வந்தாலும் சரி கடன் வாங்கித் தின்றது முழுவதும் இந்த நாட்டாமை சமூகமே. உழைப்பதும் கிடையாது, நாட்டின் நிதியையும் விவசாயி என்ற பெயரில் கொள்ளை அடித்த கூட்டம் இது. எதுவும் இல்லாதவனுக்கா வங்கிகள் கடன் கொடுத்தார்கள்? எனவே மொத்தமாக வங்கிக் கடன் தள்ளுபடி என்பது இவர்களுக்கு விடுதலை ஆன காலத்தில் இருந்தே கிடைத்த ஒரு சலுகை. இதைத் திடீரென்று நிறுத்துவதால் ‘அய்யோ வாங்கின கடனைக் கட்டச் சொல்கிறார்களே ’என்று ஒரு மனகஷ்டம். எனவே ஏழை விவசாயி படத்தைப் போட்டு -

கடன் வாங்கிய நடுத்தர விவசாயிகள் சிலரின் மரணத்தைப் பெரிதாக்கி நாட்டாமைகள் தப்பிக்க நடத்தும் கூத்தாகத்தான் இதைப் பார்க்க வேண்டும்.

சரி, 2008-09 ஆண்டில் மொத்தம் 60,000 கோடியை மத்திய அரசு தள்ளுபடி செய்தது. எப்படி மீண்டும் வெறும் 8 வருடத்தில் இவ்வளவு பெரிய கடன் உருவாகிவிட்டது? இந்த 10 வருடத்தில் எல்லாப் பக்கமுமா வறுமை? எல்லாப் பக்கமுமா வறட்சி? எங்கேயும் விவசாயமே செய்ய வில்லையா?

அப்படி என்றால் நம்ம கொஞ்சம் புள்ளி விவரம் பார்க்க வேண்டும்:

Ministry of Agriculture & Farmers Welfare

Department of Agriculture, Cooperation & Farmers Welfare

Directorate of Economics and Statistics

இவர்கள் கொடுக்கும் தகவல்படி 2010 முதல் 2016வரை எப்படியான நிலையில் விவசாயிகள் இருக்கிறார்கள் தெரியுமா...

2010-11 ஆண்டு புள்ளிவிவரப்படி:

அரிசி 96.0 Million Tonnes

கோதுமை 86.9 Million Tonnes

பருத்தி 330.0 Million Tonnes

மற்ற தானியங்கள் 43.4 Million Tonne

மொத்த தானியங்கள் உற்பத்தி என்றால் 226.3 Million Tonnes

பால் உற்பத்தி : 116.4 Million Tonnes

முட்டை : 60267 Million Nos.

மீன் : 7998 Tonnes

2015-16 ஆண்டு புள்ளிவிவரப்படி:

அரிசி 104.8 Million Tonnes

கோதுமை 88.9 Million Tonnes

பருத்தி 354.8 Million Tonnes

மற்ற தானியங்கள் 41.8 Million Tonne

மொத்த தானியங்கள் உற்பத்தி என்றால் 235.5 Million Tonnes

பால் உற்பத்தி : 137.7Million Tonnes

முட்டை : 74752 Million Nos.

மீன் : 9574 Tonnes

பெரிய வளர்ச்சி இல்லை. விவசாயம் 5%க்கும் கீழ்தான் இருக்கிறது (4.1%வளர்ச்சி). ஆனால் பெரிய வீழ்ச்சி நிச்சயம் கிடையாது. விவசாய வேலை ஆட்கள் குறைவு, வேலை ஆட்கள் பணி கூலி அதிகம்போன்ற காரணங்களாலும் விவசாயம் பின்னடைவைச் சந்தித்திருக்கிறது.

விவசாயம் செய்பவர்களில் ஒருசாரார் தற்கொலை செய்யும் நிலையில் இருக்க இன்னொரு பக்கம் நல்ல விவசாயம் நடக்கிறது. ஆக அனைவருக்கும் விவசாயக் கடன் தள்ளுபடி என்பது முட்டாள்தனமான பேச்சு.

ஆக நமக்குப் புரிவது என்ன?

அதுவும் இல்லாத ஏழை கூலி விவசாயி கடன் வாங்கவில்லை...

வாங்கிய பெரும் விவசாயிகளுக்கு நிச்சயம் கடன் தள்ளுபடி கூடாது.

நடுத்தர விவசாயிகள் யார் யார் நஷ்டப்படுகிறார்களோ, அதாவது யார் உண்மையாக நஷ்டப்படுகிறார்களோ அவர்களைக் கண்டறிந்து உதவ வேண்டும்.

நஷ்டப்படும் விவசாயிகளை எப்படி காப்பாற்றுவது?

முதலில் ஏன் விவசாயிகள் நஷ்டம் அடைகிறார்கள் என்று விவசாயத்தைப் பாதிக்கும் காரணிகளை நாம் புரிந்துகொண்டு அதைத் தடுக்க முயற்சி செய்யவேண்டும். அதைத் தாண்டிப் பாதிக்கப்பட்டால் அவர்களுக்கு நிவாரணம் கிடைக்க வழி செய்யவேண்டும்.

இந்த விவகாரத்தைப் பார்க்கும் முன் ஒரு முக்கியமான விஷயம்:

இந்தியாவைப் பொறுத்தவரை 'ஓகோ ஆகா' என்று விவசாயம் எந்த பிரச்னையும் இல்லாமல் செய்த நாடு கிடையாது. பிரிட்டிஷ் காலத்தில் இருந்தேகூட வறட்சி வந்து வந்து போகும் நாடு. இந்த சீமான் என்ற செபாஸ்டின், இன்னும் சில திடீர் சமூக போராளிகள் சொல்வது அல்ல இந்தியா. இந்தியாவில் உணவு பஞ்சம் எல்லாம் 18 ஆம் நூற்றாண்டுகளில் அதிகம் காணப்பட்டது.

பிரிட்டிஷ் காலத்தில்,

1837-38 ஆக்ராவில் உணவு பஞ்சம் *8* லட்சம் மக்கள் இறந்தனர்.

1873-74 பிகாரில் பஞ்சம்

1865-67 ஒரிஸா, பிகார் என்று பல இடங்களில் உணவு பஞ்சம் - சுமார் *9.5* லட்சம் மக்கள் இறந்தனர்.

1899-1900 மத்திய இந்தியாவில் உருவான பஞ்சம். சுமார் *10* லட்சம் மக்கள் இறந்தனர்.

1876-78 தற்போதைய தமிழ் நாடு முதல் மும்பைவரை உருவான பஞ்சம் சுமார் *55* லட்சம் மக்களைக் காவு வாங்கியது.

இவையெல்லாம் சின்ன எடுத்துக்காட்டு. என்னவோ இந்தியா உருவாகி, பின்னர் வந்த ஆட்சியாளர்களால்தான் நாடே நாசம் ஆனதுபோலப் பேசித் திரிவது எல்லாம் சும்மா உணர்வைத் தூண்டும் வேலை. ஆக விடுதலை கிடைத்த பின் மெள்ள உணவு உற்பத்தி நல்ல முன்னேற்றம் கண்டது. அதன் தொடர்ச்சியாகக் கொடுக்கப்பட்ட கடன்களின் லட்சணம்தான் மேலே இருக்கிறது. இந்தியாவில் ஒருபக்கம் விவசாயிகள் பஞ்சம் என்றால் மறுபக்கம் விவசாயத்தைக் காப்பாற்றி இயற்கை வளத்தைக் கொடுத்துவந்துள்ளது.

இப்படிச் சூழலில் எப்படியான திட்டம் வேண்டும்?

பூச்சி, நோய்த்தாக்குதலால், தண்ணீரில் மூழ்கி என்று பல காரணங்களால் விவசாயிகள் நஷ்டம் அடைகிறார்கள். அவை அனைத்தையும் தீர்க்கும் ஒரு தீர்வாகத்தான் Pradhan Mantri Fasal Bima Yojana திட்டம் நரேந்திர மோதி அறிவிக்கிறார்.

தயவு கூர்ந்து நன்கு புரிந்துகொள்ளுங்கள் அரசு அறிவிக்கும் நல்ல திட்டங்களை மக்கள் புரிந்து ஆதரவு அளிக்க வேண்டும். அதில் முக்கியமானது காப்பீடு (insurance policy) திட்டங்கள். அனைவரும் ஒரு சிறு அளவு காப்பீட்டுத் தொகை செலுத்துவதன் மூலம் பெரும் பாதுகாப்பினைப் பெற முடியும்.

புயல் மழையால் பயிர்கள் நாசம் ஆகும். அது இயற்கை, அதற்கு எந்தக் காலத்திலும் அரசு கஜானாவையே எதிர்பார்ப்பது நிச்சயம் நல்ல விஷயம் அல்ல. பயிர்க் காப்பீடு செய்திருப்பார்களேயானால் எதற்கு அரசிடம் கையேந்த வேண்டும்? அரசுக்கு வருமானம் என்பது வெறும் 1% மக்கள் கட்டும் வரிப்பணம் மட்டுமே. அதைக் கொண்டு அவர்களால் ஓர் அளவுக்கு மட்டுமே நிலைமையைச் சமாளிக்க முடியும்.

சின்ன எடுத்துக்காட்டுதான்:

1000 பேர் பைக் வாங்குவீர் என்றால் - அதில் 9 பேருக்கு ஏதோ விதத்தில் விபத்து என்றால் - அந்த 9 பேருக்கு 1000 பேர் தரும் காப்பீடு தொகையில் இருந்து உதவிட முடியும். இவ்வளவுதான் காப்பீட்டு திட்டத்தின் பயன். வேறு நல்ல வழி கிடையாது அரசு நிர்வாகிகளுக்கு.

எனவே, பயிர்க் காப்பீடும் அவ்வாறே விவசாயிகளுக்கு. மீண்டும் நன்கு புரிந்துகொள்ளுங்கள் பாதிக்கப்பட்டவர்களுக்கு மட்டும்தான் காப்பீடு கொடுக்க முடியும். இதை ஏன் கூறுகிறேன் என்றால் நம்ம விவசாயிகளை ஒருசாரார் காப்பீடு என்றாலே ஏதோ முதலீடுபோல் குறிப்பிட்ட காலத்தில் திரும்பக் கிடைக்கும் என்று ஏவிவிடுகிறார்கள். அதைவிடக் கொடுமை 120 கோடி வசூல் செய்தால் 110கோடிதான்

காப்பீடு தொகை கொடுக்கப்பட்டுள்ளது என்று ஒரு அறிவாளி கிளப்பி விடுகிறான்.

விவசாயக் காப்பீட்டுத் திட்டம் இந்தியாவில் பெரிய அளவில் வெற்றி பெறாமல் போவதால்தான் விவசாயிகள் பிரச்னை நீள்கிறது.

சரி கடன் தொல்லையினால் தானே விவசாயிகள் தற்கொலை நடக்கிறது?

உங்கள் அனைவருக்கும் தெரியும் கல்விக் கடன் மத்திய அரசு கொடுத்தவிதம் - இப்போ எத்தனை மாணவர்களை மிரட்டிக் கேட்டது அரசு? அங்கொன்றும் இங்கொன்றும் நிகழ்வு இருக்கலாம். ஆனால் பொதுவாக மிரட்டி வாங்குவது கிடையாது. ஆனால் உடனே தள்ளுபடி செய்யுங்க; இல்லை என்றால் எங்களைக் கடன் தொல்லையில் கொன்றுவிடுவர் வங்கிகள் என்று கூச்சல் போடுவதில் உண்மையே இல்லை.

உணவு இல்லாமல் சாகும் நிலையில் இந்தியா யாரையும் விட்டுவிட வில்லை. அப்படிக் கூறுவது வடிகட்டின பொய். எலிக்கறி சாப்பிட்டுப் போராட்டம் நடத்துவது அரசை அவமானம் செய்யத்தானே ஒழிய அது துளியும் அர்த்தம் இல்லாதது.

தொடர்ந்து விவசாயிகள் விவசாயத்தைக் கைவிடுவதை பிஜேபி ஆபத்தாக எடுத்துக்கொள்ளவில்லையா? இதை எப்படி தடுப்பது?

உலக வங்கியின் தகவல்படி:

ஆஸ்திரியா : 1983ல் 9.92% மக்கள் விவசாயம் சார்ந்து இருந்தனர் - இப்போ 4.53% மட்டுமே.

பிரேசில் : 1981ல் 29.25% மக்கள் விவசாயம் சார்ந்து இருந்தனர் - இப்போ 10.29% மட்டுமே.

கனடா : 1963ல் 8.2% மக்கள் விவசாயம் சார்ந்து இருந்தனர் - இப்போ 1.64% மட்டுமே.

பிரான்ஸ் : 1969ல் 14.28% மக்கள் விவசாயம் சார்ந்து இருந்தனர் - இப்போ 2.9% மட்டுமே.

அமெரிக்கா : 1960ல் 9% மக்கள் விவசாயம் சார்ந்து இருந்தனர் - இப்போ 1.61% மட்டுமே.

ஆசியாவில் :

பிலிப்பைன்ஸ் : 1971ல் 50.39% மக்கள் விவசாயம் சார்ந்து இருந்தனர் - இப்போ 29.15% மட்டுமே.

சீனா : 1978ல் 70.53% மக்கள் விவசாயம் சார்ந்து இருந்தனர் - இப்போ 28.3% மட்டுமே.

தாய்லாந்து : 1971ல் 76.72% மக்கள் விவசாயம் சார்ந்து இருந்தனர் - இப்போ 32.28% மட்டுமே.

ஆக உலகம் முழுவதும் விவசாயம் சார்ந்து இருப்பவர்கள் குறைவது புரிகிறதா? அதனால் ஒன்றும் தவறே இல்லை. ஆனால் உணவு உற்பத்தி என்று பார்த்தால் எல்லா நாடுகளுமே வளர்ச்சியில்தான் உள்ளன.

நன்கு புரிந்துகொள்ளுங்கள் :

1950களில் வெறும் 50 million tonnes உணவு உற்பத்தி மட்டுமே செய்த நாம் - இன்று 264 million tonnes உணவு உற்பத்தி செய்கிறோம். அதேபோல் தான் சீனாவும் 1950களில் வெறும் 110 million tonnes உணவு உற்பத்தி என்றால் இன்று அது 500 million tonnes மேல் சென்றுவிட்டது.

எப்படி விவசாயிகளின் எண்ணிக்கை குறைகிறது. ஆனால், உணவு உற்பத்தி மட்டும் கூடுகிறது? கொஞ்சம் சிந்தியுங்கள்.

Sowing *(விதைப்பதற்கு)*, transplanting *(நாத்து நடவு)*, weeding *(களையெடுத்தல்)*, fertilizer application *(உரம், பூச்சிக்கொல்லி மருந்து தெளிப்பு)*, irrigation *(தண்ணீர்ப் பாசனம் செய்வது)*, harvesting *(அறுவடை)* என்று அனைத்து கூலி வேலைகளுக்கும் இயந்திரங்கள் வந்துவிட கூலி ஆட்களாகக் கஷ்டப்பட்ட சமூகம் படித்து வேறு வேலைகளுக்குச் செல்வதுதான் நல்லது. அதனால்தான் அதிகம் விவசாயம் சார்ந்து இருப்பவர்கள் எண்ணிக்கை குறைகிறது. அதில் தவறே கிடையாது.

சீனாவும் இந்தியாவும் 1960 களில் 84% விவசாயிகள் கொண்ட நாடாகவே இருந்தன. ஆனால் இன்று சீனா 28.3% குறைத்துவிட - இந்தியாவில் இன்றும் 47% மக்கள் விவசாயம் சார்ந்துதான் வாழ்கிறார்கள். இப்படி இருப்பதுதான் கவலைக்குரிய விஷயமே... அதாவது விவசாயம் சார்ந்து மக்கள் 10-15%வரை மட்டுமே இருந்தால் போதுமானது. மற்றவர் படித்து வேறு வேலைகளுக்குச் செல்வதுதான் நல்லது.

இந்தியாவில் இது இன்னும் முன்னேற்றம் காணவில்லை - ஆனால் வளர்ந்த நாடுகளில் வெறும் 10 பேர் சேர்ந்து சில ஆயிரம் ஏக்கர் நிலத்தில் விவசாயம் செய்ய முடிகிறது. எனவேதான் அப்துல் கலாம் முதல் அனைவருமே படித்து நல்ல முன்னேற்றம் காணவேண்டும் என்று கூறுவார்களே தவிர அனைவரும் வாங்க விவசாயம் பார்க்கலாம் - அதுவே அரசு வேலை என்று கூறுவது இல்லை. இது எதார்த்தமான உண்மை.

காவிரி நீர்ப்பாசன மொத்தப் பரப்பளவு 14.47 லட்சம் ஏக்கர்... தமிழகத்தின் மொத்த விவசாய விவரத்தைத் தேடிப்பார்க்கவும். இதை ஏன் கூறுகிறேன் என்றால் காவேரியால்தான் தமிழக விவசாயிகள் நாசம் ஆவதுபோல் மொழி உணர்வைத் தூண்டி விடும் வேலை நடக்கிறது. அது உண்மை கிடையாது. காவேரி விவகாரம் தனியாக விவாதம் செயலாம். ஆனால் அதைவைத்து மாநிலமே நாசம் என்று பேசுவது பொய். தயவு செய்து எதையும் உணர்வுபூர்வமாக அணுகாதே. தேசப் பிரிவினைக்கு விதை பலரால் விதைக்கப்படுகிறது... எச்சரிக்கை!

ஒரு விவரம் மாணவர்கள் புரிந்துகொள்ளவேண்டும்: இஸ்ரோ ஒரு நாட்டுக்காக ஒரு செயற்கைக்கோளை விண்ணில் நிலை நிறுத்தினால் நமக்குக் குறைந்தது 100கோடி லாபம். இதுதான் அறிவின் பலம். அதே 100 கோடி வருமானம் நாட்டுக்குக் கிடைக்க நாம் சில பத்தாயிரம் ஏக்கர் நிலத்தில் கடினமாகச் சில லட்சம் பேர் உழைத்துக் கிடைக்கும் அரிசியை, கோதுமையைக் குறைந்தது 50,000 டன் ஏற்றுமதி செய்தால் தான் கிடைக்கும். அது வெறும் கோதுமை மட்டும் அல்ல; அது நமது நாட்டின் தண்ணீரும் கூட. கோதுமை, அரிசி என்ற பெயரில் தண்ணீர்தான் ஏற்றுமதி ஆகிறது என்று நான் முந்தைய அத்தியாயத்தில் கூறியிருந்தேன்.

எனவே நாட்டின் வளர்ச்சி அறிவியல் கண்டுபிடிப்புகள் சார்ந்து என்றால் இன்னும் வேகம் எடுக்கும். அறிவியல் முன்னேற்றம், சார்பு இல்லாத தொழில் நுட்ப முன்னேற்றம்தான் நாட்டின் மிக அத்தியாவசிய தேவை. அதை உணர்ந்துகொள்ளுங்கள்.

'கூலிக்கு நாத்து நடுபவரும், களை எடுப்பவரும் விவசாயி தான். 300 ஏக்கரில் திராட்சை தோட்டம் வைத்துள்ளவரும் விவசாயி தான். இப்போ யாருக்குப் பயன் சேரவேண்டும் என்று ஒரு வரிகட்டும் குடிமகனாக நான் நிச்சயம் அரசைக் கேள்வி கேட்பேன். என் வரிப் பணம் சும்மா நாட்டாமை அவன் பொண்ணு கல்யாணத்துக்கு வாங்கின கடனை எல்லாம் கழிக்கக் கொடுக்க முடியாது. இதைப் புரிந்துகொள்ளுங்கள்.

இந்தியாவில் கடன் வாங்கினால் கொடுக்கக்கூடாது என்று ஒரு எண்ணம் எப்படியோ பரவிக் கிடக்கிறது. அது மிக அருவருப்பானது. ஒரு IT கம்பெனியில் வேலை பார்ப்பவர் நடுத்தர வர்க்கம்தான். ஆனால் கடனை ஒழுங்கா கட்ட வேண்டும் என்ற எண்ணம் இருக்கிறது. 100 ஏக்கர் நிலம் வைத்துக்கொண்டு கடனைக் கட்டக்கூடாது என்று நினைக்கும் கயவர்களை நம் நாட்டில்தான் காண்கிறேன்.

அப்போ ஒரு வார்த்தை கூப்பிட்டு அந்த விவசாயிகளிடம் டில்லி மத்திய அரசு பேசி இருக்கலாமே சார்?

தமிழக விவசாயிகள் பிரச்னைக்கு டெல்லி சென்ற செய்தி நமக்கு நம் செய்தித்தாள்களில் வரும் முன்பே சீனாவில் வெளியாகிறது இந்தச் செய்தி! அது என்ன ரகசியம்? பாருங்க அரசுக்கும் - மக்களுக்கும் இடையே பெரும் பகையைத் தூண்டிவிடப் பெரிய அளவில் வேலை நடக்கிறது. இது சாதாரணமாகப் பேசிவிடக் கூடிய விஷயம் அல்ல. ஒன்றை நன்கு புரிந்துகொள்ளுங்கள் பிரதமருக்கும் மக்களிடம் நல்ல பெயர் வாங்கினால்தான் வோட்டு அடுத்த முறை கிடைக்கும். அப்படி இருக்கையில் சாதாரண நபர்களைக்கூடச் சந்திக்கும் நரேந்திர மோதி கெட்ட பெயர் கிடைத்தாலும் பரவாயில்லை என்று இவர்களைத் தவிர்க்கிறார் என்றால் அதன் பின்புலம் புரிந்துகொள்ளுங்கள்.

12.6 லட்சம் கோடி விவசாயம் சார்ந்த கடன் என்றால் இப்படிக் கடனை வாங்க வேண்டியது தள்ளுபடி செய்யச் சொல்ல வேண்டியது என்றால் இந்த நாடு திவால் ஆவது யாராலும் தடுக்க முடியாது. தமிழக விவசாயிகள் போர்வையில் டெல்லியில் சென்று போராட்டம் நடத்தக் காரணம் அனைத்து மாநில விவசாயிகளையும் தூண்டிவிடும் எண்ணம்தான் தவிர வேறு எதுவுமில்லை. அதுவும் 200 நாள். சுத்த அயோக்கியத்தனமான திட்டம் இது.

‘நாட்டின் பிரச்னைகளை - நிர்வாகத்தைக் கொஞ்சம் பொறுமையாகத் தேடித் தெரிந்துகொள்ளுங்கள்’. நாட்டாமை நாடகம் ஆடுகிறார் நம்பாதே. விவசாயி போர்வையில் பசுத்தோல் போர்த்திய புலிக்கூட்டம் நடமாடுகிறது; தோற்றத்தைக் கண்டு ஏமாறாதே.

விவசாயம் - விவசாயி என்றால் கண்ணை மூடிக்கொண்டு நம்பும் மாணவர்களுக்கு ஒன்றை மட்டும் சொல்லிக்கொள்ள விரும்புகிறேன்:

நான் விவசாயத்துக்கு எதிரானவனோ விவசாயிகளுக்கு எதிரானவனோ அல்ல. நிலத்தடி நீரைப் பாதுகாக்க, கண்மூடித்தனமாகப் பயன் படுத்துவதை முறைப்படுத்த விரிவான திட்டத்துடன் நரேந்திர மோதி சில முயற்சிகள் எடுக்கிறார். ஆனால், அதை எடுத்த எடுப்பில் தவறாக மக்களிடம் பிரசாரம் செய்யத் தொடங்கிவிட்டனர் அற்ப நக்சல் வாதிகள், பிரிவினைவாதிகள். எனவே, விவசாயத்தின் இன்னொரு உண்மை முகத்தை மக்களுக்கும் மாணவர்களுக்கும் உணர்த்துவதே என் நோக்கம்.

விவசாயம் செய்கிறேன் பேர்வழி என்று மழைக்காடுகள் அழிக்கப் பட்டது உண்மை:

பூமியின் மொத்த நிலப்பரப்பில் பெரும் பகுதி இயற்கையை அழித்தது, விவசாயம் செய்யப்போகிறேன் என்று கிளம்பிய மனிதன்தான். கடந்த

1000 ஆண்டுகளில்தான் இவையெல்லாம் நடந்திருக்கின்றன. இன்று எதை எல்லாம் விவசாய பூமி என்று நீங்கள் பேசுகிறீர்களோ அவை யெல்லாம் ஒரு காலத்தில் நல்ல காடுகள். அந்தக் காடுகளை அழித்துத் தான் விவசாய பூமிகளை மனிதன் உருவாக்கினான். முக்கியமாக நதிக்கரைகளில் அமைந்த அனைத்துக் காடுகளையும் பெரும்பாலும் அழித்து விவசாய நிலங்களாக மாற்றினான். மிக சமீபத்திய காலம்வரை அதுவே உண்மை.

சமீபகாலம்வரை காடுகளை அழிக்கிறார்களா என்று நீங்கள் ஆச்சரியப் படத் தேவை இல்லை. ஆம் உண்மை.

தென் அமெரிக்க நாடுகளில்:

இந்த உண்மையை உணர நாம் Global Forest Watch கொடுக்கும் ஆய்வுத் தகவல்களைப் பார்க்கவேண்டும் - அதன்படி 1970 களுக்கு பின் கடந்த 40 வருடங்களில் சுமார் 750,000 Square kilometers அமேசான் காடுகளை அழித்து இன்று அந்த இடம் முழுவதும் செழிப்பான விவசாயம் செய்யப்படுகிறது. சென்னை மாநகராட்சியின் மொத்தப் பரப்பளவு 3,420 Square meters. அப்படி என்றால் எத்தனை ஆயிரம் சென்னை அளவு காடுகள் அழிக்கப்பட்டு அங்கே இன்று விவசாயம் நடக்கிறது என்று புரிந்துகொள்ள முடிகிறதா?

தோராயமாக அமேசான் மழைக்காடுகளின் சுமார் 18,53,29,036 Acres பரப்பளவு உள்ள காடுகள் விவசாயம் செய்யப் போகிறோம் என்று அழிக்கப்பட்டுள்ளது. அங்கே இன்று விவசாயம் நடக்கிறது. பிரேசில், பெரு, கம்போடியா, வெனிசுலா, கயானா என்று தென் அமெரிக்க நாடுகள் என்னவோ விவசாயத்தைக் காப்பாற்றுவதாகவும், விவசாயத்தை விரிவுபடுத்துவதாகவும் நினைத்துக்கொண்டு இந்த மழைக் காடுகளை அழித்து நாசம் செய்துவிட்டு மழைவளம் குறைவதற்கு முக்கிய வேலையைச் செய்து முடித்தனர். தெளிவாகக் கூறினால் 60-70% காடுகள் அழித்து அந்த இடத்தை மாடுகள், ஆடுகள் பண்ணைகள் உருவாக்கியுள்ளனர்; 25-35% காடுகள் அழித்து அங்கே முழு நேரம் விவசாயம் செய்கிறார்கள்; மீதி இடங்களில் வீடுகள், சுரங்கங்கள் இருக்கின்றன.

நம் ஊர்ப் போராளிகள்போல அங்கே இருக்கும் போலி இயற்கை ஆர்வலர்கள் எல்லாரும் அந்த 2% சுரங்கங்களும் அதன் உரிமை யாளர்களும்தான் மழை வளம் குறைவுக்குக் காரணம் என்று போராட்டம் நடத்த மக்களைத் தூண்டினார்கள். இது எப்படி இருக்கு?

தெற்காசிய பிராந்தியத்தில் ஈவு இரக்கம் இல்லாமல் பாமாயில் (Palm Oil) விவசாயம் என்ற பெயரில் காடுகள் அழிக்கும் வேலையை

முக்கியமாகத் தெற்காசியா முழுவதும் நடந்தது. மலேசியா, இந்தோனேசியா இரண்டும் போட்டி போட்டுக்கொண்டு மழைக்காடு களை அழித்து செம்பனை மரங்கள் வைத்துத் தோப்புகள் உருவாக்கினார்கள். ஒருவேளை இங்கே உலகம் முழுவதும் தேங்காய் எண்ணெய் தேவை இதுபோல் அதிகமாகியிருக்கும் என்றால் நாம் காடுகளை அழித்துத் தென்னை மரங்கள் நட்டு இருப்போம். இன்று இங்கே இருக்கும் தென்னந் தோப்புகள்போல் தான் பாமாயில் தோப்புகள். இந்த இரண்டு நாட்டுப் பனை விவசாயத்தால் அழிக்கப் பட்ட காடுகள் அளவு சுமார் 2,22,39,484 ஏக்கர்.

மனசாட்சி தொட்டுக் கூறுங்கள் யார் பூமியில் இந்த அளவுக்குக் கொடூரமாக காடுகளை அழித்தது?

Mighty Earth அமைப்பின் ஆய்வு தகவல்படி உலகத்தில் ஒட்டுமொத்த கோகோ சாகுபடி உற்பத்தியில் ஆப்பிரிக்கா பிராந்தியம் ஐவரி கோஸ்ட் மட்டும் 40% கோகோ உலகத்தின் தேவைக்கு ஏற்றுமதி செய்கிறது. இதற்கு அது கொடுத்துள்ள விலை? கொஞ்சம் நஞ்சம் அல்ல - Etelle Higonnet வெளியிட்ட Chocolate's Dark Secret ஆய்வு தகவல்வரை கூறும் உண்மை இதுதான்: Single Origin Dark Chocolate அதாவது மிகத் தரமான சாக்லேட் செய்வதற்குத் தேவையான கோகோ பிசினஸ் என்று உச்சத்தை எட்டியதோ அதற்காகச் சுமார் 3,44,79,332 ஏக்கர் நிலப்பரப்பில் 80% அழித்து இன்று அங்கே கோகோ மரங்களை விவசாயம் செய்கிறார்கள். அதாவது யானைகள், சிம்பன்சி குரங்குகள், நீர் யானைகள், பெரும் முதலைகள் என்று பல 1,000 உயிர்கள் வாழ்விடம் இன்று விவசாயிகளால் அழிக்கப்பட்டுள்ளது. எவராவது இந்த விவசாயிகளுக்கு ஆதரவாகக் குரல் கொடுத்தால் அவர்களைச் சிறையில் போட்டாலும் தகும். இதுபோல் பெரு, ஈக்குவேட்டர் என்று பல நாடுகளில் விவசாயிகள் ஆட்டம்போட்டு இப்போதுதான் கொஞ்சம் புரிந்துகொண்டுள்ளார்கள்.

இன்னும் ஒவ்வொரு நாடுகளிலும் விவசாயம் என்ற பெயரில் மனிதன் இயற்கையை என்ன என்ன செய்கிறான் என்ற தகவலை என்னால் முழுமையாகத் தரமுடியும். கொஞ்சம் யோசிக்கவும். இது எந்த வகையில் ஆபத்தானது?

1. ஒரு லிட்டர் பெட்ரோல் போட்டு நீங்கள் வண்டி ஓட்டினால் சுமார் 2.3 kg கார்பன்டை ஆக்சைடு வெளிவரும். ஒரு ஏக்கர் நிலப்பரப்பில் உள்ள மரங்கள் ஆண்டுக்கு சுமார் 2.6 tons கார்பன்டை ஆக்சைடை சுத்திகரிப்பு செய்யும். ஆனால் அந்த காடுகளை அழித்து ஒரு ஏக்கர் நிலத்தில் நீங்கள் நெல், கோதுமை பயிரிடுவதால் என்ன ஆகும்? உங்களுக்கு உணவு கிடைக்கும். ஆனால் கார்பன் சுத்திகரிப்பு?

2. அடுத்து, மழைக்காடுகள் என்று ஏன் கூறுகிறோம் என்றால் அந்தக் காடுகளில் உள்ள மரங்கள் தொடர்ந்து நீர் மூலக்கூறுகளை நீராவியாக்கல் மூலம் வெளியேற்றும். அதன் காரணமாக மேகங்கள் மிக எளிதாக மழைக்காடுகளின் சுற்றுப்புறங்களில் உருவாவதும், கவர்ந்திழுக்கப் படுவதும் நடக்கும். இது நேரடியாக மழை வளத்தைக் கொடுக்கும். மழைக்காடுகள் கொண்ட மரங்களை நீங்கள் அகற்றிவிட்டு அங்கே விவசாயம் செய்தால் மேகங்கள் எப்படி உருவாகும்? மழைவளம் குறைய முக்கிய காரணம் மழைக்காடுகள் அழிக்கப்படுவதுதான்.

பிரச்னை புரிகிறதா? ஆக விவசாயம் ஒருபக்கம் முக்கியம் என்றால் - அதை விட அதிக முக்கியம் மழைக்காடுகள் பாதுகாப்பு. கடந்த 70 வருடங்களில் அமேசான் காடுகளில் ஏற்பட்ட பாதிப்பு மட்டும் 18,53,29,036 Acres பரப்பளவு என்றால் உலகம் முழுவதும் எத்தனை கோடி ஏக்கர் நிலத்தை நாம் விவசாயம் என்ற பெயரில் அழித்திருக் கிறோம் என்று யோசித்துப் பாருங்கள். கொடுமை என்னவென்றால் இயற்கை விவசாயம் என்று பேசும் நபர்கள்கூட உரங்கள், அது இது என்று கூறுகிறார்களே தவிர இயற்கையை அழித்து விவசாய பூமிகளை உருவாக்கிய வரலாற்றைக் கூற மறுக்கிறார்கள்.

சரி உலகத்தை விடுங்கள்; நம்ம ஊர் விவசாயிகளைப் பற்றிப் பேசுவோம். இப்படி உலகத்தில் விவசாயம் மூலம் நடக்கும் நாசங்களை அந்தந்த நாடுகளில் கேள்வி எழுப்பி விவாதம் ஆக்கி அவர்களைக் கண்டித்து சரியான மாற்றத்தைக் கொண்டுவர முயற்சிகளைச் செய்கிறார்கள். ஆனால் உலகில் ஒரு நாட்டில் மட்டும் விவசாயம் என்றாலே கண்ணை மூடிக்கொண்டு ஆதரிக்கவேண்டும் என்ற கெட்ட பழக்கம் இருக்கிறது. அது நம் இந்தியா தான். விவசாயம் என்ற போர்வையில் 10 லட்சத்துக்கு டிராக்டர் வாங்கியவன் எந்தக் காசும் திருப்பிக் கட்டாமல் - 40% தள்ளுபடி மானியம் கொடுத்தும் கட்டாமல் முழுமையாக அரசைத் தள்ளுபடி பண்ணுங்கள்; நான் விவசாயி என்று மிரட்டலாகக் கூற முடியும் என்ற நிலை நிலவுகிறது. ஆக இனி நம் நாட்டில் விவசாயி களால் நடக்கும் தவறுகளை வரிசையாகக் காண்போம்.

விவசாயம் என்ற பெயரில் நிலத்தடி நீர்க் கொள்ளை:

நீர் என்பது ஆக அவசியமான ஒன்று. அதன் ஒவ்வொரு துளியையும் சரியாகப் பயன்படுத்த நாம் சிந்திக்க வேண்டும். ஆனால் என்ன இங்கே நடக்கிறது என்றால் கொக்கோ கோலா நிறுவனம் மட்டுமே தண்ணீர் எடுக்கிறது என்று அவர்களைக் குற்றம்சாட்டுகிறார்கள் நம் இணையப் போராளிகள். இத்தனைக்கும் அந்த கொக்கோ கோலா நிறுவனம் தண்ணீரை எடுத்து ஒன்றும் வெளிநாடுகளுக்கு ஏற்றுமதி செய்ய

வில்லை. அந்த அந்த மாநிலங்களில் சர்பிளஸ் தண்ணீரை எடுத்து அந்த மாநில மக்களுக்குத்தான் விற்கிறது.

ஆனால் விவசாயம்?

அரேபிய நாடுகளுக்கு மட்டும் நாம் ஆண்டுக்கு 9,97,22,300 கிலோ கோதுமை ஏற்றுமதி செய்கிறோம். ஒரு கிலோ கோதுமை உற்பத்தி செய்யச் சராசரியாக 410 முதல் 945 லிட்டர் தண்ணீர் தேவை. அப்படி என்றால் சவுதி அரேபியாவுக்கு மட்டும் 49,86,10,00,000 லிட்டர் தண்ணீரை மறைமுகமாக ஏற்றுமதி செய்கிறோம். 124.6 மில்லியன் டன் கோதுமையை நாம் ஏற்றுமதி செய்கிறோம். அப்படியானால் எவ்வளவு நீர் ஏற்றுமதி செய்கிறோம்? அட நீங்களே கணக்குப் போடுங்கள். மிக எளிமையாக உங்களுக்குப் புரியும்படிக் கூறினால் 1,76,600 குடும்பங்களின் ஆயுள் முழுவதும் தேவையான தண்ணீரைத்தான் ஒரே ஆண்டில் சவுதி அரேபியா என்ற நாட்டுக்கு மட்டும் ஏற்றுமதி செய்கிறோம்! காரணம் மறைமுகமாக இந்த விவசாயம் தானே! அப்படியானால் மற்ற தானியங்கள், பழங்கள், காய்கறிகள் எல்லாம் சேர்த்தால்? மற்ற நாடுகளுக்கு ஏற்றுமதி ஆகும் அளவையும் சேர்த்தால்? உண்மையில் நாட்டில் இருந்து பெருமளவில் தண்ணீர் ஏற்றுமதி செய்வது விவசாயிகள் தானே தவிர வேறு எந்தப் பெரும் நிறுவனமும் அல்ல.

Agricultural and Processed Food Products Export Development Authority (APEDA)

2016-17 ஆண்டின் புள்ளிவிவரம் கொடுக்கும் தகவல் படி:

பாஸ்மதி அரிசி = 405,67,58,620 கிலோ (1 கிலோ பாஸ்மதி அரசி விளைச்சலுக்கு 2,000-5,000 லிட்டர் தண்ணீர் தேவை)

பிற அரிசிகள் = 864,84,88,580 கிலோ (1 கிலோ பிற அரசி விளைச்சலுக்கு 2,000-4,000 லிட்டர் தண்ணீர் தேவை)

வெங்காயம் = 158,89,85,000 லட்சம் கிலோ (1 கிலோ வெங்காயம் விளைச்சலுக்கு 159-200 லிட்டர் தண்ணீர் தேவை)

இப்படி எடுத்து நீங்கள் கணக்கிட்டுப் பாருங்கள்: இந்த நாட்டில் இருந்து யார் தண்ணீரை ஏற்றுமதி செய்கிறார்கள்... யாரால் தண்ணீர் கொடூரமாகக் கண்மூடித்தனமாகப் பயன்படுத்தப்படுகிறது என்று புரியும். நாம் ஏற்றுமதி செய்யும் முக்கிய விவசாயப் பொருட்கள் 1.பாஸ்மதி அரிசி 2.இதர அரிசிகள் 3.காய்கறிகள் 4.பழங்கள் 5.பழங்கள் மூலம் கிடைக்கும் ஜூஸ்போன்றவை 6.கடலை 7.தேங்காய் இப்படிக் கூறிக்கொண்டே செல்லலாம். இவை அனைத்துக்கும் நீர் தேவை

இருக்கிறது. அந்த நீர் ஆதாரம் எது? மழை பொழிந்து அந்த நீரில் விவசாயம் என்றாலோ, ஆறுகளில் கிடைக்கும் தண்ணீர் கொண்டு விவசாயம் என்றாலோ சரி - ஆனால் நிலத்தடி நீரை எடுத்து விவசாயம் செய்து ஏற்றுமதி என்பது எவ்வளவு பெரிய தவறு? அனைத்துக் கிணறுகளும் இன்று நீர் இல்லாமலேயே போய்க்கொண்டிருக்கிறது. பின் அடுத்த தலைமுறைக்கு?

இந்த நிலத்தடி நீர்ச் சிக்கலை உணராது போனால் நம் அனைவருக்கும் எமனாக நிற்கப் போவது இதே விவசாயம்தான். ஏன்? உலகம் முழுவதும் எங்கெல்லாம் விவசாயிகள் நிலத்தடி நீரை விவசாயத்துக்குப் பயன்படுத்த ஆரம்பித்தனரோ அங்கே எல்லாம் இன்று பெரிய அளவில் தண்ணீர்த் தட்டுப்பாடுகள் உருவாகி வருகிறது. காரணம்? நிலத்தடி நீர் என்பது மீண்டும் அதன் மட்டத்தை அடைவதற்கு எந்த அளவுக்கு ஆதாரம் இருக்கோ அந்த மட்டத்தில்தான் பயன்படுத்த வேண்டும். ஆனால் இங்கே என்ன நடக்கிறது?

எடுத்துக்காட்டுக்கு:

நிலத்தடி நீர் எவ்வளவு ஆழத்தில் கிடைக்கும் என்ற கணக்கு வேண்டும். அத்தோடு மழைக்காலத்துக்கு முன் மழைக்காலத்துக்குப் பின் அந்த அளவு எவ்வளவு என்ற கண்காணிப்பு வேண்டும். இதைச் செய்வது CGWB (Central Ground Water Board, Ministry of Water Resources). அதன் படி தமிழ் நாட்டில் மதுரை மாவட்டத்தில் 14 பிளாக் இருக்கிறது. அதில் ஒரு பிளாக் திருமங்கலம் என்ற பகுதி (திருமங்கலம் ஃபார்முலா ஞாபகம் உள்ளதா அந்தப் பகுதி தான்).

இந்த திருமங்கலத்தை நீர்வளத்துறை தீர்க்கரேகை மற்றும் அட்சரேகை (longitude and latitude) வைத்து 24 பகுதிகளாகப் பிரித்துள்ளது. எந்த இடத்தில் எவ்வளவு நிலத்தடி நீர் உள்ளது என்பதை மழைக்காலத்துக்கு முன் பின் என்று தெளிவாக எடுக்கிறார்கள். ஒரு இடத்தில் நிலத்தடி நீர் மீண்டும் கூடவில்லை என்றால் அந்தப் பகுதிகளில் எச்சரிக்கையாக அரசு செயல்பட வேண்டும். இது நிர்வாக விவரம். ஆனால் இந்த நிலத்தடி நீர்வரத்து இருப்பதைவிட எடுத்து அதைப் பயன்படுத்தும் அளவு அதிகமாக இருக்கிறது. இதை அதிகம் செய்வது விவசாயிகள் தான் - 1996களுக்கு பின் இது வேகமாக வளர்ந்து இன்று தண்ணீர் வறட்சி மெள்ள உருவாகி வருகிறது.

இந்த இடத்தில் நன்கு புரிந்துகொள்ளுங்கள்:

நாட்டின் மொத்தத் தண்ணீரில் 85.3% தண்ணீர் யார் பயன்படுத்துகிறார் தெரியுமா - விவசாயிகள் தான். வீடுகளில் குளிக்க, குடிக்க ஆரம்பித்து பெரும் நிறுவனங்கள் எல்லாம் சேர்த்தால் 15 முதல் 18% அளவில்தான்

தண்ணீர் பயன்படுத்துகிறார்கள். விவசாயிகள்தான் நாட்டின் 85% அளவுக்கான தண்ணீரைப் பயன்படுத்துகிறார்கள். உலகத்தின் 97% தண்ணீர்க் கடல்களில் இருக்க - 2.5% அளவுக்கு நல்ல நீர்தான் உள்ளது. அதில் பாதிக்கும் மேல் நிலத்தடி நீர். ஆக நிலத்தடி நீரை எடுத்து விவசாயம் செய்து பல லட்சம் டன் அரிசி, காய்கறி, பழம் என்று ஏற்றுமதி மூலம் தண்ணீரை அதுவும் நிலத்தடி நீரை ஏற்றுமதி செய்வது எந்தத் துறை? இதே விவசாயம் தான்.

இதை ஒழுங்குப்படுத்தவில்லை என்றால் - அதுவும் நிலத்தடி நீர்ப் பயன்பாட்டை முறைப்படுத்தவில்லை என்றால் நாளை தண்ணீருக்கு இந்த மக்கள் கொடூரமான ஒரு உலகத்தைச் சந்திப்பர். அதாவது தண்ணீர் முடிவுக்கு வந்துவிட்டது என்றால் ஆப்ரிக்காவைவிட மோசமான வறுமையைச் சந்திப்பீர். எனவே இருப்பதைக் காப்பாற்றிக்கொள்ள 85% தண்ணீரைப் பயன்படுத்தும் இந்த விவசாயத்தை முறைப் படுத்துவதில் என்ன தவறு இருக்கிறது. நிலத்தடி நீரை முறைப்படுத்த நரேந்திர மோதி ஆலோசனை வழங்கியுள்ளார். அதற்கான திட்டமும் தயார். ஆனால் இங்கே நக்சல் ஆதரவாளர்கள் இப்போதே நிலத்தடி நீருக்கும் அரசு கட்டுப்பாடு கொண்டுவந்து விவசாயிகளை அடிமை யாக்கப் பார்க்கிறது என்று குழப்பும் வேலையை ஆரம்பித்துவிட்டனர். திருமுருகன்போன்றவர்கள் இதைப் பிரசாரம் செய்யத் தொடங்கி விட்டனர்.

இதை எளிய மக்களிடம் என்ன சொல்லிப் புரியவைப்பது? படித்தவரே புரிந்துகொள்ள மாட்டார் - இதில் படிக்காத மக்கள்?

மனிதன் முதலில் விவசாயத்தைப் பெருக்குவதை விட - உணவை வீணடிக்காமல் இருந்தாலே போதும் பூமி குளிரும். Food and Agriculture organization (FAO) கொடுக்கும் தகவல்படி மனிதன் உணவு உற்பத்தி செய்து அதில் மூன்றில் ஒரு பங்கை வீணடிக்கிறான். ஆனால் உணவு உற்பத்தியைக் கண்மூடித்தனமாக அதிகரிக்க விரும்புகிறான். ஆண்டுக்கு இந்தியாவில் 88,800 கோடி மதிப்பிலான உணவுப் பொருட்களை வீணடித்துவிட்டு 'விவசாயத்தைக் கூட்ட வேண்டும்' என்று வெட்கம் இல்லாமல் மீம்ஸ் போடுகிறான். இது எவ்வளவு பெரிய தவறு? கோயம்பேடு மார்க்கெட் போய்த் தாராளமாக ஒரு கணக்கு எடுங்கள், உங்களுக்கு ஆச்சரியமாக இருக்கும், ஒவ்வொரு நாளும் இவ்வளவு காய் கனிகள் வீணாகிறதா என்று.

ஆக மாணவர்கள், மக்கள் புரிந்துகொள்ள வேண்டிய விஷயம் இதுவே: 'விவசாயம் வேறு - இயற்கையைக் காப்பாற்றுவது என்பது வேறு'. விவசாயம் மனிதன் தன் உணவுத் தேவைக்காக உருவாக்கிக் கொண்ட துறையே அன்றி இயற்கையைக் காப்பாற்ற அல்ல. ஆறுகளின்

படுக்கைகளில் இருந்த மழைக்காடுகள் பலவற்றையும் அழித்துவிட்டு விவசாய நிலங்களாக மாற்றியவனும் இவனே. வேறு எந்தத் துறையை விடவும் விவசாயத்தால்தான் இயற்கை கடந்த காலங்களில் உலகம் முழுவதும் அழிவை அதிகம் சந்தித்தது என்பது எதார்த்தமான உண்மை.

SBI வங்கி இப்படி அறிவித்தது '25 லட்சம் மேல் டிராக்டர்போன்ற விவசாயக் கருவிகள் வாங்கிய கடனை ஒரே தவணையாகக் கட்ட 40% வட்டி சலுகை அறிவித்தது - ஆனால் கட்டுவதற்குத்தான் மனசு இல்லை இந்த நாட்டாமைகளுக்கு. காரணம் ஒவ்வொரு பத்து வருடத்துக்கும் மொத்தமாகக் கடன் தள்ளுபடி ஆகும் என்று எதிர்பார்த்துக் காத்திருக் கிறார்கள். அது யாருடைய காசு? ஒரு வீடு வாங்க 2 EMI போட்டுத் தனக்கென்று ஒரு சொந்த வீடு வாங்கி அதைத் தக்கவைத்துக்கொள்ளப் போராடும் நடுத்தர வர்க்கத்தினர் கட்டும் வரிப்பணம் அது. தண்ணீரை ஏற்றுமதி செய்வதை விட உன் அறிவை - அதன் மூலம் உருவான தொழில் நுட்பத்தை, உற்பத்தி பொருட்களை ஏற்றுமதி செய்வதுவே நாட்டுக்கும் எதிர்கால சந்ததிக்கும் நல்லது. கிராமப்புறங்களுக்கு மாற்றுப் பொருளாதாரச் சிந்தனையைச் சிந்திக்கும் நேரம் இது. விவசாயம் மட்டுமே கிராமங்களின் பொருளாதார மேம்பாட்டுக்குக் காரணம் என்று நினைப்பதே ஒரு வியாதி பிடித்த சிந்தனை.

நான் கண்மூடித்தனமாக விவசாயத்தை ஆதரிப்பேன் என்று நீங்கள் இருந்தால் - நிலத்தடி நீரைப் பாதுகாக்க நீங்கள் முயற்சி செய்யவில்லை என்றால் ஆம், ஆப்ரிக்கா நாடுகள்போல வறட்சி வந்து நம் நாட்டில் அனைவருமே தண்ணீர்ப் பஞ்சத்தைச் சந்திப்போம். அன்று அதற்குக் காரணம் அரசு, ஆட்சியாளர்கள், கார்ப்பரேட் என்று யாரும் இல்லை - நாட்டின் 85% தண்ணீரைப் பயன்படுத்தும் விவசாயத்தை - அவர்கள் நிலத்தடி நீரை எடுப்பதை முறைப்படுத்தாமல் விட்டதே காரணம் என்று உணர்வீர்.

இது உண்மை இதை ஏற்பதும் ஏற்காததும் இயற்கைக்கு ஒரு விஷயமே அல்ல - நாம் உணராது போனால் கொடூரமான எதிர் விளைவை நம் குழந்தைகள் சந்திக்கும்.

•

கார்ப்பரேட் எதிர்ப்பு

செய்தி: 'நரேந்திர மோதியின் ஆட்சியில் நாடு வளர்ச்சியடையவில்லை, அதானியும் அம்பானியும்தான் வளர்ந்தனர்'

பெரு நிறுவனங்களில் வேலை செய்து கொண்டோ, பெரு நிறுவனங்கள் தயாரிக்கும் பொருட்களை அன்றாடம் பயன்படுத்திக் கொண்டோ 'கார்ப்பரேட் எதிர்ப்பு' என்று குதிப்பது எவ்வளவு பெரிய போலித்தனம் இல்லையா? நாட்டில் இந்த கார்ப்பரேட் என்ற வார்த்தைக்கு எப்படியோ எதிர்மறை அர்த்தம் உருவாக்கிவிட்டனர் இந்த இணையத்தில் திரியும் புதிய போராளிகள்.

அதுக்கு காரணம் ஒன்று பெரும் நிறுவனங்களின் பொருளாதார அடிப்படை விஷயம் சார்ந்த புரிதலில் உள்ள பிரச்னை.

'அரசியல்வாதி - பணக்காரன் ரெண்டு பெரும்தான் நாட்ட நாசம் பண்றாங்க' என்று கூறிவிட்டால் நாட்டில் எல்லா பிரச்னைக்கும் சுருக்கமான பதிலாக இருக்கும்; நாமும் நடுநிலையாளன் என்றும் போராளி என்றும் சொல்லிக்கொள்ள வசதி. அதனால் அனைவருமே இப்போ கார்ப்பரேட் எதிர்ப்பு என்று குரல் கொடுப்பது ஒரு ஃபேஷன் ஆகிவிட்டது.

விஷயத்தை விளக்கும் முன்னர் ஒன்றை நன்கு புரிந்துகொள்ளுங்கள்:

'பணம் சம்பாதிக்கும் இந்தப் பெரும் நிறுவனங்களைத் திட்டிய நம்மில் யாரேனும் அவர்கள் எப்படி இவ்வளவு சம்பாதிக்கிறார்கள் என்றும் - அதுபோல் நாம் எப்படி சம்பாதிக்கலாம் என்றும் சிந்தித்தது உண்டா! அப்படித் தேடி இருந்தால் இந்நேரம் இங்கே பல படித்த பட்டதாரிகள் கார்ப்பரேட் வாசலில் போய் வேலை தேடமாட்டார்கள். தாங்களே நாலு பேருக்கு வேலை கொடுக்கும் நிலைக்கு உயர்ந்திருப்பார்கள். உண்மையில் பிரச்னை பணம் சம்பாதிப்பவனிடம் இல்லை. பணம் சம்பாதிப்பவனைப் பார்த்துப் பொறாமை கொள்பவனிடம்தான் உள்ளது'.

என்னிடம் ஒரு 25 லட்சம் இருக்கு. அதை நான் வங்கியில் போட்டு வைத்தால் அது 7% வட்டிதான் தரும். அதனால் இடம், வீடு வாங்கிப் போட்டால் அது எவ்வளவு லாபம் தரும் என்று உறுதியாகச் சொல்லமுடியாது.

எனக்கு வருடம் ஒரு நிலையான வருமானம் வேண்டும்; அதே நேரம் என்னுடைய இந்த 25 லட்சம் முதலீடு பாதுகாப்பாக இருக்க வேண்டும். என்ன செய்யலாம்?

என் நண்பர் ஒருவர் தொழிற்சாலை தொடங்கப்போகிறார். அவரிடம் முதலீடாக நான் கொடுத்தால் எனக்கும் லாபத்தில் ஒரு பகுதி வரும், என் முதலீடும் கம்பெனியில் ஷேர் என்ற முறையில் பாதுகாப்பாக இருக்கும். கம்பெனி சொத்தின் மதிப்புடன் என் முதலீட்டின் மதிப்பும் கூடும். இது தொழில் முதலீடு.

எப்படி நிலம், தங்கம் வாங்கிப் போடுவதுபோல இது தொழில் முதலீடு.

அந்த நண்பன் தொடங்கும் தொழிலின் மொத்த முதலீடு மதிப்பு 1கோடி என்றால் 25% என்னுடையது. அந்தத் தொழில் வருடம் 20 லட்சம் லாபம் தரும் என்றால் லாபத்தில் 25% அதாவது 5 லட்சம் என்னுடையதாக லாபம் பிரித்துக் கொடுப்பான். செலவீனம், வரி எல்லாம் போக ஒரு நல்ல ரிட்டன் இருக்கும்.

இது நல்ல முதலீடு தானே? என் முதலீடும் 5 வருடத்தில் திரும்பக் கிடைக்கும், அது தவிர கம்பெனி மதிப்பு உயர உயர என் முதலீட்டின் மதிப்பும் உயரும். ஆக முதலீடு மதிப்பு உயரும்; எனக்கு என் முதலீட்டின் மூலம் ஒரு வருமானமும் கிடைக்கும்.

எனவே நான் என் நண்பன் நிறுவனத்தில் முதலீடு செய்வது சரி தானே?

ஆனால் வெளியுலகம் என்ன நினைக்கும்? என் நண்பன் 1கோடி முதலீட்டில் தொழில் நடத்துகிறான்; அந்த கம்பெனி மூலம் அவனுக்கு வருடம் 20 லட்சம் லாபம் கிடைக்கிறது என்று நினைப்பார்கள். வெகுஜன மக்கள் யாருக்கும் அதில் எத்தனை முதலீட்டாளர்கள் இருக்கிறார்கள், அவர்களுக்குக் கொடுத்ததுபோக என் நண்பனுக்கு எவ்வளவு லாபம் வரும் என்ற விவரம் தெரியாது.

Infosys என்ற நிறுவனத்துக்கு 2016ல் மொத்த வருமானம் 68,484 கோடி. அதில் லாபம் 25,231 கோடி. ஆனால் அந்த நிறுவனத்தின் முதலீட்டாளர்கள்?

மொத்த 2,285,616,160 ஷேர்கள். அப்போ ஒரு ஷேருக்கு எவ்வளவு கிடைக்கும்? கொஞ்சம் கணக்குப் போடுங்கள். இந்த லாபம் பல

ஆயிரம் கோடி எல்லாம் மொத்தமாகப் பார்க்கும் போதுதான் பிரமாண்டமான வருமானம்போலத் தெரியும்.

எனவே பெரிய லாபம், பெரிய கம்பெனி என்பது அல்ல விஷயம். அந்த நிறுவனத்தின் எத்தனை முதலீட்டாளர்கள் என்பதுவே விஷயம். ஆனால் இந்தப் பொருளாதாரம் தெரியாத சீமான்போன்றவர்கள் மக்களை எப்படி உசுப்பிவிடுவர் என்றால் 25,231 கோடி லாபம்... ஆனா என் அப்பத்தா சோத்துக்கு வழி இல்லை!

இப்படி ஒரு துறையில் இருக்கும் பிரச்னை புரியாமல் பெரும் நிறுவனங்களை அப்பத்தாக்களுடன் ஒப்பிடுவதை எந்த அறிவார்ந்தவராவது செய்வாரா?

'Infosys முதலீட்டாளர்கள் லாபம் இல்லை என்றால் விற்றுவிட்டுச் சென்றுவிடுவர். அப்படி முதலீட்டாளர்கள் பணத்தைத் திரும்பப் பெற்றால் என்ன ஆகும்? பணியாட்களைக் குறைத்து மொத்த நிறுவனத்தின் வேலை வாய்ப்பும் போகும். எனவே Infosys நிறுவனத்தின் தலைமைப் பொறுப்பில் உள்ளவர்கள் ஆடம்பரமாக வாழ்வதுபோலத் தெரியும். ஆனால் அவர்களை நம்பிப் பல லட்சம் கோடி போட்ட மக்கள் ஒருபக்கம், அவர்களை நம்பி வேலை பார்க்கும் ஊழியர்கள் ஒருபக்கம் என்று இருபக்க நலனையும் கொண்டு வேலை செய்கிறார்கள்'. அவர்களின் பிரச்னையைப் புரிந்துகொள்ளாமல் சும்மா அவன் ஃபிளைட்ல பறக்கிறான் என்றும் கார் வச்சிருக்கிறான் என்றும் பொறாமை கொள்வது எப்படி சரி!

ரிலையன்ஸ் நிறுவனம் 1 லட்சம் கோடி முதலீட்டில் தொடங்கிய நிறுவனம் jio. இதனைத் தொடங்க அவ்வளவு பெரிய முதலீட்டை அவரை நம்பிக் கொடுக்க மக்கள் இருக்கும்போது அவரைக் குறை சொல்ல ஏன் நமக்கு ஆர்வம் வருகிறது?

(நீங்கள் ஏதோ அரசு கொடுத்து நிறுவனங்கள் ஆரம்பிக்கிறார்கள் என்று நினைக்கிறீரா? அது உங்கள் தவறு. இவ்வளவு பெரிய தொகையை அரசு தருவது இல்லை. இன்னும் சொல்லப் போனால் அரசே பொதுத்துறை பங்குகளை விற்று இதே வழியில் மக்களிடம் பணம் வசூல் செய்துதான் நிறுவனங்கள் நடத்துகிறது. இதை எப்படி என்று பின்னால் பார்க்கலாம்.)

நீங்களும் நானும் இதேபோல நிறுவனம் ஆரம்பிக்க நினைத்தால் எவன் அவ்வளவு பணத்தினைக் கொடுப்பான்? ஆனால் முகேஷ் அம்பானி, பிர்லா குழுமம், டாட்டா என்றால் நிச்சயம் நல்லவிதமாகத் தொழில் செய்யக்கூடிய புத்திசாலி என்பது அவர்கள் வரலாறு. எனவே அவரிடம் தங்கள் பணத்தைக் கொடுக்கிறார்கள் மக்கள். இதில் ஒரு கார்ப்பரேட் முதலாளியாக அவர்கள் பக்கம் என்ன தவறு?

அதுவும் ஒரே இரவில் யாரும் வர முடியாது. அவர்களை நம்பிக் கொடுக்கும் அளவுக்குத் தொழில் வளர்ச்சியின் மூலம் மக்களிடம் நம்பிக்கையைப் பெறவேண்டும். அதற்குத் தன்னை நம்பிப் பணம் போடும் முதலீட்டாளர்களுக்கு லாபத்தைக் கொடுக்கவேண்டும்.

அனில் அம்பானி முன்னர் தொட்ட நிறுவனமான ரிலையன்ஸ் நிறுவனத்தின் கச்சா எண்ணேய் சுத்திகரிப்பு ஆலையான Jamnagar Refinery -ல் தினமும் 70 கோடி லாபம் கிடைக்கிறது. அந்த நிறுவனத்தைக் கட்டி முடிக்க அவருக்கு மொத்த முதலீடாகத் தேவைப் பட்டது எவ்வளவு தெரியுமா? அந்த நிறுவனத்தின் இன்ஷுரன்ஸ் மதிப்பு மட்டும் 50,000கோடி!

அந்தத் தொழிற்சாலைக்கான முதல்கட்ட முதலீடு மட்டும் 1.8 லட்சம் கோடி. இந்த அளவு பணம் அவர் வீட்டு பீரோவில் இல்லை; மக்கள் அவரை நம்பி முதலீடு செய்கிறார்கள்.

இது யாருக்கு லாபம்? அவரை நம்பிப் பணத்தை முதலீடு செய்த அனைவருக்கும் தானே?

சரி இது முதலீட்டாளர்களுக்கு லாபம். நாட்டுக்கு? கடந்த ஆண்டு 7,827 கோடி நாட்டுக்கு வரியாகக் கட்டுகிறது Reliance Industries.

அவ்வளவு பெரிய நிறுவனத்தை உருவாக்கி முகேஷ் அம்பானி அந்தத் தொழிற்சாலையில் மொத்தம் 250,000 ஊழியர்களுக்கு நேரடி வேலை வாய்ப்பையும் மறைமுகமாக 10.5 லட்சம் வேலை வாய்ப்பையும் உருவாக்கிக் கொடுத்துள்ளார்.

அதாவது

1. முதலீட்டாளர்களிடம் பணத்தினை வசூல் செய்யும் திறமையும் உண்டு,
2. அதைக் கொண்டு வெற்றிகரமாகத் தொழில் தொடங்கும் புத்திசாலித்தனமும் உண்டு,
3. அதன் மூலம் 250,000 பேருக்கு வேலை வாய்ப்பு உருவாக்கும் ஒரு நிர்வாகத் திறமை உள்ளவர்
4. முதலீட்டாளர்களுக்கு லாபம், நாட்டுக்கு வேலை வாய்ப்பும் கிடைக்கும் வரியும் கிடைக்கும்.

எப்படி வாய் கூசாமல் நாம் இந்த மனிதர்களைக் குறை சொல்வதே வேலையாக இருக்கிறோம்?

சரி இந்த விஷயத்தில் அவர் எப்படி வெற்றி பெற்றார்; நாமும் எப்படி தொழில் நடத்துவது என்று என்றேனும் யாரேனும் யோசித்திருக்கிறோமா?

யாரைச் சொல்லி நொந்துகொள்ள? என்ன மாதிரியான தொழில் எப்படி எங்கே தொடங்கலாம் என்று சிந்திக்கும் அறிவு இல்லாத ஒரு குருட்டு சமூகத்தை உருவாக்கிவிட்ட இந்தக் கல்வியாளர்களை நொந்து கொள்வதா? வேலை தேடி கார்ப்பரேட் கம்பெனி வாசலில் நின்று, அதே கார்ப்பரேட்காரன் விற்கும் jio சிம்மை வாங்கிவிட்டு அவனையே எல்லா பிரச்னைக்கும் காரணம் என்று புலம்பும் கூட்டம் என்றுமே அப்படியே இருக்குமே என்பதை நினைத்து நொந்து கொள்வதா?

கேட்டா இலுமினாட்டி, கம்மினாட்டினு என்று எதையாவது எவனாவது சொன்னதை அப்படியே நம்பிக் குழப்பவேண்டியது.

கார்ப்பரேட் நிறுவனங்களுக்குக் கடனைக் குடுத்து தள்ளுபடி செய்கிறார்கள் என்று சொல்வது எல்லாம் முட்டாள்தனம். வட்டி இல்லாமல் கடனைத் திரும்பச் செலுத்தச் சொல்லிக் கூறுவார்கள். அல்லது நஷ்டமாகும் நிறுவனத்தின் சொத்துகளை விற்றுப் பணத்தைத் திரும்பப் பெற்றுக்கொள்வார்கள். அது சரியாக ஏலம் போகாமல் வங்கிகளுக்கு நஷ்டம் ஆவதுண்டு.

ஆனால் மொத்தக் கடனையும் 10, ஆயிரம் கோடி 20 ஆயிரம் கோடி தள்ளுபடி செய்கிறார்கள் என்பது எல்லாம் பொய். எப்படி மக்கள் அதுவும் படிச்சவர்கள்கூட இதை நம்புகிறார் என்று எனக்குப் புரிவது இல்லை. இங்கே நீதிமன்றம் இருக்கிறது. அவர்கள் சும்மா விட்டுவிட மாட்டார்கள். நினைவிருக்கிறதா Sahara நிறுவனம்? அவர்கள்தான் பல வருடம் இந்திய கிரிக்கெட் டீமுக்கு ஸ்பான்சர், அவர்களுடைய இன்றைய நிலை என்ன? சின்ன முதலீட்டாளர்கள் விஷயத்தில் தவறு செய்யவே தூக்கி ஜெயிலில் வைத்துவிட்டது நீதிமன்றம். அவர் இத்தனைக்கும் திறமையான நிர்வாகி; ஆனால் செய்த குற்றத்தால் மொத்தமாக மதிப்பிழந்தார். இன்று எவரும் அவரை நம்பி முதலீடு செய்யத் தயார் இல்லை. விஜய் மல்லையா விஷயமும் அப்படித்தான்.

இங்கே எப்படி ஆகிவிட்டது என்றால் நீதிமன்றம் ஒன்று இல்லவே இல்லை; போராளிகள்தான் நீதி கொடுக்கவேண்டும் என்ற ரீதியில் ஆகிவிட்டது.

இன்னொரு கொடுமை என்னவென்றால் ONGC, GAIL எல்லாம் கார்ப்பரேட் நிறுவனங்கள் ஆகிவிட்டது நம்ம நாம் தமிழர் கட்சி போராளிகளுக்கு. டேய்... அது இந்திய அரசு நிறுவனம்டா. என்னடா அநியாயம் பண்ணுறீங்க என்று கேட்டால் அதைக் காதில் வாங்காமல் அவன் இஷ்டத்துக்குக் கத்தி கத்தி பேசி திரிகிறான்.

சலுகைகள் வழங்கவே இல்லை என்று கூறமுடியுமா என்றால் அப்படிக் கூறமாட்டேன்.

இந்தியா அனைத்து வாகனங்களையும் 2030க்குள் எலக்ட்ரிக் வாகனங்களாக மாற வாகன உற்பத்தி ஆலைகளைக் கேட்டுக்கொண்டுள்ளது. இந்தியா முழுவதும் என்னும்போது அதற்கு ஆராய்ச்சிகளை மேற்கொள்ள நிறுவனங்கள் உதவிசெய்யக் கேட்டுக் கொண்டன. அதற்கு நரேந்திர மோதி அரசு 60% செலவினை ஏற்கத் தயார் என்று ஆதரவு தெரிவிப்பது சலுகைதான். ஆனால் அது நியாயமான சலுகை.

அதைவிட்டுவிட்டு sun tv கேபிள் ஒளிபரப்புக்கு BSNL 323 ISDN lines முறைகேடாகப் பயன்படுத்த அனுமதிப்பது, நிலகரி அள்ள நிறுவனங் களுக்கு சலுகை என்ற பெயரில் விலை நிர்ணயம் செய்ததில் பெரும் நஷ்டத்தை உருவாக்குவது என்று அரசு பெரும் நிறுவனங்களிடம் பெரும் தொகைக்கு விலை போவது தவறு.

அரசு வாகனங்கள் அனைத்தையும் மின்சார வாகனங்களாக மாற்ற முடிவு செய்தால் முதல் கட்டமாகக் குறைந்தது 50,000 வாகனம் வேண்டும் என்றால் யார் இந்த அளவு உற்பத்தி செய்து சப்ளை செய்ய முடியும்? பெரும் நிறுவனங்கள் தானே... நாட்டில் 50 புதிய விமான நிலையங்கள் அமைக்க வேண்டும்; ஒரு விமான நிலையம் கட்ட ஆகும் செலவு 24,000கோடி முதல் ஒரு லட்சம் கோடிவரை தேவை. இந்த அளவு யாரால் முதலீட்டைக் கொண்டு கட்டி கொடுக்க முடியும்? இதே பெரும் நிறுவனங்கள் தானே.

எனவே பிஜேபி, காங்கிரஸ் இரண்டும் கட்டாயம் பெரும் நிறுவனங் களுடன்தான் செல்லும். பெரும் நிறுவனங்கள் என்றால் சும்மா ஒரே இரவில் வருவன அல்ல. எனவே யார் சிறந்த நிர்வாகி என்பதுவே கேள்வி. காங்கிரஸ் பிஜேபி இருவரில் யார் நல்ல நிர்வாகி என்று பார்த்துதான் ஆட்சியாளர்களைத் தேர்வு செய்கிறோம்.

சீமான் வாயில் வந்ததைச் சொல்வதையெல்லாம் வாக்குறுதி என்று நம்பினால் நம்புபவர்கள்தான் நாட்டில் தலை சிறந்த மடையர்களாக இருக்க முடியும். ஏனென்றால் வெறும் பள்ளிகள் அனைத்தையும் அரசுடமை ஆக்கினால் அதற்கு 1.2கோடி மாணவர்களுக்கு நாம் பள்ளிக் கல்வி செலவு செய்ய வேண்டும். அது ஏறக்குறைய 5000கோடி முதல் 7000கோடிவரை அரசுக்குச் செலவு அதிகம் ஆகும்.

ஆனால் அதற்கு அரசுக்கு வருமானம்?

இந்த லட்சணத்தில் எல்லாரும் மாடு மேய்க்கணும் அது அரசு வேலை; எல்லாரும் விவசாயம் பார்க்கணும்; அது அரசு வேலை. மருத்துவம் இலவசம். அடிச்சுவிடு காசா பணமா என்று இஷ்டத்துக்குப்

பொருளாதாரம் தெரியாமல் பேசித் திரிகிறார்கள் என்றால் இதை எப்படி சிலர் நம்புகிறார்கள் என்று ஆச்சரியமாகவே இருக்கிறது.

ஜெயா, ஸ்டாலின், எடப்பாடி, கருணாநிதி எல்லாருக்கும் இலவசம் கொடுத்துத்தானே வோட்டே வாங்குகிறார்கள். அப்படி இருக்க இவர்களுக்கு மொத்தப் பள்ளிக்கூடங்களையும் மருத்துவமனைகளையும் இலவசமா கொடுக்கத் தெரியாதா? ஏன் அந்த வாக்குறுதியைக் கொடுக்கமுடியவில்லை?

ஏன் என்றால் அதை யாரும் நம்பப்போவது இல்லை. அது நடக்காத காரியம் என்று அனைவருக்கும் தெரியும். எனவே மக்களை ஓர் அளவுக்குத் தானே ஏமாற்ற முடியும்.

ஆனால் சீமான் எப்படி கொடுக்கிறார்? அதனால் தானே நான் சீமான் அவர்களைப் பொருளாதாரம் தெரியாத முட்டாள் என்கிறேன். உன் உணர்வைத் தூண்டிவிட்டு ஆதாயம் தேடுகிறார் இந்த சீமான். சீமானுக்குச் சுட்டுப் போட்டாலும் பொருளாதாரம், வரி நிர்வாக அறிவு வரவே வராது.

'எனவே, சும்மா கார்ப்பரேட் என்ற வார்த்தையை வச்சு வசனமாக எழுதிக் குரல் கொடுத்துவிட்டவர் எல்லாம் போராளியும் அல்ல; கார்ப்பரேட் முதலாளி எல்லாம் வேலை பார்க்காமல் சொகுசு வாழ்வு வாழும் கூட்டமும் அல்ல. முதலில் பொறாமை கொள்வதை நிறுத்துங்கள் - நீயும் நேர்மையாகப் பணம் தேடும் புத்திசாலித்தனத்தை வளர்த்துக் கொள்ள வழிதேடு'.

இறுதியாக :

இந்தப் பங்கு சந்தை, பங்கு சந்தை என்று ஒன்று இருக்கே அதுலாம் என்ன? BSE, NSE புள்ளிகள் என்கிறார்களே அது எல்லாம் என்ன? ஒரு 10,000 ரூபாயைப் போட்டு என்னதான் இருக்கு விஷயம் என்று ஒரு கை பார். காசு போன போகுது; ஆனால் அது தரும் தந்திரம், புத்திசாலித்தனம், அறிவு கட்டாயம் நல்ல பாடம் ஆகும்.

'அட நீங்க இன்ஜினியரிங் காலேஜ்ல பீஸ் கட்டும் காசுக்கு என்ன அறிவு கொடுத்தார்கள்? எனவே அந்தக் குழியில் கொட்டிய பணத்தைவிட இப்படி ஒரு 10,000 ரூபாயைச் செலவு செய்வது தவறு அல்ல'.

தமிழ் நாட்டில் உள்ள பிரச்னை மொழி கொண்டு உணர்வைத் தூண்டியே அண்ணாதுரை காலத்தில் இருந்து இன்றுவரை அரசியல் செய்வது. மக்கள் உணர்ச்சிவசப்படாமல் கொஞ்சம் அரசை நிர்வாகம் செய்ய நல்ல நிர்வாகிகளைத் தேர்வு செய்யவேண்டும் என்ற அக்கறை இருந்தால் போதும்; நாட்டுக்கு அதுவே நலம் தரும்.

•

பாகம் 2

போராளிகள்

நீட் போராளிகள்

செய்தி: 'நீட் தேர்வு ஒழிக்கப்படும்வரை அதற்கு எதிரான போராட்டங்கள் தொடரும். நீட்தேர்வுக்கு எதிராக அறப்போரை மாணவர்களுடன் சேர்ந்து முன்னெடுத்துச் செல்வோம் - கி.வீரமணி உறுதி'

போராட்டங்கள் தவறு இல்லை. ஆனால் எதற்காகப் போராட வேண்டும் என்பதில்தான் பிரச்னை. மக்கள் உணர்ச்சியைத் தூண்டி, கண்மூடித்தனமாக எல்லா மத்திய அரசுத் திட்டங்களையும் எதிர்த்துக் கட்டமைக்கப்படும் போராட்டங்களில் என்ன நியாயம் இருக்கும்?

சரி, இப்போ விஷயத்துக்கு வருவோம். நீட் தேர்வு என்றால் என்ன?

நீட் தேர்வுக்கு சிலபஸ் உருவாக்குவது MCI - Medical Council of India. எனவே இது முதலில் CBSE பாடத்திட்டம் என்பது அடிப்படை தவறு. முதல் குழப்பமே இங்கேதான் வருகிறது. Medical Council of India கீழ் மாணவர்கள் மருத்துவம் படிக்க வரும் அனைவரும் இந்த அகில இந்திய அளவிலான தேர்வுக்குத் தகுதியாக வேண்டும் என்று கேட்டுக்கொள்கின்றனர்.

அதற்குக் காரணம் மாநில அரசுகள் மாணவர்கள் அதிகம் தேர்ச்சி பெற வேண்டும் என்பதை மட்டும் கணக்கில் கொண்டு பாடத்திட்டங்களை வடிவமைப்பதால் தரம் தாழ்ந்து போக வாய்ப்புள்ளது. அதைத் தடுக்கும் வண்ணம் ஒரு பொதுத் தேர்வு வைக்க வேண்டிய கட்டாயம் அரசுக்கு எழுகிறது. ஒரு வேளை நாட்டின் அனைத்துப் பள்ளிகளும் மத்திய அரசின் கட்டுபாட்டில் இயங்கும் என்றால் இந்த பிரச்னையே இல்லை. அதாவது state Board என்று இல்லாமல் அனைத்துமே CBSE என்று இருக்கும் என்றால் அரசு பள்ளி குழந்தைகளும் CBSE படிக்க அனைவருக்கும் பொது தேர்வு தேவை எழாது.

பிரச்னை கல்வி துறை மாநில அரசின் கையில் இருக்கிறது. ஆக உண்மையில் நம் போராட்டம் எப்படி நடத்திருக்க வேண்டும் என்றால்,

'State Board வேண்டாம் அனைத்தும் CBSE ஆக மாற்றுங்கள்; ஏன் என்றால் அதுதான் தரமானதாக உள்ளது'. அமைச்சர்கள் வீட்டு பிள்ளைகளில் இருந்து அரசு பள்ளியில் வேலை செய்யும் வாத்தியார் வீட்டு பிள்ளைகள்வரை அனைவரும் CBSE யில்தான் படிக்கிறார்கள். என்ன பாவம் செய்தனர் இந்த ஏழைக் குழந்தைகள்? அவர்களுக்கும் அதே தரமான கல்வி கிடைக்க அனைத்து அரசு பள்ளிகளும் CBSE க்கு மாற்ற வேண்டும். தனியாக State Board இருக்கக்கூடாது என்று போராடி இருக்க வேண்டும். ஆனால் நடந்தது என்ன? முற்றிலும் வேறுவிதமாக 'ஏழை மாணவி டாக்டர் ஆகக் கூடாதா' என்று அப்படியே மாற்றி அதில் அரசியலும் கலந்துவிட - புதிய தலைமுறைபோன்ற செய்தி ஊடகங்கள் தங்கள் முதலாளி நடத்தும் மருத்துவக் கல்லூரிக்கு வக்காலத்து வாங்கி நீட் தேர்வைத் தவறான விதத்தில் மக்கள் மத்தியில் பரப்பினர்.

உண்மையில், CBSE Board என்ன செய்கிறது என்றால் இந்த Medical Council of India வெளியிடும் சிலபஸில் 95%வரை தன் பாடத்திட்டத்தில் சேர்த்துவிடுகிறது. இதனால்தான் பலருக்கு இந்த நீட் தேர்வு என்பது CBSE பாடத்திட்டம்போல் தெரிகிறது. CBSE Board எப்படி தன் பாடத்திட்டத்தை MCI அறிவித்த பாடத்திட்டத்துக்கு உயர்த்தியது? அதேபோல State Board உயர்த்தி இருந்தால் வேலை முடிந்தது.

ICSE Board, CBSE Board, State Board, Matriculation Board, Army Public School என்று எல்லாப் பிரிவுகளுக்கு கீழ் வரும் அனைத்துப் பிரிவினரும் இப்படிதான் தயார் ஆகிறார்கள்.

இது முதலில் புரிகிறதா?

அடுத்து NEET வெறும் தேர்வுதான். தேர்வு முடிந்ததும்- இந்தாங்க வெற்றி பெற்ற மாணவர்கள் லிஸ்ட் என்று அந்த அந்த மாநிலத்துக்குப் பட்டியலைக் கொடுத்துவிடுவார்கள். அதோடு அவர்கள் வேலை முடிந்தது. அதை வைத்துக்கொண்டு மாணவர்கள் சேர்க்கையை மாநிலங்கள் நடத்திக்கொள்ளவேண்டும். நல்லா புரிந்துகொள்ளுங்கள் இப்போவும் 85% தமிழக மாணவர்களுக்குத்தான் இடம் ஒதுக்கப்படுகிறது. நீட் தேர்வு மூலம் தமிழர்கள் வஞ்சிக்கப்படுவதாக எவராவது சொன்னால் அது முழுக்கத் தவறு. அவர்களுக்கு ஒன்று உண்மை தெரியாது - அல்லது திட்டமிட்ட உள்நோக்கம்.

அதே இடஒதுக்கீடு முறையும் அப்படியே மேற்கொள்ளலாம் மாநில அரசுகள். இதில் எந்தத் தடையும் கிடையாது. நீட் மூலம் எந்தப் பிரச்னையும் வராது. SC, ST, OBC, MBC என்று ஒதுக்கப்பட்ட இடங்களில் அதே பிரிவினரைத்தான் நிரப்ப முடியுமே தவிர வேறு யாரையோ கொண்டுவந்து அந்த இடங்களில் நிரப்பமுடியாது.

இதுவரை முதலில் புரிகிறதா? இது ஒன்றும் quantum physics இல்லை புரியாமல் போக. வெறும் தேர்வுத் திட்டவடிவம்.

எனவே, கல்வி தரமாக இருஇருக்கத் தன் பாடத்திட்டத்தை வெளியிடும்போது CBSE எப்படி மாறுகிறதோ அதேபோலத் தமிழ் நாடு, ஆந்திரா, கர்நாடகா என்று எல்லா மாநிலங்களிலும் உள்ள state Board தங்கள் பாடத்திட்டத்தையும் மாற்றியிருந்தால் எதற்குத் தனியாக கோச்சிங் கிளாஸ்? இதனால்தான் மற்ற எந்த மாநிலமும் இதற்கு எதிர்ப்புத் தெரிவிக்கவில்லை. இது புரிகிறதா? இங்கே தமிழகத்தில் செய்வது திட்டமிட்ட குழப்பும் வேலை, அதில் திராவிடக் கட்சிகளின் அரசியல் வேறு சேர்ந்து கொண்டது..

ஆனால் பாடத்திட்டத்தை மாற்றி அமைக்காமல் விட்டுவிட்டோம். சரி ஒருமுறை அதற்கு விலக்கு வேண்டும் என்றோம். நீதிமன்றமும் சரி என்று போன வருடம் விட்டது. ஆனால் இந்த வருடமும் நீதி மன்றம் போய் நின்றது தவறு யாருடையது? ஆகத் தவறு செய்தது ஆட்சியில் இருந்த திராவிடக் கட்சிகள் என்பது அப்பட்டமாகத் தெரியும்போது இது எப்படி நீதிபதிகள் தவறாகும்? இது எப்படி மத்திய அரசின் தவறாகும்? மத்திய அரசு பழிவாங்குகிறது ஏழைகளை என்று அவன் அவன் இஷ்டத்துக்கு மீம்ஸ் பரப்புவது ஏன்? 'அவர்களுக்கும் பிரச்னை என்ன இருக்கு - மத்திய அரசினரும் மக்களிடம் நல்ல பெயர் வாங்கத்தானே நினைப்பர். இதில் என்ன வேண்டி இருக்கு பழிவாங்க?

இப்போது ஆனந்த விகடனில் வந்த பேராசிரியர் அனில் சடகோபன் பேட்டிக்கான பதில்.

இடதுசாரிப் பேராசிரியர் முன்வைத்த குற்றச்சாட்டுகளும் பதில்களும்:

1. சமூகநீதியும், சமத்துவமும் இதனால் கெடும். மாணவர்களின் திறனை ஆராய ஒற்றைத் தேர்வு என்பது சுத்த அயோக்கியத்தனம்.

ஒற்றைத் திறனாய்வு தேர்வு கூடாது என்ற நிலைப்பாடு இந்த மருத்துவத் தேர்வு முறையில் மட்டுமா... எல்லா விஷயத்திலுமா... புரியவில்லை. ஏன் என்றால் IAS, IPS தேர்வுகள் நடத்துகிறோம். அவையும் ஒற்றைத் திறனாய்வுத் தேர்வுகள்தான். இது எனவோ நீட் மூலம் மருத்துவக் கல்லூரியில் சேர்வதற்கு மட்டும்தான் இந்தியாவில் நடத்தப்படுவதுபோல மாயையை உருவாக்க முயற்சிக்க வேண்டாம். இந்தியாவில் JEE இன்ஜினியர் கல்லூரியில் சேர்வதற்கும் இதே ஒற்றைத் தேர்வுதான் நடக்கிறது. அது பிரச்னை இல்லையா? UPSC Civil Services தேர்வுக்குப் பொதுவான Syllabus தானே வெளியிடுகிறோம். நடத்துகிறோம். அதுமட்டுமா Indian Maritime

University Common Entrance Test, National Aptitude Test (NATA) என்று எத்தனை தேர்வுகள் நான் உதாரணம் காட்டவேண்டும் கூறுங்கள்.

எனவே, ஒற்றைத் திறனாய்வு தேர்வு கூடாது என்பது தவறான வாதம். ஆனந்த விகடன் இப்படி இடதுசாரி நக்சல் ஆதரவாளர்களை அவ்வப் போது பேச விட்டு மக்களைக் குழப்புவதும் தேசத்துக்கு எதிராகத் தூண்டுவதும் கைவந்த கலை.

இது எனவேோ நீட் மூலம் மருத்துவக் கல்லூரிக்குச் சேர்வதற்கு மட்டும்தான் இந்தியாவில் நடத்தப்படுவதுபோல மாயையை உருவாக்க முயற்சி செய்வது எவ்வளவு பெரிய கேடுகெட்ட செயல்.

இதைப் படிக்கும் அனைவரையும் நான் கேட்கிறேன்: இதற்கு முன் எப்படி இருந்தது தெரியுமா?

AIIMS, CMC-Vellore, CMC-Ludhiana, JIPMER, Manipal (MBBS), MGIMS-Wardha, AMU (MBBS), BHU Medical என்று ஒவ்வொருவரும் இஷ்டத்துக்கு மருத்துவத் தேர்வுகள் வைத்து மாணவர்கள் சேர்க்கை அறிவித்துப் பல ஆயிரம் கோடிகள் வாங்கி மருத்துவப் படிப்பை விற்றபோது இங்கே எவனும் போராட்டம் நடத்தவில்லை.

AIIMS வழிகாட்டுதல் தெளிவின்மையால், ஒரு நேர்மை இல்லாததால் கோடிகளில் மருத்துவ சீடை விற்றபோது எங்கே இருந்தீர் சடகோபரே...எங்கே போயிருந்தீர் பிற போராளிகளே? எந்தப் புதிய தலைமுறைபோன்ற செய்தி நிறுவனங்கள் தட்டிக் கேட்டார்கள்? எவரும் கிடையாது.

இதனால்தான் இந்தியா கொண்டுள்ளது Educational System இல்லை Examination System. இதை மாற்றிவிட்டு State Boardஐ மொத்தமாக ஒழித்துவிட்டு அனைத்தையும் CBSE போர்ட் என்று ஆக்கும்படிப் பலரும் பல முறை கூறியிருக்கிறார்கள். யார் காதில் வாங்குகிறார்கள்?

அனைத்தையும் இந்திய அளவில் ஒற்றை திறனாய்வு தேர்வு மூலம் தேர்வு செய்ய எளிமையாக இருக்கும். மாணவர்கள் அனைவருக்கும் வேறு வேறு பாடத்திட்டம் கொடுக்காமல் அனைவரும் ஒரே பாடத்திட்டத்தில் படித்து வெளியேறுவர். அதுதானே மாணவர்களுக்கு நல்லது.

இதற்கு மத்திய அரசு தயார். மாநிலங்கள்தான் பிரச்னை.

2. உலக வர்த்தக அமைப்புக்குச் சில வாக்குறுதிகளை இந்திய அரசு அளித்துள்ளது. அதில், ஒன்று இந்தியச் சுகாதாரத் துறையை முழுவதும் தனியார்மயமாக்குவது. அதற்காக இந்தியப் பொது சுகாதாரத் துறையைச் சிதைக்க வேண்டும் என்று மத்திய அரசு செயல்படுவதாகச் சொல்கிறார் இடதுசாரிப் பேராசிரியர்.

இது எப்போதும் இந்த கம்யூனிஸ்ட் கூட்டத்தின் பொத்தாம் பொதுவான குற்றச்சாட்டு. உலக வர்த்தகம், அமெரிக்கா என்று எதையாவது பேசி மக்களை சர்வதேச சதிபோல் தூண்டிவிடுவது.

யார் பொதுத்துறை நிறுவனங்களைத் தனியார் வசம் கொடுக்க விரும்புகிறார்கள்? யார் சிதைக்க விரும்புகிறார்கள்? இதை யார் பேசுவது என்ற ஒரு வரைமுறையே இல்லாமல் போச்சு. ஏன் என்றால் பலருக்கு வரலாறு தெரியாது தெரியாது அல்லவா. அந்த தைரியத்தில்தான் கம்யூனிஸ்ட்கள் இப்படிப் பேசுகிறார்கள்.

Indian Oil, ONGC, NTPC, Gas Authority of India என்று பொதுத்துறை நிறுவனங்கள் மூலம் வரும் திட்டங்கள் அனைத்தையும் எதிர்த்து போராட்டங்களை தூண்டிவிடும் கம்யூனிஸ்ட் கட்சியா பொதுத்துறை நிறுவனங்கள் நலன் பற்றிப் பேசுவது?நல்ல வேடிக்கை.

மிஸ்டர் சடகோபன்... உங்கள் கம்யூனிஸ்ட் தொழில் சங்கங்கள் காட்டிய சாமர்த்தியத்தினால்தான் HMT இந்தியாவின் கோவில் கோபுரம் என்று அழைக்கப்பட்ட பொதுத்துறை நிறுவனம் நாசம் ஆனது. புதிய போராளிகளுக்கு வேண்டுமானால் இதுபோன்ற உண்மைகள் தெரியாமல் இருக்கலாம். அனைவரையும் ஏமாற்ற முடியாது.

MBBS படிப்பே அந்நிய முதலாளிகளுக்கு அடிமையாகச் செய்யும் வேலை என்பார்கள். சரி, வாங்க சித்த மருத்துவம், ஆயுர்வேதம் படிக்கலாம் என்று சொன்னால் உடனே ஹிந்துத்துவா திணிப்பு என்று ஆரம்பித்து விடுவார்கள். இவர்களை என்ன சொல்லித் திருத்த?

எனவே இது அடிப்படையில் தவறான குற்றசாட்டு.

3. இப்போதுள்ள மருத்துவக் கல்வி முறையில் மாணவர்கள் சில காலம் கிராமத்தில் பணியாற்ற வேண்டும். அதற்கான ஒதுக்கீடு இருக்கிறது. ஆனால், நீட் தேர்வில் அதற்கான வாய்ப்பே இல்லை என்கிறார் பேராசிரியர்.

இது என்ன விதமான பேச்சு? எதிர்க்கவேண்டும் என்று சீன முதலாளிகள் சொல்லிவிட்டார்கள். எனவே எதிர்க்கிறார். ஆனால், என்ன சொல்லி எதிர்க்க என்று தெரியவில்லை. ஏதோ உளறுகிறார்.

உண்மையில் நீட் என்பது வெறும் தேர்வு மட்டுமே. அதாவது வெறும் Examination Board. அதில் மதிப்பெண் வாங்கியவர் பட்டியலை மாநில அரசுகளிடம் கொடுத்துவிட்டு விலகி விடுவர். இது மட்டுமே இவர்கள் பணி.

அந்தப் பட்டியலைக் கொண்டு கவுன்சிலிங் நடத்தி மாணவர்கள் சேர்ப்பது முதல் மருத்துவப் படிப்புக்கான கொள்கை முடிவு

எடுப்பதுவரை அனைத்தையும் மாநில அரசுகளும் மருத்துவக் கல்லூரிகளுமே எடுக்கும். தேர்வு நடத்தும் வெறும் ஒரு அமைப்பு எப்படி நாட்டின் மாநிலத்தின் மருத்துவக்கொள்கையில் தலையிடும்?

இது முழுக்க மக்களை ஏமாற்றும் உண்மைக்குப் புறம்பான பேச்சு.

4. நீட் தேர்வை சமூகநீதிக் கண்ணோட்டத்தில் பார்த்தீர்கள் என்றால், வாய்ப்பு மறுக்கப்பட்ட பின்தங்கிய சமூக மக்களை, மருத்துவத் துறையில் உள்ளே வரவிடாமல் தடுக்கும் அரசியல் தெரியும் என்கிறார் திருவாளர் சடகோபர்.

அப்பாடா தலித் என்று சொல்லாமல்விட்டீர். நல்லது.

இப்போது இந்தப் பின்தங்கிய சமூக மக்கள் யார்? ராமநாதபுரம், சிவகங்கை என்று பின்தங்கிய பகுதிகளில் வாழும் தேவர், கள்ளர், பிள்ளை, நாடார், மருத்துவர், பிராமணர், கோனார் என்று எல்லா ஜாதிய மக்களும்தான் பின்தங்கியவர்கள் என்று கூறினால் அதாவது ஜாதிய அடையாளம் இல்லாமல் உண்மையில் கல்வி கிடைக்காமல் உழைத்துப் பொருள் சேர்க்க வழி அதிகம் இல்லாத பகுதியைச் சார்ந்த மாணவர்கள் எல்லாருமே என்றுதானே அர்த்தம். ஜாதி, மதம் கொண்டு பிரிக்காமல் இந்தக் கோரிக்கையை கம்யூனிஸ்ட், திமுக, திகபோன்றவை முன்வைக்கமுடியுமா?

நான் சவால் விடுகிறேன். எனவே சும்மா உதார்விடவேண்டாம்.

உண்மையில் நாம் மாற்றி அமைக்கவேண்டியது கல்வி கொள்கையைத் தான். அதாவது நீட் தேர்வைச் சந்திக்கும் அளவுக்கு நம் மாநிலக் கல்வி தரம் உயரவேண்டும். உயர் தரமான கல்வி கிடைக்கும் பள்ளிகளில் படிக்கவைக்க வசதி இல்லாமல்தான் அரசு பள்ளிக்கு வருகிறார்கள். சரி தானே. அந்தப் பிள்ளைகளுக்கு உயர் தரமான கல்வியைக் கொடுப்பதில் தானே நம் அக்கறை இருக்கவேண்டும்?

எனவே சமூகத்தில் பின் தங்கிய என்று தனியாக எதுவும் பிரித்துப் பார்க்கத் தேவை இல்லை. அரசுப் பள்ளிக்கு வரும் அனைவருமே சமூகத்தில் பின்தங்கிய பிள்ளைகள் தான். அவர்களுக்கும் CBSE பள்ளியில் கிடைக்கும் தரமான கல்வி கிடைக்க வைப்பதே நலம்.

படிக்கும் குழந்தை எங்கிருந்தாலும் படிக்கும் சார். சும்மா அரசியல் ஆதாயங்களைப் பள்ளி வகுப்புக்குள் கொண்டுவராமல் எட்டி நில்லுங்கள்.

5. தாழ்த்தப்பட்ட, பழங்குடி சமூகங்களைச் சேர்ந்த ஒரு மாணவன் கடினப்பட்டுப் படித்து, நல்ல மதிப்பெண் பெற்று மருத்துவப் படிப்பு

வாய்ப்புக்காகக் காத்திருக்கும்போது, அவன் மீது நீட் தேர்வைத் திணிக்கிறீர்கள் என்கிறார் பேராசிரியர்.

இதற்கு நீங்கள் நான் மேலே கூறிய நீட் என்றால் என்ன என்ற விளக்கத்தைப் படித்தால் போதும்.

6. முதலாளித்துவ தேசமான ஜெர்மனியும் சரி... கம்யூனிச தேசமான கியூபாவும் சரி... கல்வியை வணிகமாகப் பார்க்கவில்லை. இலவசமாகக் கொடுக்கின்றன என்கிறார் பேராசிரியர்.

இதுபோல முட்டாள்தனமான பேச்சு எல்லாம் சீமான்தான் பேசுவார் என்று நினைத்திருந்தேன். இப்போது கம்யூனிஸ்ட்களும் பேச ஆரம்பித்துவிட்டனர்.

ஜெர்மனி மக்கள் தொகை 8,28,00,000. இந்திய மக்கள் தொகை 1,32,68,01,576. அதாவது ஜெர்மனியைவிட சுமார் 16 மடங்கு அதிகம்!

இந்தியாவில் மதிய உணவுடன் கூடிய இலவசக் கல்வி பெறும் மாணவர்கள் எண்ணிக்கைகூட இந்த நாடுகளின் மொத்த மக்களை தொகையை விட அதிகம்!

எனவே உற்பத்தி, ஆராய்ச்சி, விளையாட்டு என்று ஒப்பிடுங்கள். இப்படி விஷயங்களில் ஒப்பிடுவதை எந்த அறிவார்ந்த மக்களும் செய்யமாட்டார்கள்.

அதைவிட நம்ம மக்கள் இப்போதுதான் படிச்சு வராங்க... அரசு பள்ளியில் வேலை செய்யும் ஒரு ஆசிரியருக்குக்கூட எப்படி முதலீடுகள் சேர்க்க வேண்டும் என்று தெரியாது. என்ன மிஞ்சிப் போனா வீடு நிலம் தங்கம் இவற்றை மட்டுமே முதலீடாக வாங்கிப் போடும் அளவுக்குத்தான் இந்த மக்கள் அறிவு உள்ளது. கொஞ்சம் காலம் ஆகும் இவர்கள் நீங்கள் சொல்லும் மேற்கத்திய நாடுகளில் உள்ள மக்கள்போல வர. எனவே ஒப்பிடுவது தவறு.

கம்யூனிஸ்ட்களுக்கு இவையெல்லாம் நன்கு தெரியும். நாலெழுத்து படிக்கக்கூடியவர்கள். இருந்தும் அவர்கள் இதில் ஏன் குழப்பப் பார்க்கிறார்கள்?

இதை மத்திய கம்யூனிஸ்ட் கட்சியினர் பேச மாட்டார்கள். மாநில கம்யூனிஸ்ட் தலைகள்தான் குரல் கொடுக்கும். அதன் பின்னால் உள்ள அரசியல் விவரத்தைப் பின்னர் சொல்கிறேன்.

இந்த வகையில் நீட் தேர்வுக்கான தீர்வு :

மாநில அரசு க் கல்வியை CBSE BOARD க்கு மாறிவிடுவதுதான். தேசம் முழுவதும் ஒரே கல்வி. மக்கள் காசில், அரசு வேலை பார்க்கிறேன்

என்ற பெயரில், திராவிடக் கட்சிகளுக்கு சலாம் போட்டு வாழும் இந்த அரசு ஊழியர்கள் மாநிலப் பாடத்திட்டத்தில் செய்த சாதனை என்ன தெரியுமா?

'பெரியார் என்று மக்களால் அன்புடன் அழைக்கப்பட்டார்; அண்ணா என்று மக்களால் அன்புடன் அழைக்கப்பட்டார்' எனத் திராவிடப் புராணத்தைப் பாடத்திட்டத்தில் சேர்த்து மாணவர்களைப் படிக்கவைத்தது தான். தாம் செய்யாத அனைத்துச் சாதனைகளும் திராவிடக்கொள்கை மூலமே நடந்ததாக, உண்மையைத் திரித்து மாணவர்களைப் படிக்கவைத்ததுதான் இவர்கள் செய்த சாதனை.

அப்படியானால் போராட்டமே நடத்தக்கூடாதா... எல்லாமே சரியாக இருக்கிறதா?

போராட்டம் நடத்துங்கள். யார் வேண்டாம் என்றார்கள். ஆனால், இப்போது இருக்கும் நிலையைவிட மேலான நிலைக்குப் போகவேண்டும் என்ற நோக்கில் போராடுங்கள்.

"Tamil Nadu State Board மொத்தமாகக் கலைத்துவிட்டு CBSE Board உடன் இணைக்கச் சொல்லிப் போராடுங்கள்'. நீட் தேர்வு வேண்டாம் என்று திமுக இன்று போராட்டம் நடத்தப் போவதாக அறிவிப்பது மாணவர்களை நாசம் செய்யும் வேலை தானே தவிர வேறு ஒன்றும் இல்லை.

உண்மையல் என் வேதனை என்னவென்றால்:

இறந்த உடலை வைத்து இன்று அரசியல்வாதிகள் ஒருபக்கம் அரசியல் ஆதாயம் தேடுகிறார்கள்; சினிமா பிரபலங்கள் தாங்கள் பிரபலமாக இருக்கும்வரைதான் தங்களுக்குப் பணம் சம்பாதிக்க முடியும் என்று புத்திசாலித்தனமாக நான் நல்லவன் என்று இறந்த உடலில் விளம்பரம் தேடுகிறார்கள் ; பிரிவினைவாதிகள் ஆகா... அனிதா கிடைத்து விட்டாள் என்று எடுத்து மாட்டி இவரையே ஒரு பிராண்டாகப் பயன்படுத்திக் குழப்பிப் பிரிவினை தூண்டுகிறார்கள்.

மாணவர்கள் எதிர்காலம், கல்வி தரம் பற்றி அக்கறை கொண்டவர் எல்லாம் வேடிக்கை பார்க்கவேண்டி உள்ளது. ஏதாவது சொன்னால் நீட் தேர்வுக்கு ஆதரவாளன்தான் அனிதா சாகக் காரணம் என்று சொல்லி விடுவர் என்று எல்லோரும் பின்வாங்குகிறார்கள். போராட்டம் நடத்தும் அரசியல்வாதிகளும் பிற விவரமான போராளிகளும் CBSE பள்ளி தேடித் தன் பிள்ளைகளைச் சேர்க்கப்போவது நிச்சயம்.... இந்தக் கூட்டத்தை நம்பி ஏமாறப் போவது ஒன்றும் அறியாமல் உணர்சிவசப்படும் ஏழைகள் தான்.

இறுதியாக:

இந்திய மருத்துவக் கவுன்சில் தலைவர் கேத்தன் தேசாய் 2010ல் கைதானது நினைவு இல்லையா அனைவருக்கும்? எல்லோரும் மறந்துவிட்டீர்களா? அவரிடம் இருந்து 1,800 கோடி ரொக்கமாகவும், 1,500 கிலோ தங்கமும் பறிமுதல் செய்யப்பட்டது மறந்துவிட்டதா மக்களுக்கு. அது எப்படி? எனவே அரசியல்வாதிகள் நடத்தும் மருத்துவக் கல்லூரிகள் ஆயிரம் கோடிகள் மெடிக்கல் சீட்டுக்காக லஞ்சமாக வாங்கிக் குவித்தபோது எல்லாம் இந்த பிரச்னை தெரியவில்லையா இந்தப் போராளிகளுக்கு, திமுகவுக்கு?

இன்று நரேந்திர மோதி மொத்தமாக அனைத்தையும் பொது கவுன்சிலிங் மூலம்தான் மாணவர் சேர்க்கை நடத்தவேண்டும் என்றதும் அனைத்து மருத்துவக் கல்லூரிகளும் டொனேஷன் மூலம் பணம் சம்பாதிக்க முடியாமல் போய்விட்டதே அய்யோ அய்யோ என்று துடிக்கிறார்கள். தமிழகத்தில் இருக்கவே இருக்கிறார்கள் ஒரு டஜன் போராளிகள்... ஆரம்பித்து விட்டனர் போராட்டத்தை. பள்ளிக்கூடம் நடத்துகிறேன் பேர்வழி என்று அரசு பள்ளி மாணவர்கள் தரத்தைக் கெடுத்தனர். இன்ஜினியர் ஆகுறேன் என்று அண்ணா யுனிவெர்சிட்டி மூலம் பல ஆயிரம் பேர் வாழ்வைக் கெடுத்தனர். இப்போ என்ன சாதித்துவிட்டனர் என்று மருத்துவப் படிப்பையும் கெடுக்கத் திராவிட அரசியல்வாதிகள் வாய் கூசாமல் போராடலாம் வாருங்கள் என்கிறார்கள்? வெட்கமே கிடையாதா இவர்களுக்கு.

•

சூழலியல் போராளிகள்

செய்தி: 'சென்னை-சேலம் 8 வழி பசுமை விரைவுச்சாலைக்காக 5 மாவட்டங்களில் 8 மலைகளை அழிக்க அரசு திட்டமிட்டுள்ளதாக இயற்கை ஆர்வலர்கள் குற்றம் சாட்டியுள்ளனர். இதன்மூலம் இயற்கை வளங்கள் அழிந்து, மக்கள் கடுமையாகப் பாதிக்கப்படுவார்கள் என எதிர்ப்பும் தெரிவித்துள்ளனர்'.

உங்கள் அனைவருக்கும் ஒரு முக்கியமான விஷயம் :

ஹிட்லரைச் சிலருக்குப் பிடிக்கும்; சிலருக்குப் பிடிக்காது. ஆனால் அவர் ஆட்சிக்கு வந்தவுடன் மேற்கொண்ட வளர்ச்சிப் பணிகள் காரணமாக முதல் உலகப் போரில் மோசமான பொருளாதாரச் சீரழிவை அடைந்த ஜெர்மனி மீண்டும் ஐந்தே ஆண்டுகளில் உலகையே அசைக்கும் சக்தியாக வளர்ந்து நின்றது. அந்த அளவுக்கு வேகமாக வளர்ச்சி அடையக் காரணம் - அவர் ஜெர்மனி என்ற நாட்டில் உள்ள ஒவ்வொரு நகரையும் கிராமத்தையும் தேசிய நெடுஞ்சாலைகளுடன் இணைத்தது தான். அதன் காரணமாக நகரங்கள் நோக்கி நகர்வது தேவையற்றதாக ஆகிவிட, சந்தைக்கு உற்பத்தி பொருட்கள் சென்று சேர்வதில் சிக்கலும் இல்லாமல் நேர விரயமும் இல்லாது போனது. இதனால் உற்பத்தி வேகம் பிடித்தது. இதுதான் காரணம் ஹிட்லர் ஜெர்மனியை வெற்றிகரமாகக் கட்டமைக்க.

Reichsautobahn என்று தேடிப் படிக்கவும். அதில் ஹிட்லர் எந்த அளவு புத்திசாலி என்பது புரியும். ஹிட்லர் தேசிய நெடுஞ்சாலை எந்த அளவுக்கு முக்கியத்துவம் கொடுத்தார்கள் என்பது உணர முடியும். முதல் உலகப் போரில் தோற்று மிகப் பெரிய பொருளாதார வீழ்ச்சி மொத்தமாக அழுத்திய ஒரு நாட்டை ஹிட்லர் தூக்கி நிறுத்தியது சாலைகள் மூலம் தான்.

முதலில் எதனால் உள்நாட்டில் சரக்குகளைக் கையாளும் திறன் மேம்படவேண்டும்?

மிக எளிமையாகக் கூறினால் - மதுரை மாவட்டம் மேலூரில் இருந்து குறிப்பிட்ட பூக்களை அதன் தேவை அதிகம் உள்ள சென்னை, பெங்களூர்போன்ற நகரங்களுக்கு 3 மணிநேரத்தில் கொண்டுசெல்ல முடியும் என்றால் அதுதான் நாட்டின் உள்கட்டமைப்பில் உள்ள சாதனை. அதாவது நீங்கள் எந்தப் பொருளை வேண்டுமானாலும் உற்பத்தி செய்யுங்கள், சாதாரண LED பல்பு ஆரம்பித்துக் காய்கறிகள் வரை. ஆனால் அது ஒரு சந்தையை அடைய இரண்டு முக்கிய காரணிகள் உண்டு 1.வேகமாகச் சந்தைக்குச் செல்வது 2.குறைந்த விலையில் சந்தையை அடைவது. சரக்கு எந்த அளவுக்கு வேகமாகப் பயணம் ஆகிறது என்பதும் முக்கியம் - அதே நேரம் குறைந்த செலவில் பயணமாக வேண்டும் என்பதும் முக்கியம்.

உலக வங்கி கொடுக்கும் தகவலை நாம் எளிமையாகப் புரிந்து கொள்வது என்றால், நீங்கள் 100ரூபாய் மதிப்புள்ள ஒரு பொருளைத் தயாரித்தால் - அதன் விலையில் 14 ரூபாய் இந்தப் பயணத்துக்குச் செலவிடப்பட்டு விலை ஏற்றம் அடைகிறது. அதே அமெரிக்க ஐரோப்பிய நாடுகளில் சராசரியாக 6-முதல் 8 ரூபாய்தான் அதிகம் ஆகிறது. சீனாவில் 10 ரூபாய் செலவாகிறது. 100 ரூபாய் பொருளுக்கு 14 ரூபாய் என்றால் ஒரு கோடி ரூபாய் மதிப்புள்ள சரக்கு உற்பத்தி இடத்திலிருந்து சந்தையை அடையும்போது செலவு 14 லட்சம் அதிகரித்திருக்கும். கொஞ்சம் யோசித்துப் பாருங்கள் உற்பத்தி யாளர்கள் இதில் செய்த தவறு என்ன? எதுவும் இல்லை. பின் விலை ஏற எது காரணம்? சரக்கைக் கையாளும் கட்டமைப்புதான் காரணம்.

உலகவங்கி கொடுக்கும் தகவல்படி ஆஸ்திரேலிய, ஐரோப்பிய, அமெரிக்க என்ற வளர்ந்த நாடுகளில் பலவும் சரக்கு ரயில் செல்லும் சராசரி வேகம் மணிக்கு 100 கிமீ. அதே இந்தியாவில் 23.3 கிமீ என்று உள்ளது. நாட்டில் தரை, கடல், ஆகாயம் என்று அனைத்து வழிகளிலும் கட்டமைப்பு நிச்சயம் மேம்பட வேண்டும்.

சரி இப்போது முக்கியமாகச் சாலைகள் பற்றிப் பார்க்கலாம்.

இந்தியாவில் நிறுவனங்களுக்குத் தேவையான உபகரணங்கள், துணிகள், நூல்கள், உணவுப் பொருட்கள், விவசாயப் பொருட்கள், மெட்டல் - கெமிக்கல் என்று பெரும்பாலான உள்நாட்டுச் சரக்கைக் கையாளும் மொத்தக் கொள்ளளவில் சாலைகள், ரயில்வே இரண்டும் தான் 72% மேல் பயன்படுகின்றன. இதில் 30% மேல் சரக்கைக் கையாள்வது முழுக்க முழுக்க நமது சாலைகள்தான். வாஜ்பாய் பிரதமராக இருந்தபோது தங்க நாற்கரச் சாலைத்திட்டம் போட்டதன்

பலனைத்தான் நாம் இன்று அனுபவிக்கிறோம். அன்று அதையும் ஏளனம் செய்தவர்கள் உண்டு. முக்கியமாக கம்யூனிஸ்ட் அன்றும் அதைத் தீவிரமாகக் கேலி கட்டுரைகளை வெளியிட்டு வந்தனர். அவர்களைத் திருத்த முடியாது. சீனா செய்தால் பாராட்டுவர். இங்கே செய்தால் விவசாயம் பேச்சு என்று பிதற்றுவர்.

இந்தச் சாலைகள்தான் ஒவ்வொரு நாட்டின் பொருளாதாரத்துக்கு முதுகெலும்பு. 1951ல் 0.4 million km என்று இருந்த சாலைகள் நீளம் இன்று 56,03,293 km என்று கூடியுள்ளன. இந்த மொத்த நீளத்தையும் மேம்படுத்துவது அவசியம். அதில் பயண தூரத்தைக் குறைக்கத் தேவையான அனைத்து வழிகளையும் சிந்திக்க வேண்டும்.

எதனால்?

பயண நேரம் தூரம் குறைவது என்பது சாதாரணமாக எரிபொருள் பயன்பாட்டை மட்டும் குறைக்கப்போவது இல்லை - NH 66-ல் ஒரு நாளைக்குக் குறிப்பிட்ட இடத்தில் 30,000 வாகனங்கள் கடந்து செல்கிறது என்று வைத்துக்கொள்வோம். அந்தத் தூரத்தில் 15 கிமீ குறைக்க முடியும் என்றால் ஒவ்வொரு வாகனமும் 15 கிமீ தூரம் குறையும் - அதன் மூலம் ஒருநாளைக்கு சராசரியாக 30 ஆயிரம் லிட்டர் முதல் 40 ஆயிரம் லிட்டர் எரிபொருள் மிச்சம் ஆகும். அந்த எரிபொருள் எரித்து வெளியாகும் 20,000 கிலோ கார்பன் டை ஆக்ஸைடு வெளியிடப் படுவது தடுக்கப்படும். இது ஆக முக்கியமான விஷயம். இப்படிப் பல வகையில் சிந்தித்துத்தான் National transport development committee உள்ள ஆய்வாளர்கள், IAS அதிகாரிகள் எல்லாரும் நாட்டின் மேம்பாடு சார்ந்து திட்டங்களை வடிவமைக்க முயல்வார்கள்.

தற்போது LPI index-ல் இந்தியா 35 ஆவது இடத்தில் உள்ளது (மன்மோகன் அரசு விட்டுச் செல்லும்போது இந்தியா 46 இடத்தில் இருந்தது என்பதையும் மனதில் கொள்ளவும். ஏன் என்றால் நரேந்திர மோதிதான் இந்தப் பின்னடைவுக்குக் காரணம் என்று ஒழிக கோஷம் போட ஒரு கூட்டம் தயாராக உள்ளது.)

National transport development committee அப்படியென்று ஒன்று நமது நாட்டில் இருக்கிறது. அதில் இருப்பவர்கள் பெரும் ஆய்வாளர்கள், சிறந்த இன்ஜினியர், IAS என்று அறிவார்ந்த சமூகம் அது. அவர்கள் வெளியிடும் தகவல்களைக் கொஞ்சம் நேரம் கிடைக்கும் போது புரட்டிப் பார்க்கவும். இப்போவும் கூறுகிறேன் சீமான் ஒரு வடிகட்டின முட்டாள் மட்டும் அல்ல; ஆபத்தான முட்டாள். சும்மா இஷ்டத்துக்கு வாயில் வந்ததை எல்லாம் பேசுவதாலும் நரம்பு புடைக்கக் கத்தி திரிவதாலும் அவை உண்மையாகிவிடாது. அப்துல்

கலாம்போன்ற அறிவார்ந்த பெரியவர்கள் யாரும் இப்படிக் கத்தி கத்திப் பேசித் திரியமாட்டார்கள். ரோடுபோட்டா நாடு முன்னேறுமா? இதை நம்ப நான் என்ன முட்டாளா என்று பேசிப் பேசி இவர் மட்டும் அல்ல ஒரு கூட்டத்தையே அடிமுட்டாளாக மாற்றிக் கொண்டிருக்கிறார் இந்த சீமான்.

நாட்டின் அடிப்படைக் கட்டமைப்பில் போக்குவரத்து மிக மிக முக்கிய மானது. அதன் கட்டமைப்பை மேம்படுத்துவது ஆக அவசியமான பணி. வழக்கம்போல விவசாயம் போச்சு என்று ஆரம்பிக்கும் கூட்டம் ஒன்று உள்ளது. எதை எடுத்தாலும் விவசாயம்... சோறு... என்று பேசிப் பேசியே திரியும் இணையப் போராளிகள் முதலில் நாட்டின் மொத்த உற்பத்தி என்ன... சென்ற ஆண்டைவிட எவ்வளவு கூடுதல் உற்பத்தி... எவ்வளவு இந்தியா ஏற்றுமதி செய்கிறது உணவுப் பொருட்களை என்ற விவரங்களைத் தேடிப் படிக்கவும். பின் உணவு உற்பத்தி சார்ந்து சந்தேகங்களை அந்தத் துறைகளில் கேட்டுப் பெறவும். எதோ சோமாலியா ரேஞ்சுக்கு பேசித் திரிவதைத் திருத்திக் கொள்ள இது முதலில் அவசியம்.

அடுத்து பெட்ரோல் டீசல் விலை இரண்டுமே பொது பயன்பாட்டில் விலை குறைய வாய்ப்பே இல்லை. 2030 க்குள் பொதுப் போக்குவரத்தின் டீசல் பயன்பாட்டை நிறுத்தவேண்டும். அல்லது இந்தப் பூமியைக் காப்பாற்ற முடியாது. எனவே அதையும் இழுத்துப் பேசுவது வீண். சாலைகள் போட்டால் நாடு முன்னேறுமா என்று கேட்ட கேள்விக்கான நேரடி பதில் இது. எனவே எதையாவது இழுத்துக் குழப்ப வேண்டாம்.

நாட்டின் ஒவ்வொரு நகரத்தையும் கிராமத்தையும் தேசிய நெடுஞ்சாலை யுடன் இணைப்பது நாட்டின் அடிப்படை கட்டமைப்பில் மிக முக்கியமான பணி.

சரி இப்போ இந்த எட்டுவழி பசுமைசாலைத் திட்டத்துக்கு வருவோம்... ரோடு முக்கியம்தான் ஆனால் இயற்கையை அழித்துத்தான் ரோடு போடவேண்டுமா?

தமிழகத்தில் இயற்கை ஆர்வலர்கள் என்ற பெயரில் சில குரூப் திரிகின்றன. அவர்கள்தான் இந்த நாட்டின் இயற்கையைக் காப்பாற்றுவது போலவும் மற்றவர்கள் இயற்கை எக்கேடு கெட்டுப் போனா என்ன என்று நினைப்பதாகவும் ஒரு உருவகம் உணர்வுபூர்வமாக உருவாக்கி வருகிறார்கள். அரசுக்கு அக்கறையே இல்லை என்பதுபோலப் பிம்பம் எல்லாம் மிகக் கச்சிதமாகப் பரப்பப்படுகிறது.

முதலில் இதற்கு நான் தெளிவான பதிலை மக்களுக்குக் கொடுக்க விரும்புகிறேன். கொஞ்சம் பொறுமையாக மனதை அமைதியாக்கி

விட்டுப் படியுங்கள். மூன்று விஷயம் தான். பின்பு இறுதியாக இந்த ஸ்டெர்லைட் விவகாரம்.

என் பார்வை எப்படி என்பதை விளக்குகிறேன்.

1. உலக வெப்பமயமாதல்

உலக வெப்பமயமாதல் காரணமாகத்தான் உலக அளவில் ஒருபக்கம் வறட்சியும், மற்றொரு பக்கம் பெரும் வெள்ளமும் ஏற்படுகிறது. இதைத் தடுக்க உலக அளவில் நாடுகள் ஒன்றுபட்டுச் செயல்படத் தொடங்குகின்றன. அதில் முக்கியமான Union of Concerned Scientists தெரிவிக்கும் கவலை - மூன்று

1. நாடுகள் தங்கள் எரிபொருள் தேவைக்கு நிலக்கரி, கச்சா எண்ணெய் இரண்டையும் சார்ந்து இருப்பதைப் படிப்படியாகக் குறைக்கவேண்டும். மாற்று எரிபொருளை நோக்கி மக்களை நாடுகள் அழைத்துச் செல்ல வேண்டும்.

2. காடுகள் அழிக்கப்படுவதை முழுமையாகத் தடுக்கவேண்டும். காடுகள் வளர்ப்பில் நாடுகள் கவனம் செலுத்தவேண்டும்.

3.எந்த வகையிலும் co_2 கார்பன் வெளியீட்டைத் தடுக்கவேண்டும்... பெரும் அளவு குறைக்க அக்கறை காட்டவேண்டும் நாடுகள்.

கார்பன் குறைப்புக்கு நரேந்திர மோதி அவர்கள் எந்த அளவுக்குத் தீவிரம் காட்டுகிறார் என்பதன் உண்மையைப் புரிந்துகொள்ளும் முன்- இந்தக் காடுகள் அழிப்பு விவகாரம்.காடுகள் அழிப்பைத் தடுத்து நிறுத்துவதும், காடுகள் வனப்பரப்பை உறுதி செய்வது அனைத்து நாடுகளின் கடமை. அந்த வகையில் இந்தியா 100% காடுகளை அளித்து வளர்ச்சியைத் தேடியதே கிடையாது என்பது உலக வங்கியின் அறிக்கையும் கூறும் - இந்தியாவின் காடுகள் பராமரிப்புப் புள்ளிவிவரமும் கூறும்.

இந்த விஷயத்தைக் கொஞ்சம் ஆழமாகத் தேடிப் பார்த்தால் கிடைக்கும் உண்மை என்னவென்றால் - சராசரியாக இந்தியாவின் காட்டுப் பகுதியின் மொத்த அளவு 639364 ச.கி.மீ என்ற அளவில் இருந்தது. வாஜ்பாய் காலத்தில் நல்ல விதமான முன்னேற்றம் கண்டு 2004ல் அவர் விட்டுச் செல்லும்போது காடுகளின் அளவு 6,90,171 ச.கி.மீ. என்று பரப்பளவு கூடியது. அதாவது நாட்டின் மொத்தப் பரப்பளவில் 19.45% இருந்த காடுகள் 21% என்று கூடியது. சுமார் 50807 சதுர கிலோமீட்டர் அளவுக்குக் காடுகள் பரப்பளவு கூடி நின்றது.

பின்னாளில் பத்துவருட ஆட்சியின் முடிவில் அது 6,92,027 ச.கி.மீ.

என்ற அளவில் இருந்தது. பெரிய வளர்ச்சி இல்லை என்றாலும்கூட காங்கிரஸ் ஆட்சியிலும் காடுகள் அழிக்கப்படவில்லை.

ஆனால் நரேந்திர மோதி ஆட்சிக்கு வந்த பின் இந்தக் காடுகளின் பரப்பளவு கடந்த 4 வருடத்தில் Compensatory Afforestation Fund Management and Planning Authority (CAMPA) என்று தனித்திட்டம் அமைத்து சுமார் 701673 ச.கி.மீ. என்ற அளவில் வளர்ந்து நிற்கிறது. அதாவது சுமார் 10 ஆயிரம் சதுர கிலோ அளவுக்குக் காடுகளின் பரப்பளவு கூடியுள்ளது.

இப்போது முக்கியமான ஒரு விஷயம் புரிந்துகொள்ளுங்கள் ஒரு காட்டில் ஒரு ஹெக்டேர் (Hectare) பரப்பளவில் சுமார் 400 மரங்கள் வரை சராசரியாக வளர்க்க முடியும். ஒரு Square Kilometer என்பது 100 Hectare.

அப்படி என்றால் 10 ஆயிரம் சதுர கிலோமீட்டருக்கு ஏறக்குறைய 40,00,00,000வரை நாம் மரங்களை வளர்கிறோம் என்று பொருள். இதுதான் அரசு நிர்வாகம் என்பது.

(போராளிகள் சும்மா ஒரு மரம் வெட்டுவதைப் பெரிய பிரச்னையாக உணர்வுபூர்வமாகத் தூண்டிவிடலாம். ஆனால் அரசு அப்படி அல்ல. அதன் செயல்பாடும் நிர்வாகமும் உணர்வுபூர்வமானது அல்ல. அதன் தகவல்கள் அசைக்க முடியாத உண்மை சார்ந்தது. மேலும் தகவல் களுக்கு India State of Forest Report (SFR) 2017 அறிக்கையை எடுத்துப் படிக்கவும்.)

சரி காடுகள் வளர்த்ததில் மட்டும் என்ன சாதனை... ஓசோன் மண்டலம் பாதிப்பு விஷயத்தில் முக்கிய பங்கு வகிக்கும் எரிபொருள் பற்றிய உலக விஞ்ஞானிகளின் கவலைகளைப் படித்துப் பார்க்கவும்.

இந்த இடத்தில் அனைத்து மக்களும் தயவு கூர்ந்து புரிந்து கொள்ளுங்கள், உங்கள் வீட்டில் பயன்படுத்தப்படும் மின்சாரத்தில் 75% க்கு காரணமே நிலக்கரி அனல் மின் உற்பத்தி தான். உலக நாடுகள் எல்லாமே இந்தப் புவி வெப்பமயமாதலைத் தடுக்க முக்கியமான இரண்டு காரியங்களைச் செய்கிறார்கள்:

1. மின் உற்பத்தியில் நிலக்கரி பயன்பாட்டை முடிவுக்குக் கொண்டு வருவது.

2. பெட்ரோல் டீசல் பயன்பாட்டை முடிவுக்குக் கொண்டுவருவது.

UK, ப்ரான்ஸ் என்று பல நாடுகள் 2025-30க்குள் நிலக்கரி பயன்படுத்து வதை முழுமையாக இழுத்து மூட முடிவுசெய்துள்ளன. அதேபோல

இந்தியா 2050க்குள் நிலக்கரி பயன்படுத்தாத நாடாக மாறவேண்டு மென்று இலக்கு முன்வைத்துள்ளது. அதன் படி 2016-17 நாட்டின் மொத்த மின் உற்பத்தியில் நிலக்கரி பயன்பாட்டை 58% அளவுக்குக் குறைத்துள்ளது நரேந்திர மோதி அரசு.

இங்கே கவனிக்க வேண்டிய விஷயம் - அதே நேரம் இந்தியாவில் 99.8% கிராமங்களுக்கு மின்சாரம் கிடைக்க வழி செய்துள்ளார். அதாவது நாட்டின் அதிக மின்சாரத் தேவையையும் பூர்த்தி செய்து - அதே நேரம் உலக வெப்பமயமாதலுக்குக் காரணமான நிலக்கரி பயன்பாட்டையும் கட்டுக்குள் கொண்டுவந்துள்ளார்கள் நரேந்திர மோதி தலைமையிலான ஆட்சியாளர்கள். இவற்றையெல்லாம் எவராவது பாராட்டுகிறாரா?

இது தவிர மின்சாரத் திருட்டு, தவறாகப் பயன்படுத்தப்பட்ட இலவச மின்சாரம், மின்சாரப் பகிர்மான இழப்புகள் என்று அனைத்தையும் மிகச் சிறந்த வகையில் சரி செய்துள்ளனர். பாராட்டத்தான் ஆள் இல்லை இங்கே.

2. உஜாலா யோஜனா

உங்கள் வீட்டில் உள்ள டீவி மணிக்குக் குறைந்த பட்சம் 160 கிராம் Co_2 வெளியிடுகிறது. அப்படி என்றால் சராசரியாக 5 மணிநேரம் உங்கள்; வீட்டில் டீவி ஓடும் என்றால் அது வெளியிடும் Co_2 அளவு சுமார் ஒரு நாளுக்கு 800 கிராம். ஆண்டுக்கு ஏறக்குறைய 2,92,000 கிராம்... இந்த அளவு வெளிவரும் கார்பன்டைஆக்ஸைடு வெளியீட்டைச் சரி செய்யக் குறைத்து 6 மரங்கள் வேண்டும்.

இதைப்போல நீங்கள் உங்கள் வீட்டில் பைக் வைத்திருந்தால் - 125 சிசி பைக் என்றாலும் அது வெளியிடும் கார்பன்டைஆக்ஸைடை சமன்படுத்த 5 மரங்கள் நடவேண்டியிருக்கும். காருக்கு 7 மரம் தேவை. வீட்டில் பிரிட்ஜ் வைத்திருக்கும் அனைவரும் அதனால் வெளியாகும் கார்பன்டைஆக்ஸைடைக் கட்டுப்படுத்த 7 மரங்கள் வைத்திருக்க வேண்டும். இப்படி ஒவ்வொரு விஷயத்தையும் கணக்கிட்டால் சராசரியாக நாம் ஒவ்வொரு குடும்பமும் 100 மரங்கள் கண்டிப்பாக வைத்திருக்கவேண்டும் என்று ஒரு தோராயமாகக் கணக்கிடலாம்.

ஆக மக்கள் எல்லாரும் நல்லவர்கள் இல்லை. அவர்கள்தான் தமது அன்றாடச் செயல்களின் மூலம் இயற்கைக்குப் பெரும் தீங்கு இழைக் கிறார்கள். ஏதோ அரசும் பெரிய தொழிற்சாலைகளும் மட்டும்தான் இயற்கைக்கு எதிரான போக்கு உள்ளதுபோல மாயை உருவாக்கிப் போராட்டம் நடத்தும் கூட்டத்தின் நோக்கம் இயற்கை பாதுகாப்பு அல்ல. அரசுக்கும் - மக்களுக்கும் இடையே பகையை உருவாக்க வேண்டும் அவ்வளவு தான்.

என்ன இப்படி சொல்றீங்க?

நரேந்திர மோதி அரசு ஆட்சிக்கு வந்த பின் உஜாலா திட்டம் மூலம் LED லைட்டுகள் விநியோகத்தை ஆரம்பித்து வைத்தது, மானிய விலையில். அன்றும் இது என்ன திட்டம் என்று கேலி கிண்டல் எல்லாம் வழக்கமாக வந்தன. ஆனால் இன்றைய தேதியில் (March 2019) நாடு முழுவதும் சுமார் 29,30,45,393 லைட்டுகள் விநியோகம் செய்துள்ளது அரசு.

இது என்ன சாதனை?

இதன் மூலம் இந்தக் குண்டு பல்பு எரிவதால் வெளியாகும் கார்பன் வெளியீடு வெகுவாகக் கட்டுப்படுத்தப்பட்டுள்ளது. அதன் அளவு 3,08,26,110 டன் Co_2.

ஒரு டன் கார்பன் என்பது 3.667 டன் கார்பன் டை ஆக்சைடுக்கு சமமானது. ஆக அரசு இந்த முயற்சி மூலம் கட்டுப்படுத்திய கார்பன் அளவு மட்டும் 85,62,808 டன் கார்பன். இங்கு நீங்கள் தெரிந்துகொள்ள வேண்டிய விஷயம் என்னவென்றால் நன்கு வளர்ந்த மரம் சுமார் 39 கிலோ கார்பனைச் சுத்திகரிக்கும் திறன் கொண்டது. அப்படி என்றால் 25.7 கோடி மரங்கள் சேர்ந்து என்ன நாட்டில் கார்பனைக் கட்டுப் படுத்துமோ அதை இந்த உஜாலா திட்டம் மூலம் செய்துள்ளது நரேந்திர மோதி அரசு!

அதாவது எளிமையாகக் கூறினால் 85 லட்சம் ஏக்கர் பரந்து விரிந்த ஒரு பெரிய காடு ஆண்டுக்கு எவ்வளவு கார்பனைச் சுத்திகரித்துக் காற்றை மாசுபடாது தடுக்குமோ - அதே பலனை மக்கள் செய்யும் தவற்றைச் சரி செய்து கட்டுப்படுத்தியதன் மூலம் செய்து காட்டியுள்ளார் நரேந்திர மோதி. (நரேந்திர மோதியின் அமைச்சரவையில் உள்ள பியூஸ் கோயல் வந்த பின்தான் 98% கிராமங்கள் மின்வசதி தடையில்லாமல் பெற்றது. இவர் இந்த 4ஆண்டுகளில் செய்த சாதனை மிகப் பெரியது. நமது புதிய தலைமுறை கார்த்திகேயன், செந்தில்போன்ற ஊடகப் பிரமுகர்களுக்கு இதையெல்லாம் பேச வாயில் நாக்கு இல்லை என்பதால் நமக்கு இந்தத் தகவல்கள் தெரிய வருவதே இல்லை). ஒரு மரம் வெட்டினால் அதன் தேவை, காரணம், காரியம் என்று பல விஷயங்களைத் தெளிவுபடுத்தித் தான் அரசு முறையாகத் திட்டங்களை வகுக்கிறது. ஆனால் இங்கே இருக்கும் சமூக ஆர்வலர்கள் என்ற போர்வையில் திரிபவர்களின் வேலை 'உணர்வைத் தூண்டிவிடுவது. ஒரு மரம் வெட்டுவதை வீடியோ எடுத்து அதைக்கொண்டு உணர்வைத் தூண்டிவிட முயற்சிப்பது. இயற்கையை என்னவோ இவன் வந்துதான் காப்பாற்றுவதுபோல.

அடுத்து நீர் மாசுபடுதல் விவகாரத்துக்கு வருவோம்...

3. தூய்மை இந்தியா திட்டம் (Swach Bharat)

தினமும் இந்தியாவில் டயேரியா மூலம் மட்டும் இறக்கும் குழந்தைகள் எண்ணிக்கை 500. வருடத்துக்கு ஏறக்குறைய 600,000 குழந்தைகள் இறக்கின்றன. காரணம் தூய்மை இல்லாத தண்ணீர் கிராமப்புறங்களில் அதிகம் பயன்படுத்தப்படுகிறது என்று UNICEF அறிக்கை தெரிவிக்கிறது.

இது இன்னொரு விஷயத்தையும் வெளிப்படுத்துகிறது - அதாவது இந்தத் தண்ணீர் மாசுபடுவதில் 48% முக்கிய காரணம் திறந்தவெளியில் மலஜலம் கழிப்பதுதான் என்று கூறுகிறது. இறப்பில் 7.5% இறப்புக்குக் காரணமே இந்த மாசடைந்த தண்ணீர்தான். மோசமான தண்ணீர்ப் பயன்பாட்டால் நிரந்தரமாக ஊனமாகும் மக்கள் சதவீதம் இந்தியாவில் 9.4%.

எனவே, இந்தியாவில் தூய்மையின் அவசியத்தை மிகத் தீவிரமாக நடைமுறைக்குக் கொண்டுவந்தவர் இதே நரேந்திர மோதிதான். பலர் இந்தியாவை இந்த விஷயத்தைவைத்துக் கீழ்த்தரமாகக் கேலிசெய்த போதும் - கழிப்பறை அவசியத்தைப் பிரதமர் எடுத்து வைத்தபோது அசிங்கமாக மீம்ஸ் போட்ட போதும் கண்டுகொள்ளாமல் அவர் திட்டத்தை வேகப்படுத்தினார். பின்னர் அதையும் குறை சொன்னார்கள்.

இன்று?

46,36,158 வீடுகளுக்கு கழிப்பறை கட்டிக்கொடுக்கப்பட்டுள்ளது... 3,06,064 பொதுக் கழிப்பறைகளைக் கட்டி அதன் மூலம் சுமார் 1,908 நகரங்கள் முழுமையாகக் கழிப்பறை பெற்ற நகரங்களாக உருவாக்கப் பட்டன. ஆனாலும் நகரங்களில் கழிப்பறை பயன்படுத்தாத மக்கள் இருக்கத்தான் செய்கிறார்கள். இவர்களை என்ன சொல்லித் திருத்த? 51,734 வார்டுகளில் உங்கள் வீட்டுக்கே வந்து குப்பைகளை வாங்கிச் செல்ல வசதிகள் செய்துள்ளது அரசு.

இது அரசின் பக்கம் நரேந்திர மோதி நிர்வாகம் எடுத்த முயற்சி... மக்கள் பக்கம் என்ன ஒத்துழைப்புக் கொடுத்தீர்கள்? நாடு.ரோட்டில் காறித் துப்புவது, சந்து மூலையைப் பார்த்தால் நாய்போல ஒன்றுக்குப் போவது தானே மக்கள் சுதந்தரம்... இதே மக்கள் சிங்கப்பூர், அமெரிக்கா சென்றால் அங்கே சரியாகத்தான் நடந்துகொள்கிறார்கள். ஆனால் சொந்த நாட்டில் இவர்களுக்குக் கிடைக்கும் சுதந்தரம் கொஞ்சம் ஓவர்.

எந்நேரமும் அரசைக் குறை சொல்லும் முன்னர் நாம் மக்கள் செய்யும் குறைகளைச் சரி செய்தோமா? எனவே, நரேந்திர மோதி தலைமையிலான அரசு இயற்கை மீது, சுற்றுச்சூழல் மீது அக்கறை காட்டவில்லை என்று கூறினால் உண்மை தெரிந்த எவராவது நம்புவாரா? இலவசக் கலைஞர்

டிவிக்கும், விலையில்லா அம்மா ஃபேனுக்கும் வாக்களித்தவன் நம்புவான். அன்று கலைஞர் கொடுத்த டிவியால் உருவான Co_2 மாநிலத்தின் காற்றை நாசம் செய்தது - இன்று நரேந்திர மோதி கொடுக்கும் LED விளக்குகள் அதைச் சரி செய்கிறது.

ஆக அரசு எந்த அளவுக்குச் சுற்றுச்சூழல், வெப்பமயமாதல் விஷயங்களில் அக்கறையோடு இருக்கிறது என்று இப்போதாவது புரிகிறதா? மக்கள் எதுவுமே செய்யவில்லை. உண்மையில் இந்த விஷயத்தில் அரசுதான் அதிகம் கவனமாக வேலை செய்கிறது.

இவ்வளவு செய்தும் நரேந்திர மோதி கெட்டவர்! இந்தப் போராளிகள் தான் நாட்டைக் காப்பாற்றுகிறார்களா? அதை இன்னும் நம்பினால் உங்களை என்ன சொல்லித் திருத்த!

இப்போது இந்த ஸ்டெர்லைட் விவகாரம் வருவோம்:

இந்தப் பிரச்னை 20 ஆண்டுகளுக்கும் மேலாக நடைபெறும் விஷயம்... நீதிமன்றமும் தனது தீர்ப்பை 2013ல் வெளியிட்டது. கொஞ்சம் அதை அனைவரும் படிக்கவேண்டும்.

குழந்தை பிறக்காது, மலட்டுத் தன்மை உருவாகும், கேன்சர் வரும் என்று மக்களின் பயத்தைத் தூண்டும் விதமாகப் பிரசாரங்கள் நடக்கின்றனவே தவிர அதற்கு ஏதாவது ஆய்வு அறிக்கைகளை நீதிமன்றம் மூலம் சமர்ப்பித்தார்களா என்றால் இல்லை. சும்மா நீதிமன்றம் சென்று எனக்குப் பயமா இருக்கு... இவையெல்லாம் வரும்போல என்று சொன்னால், அப்படியா சரி மூடிவிடலாம் என்று நீதிமன்றம் கூறும் என்று நினைத்துவிட்டார்கள்போல.

காற்று மாசுபடுதாமே? சரி அதற்காவது ஓர் ஆய்வு அறிக்கையைத் தாருங்கள்! எனக்குத் தெரிந்து இந்திய மாசுக்கட்டுபாட்டு வாரியம் கொடுக்கும் தகவலும் சரி - உலக வங்கியின் தகவல் கொண்டு பார்த்தாலும் சரி air quality guideline கொடுக்கும் தகவல்படி பார்த்தாலும் இந்தியாவில் மிக ஆபத்தான நிலையில் இருப்பது:

டெல்லி, பாட்னா, லூதியானாபோன்ற நகரங்கள்தான் மிகப் பெரிய காற்று மாசுபாட்டில் உள்ளன. அமிர்தசரஸ், குவாலியர் கான்பூர், ஜோத்பூர், அகமதாபாத், போபால், ஹைதராபாத்போன்றவற்றின் நிலைமையைக் கூர்ந்து கவனிக்க வேண்டும் என்கிறது.

அந்த வகையில் தமிழகத்தில் இருந்து சென்னையும் சேலமும் பிடித்திருக்கும் இடம் 327, 481. மொத்த 500 நகரங்களில் இவை இரண்டும் அதுவும் முன்நடவடிக்கை தேவை என்பதாக எச்சரிக்கை விடப்பட்ட நகரங்கள்மட்டுமே. இவை மட்டுமே தமிழகத்தில்

பிரச்னைக்குரியவை. தூத்துக்குடியின் காற்று மாசுபாடு குறித்த ஆய்வறிக்கைகள் அப்படி இல்லை. Tamil Nadu Pollution Control அதிகாரிகள் முடிந்தால் அப்படியான உண்மையைத் திரட்டி நீதிமன்றம் செல்லலாமே.

எனவே இப்படி எந்த அறிக்கையும் நீதிமன்றம் முன் வைக்காத நிலையில் இந்தியாவில் அதி முக்கியமான காப்பர் தேவையை 36% பூர்த்தி செய்யும் நிறுவனமும், தூத்துக்குடி துறைமுகத்தின் வருவாயில் அந்தப் பகுதி வருவாயில் 10% பங்களிப்பை வழங்கும் நிறுவனமுமான அதை எப்படி வெறும் பயமா இருக்கு என்ற காரணத்துக்காக இழுத்து மூட நீதிமன்றம் ஆணையிடும்?

2013ல் ஸ்டெர்லைட்டுக்கு நீதிமன்றம் 100 கோடி அபராதம் விதித்தது. காரணம்: காற்று, நீர் மாசுபடுதலில் போதிய அக்கறை இன்மை என்பதால். ஆனால் அதற்கு இன்னொரு காரணம் தமிழ் நாடு அரசு ஊழியர்கள் ஒழுங்காக வேலைபார்க்காததும்தான். இப்படியான ஆலைகள் உள்ள பகுதியை முறையாகத் தீவிர கண்காணிப்பில் வைக்க வேண்டியது அரசு அதிகாரிகளின் கடமையும் ஆகும். இனி முறையாகக் கண்காணிப்பதும் பரிசோதனை செய்வதும் அரசு ஊழியர் தம் கடமை. முழுத் தீர்ப்பு விவரமும் இன்றும் pdf வடிவில் நீதிமன்ற ஆவணமாகக் கிடைக்கிறது, தேடிப் படிக்கவும்.

நீர், காற்று மாசுபாடுகள் - மக்கள் நலன் பாதிப்பு சார்ந்த ஏதாவது ஆய்வறிக்கைகள் தயார் செய்து தாராளமாகப் பசுமைத் தீர்ப்பாயம் செல்லுங்கள். அது இதற்காகவே உள்ள நீதிமன்றம். அதை விட்டுவிட்டு எதற்கு மக்களிடம் போகிறீர்கள்... போராட்டத்தைத் தூண்டுகிறீர்கள்?

இறுதியாக:

மணிக்கு 500 வாகனங்கள் கடக்கும் ஒரு குறிப்பிட்ட சாலை அமைக்க 10 மரங்கள் வெட்டப்படும் என்றால் வாகனப் போக்குவரத்து 15 கிமீ பயண தூரம் மிச்சம் ஆகும் என்றால் நிச்சயம் வெட்டிவிடுவது நல்லது. ஏன் கூறுகிறேன் என்றால் வாகனத்தின் மூலம் 1 லிட்டர் டீசலுக்கு 2.68 கிகி கார்பன் வெளியாகும் என்றால் சுமார் 500 வாகனத்துக்கு எவ்வளவு ஆகும் என்று யோசிக்கவும். மிக எளிமையாகக் கூறினால் கூடுதலாக வாகனங்கள் பயணிக்கும் இந்தத் தூரத்தின் மூலம் வெளியாகும் கார்பனைச் சுத்திகரிக்க சுமார் 10 ஏக்கர் நிலபரப்பில் அல்லது அதற்குக் கொஞ்சம் அதிகமான அளவில் மரங்கள் இருக்க வேண்டும். எனவே 10 மரங்களை வெட்டுவதால் தூரத்தைக் குறைத்து கார்பன் வெளியீட்டு அளவையும் நேரத்தையும் எரிபொருளையும் மிச்சப்படுத்த முடியும். இதனால்தான் இந்த விதமான திட்டங்களுக்கு அனுமதியை அரசு வழங்குகிறது.

நான் *100%* Sterlite industries இழுத்து மூடுவதை ஆதரிக்கிறேன், எட்டுவழி சாலை திட்டத்தை நிறுத்த நான் ஆதரவு அளிக்கிறேன் - ஆனால் போராட்டங்களைத் தூண்டிவிடும் நபர்களிடம் இவை சூழலுக்குத் தீங்கு இழைப்பதான முறையான ஆய்வு அறிக்கைகள் இருக்கும் என்றால் அதை ஏற்பேன். அப்படி எதுவும் இல்லையென்றால் அனைத்துப் பக்கங்களிலும் இருந்தும் நீதி விசாரணை செய்து ஒரு தீர்ப்பை வழங்கியுள்ள நீதிமன்றத்தின் ஆணைதான் சரி என்று ஏற்பேன். தமிழ் நாட்டில் உள்ள இந்த இயற்கை ஆர்வலர்கள் என்ற போராளிகள் பலரது உண்மை முகமே வேறு. 'இந்தியாவுக்கு எதிராக மக்களைத் தூண்ட வேண்டும். இந்தியா மீது நம்பிக்கை இழக்கும் வகையில் செய்திகள், போராட்டங்கள் தூண்டவேண்டும்' என்று திரியும் இந்த இயற்கை ஆர்வலர்கள் மீதி எனக்குப் பெரிய மரியாதை எல்லாம் கிடையாது.

போராட்டங்கள் நடத்தத் தூண்டும் இந்தப் போராளிகள் உண்மையில் மக்களின் பய உணர்வைத் தூண்டி அதன் மூலமே அனைத்துப் போராட்டங்களையும் கட்டமைக்கிறார்கள். மக்களும் கெடுவாய்ப்பாக ஆய்வு அறிக்கைகளை நம்புவதை விட மீம்ஸ், பிட்டு நோட்டீஸ் என்று எவனோ சொல்வதை நம்புகிறார்கள். மிக மோசமாக உச்ச நீதிமன்றத் தீர்ப்பைக்கூட நம்ப மாட்டோம் என்ற அளவுக்கு இருப்பது நல்ல விஷயம் அல்ல. மாணவர்கள் கண்மூடித்தனமாகப் போராட்டங்களை ஆதரிக்காதீர்.

கொஞ்சம் யோசிக்கவும். எந்தப் போராளிகள் இங்கே Co_2 கட்டுப் பாட்டுக்கு, தண்ணீர் மாசு அடைவதைத் தடுக்கவோ, மக்கள் சுகாதார வாழ்வுக்கான அரசின் முயற்சிக்கோ என்றாவது உறுதுணையாகக் குரல் கொடுத்தது உண்டா? யாருமே அரசின் நல்ல முயற்சிகள் எதற்கும் ஆதரவாகக் குரல் கொடுத்து இருக்க மாட்டார்கள். அவர்கள் தகுந்த நேரம் பார்த்து மக்களிடம் நாட்டுக்கு எதிரான கருத்தை விதைப்பதில் தான் இருக்கிறார்கள் என்பது கூடவா தெரியவில்லை உங்களுக்கு!

இப்படிப் போராளிகள் எல்லோரையும் குறை சொன்னால் எப்படி?

எல்லோரையும் கூறவில்லை. தேசத்தின் குறைகளைக் களைய உண்மையில் போராடும் பலர் களத்தில் உள்ளனர். அவர்களுக்கு மீடியாக்கள் முக்கியத்துவம் தருவது இல்லை. மீடியாதான் இந்தியாவின் கேடு, அவமானம், அசிங்கம் எல்லாமே. ஒரு பெண் தனது மொத்த சொத்தையும் விற்றுத் தன் கிராமத்துப் பெண்களுக்கு கழிவறை கட்டிக் கொடுக்கிறார். அவர் பிரபலம் ஆகவில்லை. ஒரு ரிக்ஷா ஓட்டும் முதியவர் அகமது தனது 40 வருட வாழ்வில் 9 பள்ளிகளைத் திறந்து குழந்தைகளுக்குக் கல்வி கொடுத்துள்ளார். இப்படி சமூகத்தில் உண்மையாக மக்களுக்கு உழைக்கும் பலரது போராட்டம் எதுவுமே

இந்த விஷமிகள் அளவுக்குப் புகழ் அடைவது இல்லை. அவர்கள்தான் உண்மையான போராளிகள். நாட்டின் தெய்வங்கள்.

ஆக ஸ்டெர்லைட்டை நிச்சயம் மூடலாம் - ஆனால் அசைக்க முடியாத உண்மையான ஆய்வு அறிக்கை வேண்டும். இருந்தால் தாராளமாக நீதிமன்றமே மூடும். நீங்கள் பயப்படுவதற்காக எல்லாம் மூட வாய்ப்பே இல்லை.

இப்படி நீங்கள் போராட்டம் தொடர்ந்து நடத்துவதால் நிச்சயம் இழப்பு தமிழகத்துக்குத்தான் - எந்த நிறுவனமும் தமிழகத்தில் தொழில் தொடங்க வரப்போவது இல்லை. இந்தவிதமான ஆதாரங்கள் இல்லாமல் வெறும் சமூக ஊடகங்கள் மூலம் வரும் செய்தியை மட்டும் நம்பி உணர்வுபூர்வ மான போராட்டங்கள் இப்படியே நடந்தால் நம் மாநிலம் நாசமாகப் போகும். மற்ற மாநிலங்கள் எல்லாம் தொழில் வளர்ச்சியில் முன்னேறிச் செல்லும். நல்லா இருந்த தமிழகம் ஜெயலலிதா இறந்தபின் இந்தப் போராட்டக்காரர்களால் நாசமடைவதாகவே வேதனை அடைகிறேன்.

போராளி = மக்கள், ஆட்சியாளர்கள் இருவரின் தவறையும் சுட்டிக் காட்டுவான். நல்ல விஷயங்களை ஆதரிப்பான்.

பிரிவினைவாதி = மக்கள் பய உணர்வை, உணர்ச்சிவசப்படும் தன்மையைச் சாதகமாகப் பயன்படுத்தி நாட்டுக்கும் ஆட்சியாளர்களுக்கும் எதிராக மக்களைத் தூண்டுவான். எந்த நல்ல விஷயமும் நாட்டில் நடக்க வில்லை என்று பிரசாரம் செய்வான்.

போராளி என்பவன் வேறு - போராளி வடிவில் திரியும் பிரிவினைவாதி என்பவன் வேறு. தயவுகூர்ந்து நீதிமன்றத்தை நம்புங்கள் - மீம்ஸ் புரட்சி வசனங்கள் எல்லாம் நம்பாதீர். முக்கியமாகத் திராவிடக் கட்சிகளை நம்பாதீர்.

•

தமிழக அர்பன் நக்சல்கள்

செய்தி: 'எதற்கெடுத்தாலும் போராடினால் தமிழ்நாடு சுடுகாடாக மாறிவிடும்'

போராட்டங்கள் - போராளிகள் - போக்கத்தவர்கள். பொல்லாப்பு நமக்கெதுக்கு என்று ஆதரிப்பவர்கள்; நீட் தேர்வு விஷயத்தில் மட்டும் அல்ல, பொது நிறுவனங்களை எதிர்த்து நடந்த போராட்டங்கள் தொடங்கி, ஸ்டெர்லைட்போன்ற தனியார் நிறுவனங்களை எதிர்த்து நடந்த போராட்டங்கள் வரை, எத்தனை போராட்டங்கள்! இப்படியே தொடர்ந்தால் நாடு என்ன ஆவது? இதற்கு ஒரு முடிவே இல்லையா?

இப்போ ஒரு விஷயம் சொல்றேன்:

யாரும் வியக்கும் ஒரு உண்மை இன்று வெளியாகியுள்ளது சப்தம் இல்லாமல்: 'அமெரிக்காவின் அலாஸ்க்கா மாகாணத்தில் Alaskan Independence Party என்ற தனி தேசம் கேட்கும் அமைப்பைச் சார்ந்த வக்கீல் Vogler v. Miller ஒரு ஆதாரத்தை வெளியிட்டுள்ளார். அந்த ஆதார அறிக்கையின் 42 பக்கத்தில் என்ன கூறியுள்ளார் என்றால் - தமிழ் பேசும் மக்கள் 42,000 ஆண்டுகள் முன்னர் அலாஸ்காவில் வாழ்ந்ததாகவும் அவர்களின் மகாராணி ஒருவர் ஆட்சி செய்ததாகவும் அவர் பெயர் 'கொற்ற மாங்க மாட்சியம்' என்று கூறியுள்ளார்'. இப்படி நான் கூறினால்கூட நம்புவதற்கும் அதைப் பரப்பிவிடவும் ஒரு கூட்டம் சமூகவலைதளத்தில் தமிழ் வெறி கொண்டு காத்திருக்கிறது.

தமிழ் நாட்டில் இன்று இரண்டு டஜன் போராளிகள்/கட்சிகள் உண்டு. அவற்றில் சில:

திராவிடக் கட்சிகள்

நாம் தமிழர் கட்சி சீமான் என்ற செபாஸ்டீன்

தந்தை பெரியார் திராவிடர் கழகம்

கூடங்குளம் அணு உலை இயக்க ஒருங்கிணைப்பாளர் சுப.உதயகுமார்

தமிழ்த் தேசப் பேரியக்கம் பெ. மணியரசன்

தமிழ்த் தேச விடுதலை இயக்கத்தின் தியாகு (ஆரம்பிக்கும்போது நம்ம சுப.வீ. இவருடன்தான் இருந்தார். பின்னர் கலைஞர் நல்ல சம்பளம் தர அங்கே போய்விட்டார். தாமரை என்ற பெண் கவிஞரை ஏமாற்றியதாகக் கூறப்பட்ட அதே தியாகு தான்.)

தமிழ்ப் புலிகள் திருவள்ளுவன்

திராவிட முன்னேற்ற மக்கள் கழகத்தின் ஞானசேகரன்

மே 17 இயக்கத்தின் திருமுருகன்

தமிழக வாழ்வுரிமைக் கட்சி

இளந்தமிழகம் இயக்கத்தின் செந்தில்குமார்

தமிழக ஒடுக்கப்பட்டோர் விடுதலை இயக்கம்

தமிழர் விடியல் கட்சியைச் சேர்ந்த டைசன்

திராவிடர் விடுதலை கழகத்தின் தபசி குமரன்

புதுச்சேரி மீனவர் வேங்கைகள் அமைப்பின் மங்கையர்செல்வன்

தமிழக வாழ்வுரிமைக் கட்சி

மனித நேய மக்கள் கட்சி

எதையாவது கிளப்பிவிட்டுக்கொண்டே இருப்பது இவர்களின் வேலை. இத்தனை போராளிகள் ஆளுக்கொருபக்கம் நான் அதைக் காப்பாத்தப் போறேன், நீ இதைக் காப்பாத்த வா; நான் அது நீ இது - அது அப்படி இது இப்படி என்று எதையாவது பேசிப் போராட்டங்கள் நடத்திக்கொண்டே இருப்பதுதான் இவர்களுடைய வேலை. அது இந்திய ஒற்றுமையில் குழப்பம் உருவாக்கிப் பிரிவினை பேச வேண்டும். மதம், ஜாதி, மொழி எதுவாக இருந்தாலும் சரி, பிரிவினையாக இருக்க வேண்டும். அப்படி இருக்கும் என்றால் சீனா, பாகிஸ்தான்போன்ற அண்டை நாடுகளும் சவுதி அரேபியா, ஏமன், கனடாபோன்ற அயல் நாடுகளும் நன்கொடை கொடுக்கத் தயாராக இருக்கிறார்கள்.

'தமிழ் நாட்டில் மத்திய அரசின் எந்தத் திட்டமும் வந்துவிடக்கூடாது. அப்படி வரும் திட்டங்கள் மீது புத்திசாலித்தனமாகக் குழப்பும் வேலையைச் செய்வர். ஏதாவது தீர்ப்பு வந்தால் உடனே அந்தத் தீர்ப்பை இவர்கள் மக்களிடம் கொண்டு சரியாகச் சேர்க்கிறேன் பார் என்று இவர்கள் ஒரு நியாயம் பேசி நீதிபதிகள் கொடுத்த தீர்ப்பு தவறு என்று மக்களை நம்ப வைக்க முயற்சிப்பர். ஏதோ நீதிபதி எதையும்

பார்க்காமல் கண்ணை மூடிக்கொண்டு தீர்ப்பு தந்ததுபோல் வேஷம் போடுவர். மீத்தேன் திட்டமா, அணு உலை எதிர்ப்பா, ஹைட்ரோ கார்பன் திட்டமா எல்லாமே எப்படியோ எதிர்ப்பு உருவாக்கிவிட வேண்டும். அதற்கு ஏதாவது ஒரு புள்ளிவிவரம் இவர்களுக்குக் கிடைத்துவிடும்.

ஆனால், ஏன் ஒருத்தரும் நீதிமன்றத்தில் வெற்றிபெறவில்லை?

முதலில் இப்படிப் போராட்டம் நடத்துவது ஏதோ இந்த மண்ணில், இந்த மாநிலத்தில் மட்டும் என்று எடுத்துக்கொள்ளவேண்டாம். அது காஷ்மீர் தொட்டு அமெரிக்காவின் Texasவரை இப்படிப் போராட்டக்காரர்கள் அனைத்து நாட்டிலும் உண்டு. இவர்கள் அந்த அந்த நாட்டின் உள்ளே இருந்து கொண்டு புரட்சி, புதிய தேசம் என்று ஏதாவது ஒரு புதிய ஐடியாவை முன்னிறுத்தி தேசத்தின் ஒற்றுமையைக் குழப்பிப் பிரிவினை எண்ணத்தை விதைப்பர். இவர்களுக்குப் பொருள் உதவியும் கிட்டும் பகை நாடுகளிலிருந்து. அமெரிக்காவுக்கு ரஷ்யா என்றால் நமக்கு சீனா பாகிஸ்தான் அவ்வளவு தான். எனவே உலகம் முழுவதும் இப்படிப் போராட்டக்காரர்கள் இருக்கவே செய்கிறார்கள்.

இதில் பலர் ஈழத்தமிழர் தனி தேசம் விடுதலை பேசுவர். இவர்களால் தான் அவர்கள் நாசம் ஆனார்கள் என்பது என் குற்றச்சாட்டு. இவர்களுக்கு அனுப்பும் நன்கொடையை அங்கே உள்ள மக்களுக்கு அனுப்பியிருந்தால் இந்நேரம் அவர்களாவது படித்து முன்னேறி இருப்பர், பெரும்பாலான கட்சிகள் ஈழத்தமிழர் காசில்தான் ஆரம்பமே ஆனது. சில டீவிகளும், சில பத்திரிகைகளும்கூட ஈழ தமிழர் காசு தான். ஈழத்துக்கு இங்கே போராட்டம் இன்றும் நடத்துவதால் ஏதாவது நன்மை அங்கே நடந்துவிடுமா? எதார்த்தமாகச் சிந்திக்கவும்.

அரசியல் தீர்வை நோக்கிச் செல்வதுதான் தீர்வு. எந்த நாடும் தனி நாடு கோரிக்கையை ஆதரிக்காது. 20ஆம் நூற்றாண்டில் இதுதான் உண்மை. ஈழத்தமிழர் மீது நடந்த போர்க் குற்றத்தை விசாரிக்கத்தான் ஐநா முன்வந்ததே தவிர தனி நாடு அங்கிகரிக்க அல்ல. அது வாய்ப்பே இல்லாத ஒரு கோரிக்கை. இன்று அப்படி ஏதாவது ஒரு நாடு அங்கிகரித்தால் அந்த நாடே 10 துண்டாகப் போய்விடும் அளவுக்கு எல்லா இடத்திலும் இப்படிப் போராட்டக்காரர்கள் இருக்கவே செய்கிறார்கள்.

உண்மையில் இவர்கள் அனைவருக்கும் இது தெரியும். இருந்தும் ஏமாற்றிப் பிழைப்பதுவே இவர்கள் எண்ணம். யாரிடமாவது காசு நன்கொடை வாங்கியே பிழைப்பு நடத்தத் தெரிந்த தலைவர்கள் இவர்கள்.

1990களிலேயே தியாகு, மணியரசன்போன்றவர்கள் தமிழ் நாடு தனி நாடு கேட்டவர்கள். இவர்கள் அளவு குழப்பிப் பேச ஆளே கிடையாது. ஆனாலும் என்ன சாதித்துவிட்டனர்? இன்று வயது போய்விட்டது. இவர்கள் அனைவரும் நல்ல செட்டில் ஆகிவிட்டார்கள். ஆனால் இவர்கள் பின்னால் கருப்புச் சட்டை போட்டுத் திரிந்தவன் வாழ்வு?

எதோ ஒரு லாட்ஜில் வாடகைக்கு ரூம் எடுத்து 40 வயது கடந்து கல்யாணம் ஆகாமல் எதோ பேசிக்கொண்டு அப்போ அப்போ ஜெயகாந்தன், சுரா, பாலகுமாரன் என்று எழுத்தாளர்கள் எல்லாம் தெரிந்த மேதாவிபோலப் பேசிவிட்டு 10 இடத்தில் கடனை வாங்கி ஒழுங்கா வாழ்க்கை கிடைக்காமல் நாசமாகப் போய் நிற்கின்றனர். இதுதான் விடை.

நேற்று 1990க்கு தியாகு, மணியரசன் - இன்று 2017க்கு சீமான் என்ற செபாஸ்டீன், திருமுருகன் காந்தி என்ற டேனியல் அவ்வளவுதான் வித்தியாசம். பலருக்கு அரசியல் வரலாறும் தெரியாது, உலக அறிவும் கிடையாது. அதனால் ஏதோ இவர்கள் தமிழகத்தின் விடிவெள்ளிகள் போல் தோன்றலாம்.

வரலாறு மாறாது. தியாகு, மணியரசனை எப்படி அரசு கையாண்டது? அவர்களையும் அவர்கள் பின்னால் திரிந்த ஒரு 50 தோழர்களையும் பிரித்துத் தனித்தனியே ஏதாவது வழக்கைப் போட்டு, தலைவர்களுக்கு தலைக்கு ஒரு தேசத்துரோக வழக்கைப் போட்டு நீதிமன்றத்துக்கும் வீட்டுக்கும் அலையவிட்டு 10 வருடம் ஓடியது, வயதும் ஓடிவிட்டது.

இப்போ 2017ல் சீமானுக்கும் திருமுருகன் காந்திக்கும் ஒரு தேசத்துரோக வழக்கு பார்சல். இவர்களுக்கும் அதே வரலாறுதான் திரும்பும்.

சின்ன நாடு ஸ்ரீலங்கா, அங்கே பெரிய ஆயுதம் ஏந்திய போராளிகளாக வளர்ந்து கிட்டத்தட்ட யாழ்ப்பாணத்தைத் தனி நாடுபோல் ஆண்டு காட்டிய விடுதலைப்புலிகளின் கோரிக்கைக்கு என்ன பதிலாகக் கிடைத்தது? கொஞ்சம் உணர்ச்சிவசப்படாமல் சிந்திக்கவும். ஏன் என்றால் இந்தியா மட்டும் அல்ல பாகிஸ்தான், சீனா, அமெரிக்கா, இஸ்ரேல்கூட ஸ்ரீலங்கா அரசுக்கு உதவியது. எதனால் என்று பொறுமையாக உலக அறிவுடன் சிந்திக்கவும்.

இதற்கே உலக நாடுகள் தனி நாடு கோரிக்கை அங்கீகரிக்காதபோது இங்கே இந்தியாவில் இது நடக்கும் என்ற சாத்தியம் உண்டா? இந்தியா 4 வது பெரிய ராணுவத்துடன், தெற்காசிய நாடுகளில் மிகவும் பலமான நாடாக இருக்க எந்த நாடு வாய் திறந்து ஆதரவு கொடுத்துவிடுவான்? வெறும் காஷ்மீர் விஷயத்தில் எந்த நாடாவது தலையிடுமா? மத்தியஸ்தம் செய்யக்கூட முன் வரமாட்டார்கள் இந்தியாவிடம்.

அப்படி ஒரு பகுதியை நாடாக அங்கீகரிக்கத் துணிந்தால் அமெரிக்கா 11 தேசமாகச் சிதறும்; ரஷ்யா சொல்லவே வேண்டாம்; திபெத்-தைவான் என்று முழுவதும் ஆக்ரமிப்புகளால் உருவான சீனா ஒரு நாடே அல்ல.

எனவே எந்த நாடும் வாய் திறக்காது - முடியாது. சும்மா இந்தப் போராளிகள் வாங்கின காசுக்குக் கத்தலாம், கூச்சல் போடலாம், சே குவேரா படம் வச்சு வசனம் பேசலாம்.

இதனால் தாங்கள் சொல்ல வருவது?

20, 24 வயது உள்ள பல இளைஞர்கள் சரியான வயதில் இருக்கிறீர். நீங்கள் கொஞ்சம் உங்கள் வீட்டுக்குப் பொருளாதார முன்னேற்றம் கிடைக்கப் பாடுபடுங்கள். ஆம் என் மாணவர் சிலர் பிஜேபி கட்சியையும், சிலர் நாம் தமிழர், கம்யூனிஸ்ட், காங்கிரஸ், திமுக கட்சிகளையும் சார்ந்து இருக்கவே செய்கிறார்கள். அது தவறல்ல. ஆனால் முழு நேரம் இதே வேலையாகத் திரியாதீர்.

ஏன் என்றால் உங்களுக்கு இந்த சூனியக்கார உலகத்தின் இன்னொரு முகம் தெரியாது. ஆக சொந்த வீட்டுக்குப் பொருளாதாரம் சேர்க்க வேண்டும்; அம்மாவை ஒரு முறை பிளேட்டில் கூட்டி போகணும்; அப்பாவுக்கு வயசு ஆகுது. அவர் உழைத்தது போதும்; நான் குடும்பப் பொறுப்பை எடுத்துக்கொள்ள விரும்புகிறேன், என் குடும்பத்துக்கு ஒரு நல்ல வீடு அழகா கட்டி கொடுக்கணும் என்று பொறுப்புடன் வாழும் புத்திசாலிகளே இந்தச் சமூகத்தில் பிழைத்துக்கொள்வர்.

போராட்டங்கள் - போராளிகள் - போக்கத்தவர்கள். பொல்லாப்பு நமக்கெதுக்கு என்று ஆதரிப்பவர்கள் எல்லாம் இதைவிட நாலு காசு சம்பாதிக்கத் தெரிந்த கெட்டிக்காரனாக இருப்பதுதான் நல்லது.

வலைத்தளங்களில் வரும் எல்லாத் தகவலையும் நம்பாதே; என்னையும் நம்பாதே. நீயே தேடிச் சரி தவறைப் படித்துத் தெரிந்துகொள். போராட்டம் எல்லாமே புனிதம் என்று நம்பாதே. அதை விட முக்கியம் ரொம்ப உணர்ச்சியில் பொங்காதே - அது ஒரு வியாதி.

•

ஈழத் தமிழ் போராளிகள்

செய்தி: ஈழத் தமிழர்களுக்கு ஆதரவாகப் போராட்டம் நடத்தியவர்கள் கைது.

விடுதலைப்புலிகள் பற்றிச் சில முக்கிய விஷயங்களை முதலில் நீங்கள் புரிந்துகொள்ளவேண்டும்.

1990 ஜுன் மாதம் 11ஆம் தேதி சுமார் 700 சிங்கள காவகாவல் துறையினரைக் குழு சுற்றி வளைக்கிறது. எந்த போலீஸ் அதிகாரியிடமும் எந்த ஆயுதமும் இல்லை. பிணையக்கைதிகளாக இருந்த அந்த அத்தனை காவலர்களையும் படுகொலை செய்தது LTTE. அவர்கள் அனைவரும் கதறிக் கெஞ்சிக் கூத்தாடினர் உயிருக்காக. ஆனால் விடுதலைப் புலிகள் கண்ணை, வாயைக் கையைக் கட்டிச் சுட்டுக் கொன்றனர் அந்தக் காவல்துறை அதிகாரிகளை. கண்ணைக் கட்டி நம் உறவுகளைச் சுட்டுக்கொன்றனர் என்று ரத்தம் கொதிக்கப் பேசுகிறார்கள் இங்கே. அப்படி என்றால் இது எந்தவகையில் சரி?

1990 ஆகஸ்ட் 3ல் காத்தான்குடி என்ற இடத்தில் இரவு மசூதியில் தொழுகையில் இருந்த அனைவரையும் சிறை பிடித்தனர். நேரத் தாமதம் இல்லாமல் அனைவரையும் சுட்டு வீழ்த்தினர். முக்கியம் அதில் 25 சிறுவர்களும் அடக்கம். இதில் மொத்தமாக 147 இஸ்லாமியரைப் படுகொலை செய்தனர் விடுதலைப் புலிகள். இந்த ஒரு தாக்குதல் மட்டுமல்ல; வடக்கு மாகாணத்தில் இருந்து இஸ்லாமியரை முற்றிலும் வெளியேற்றப்பட நடந்த தாக்குதல்களில் இது முக்கியமானது. அங்கே உள்ள இஸ்லாமிய அமைப்புகள் மற்றும் மத நல்லிணக்கக் குழுக்கள் கொடுக்கும் தகவல் படி சுமார் 7000 பேருக்குமேல் இஸ்லாமியரை 1980களுக்கு பிற்பகுதியில் ஆயுத கலாசாரம் வேகமாகப் பரவிய காலகட்டத்தில் கொலை செய்தனர் LTTE. ஆனால் இங்கே தமிழகத்தில் விடுதலைப் புலிகள் இஸ்லாமியர்களின் நண்பர்கள் என்று தங்கள் அடையாளத்தை முற்றிலும் மாற்றத் துடிப்பதும் இதே இயக்க ஆதரவாளர்கள் தான்.

1985ல் அனுராதபுர என்ற இடத்தில் பேருந்துக்குக் காத்திருந்த சிங்கள மக்களைச் சுமார் 150பேர் துடிக்கத் துடிக்கச் சுட்டுவீழ்த்தியது இதே விடுதலைப் புலிகள் இயக்கம் தான். அதில் பெண்களும் குழந்தைகளும் அடக்கம். அடுத்த இரண்டு வருட இடைவெளியில் பல தாக்குதல் களைச் சிங்கள பொதுமக்கள் மீது நடத்தினாலும் ஏப்ரல் 17, 1987 நாள் திரிகோணமலையில் இருந்து சுமார் 150 கிமீ தூரத்தில் ஒரு பேருந்தைச் சுற்றி வளைத்து அதில் இருந்த 120க்கும் மேற்பட்ட பொதுமக்களைக் கொஞ்சம்கூட ஈவு இரக்கம் இல்லாமல் சுட்டு படுகொலை செய்தனர் LTTE. 1996ல் தெஹிவளை ரயில்நிலையத்தில் தொடர் குண்டுவெடிப்புகள் - பொதுமக்கள் சுமார் 64 உயிர்களைக் குடித்தது; 400க்கும் மேற்பட்டவர் இறந்தனர். இதில் குழந்தைகளும் பெண்களும் அடக்கம். இதுபோல் பல தாக்குதல் பட்டியலிட முடியும். ஆனால் அப்பாவி பொது மக்களை, குழந்குழந்தைகளைக் கொலை செய்ய மாட்டார்கள் என்று கச்சிதமாக இங்கே பொய்கள் மூலம் பரப்புரை செய்கிறார்கள் சில ஈழ வியாபாரிகள்.

மனித உரிமைகளுக்கு, பெண் உரிமைக்குப் போராடிய ரஜினி திரனகமா படுகொலை ஆரம்பித்துத் தங்களுடன் கருத்து வேற்றுமை உள்ள பலரையும் LTTE அமைப்பு சுட்டு வீழ்த்தியுள்ளது என்பதுதான் உண்மை வரலாறு. கருத்து வேற்றுமை மட்டும் அல்ல; தங்களைப்போல் புரட்சி என்று கூறித் தங்களிடம் இருந்து பிரிந்து வந்த உமாமகேசுவரன் (முகுந்தன்) ஆரம்பித்து அமிர்தலிங்கம், பத்மநாபன்வரை பிற அமைப்பையும், தலைவர்களையும் முழுவதும் அழித்தொழித்துத் தங்கள் பாசிச சர்வாதிகாரத் திமிரைக் காட்டிட LTTE ஒருபோதும் தயக்கம் காட்டியது இல்லை. ஆனால் இங்கே பத்திரிகை சுதந்தரம் முதல் கருத்துச் சுதந்தரம்வரை வாய்கிழியப் பேசுவதும் இதே LTTE அமைப்பு ஆதரவாளர்கள் தான்.

இது மட்டுமா... என்றைக்குத் தற்கொலை படையை ஆரம்பித்தார்களோ அன்று முதல் இலங்கை அதிபர் ரணசிங்க பிரேமதாசா, இந்திய பிரதமர் ராஜீவ் காந்தி எனப் பல படுகொலைகள் இவர்களின் சாதனை பட்டியலில் நிச்சயம் 'பெருமைப்பட' வேண்டியவை. இவர்கள் கொலை செய்த தலைவர்கள் பட்டியல் மிகப் பெரியது. அவர்களுக்கு எல்லாம் குடும்பம் குட்டி இல்லையா?

இவர்கள் நிதியை ஆரம்பகாலங்களில் பெரும் தொழில் அதிபர்களைக் கடத்துவது, கொள்ளை அடிப்பது மூலமாகத்தான் திரட்டினர். பின் அதை வைத்துப் பெரிய அளவில் சட்டத்துக்குப் புறம்பாக ஆயுதங்களைக் கடத்தினர். அது வளர்ந்து Irish Mona *(1995)*, Princess Wave *(1996)*, Misen *(1997)*, Morong Bong *(1997)*, MV Cordiality *(1997)*, Princess Kash *(1998)* என்று இலங்கை, இந்திய, சீனச் சரக்குக் கப்பல்கள்

சிலவற்றையும் கடத்தியுள்ளார்கள். போலி பாஸ்போர்ட் முதல் அனைத்துக் குற்ற நடவடிக்கையிலும் இன்றும் இவர்கள் ஈடுபடுகிறார்கள். (சமீபத்தில்கூடத் தமிழகத்தில் சிக்கினர். ஜூலை 14ஆம் தேதி தேவிகா ஸ்ரீரஞ்சன், கிருஷ்ணராஜ் என்ற இருவர் போலி பாஸ்போர்ட் விவகாரத்தில் கைதானார்கள். அந்த இருவருமே இலங்கைத் தமிழர்கள் என்று விசாரணையில் தெரிந்தது. அவர்கள் கையில் இந்திய போலி சான்றிதழ்கள் எப்படி? 2014ல் ஆறு இலங்கைத் தமிழர்கள் இதேபோல் போலி பாஸ்போர்ட் விவகாரத்தில் கைதானார்கள். ஒவ்வொரு வருடமும் குறிப்பிட்ட அளவு பாஸ்போர்ட் விவகாரத்தில் மட்டும் கைதாகிறார்கள். ரேஷன் அட்டை முதல் அனைத்துமே இவர்களிடம் பெரிய அளவில் போலியாகத் தயாரிக்கும் பெரும் கும்பலே உண்டு.)

இது போதாது என்று மொத்தம் இவர்கள் 30,000 வீரர்கள் என்று கணக்கு. அதில் 5000 க்கும் மேல் சிறுவர்கள் என்று UNICEFபோன்ற சர்வதேச அமைப்புகள் கடுமையாகக் குற்றம்சாட்டின. போர் வீரர்களாகச் சிறுவர்களைக் கட்டாயப்படுத்தி அழைத்துச் செல்கிறார்கள் என்ற குற்றச்சாட்டுக்குப் பல ஆயிரம் ஆதாரம் உண்டு.

இப்படி ஒரு சர்வதேச அளவில் மோசமான தீவிரவாத அமைப்புக்கான அனைத்துக் குணங்களும் இந்த LTTE அமைப்புக்கு உண்டு. இதுதான் உருப்படியாக வரலாறு தெரிந்த அனைவரும் சொல்லும் விஷயம். தொடர் தீவிரவாதப் பிரச்னையால் இலங்கையின் மற்ற பகுதியில் இருந்த தொழில் வளர்ச்சி LTTE கட்டுப்படுத்திய பகுதிகளில் இல்லை. அதனால் ஏறக்குறைய வறுமை தாண்டவம் ஆடியது... அடிப்படை வசதிகள்கூட பெரிய அளவில் இல்லாமல் சிரமப்பட்டார்கள்.

வழக்கம்போல இது எல்லாமே பொய் என்று கூறி முடித்துவிடுவர். எனவே என்னையும் நம்பாமல் இந்தத் தகவல்கள் எந்த அளவுக்குச் சரி என்று தேடிப் படிக்கவும். எனக்குத் தெரிந்து 1000 தவறுகள் இலங்கை ராணுவத்தின் மீது இருந்தது என்றால் - LTTE மீதும் அதே அளவு இருக்கிறது. ஈழத்து மக்கள் வாழ்வு நாசம் ஆனதற்கு முக்கிய காரணம் LTTEதான் என்பதை மறைத்து இங்கே உள்ள கட்சிகள் மீதும் இந்திய ராணுவத்தின் மீது திசை திருப்பி பிரசாரங்களும் செய்கிறார்கள். உலக நாடுகள் அனைத்தும் இலங்கை ராணுவத்துக்கு உதவியது என்பதுதான் உண்மை. சீனா முதல் அமெரிக்கா, பாகிஸ்தான் வரை. ஆனால் அவற்றை மறைத்து இங்கே வெறுப்பை இந்தியாவின் மீது பரப்புகிறார்கள்.

நான் மேலே கூறியுள்ள வெறும் 5%கூடக் கிடையாது. இன்னும் ஆயிரம் ஆயிரம் விஷயங்கள் உண்டு. தகவல் தேவை என்றால் தெற்காசிய பிராந்தியத்தில் நிலவிய தீவிரவாதம் சார்ந்தும் - இலங்கையில் உள்நாட்டுத் தீவிரவாதம் சார்ந்தும் வெளியாகியிருக்கும் ஆய்வுக் கட்டுரைகளைத் தேடிப் படிக்கவும்.

இப்போது இதெல்லாம் எதற்கு?

இது நீங்கள் அறிய வேண்டிய LTTE வரலாற்றின் இன்னொரு பக்கம். இதை எதனால் கூறுகிறேன் என்றால்:

மேலே இருக்கும் விவரங்கள் எத்தனை மாணவர்களுக்கு இங்கே தெரியும்? ஒரு நபர் என்னிடம் கூறினார் 'சார் நீங்கள் பிரபாகரன் LTTE பற்றி எழுத வேண்டாம். உங்கள் மீது மதிப்பு உண்டு. அது குறைகிறது' என்று. நான் அவரிடம் கேட்டேன் 'எதனால் LTTE என்ற அமைப்பு தீவிரவாத அமைப்பு என்று உலக நாடுகள் தடைசெய்தன தெரியுமா? எதனால் உலக நாடுகள் அனைவரும் இலங்கை ராணுவத்துக்கு உதவினர் - ஒரு குரல்கூட LTTE க்கு ஆதரவாக வரவில்லை தெரியுமா? அட சே குவேரா பிடல்காஸ்ட்ரோ படத்தை மாட்டிக் கொண்டி திரியும் உங்களுக்குத் தெரியுமா கியூபாகூட இலங்கை மீது போர்க் குற்ற விசாரணை நடத்தக்கூடாது என்று இலங்கைக்கு ஆதரவாகத்தான் நின்றது. அது ஏன் தெரியுமா? தெரியாது.

ஒரு ஆஃப்கன் தீவிரவாதக் குழுவுக்கு உள்ளூர் மக்களிடம் என்ன ஆதரவு இருக்கும்? ஒரு சிரியாவின் ஜிகாதி தீவிரவாத குழுவுக்கு என்ன ஆதரவு இருக்கும்? அதேதான் இங்கேயும் இனம், மொழி என்று கூறி ஆதரவை உருவாக்கி வைத்துள்ளார்கள். இதுதான் உண்மை. பெரிய வேறுபாடு ஒன்றும் இல்லை. ஆனால் உலக நாடுகளுக்கு இரண்டும் தீவிரவாத அமைப்புகள்தான். ஆத்திரம், அவசரம், உணர்ச்சி, கொதிப்பு இவற்றை எல்லாம் விட்டு விட்டுக் கொஞ்சம் எது உண்மை எது பொய் என்று தேடிப் படிக்கும் பழக்கத்தை வளர்த்துக்கொள்ளுங்கள் என்று இதனால்தான் நான் பல முறை கேட்டுக்கொண்டுள்ளேன்.

இலங்கை வாழ் தமிழர்கள் - விடுதலைப் புலிகள் இரு தரப்பையும் சரியாகப் பிரித்துப் பார்த்துப் பேச இங்கே பலருக்குத் தெரிவதில்லை. பல ஆயிரம் பேர் இந்த விடுதலைப் புலிகளாலேயே கொல்லப்பட்டுள்ளனர். தன் சொந்த மக்களையே கொலை செய்யும் ஒரு தீவிரவாத பாசிச இயக்கம் பற்றிய உண்மைகளை மறைத்து இங்கே உண்மையைக் குழப்பி மாணவர்களை வலையில் வாழ்த்துகிறார்கள்.

நிச்சயம் நாம் அந்த ஈழத்துத் தமிழ் மக்கள் நலனின்மீது அமைதியான வாழ்வின் மீது அக்கறை கொள்கிறோம். அந்தக் குழந்தைகளின் படிப்பின் மீதும் எதிர்காலம் மீதும் அக்கறை கொள்கிறோம். அதற்காக ஒரு தீவிரவாத கூட்டத்தை ஆதரிக்க முடியாது.

இலங்கையில் எனக்குத் தெரிந்து விடுதலைப்புலிகளுக்கு எந்த அளவுக்கு ஆதரவு உண்டோ அந்த அளவுக்கு எதிர்ப்பும் உண்டு. சிங்களர்களைவிட புலிகள்தான் தமிழ் தலைவர்கள் பலரையும் கொலை செய்தார்கள், தீர்த்துக்கட்டினர்.

இங்கே தமிழ் தேசியம் என்று தூய இனவாதம், பிரிவினைவாதம் ஆகியவற்றை வேகமாகப் பரப்பும் கூட்டம் வெளிநாடுகளில் நிதியைப் பெற்றுக்கொண்டு தீவிரமாகச் செயல்படுகிறது. அதில் முக்கியமானது இந்த நாம் தமிழர் என்ற அமைப்பு. இதற்குச் சர்வதேச அளவில் ஆதரவு கொடுப்பது முழுக்க விடுதலைப் புலிகள் ஆதரவாளர்கள். எப்படி இலங்கையில் இனவெறுப்பை, மொழி வெறியைத் தூண்டிப் பரப்பினார்களோ - சிங்களவன் தமிழன் என்று தீவிரமாக நல்லவன் கெட்டவன் என்ற ரீதியில் மக்களிடம் இன வெறுப்பை விதைத்தார்களோ அதேபோல இங்கே இன்று தமிழர்-தெலுங்கர், தமிழர்-இந்தியர் என்று தீவிரமாக விதைக்கிறார்கள் பிரிவினையை.

இங்கே தமிழகத்தில் இந்தியக் குடியுரிமையைச் சட்டத்துக்குப் புறம்பான வழியில் பெற்றுக்கொண்டு சுமார் 10,000க்கும் மேற்பட்டவர்கள் சென்னைபோன்ற நகரங்களில் கலந்துவிட்டனர் என்பது அசைக்க முடியாத உண்மை. இவர்கள்தான் ஆரம்பத்தில் மலையாளி, தெலுங்கு பேசும் மக்களென்று அனைவரையும் வந்தேறிகள் என்று கூறித் தங்கள் இருப்பை நியாயப்படுத்த முயற்சித்தார்கள். இன்று அது குறிப்பிட்ட அளவுக்கு வளர்ந்து பிரிவினையாக மாறி நிற்கிறது.

வரலாறு ஒழுங்காகத் தெரியாத மாணவர்கள் மத்தியில் அந்த இனவாதப் பிரிவினைவாதக் கருத்துகள் மெல்ல மெல்லத் தலைக்கு ஏறி வருகின்றன. கொஞ்சமும் நாகரிகம் இல்லாமல் அனைத்துத் தரப்பு மக்களையும், அரசையும், ஆட்சியாளர்களையும், அரசியல் தலைவர களையும், தேசத்தையும் திட்டித் தீர்க்கிறார்கள். ஏறக்குறைய இளைஞர் களை மனநோயாளிகளாக மாற்றியுள்ளார்கள் இந்தத் தமிழ் தனித் தேசியம் பேசும் புலி ஆதரவாளர்கள். ஒரு கட்டத்தில் தற்கொலை செய்யும் அளவுக்கே மனநிலையை மோசமாக்கிவிடுகிறார்கள். ஒவ்வொரு முறையும் யாரேனும் இந்த விதம் தற்கொலை செய்யும் போதும் இந்த போதை இன்னும் எத்தனை சிறுவர்களைக் காவு வாங்குமோ என்று வருத்தம் கொள்கிறேன்.

இதன் வெளிப்பாடுதான் இன்றைய மாணவர்கள், இளையவர்கள் தொடர்ந்து கைதாவதற்குக் காரணம்... கருத்து சுதந்தரம் வேறு; தேசத்தை அவமானம் செய்யும் விதமாகப் பேசுவது வேறு. தேசத்து ரோக வேலை செய்வேன்; ஆனால் கருத்து சுதந்தரம் கருதி எங்களை அனுமதிக்கவேண்டும் என்று பேசுவது வேடிக்கையாக உள்ளது (மாற்றுக் கருத்தே இருக்கக்கூடாது என்ற பாசிசக் கருத்தாக்கம் கொண்டவர்கள்தான் LTTE. இவர்கள் ஜனநாயகம் பேசுவது சாத்தான் வேதம் ஓதுவதுபோன்றது).

இறுதியாக ஒன்றைத் தெளிவாகக் கூறிக்கொள்ள விரும்புகிறேன்:

இந்திய ராணுவம் முதல் அனைத்தையும் மோசமாக விமர்சனம் செய்பவர்களை மிக மிகக் கடுமையாகத் தண்டிக்கவேண்டும். ஏன் என்றால் ராணுவத்தினர் உயிரைக் கொடுத்து எல்லையைப் பாதுகாக்க வில்லை என்றால் இங்கே ரயில் நிலையங்கள் ஆரம்பித்து ஷாப்பிங் மால்வரை எங்கேயும் நம்மால் நிம்மதியாக இருக்க முடியாது. ஆக தேசவிரோதக் கருத்துகளைப் பரப்பும் எவரையும் மன்னிக்க முடியாது. அவர்கள் அதற்கான தண்டனையை அனுபவித்தே ஆகவேண்டும். ஆனால் வெறும் 22, 23, 24 என்று வயது ஆகும் இளையவர்கள் இந்தவிதம் கைதாவது உண்மையில் வருத்தம் தருகிறது. என்னிடம் அதற்கு அனுதாபங்களை மட்டுமே உண்டு தவிர வேறு எதுவும் இல்லை.

வோட்டு போடுவதோடு வேலை முடிந்தது... 24 மணிநேரமும் அரசியல் பேசுவதைத் தவிர்த்துவிட்டு - வீட்டுப் பொருளாதாரம் தேட முயற்சிக்கவும்.

‘பல ஆன்மிக நம்பிக்கைகள், பல விதத் தேடல்கள், பல கலாசாரம், பண்பாட்டுக் கூறுகள் என்று பின்னிப் பிணைந்துதான் மனித சமூகமே முன்னேறிப் பரிணாம வளர்ச்சியை அடைகிறது. அதில் தூய இனவாதம் என்பது சுத்த முட்டாள்தனம். அதில் இனவாதம் ஆயுதம் ஏந்தலாக மாறும் என்றால் அது அந்த அந்த சமூகத்தையே கெடுத்து நாசம் செய்யும் ஒழிய எந்த நல்லதும் செய்யாது.’

இன்னொரு ஈழமாக இந்த மண் மாறிவிடக்கூடாது என்றால் ‘கைது நடவடிக்கை சரியே’.

●

தனி ஈழம்தான் தீர்வு

செய்தி: 'அழிவின் விளிம்பில் இருக்கும் தமிழ் சமுதாயத்துக்கு ஒரே தீர்வு தனி ஈழ சோசலிச குடியரசு' - சீமான்

நான் மாணவர்கள் அனைவரையும் கேட்டுக்கொள்வது என்ன வென்றால் இந்த விவகாரத்தை உணர்வு நிலையில் பார்க்காமல் ஒரு அறிவு சார் உண்மைத் தேடலாகப் பார்க்கவும்.. நான் சொல்வதையோ, திருமுருகன், சீமான்போன்றவர்கள் சொல்வதையோ அல்லது வேறு யார் சொல்வதையுமோ அப்படியே நம்ப வேண்டாம். கொஞ்சம் சொல்லப்படும் விஷயம் சரியா என்று உண்மையைத் தேடுங்கள். நல்லது கெட்டது எது என்று புரிந்துகொள்ளும் பக்குவம் உங்களுக்கு உண்டு. எனவே அவசர கதியில் எதையுமே நம்பாதீர்கள்.

சரி விஷயத்துக்குள் செல்வோம். இலங்கையில் தமிழர்களின் இன்றைய நிலை என்ன?

போருக்குப் பிந்தைய நிலையில் ஐநாவின் UNICEF கணிப்பின்படி சுமார் 9,00,000 குழந்தைகள் வாழ்வாதாரம் முழுமையாகப் பாதிப்புக்கு உள்ளாகியிருக்கிறது. இதில் 2.5 லட்சம் குழந்தைகள் மட்டுமே தங்கள் வாழ்விடங்களுக்கும் மீண்டும் சென்றுள்ளனர் அவர்களுக்கும் முறையான வாழ்வாதார வசதிகள் செய்துதரப்படவில்லை. செய்து தரத் தமிழகத்தில் இருந்து யாரும் முன்வந்தாலும் அவர்கள் ஸ்ரீலங்கா அரசு வழியாகவே செய்தாக வேண்டும் என்ற எதார்த்தம் புரியாமல் ரஜினி முதல் இந்திய பிரதமர்வரை யார் அங்கே சென்று அந்த மக்களுக்கு உதவ முன்வந்தாலும் இங்கே தமிழகத்தில் கட்சிகள் எதிர்ப்பு அரசியல் செய்து வெட்கமே இல்லாமல் மேடையில் வீரவசனம் பேசித் திரிகிறார்கள்.

இவர்கள் தேனாம்பேட்டை சிக்னலில் மேடையைப் போட்டு பிரபாகரனைப் புகழ்ந்தும், ராஜபக்சேவை திட்டியும் பேசினால் அங்கே இந்தக் குழந்தைகள் வாழ்வு மேம்பட்டுவிடுமா? விடுதலைப்புலிகள்

முன்னெடுத்த பயங்கரவாதம், இலங்கை ராணுவத்தின் பயங்கரவாதம் இரண்டையும் எதிர்த்தவர்கள் மனது நொந்து வேடிக்கை பார்க்கும் நிலைக்குத் தள்ளியது இங்கே இருக்கும் அரசியல் பிழைப்பு நடத்தும் நாசகாரக் கூட்டங்கள்தான். நீங்கள் இலங்கைப் போரில் பாதிக்கப்பட்ட தமிழர்கள் வாழ்வு சார்ந்து குரல் கொடுக்கவேண்டும் என்றால் கட்டாயம் விடுதலைப் புலிகளை ஆதரவாக இருக்கவேண்டும். இல்லையேல் நீங்கள் இனத் துரோகி என்று குருட்டுத்தனமாகப் பேசித் திரியும் கூட்டம்தான் இந்த சீமான், திருமுருகன், வைகோ என்ற அனைவரும்.

சரி இன்னும் கொஞ்சம் இன்றைய நிலைக்கு வருவோம்.

26 ஆண்டுகள் நீடித்த இந்த மோதலால் யாழ்ப்பாணம், கிளிநொச்சி, முல்லை தீவு, வவுனியா, மன்னார் பகுதிகளில் தொழில் வளர்ச்சி பெரும் சரிவைச் சந்திக்கிறது. யார் தொழில் தொடங்க வருவார்? போர் பாதிக்கும் பகுதியில் நீங்கள் முதலீடு செய்வீர்களா? பெரிய அளவில் மின்சாரமும் இல்லாமல் போனது இதனால் சுயதொழில்களும் கடுமையாக வீழ்ச்சி, அடிப்படை வருமானம்?நேரடியாக அதுதான் ஒவ்வொரு குடும்பமும் சந்திக்கும் பிரச்னை.

இலங்கையில் ஒவ்வொரு குடும்பத்தினரது வருமானம் 2016ல் 43,511 LKR முதல் 62,237 LKR. இது 2012ல் 45,878 LKR என்ற நிலையில் இருந்தது. ஆனால் யாழ்ப்பாணம்,கிளிநொச்சி, முல்லை தீவு, வவுனியா, மன்னார் என்று போர் பாதித்த பகுதிகளில் சராசரியாக 25,526 LKR முதல் 35,500 LKR மட்டுமே என்று இருக்கிறது. இது ஆக மோசமான செய்தி. நாட்டின் சராசரிக்கும் கீழ்தான் இந்தப் பகுதிகளில் வருமானம் இருக்கிறது. காரணம் உள்நாட்டுப் போர். Median Income எடுத்துப் பேசினாலும் சரி Per Capita income எடுத்துப் பேசினாலும் சரி... போர் நடந்த பகுதிகளில் மிகப் பெரிய பின்தங்கிய நிலை காணப்படுகிறது.

Average monthly household expenditure என்பதும் இதனால் குறைவதால் மக்கள் உணவு தேவை கூடப் பெரும் பிரச்னையாக இருக்கிறது. அதனால் போதிய உணவு கிடைக்காமல் இந்தப் பகுதிகளில் கடந்த 20 வருடங்களுக்கு மேலாக மக்கள் அவதிப் படுகிறார்கள்.மாதம் Rs. 54,999 என்பது நாட்டின் சராசரி செலவினமாக இருக்கிறது என்றால் கிளிநொச்சி மாவட்டத்தில் 28,483 ரூபாயாக இருக்கிறது. இது மிகவும் கவலை தரும் விஷயம். உணவுக் குறைபாடு என்பது இலங்கையின் சராசரி சதவீதம் 4.1 என்றால் போர் பாதித்த பகுதிகளில் இது நான்கு மடங்கு அதிகமாக 18.2 வரையில் இருக்கிறது. அதாவது, நாட்டின் பிற பகுதிகளில் 4 பேருக்குச் சரியான உணவு கிடைக்கவில்லை என்றால் இந்தப் பகுதியில் 18 பேர்வரை சரியாக

உணவு கிடைக்காமல் இருக்கிறார்கள். சராசரிக்கு அருகில்கூட இல்லாதது மிக வேதனை தரும் விவகாரம். இது நிச்சயம் குழந்தை களைப் பாதிக்கும் கொடுமையான விவகாரம் (சர்வதேசப் புள்ளிவிவரத் தகவல் படிபார்த்தால் இது இன்னும் மோசமாக இருக்கும்).

26 வருடங்களாக நீடித்த இந்த உள்நாட்டுப் போர் காரணமாக நாட்டின் மற்ற பகுதிகளில் உருவான தொழில்வளர்ச்சி இந்தப் புலிகள் ஆதிக்கம் இருந்த பகுதியில் வீழ்ச்சி அடைந்துவிட வேலையில்லாத் திண்டாட்டமும், தொழில் வளர்ச்சியின்மையும் மிகப் பெரிய மோசமான வளர்ந்துவிட்டது. இலங்கையின் Unemployment Rate 4.4 என்று இருந்தால் மன்னார் யாழ்ப்பாணம் பகுதிகளில் அது 7.1என்ற அளவில் இருக்கிறது. அரசு கொடுக்கும் தகவலும்கூடச் சற்று மிகைப் படுத்திய தகவல் தான். உண்மை நிலை அதையும் விட மோசமான நிலையில்தான் இருக்கிறது.

கொஞ்சம் நிறுத்துங்கள்..... நான் இப்போது கொடுக்கும் அனைத்துப் புள்ளிவிவரமும் இன்றைய விவரம். அப்படி என்றால் போர் முடிவுக்கு வந்த பத்து வருடங்களுக்கு முன் இந்த மக்கள் நிலை எப்படி இருந்திருக்கும்? யோசிக்கவும். மக்கள் உணவுக் குறைபாட்டால் மிகப்பெரிய பொருளாதாரச் சிக்கலைச் சந்தித்திருப்பார் என்பது சொல்லிப் புரியவைக்கத் தேவை இல்லை.

உலக நாடுகள் அனைத்திலும் இருக்கும் தன்னார்வத் தொண்டு நிறுவனங்களின் மனவருத்தம் என்னவென்றால் ‘ஆளும் ஆட்சி முறையில், அமைப்பில் ஆயிரம் கருத்து வேறுபாடுகள் இருக்கலாம். ஆனால் ஆயுதம் ஏந்துவது அல்ல தீர்வு. அரசியல் தீர்வாக இது மாற வேண்டும். ஏன் என்றால் இது ஒவ்வொரு குடும்பத்தின் பொருளாதாரத்தை நேரடியாகப் பாதித்து ஒரு சமூகத்தையே பின்னுக்குத் தள்ளிவிடும். இது எப்படிப் பார்த்தாலும் நல்ல விஷயம் அல்ல’.

ஆக ஒன்று நன்கு புரிகிறது: போரின் பல லட்சம் உயிர்கள் இழந்து, பல ஆயிரம் குழந்தைகளுக்கு கிடைக்கவேண்டிய கல்வி உணவு கிடைக்காமல் தொலைந்து, வியாபாரிகள் உற்பத்தியாளர்கள் எதுவும் செய்ய முடியாமல் தோல்வி அடைந்து, எந்தப் பொருளாதார முன்னேற்றமும் காணாமல் ஒரு சமூகமே பெரும் வீழ்ச்சியைச் சந்திக்கிறது.

இதில் கவனிக்கவேண்டிய விஷயம் என்னவென்றால் இப்படியான வீழ்ச்சி இலங்கைக்கு இது முதல் முறையல்ல. முன்பு கம்யூனிஸ்ட் புரட்சியாளர்களும் ஆயுதம் ஏந்திய புரட்சியைச் செய்து வெகு விரைவில் வீழ்ந்து பெரும் உயிர்ப் பலி நடந்து இறுதியில் ஆயுத போராட்டத்தை விட்டு அரசியலுக்குத் திரும்பினர். Janatha Vimukthi Peramuna (People's Liberation Front) என்ற கட்சி இன்று சராசரியாக

8% வோட்டுகளுடன் இருக்கிறது என்றாலும் 1970களில் ஆயுதப் புரட்சிக்கு வித்திட்ட இயக்கம் இது.

இந்த தமிழீழம் என்ற வரைபடம் பற்றி நாம் முதலில் தெளிவாகப் புரிந்துகொள்ளவேண்டும்:

இங்கே தமிழ்நாட்டில் தமிழ், தமிழீழம் இவற்றைவைத்து அரசியல் பிழைப்பு நடத்தும் கூட்டம் அனைவரும் தமிழீழம் என்று முன்வைக்கும் ஒரு வரைபடம் அப்பட்டமான ஏமாற்று வேலை. அது நடக்கச் சாத்தியம் இல்லாதது. ஆனால் வம்படியாக மக்கள் மனதில் திணிக்கப்பட்டுவிட்டது.

இலங்கையில் உள்ள 9 மாகாணங்களில் (Provinces of Sri Lanka) சமீபத்திய தேர்தல் முடிவுகள் தொட்டு தேர்தல் வரலாற்றைக் கணக்கில் கொண்டால் வடக்கு மாகாணம் தவிர்த்து மற்ற மாகாணங்களில் மிக முக்கியமாகக் கிழக்கு மாகாணத்தில்கூடத் தமிழர்களை மட்டும் பிரித்துப் பார்க்கமுடியாது.

வடக்கு மாகாணத்தின் கீழ் வரும் யாழ்ப்பாணம் (Jaffna), கிளிநொச்சி, மன்னார், முல்லைத்தீவு, வவுனியா இந்த 5 மாவட்டங்களில் தமிழர் மக்கள் தொகை முறையே 99%, 99%, 82%,87%,85% ஆக இந்த மாகாணத்தைப் பொறுத்தவரை சராசரியாக 94% தமிழர்கள் தான்.

ஆனால், கிழக்கு மாகாணம் என்பது அப்படி அல்ல. அதன் குணமும் வடக்கு மாகாணத்தின் குணமும் வேறு. ஏன் என்றால் இந்தக் கிழக்கு மாகாணத்தைப் பொறுத்தவரை 40 சதவீதம் தமிழர்கள் என்றால் 37 சதவீதம் இஸ்லாமிய மூர் சமூகத்தினர் ஆவர். இந்தச் சமூகம் விடுதலைப்புலிகளை ஆதரிக்கவில்லை. 1990 களில் விடுதலைப் புலிகள் இந்த இஸ்லாமிய மக்கள் மீது நடத்திய தாக்குதலுக்குப் பின் எதிர்ப்பை சம்பாதித்துக்கொண்டனர் என்பதும் உண்மை. எனவே கிழக்கு மாகாணத்தைப் பொறுத்தவரை விடுதலைப்புலிகளுக்கு ஆதரவும் உண்டு; எதிர்ப்பும் அதைவிட அதிகம் உண்டு.

கிழக்கு மாகாணத்தில் உள்ள திருகோணமலை மாவட்டத்தில் 43% இஸ்லாமியர்கள். மூர் இஸ்லாமிய மக்கள் தொகையும் 40.43%. இந்த மாவட்டத்தில் தமிழர்கள் 31% தான். ஆனால் வரைபடத்தில் இந்த மாவட்டம் சேர்த்துக்கொள்வர். இந்தப் பகுதியில் புலிகளுக்கு ஆதரவு கிடையாது.

இதைக் கொஞ்சம் கவனமாகப் படிக்கவும் :

கிழக்கு மாகாணம் மொத்தம் மூன்று மாவட்டங்கள் திரிகோணமலை, அம்பாறை, மட்டக்களப்பு (Batticaloa). இந்த மூன்று மாவட்டத்

தேர்தல் முடிவுகளைக் கொஞ்சம் நீங்கள் பொறுமையாக ஆய்வு செய்தால் உண்மை நிலையை உணரமுடியும்.

UPFA, United People's Freedom Alliance தவிர ராஜபக்சேவின் SLPP இந்த மூன்று கட்சிகள்தான் 43% வோட்டுகளைப் பெறுகிறார்கள். அதை அடுத்து தமிழ் தேசியக் கூட்டமைப்பு (ITAK) 14.77% வாக்குகளும், ஸ்ரீலங்கா முஸ்லீம் காங்கிரஸ் 13.02% வாக்குகளும் வாங்குகிறார்கள்.

ஆக திரிகோணமலை எதார்த்தம் என்பது வேறு. இன்னும் ஒரு படி மேலே சென்று கூறினால் தமிழ் தேசியக் கூட்டமைப்பு வெற்றி பெற்ற பகுதிகளில் எல்லாம் இரண்டாவது இடத்துக்கு வந்தது ராஜபக்சே அவர்களின் கட்சி வேட்பாளர்கள் தான். உண்மையில் தமிழர்களில் ஒரு பகுதியினர் ராஜபக்சே கட்சிக்கே இந்தத் தொகுதியில் வாக்குச் செலுத்துகிறார்கள் என்பதும் உண்மை.

அடுத்து அம்பாறை மாவட்டம். இதிலும் உண்மை நிலைமை வேறு இங்கே கூறுவது வேறு. இங்கே தமிழ் மக்கள் சதவீதம் என்பது 16% மட்டுமே. மேலும் இது இஸ்லாமியர் பெரும்பான்மை கொண்ட மாவட்டம். இங்கேயும் விடுதலைப்புலிகளுக்கு ஆதரவு மிகக் குறைவு. ஆனால் தமிழீழ வரைபடத்தில் இந்தப் பகுதியும் வருவது உண்மைக்கு நேர்மாறானது. இங்கே நடந்த தேர்தலில் தமிழ்த்தேசியக் கூட்டமைப்பு வாங்கிய வாக்கு வெறும் 5.95% மட்டுமே.

மட்டக்களப்பு மாவட்டம் 72.61% தமிழர்கள் உள்ள மாவட்டம். ஆம் 37.71% வாக்குகள் வாங்கித் தமிழ் தேசியக் கூட்டமைப்பு வலுவாக இருக்கும் மாவட்டம். என்றாலும் மாவட்டத்தின் ஒரு பாதியை மட்டுமே கைப்பற்ற முடிகிறது.

தமிழீழம் என்று திருமுருகன் முதல் சீமான்வரை வரைந்து காட்டும் வரைபடம் உண்மை நிலையில் இருந்து மாறுபட்டது. வடமாகாணத்தில் இருப்பது கிழக்கு மாகாணத்தில் தலைகீழாக மாறுகிறது. இங்கே தமிழக மக்களுக்கு இது தெரியாமல் இருக்கலாம். ஆனால் ஸ்ரீலங்கா தமிழர்களுக்கும், அங்கே இருக்கும் பெரும் தலைவர்களுக்கும் நன்கு தெரியும்.

எனவே, இந்த வரைபடம் ஒரு போலி.

வாக்கெடுப்பு நடத்தி தமிழீழம் பெறலாம் என்று திருமுருகன் போன்றவர்கள் கூறுகிறார்களே? சீமான்போன்றவர்கள் போர்... போர் என்று ஆயுதம்கூட எந்த முடியும் என்று கூறுவது பற்றி?

இவர்கள் திட்டமிட்டு ஏமாற்றும் வேலையை எதோ ஒரு காரணம் காரணமாகச் செய்கிறார்கள். உண்மையில் வாக்கெடுப்பு என்பது

ஐநாவால் நடத்தவே முடியாது. அதை நடத்த ஐநா அமைப்புக்கு அதிகாரமே கிடையாது. இதை முதலில் புரிந்துகொள்ளுங்கள். ஸ்ரீலங்காவில் மட்டும் அல்ல; எந்த நாட்டிலும் ஐநா தலையிட முடியாது தலையிடாது. இன்னும் சொல்வதானால் வேறு எந்த நாடும் கூடத் தலையிட முடியாது.

உலகில் விடுதலைப் புலிகள் மட்டுமா பிரிவினை கேட்டனர்?

அமெரிக்காவில் கலிஃபோர்னியா தனி நாடு கோரிக்கை, Cascadia Independence Movement, ஹவாய் தனி நாடு கோரிக்கை, இதுபோல் New Hampshire, Vermont, Texas என்று தனி நாடு கோரிக்கை கேட்டு அமெரிக்காவில் சுமார் 10 இயக்கங்கள் இருக்கின்றன.

பிரிட்டிஷ் அரசிடம் இருந்து பெர்முடா தனி நாடு கேட்கும் இயக்கங்கள் உண்டு. டென்மார்க் : Greenland விடுதலை. கனடாவில் சொல்லவே வேண்டாம் Nova Scotia, Saskatchewan என்று அரைடஜன் இயக்கங்கள் இருக்கின்றன.

ஐரோப்பிய நாடுகள் அனைத்திலும் பிரிவினைவாதக் குழுக்கள் உண்டு. பெல்ஜியம் Wallonia, Flemish. டென்மார்க் Bornholm,Faroe Islands. பிரான்ஸ் நாட்டில் Northern Catalonia (ஸ்பெயின் நாட்டிலும் கேட்டோலோனியன் விடுதலை இயக்கங்கள் உண்டு), Bretons, Basque என்று பல வகை விடுதலை இயக்கங்கள் உண்டு. ஜெர்மனி : Bavaria, Franconia.

அவ்வளவு ஏன் சீனாவில் புரட்சி என்று கூறி 4 கோடி மக்களைக் கொலை செய்து ஆட்சிக்கு வந்த கம்யூனிஸ்ட் ஆட்சியர்களுக்கு எதிராகவே அங்கே பிரிவினைவாதம் நடக்கிறது. கம்யூனிஸ்ட் கொள்கைக்குத்தான் நாடே கிடையாதே என்றால் அதெல்லாம் சும்மா லுலுலாயிக்கு . Mongolia, Tibetan, East Turkestan, Hong Kong என்று சுற்றி சுதந்தர இயக்கங்கள் உண்டு.இந்தியாவில் காஷ்மீர் பிரிவினைவாதிகள், அஸ்ஸாம், நாகாலாந்து பிரிவினைவாதிகள்.

எத்தனை நாடுகளில் ஐநா தனி நாடு விடுதலைக்கு வாக்குடுப்பு நடத்தியது கூறுங்கள்! ஒன்று கூடக் கிடையாது.

மிக சமீபத்தில் பிரிந்த சூடான்கூட அந்த நாடு தங்களுக்குள் நடத்திக்கொண்டு பிரிந்து பின் ஐநாவில் தனி நாடு அங்கீகாரம் கேட்டு விண்ணப்பிக்க அதன் பிறகே உலக நாடுகள் ஏற்கின்றன. இது அந்த நாடுகள் நடத்திய வாக்கெடுப்பு. அவர்களாகப் பிரிந்த பின் உலக நாடுகள் ஏற்கின்றனவே ஒழிய உலக நாடுகள் யாரும் போய் வாக்கெடுப்பு நடத்த வலியுறுத்தவில்லை. சரி வாக்கெடுப்பு நடத்த

உகந்த சூழல் ஸ்ரீலங்காவில் உள்ளதா என்றால் கிடையாது. அங்கே இருக்கும் 9 மாகாணங்களில் ஒன்றுக்கு மட்டும் வாக்கெடுப்பு நடத்த மற்ற மாகாணங்கள் ஆதரவும் கிடைக்காது; சட்டமன்றமும் அனுமதி அளிக்காது. ஆக ஐநாவும் முடியாது; உள்நாட்டிலும் ஆதரவு இல்லை. வெறும் 18% மக்கள் ஆதரவு(அதிலும் 5% உள்ள இந்தியத் தமிழர்கள் ஆதரவும் பெரும்பாலும் புலிகளுக்கு கிடையாது.) என்னும்போது மிக எளிதாக இது நிராகரிக்கப்படத்தான் வாய்ப்புண்டு.

சாத்தியமே கிடையாது.

அப்போது ஏன் திருமுருகன், சீமான் எல்லாம் முடியும் என்பதுபோலப் பேசுகிறார்கள்?

அவர்கள் இரண்டு விஷயங்களை முன்வைக்கிறார்கள்: 1.பொது வாக்கெடுப்பு 2.போர்க் குற்றத்துக்கு சர்வ தேச நீதிமன்ற விசாரணை.

இதில் பொதுவாக்கெடுப்பு வாய்ப்பே இல்லை. அது மேலேயே விளக்கமாகக் கூறிவிட்டேன். இரண்டாவது சர்வ தேச நீதிமன்ற விசாரணை.

இந்தச் சர்வ தேச நீதிமன்ற விசாரணை விஷயத்தில் இங்கே அனைவரும் மறைக்கும் ஒரு உண்மை என்னவென்றால் போர் உச்சத்தில் இருக்கும்போது இலங்கை ராணுவம் மட்டும் அல்ல விடுதலைப் புலிகளும் போர்க் குற்றங்களில் ஈடுபட்டார்கள். U.N. Human Rights Council (UNHRC) மிகத் தெளிவாக இதைக் கூறுகிறது. எனவே, நீதி விசாரணை அமைக்கப்பட வேண்டும் என்பதும் இருபக்கமும் குற்றம் சாட்டப்பட்டவர்கள் தண்டிக்கப்படவேண்டும் என்பதுதான் பொதுவான தொண்டு அமைப்புகளின் கோரிக்கை. அதுதான் ஐநாவின் கூறும். ஆக விடுதலைப்புலிகள் நல்லவர்கள் என்று எந்த இடத்திலும் சான்றிதழ் கொடுக்கவில்லை ஐநா (UNHRC).

இந்த நீதிவிசாரணை நடந்தால் ஒருவிஷயம் நடந்தே தீரும். அது வெளிநாடுகளில் அகதிகளாகச் சென்று குடியமர்ந்து உள்ள முன்னாள் விடுதலைப் புலிகள் அனைவரையும் இந்த விசாரணை வட்டத்தில் கொண்டுவரவேண்டும். அவர்கள் உடனடியாக அந்த அந்த நாடுகளில் இருந்து வெளியேற்றப்பட்டு ஸ்ரீலங்கா அமைக்கும் நீதி விசாரணையில் முன் நிற்கவேண்டும். ஏற்பாடு செய்கிறாயா திருமுருகா?

இங்கே இதுதான் பிரச்னை. இரண்டு பக்கமும் ராணுவமும் சரி, விடுதலைப்புலிகளும் சரி இந்த விஷயத்தில் தங்கள் பக்கம் அத்தகைய விசாரணையை விரும்பாது ஒருவரை ஒருவர் குற்றம் சாட்டுகிறார்கள். இந்தக் குழப்பம் நீடிக்கிறது.

பின்னே ஏன் திருமுருகன்போன்றவர்கள் இப்படிப் பேசுகிறார்கள்?

இவர்கள் யார் என்றே பல ஸ்ரீலங்கா வாழத் தமிழருக்குக் கூடத் தெரியாது. உண்மையில் இந்தவிதம் திருமுருகன் பேசக் காரணம் இங்கே இந்தியாவில் இதன் மூலம் தமிழர்களுக்கு எதிரானது இந்தியா, தமிழர்கள் நலனை நாசம் செய்வதுதான் இந்தியா என்ற ஒரு வெறுப்பை மக்கள் மனதில் உருவாக்கவேண்டித்தான் இவர்கள் இந்தக் காரியங்களைச் செய்கிறார்கள்.

இது ஒன்றும் புதிய யுக்தி அல்ல. காலம் காலமாக மாவோயிஸ்ட் நக்சல் அமைப்புகள் இப்படியான தந்திரங்களையே கையாள்வது உண்டு. நாகாலாந்தில்கூட இந்தவிதம் பிரிவினைவாதிகளுக்குப் பெரும் உதவி நக்சல் அமைப்புகள் வழியே கிடைக்கிறது என்பது அசைக்கமுடியாத உண்மை.

தெளிவாக ஒன்றைப் புரிந்துகொள்ளுங்கள். திருமுருகனை 'ஐநா புகழ் திருமுருக'னாக உருவாக்கம் செய்தது ஒரு அப்பட்டமான பித்தலாட்டம். அங்கே ஏதோ ஒரு என்.ஜி.ஓ. சார்பில் ஐ.நா. கருத்தரங்க வளாகத்தை வாடகைக்கு எடுத்துப் பேசிவிட்டு என்னவோ ஐ.நா.வே இவரை அழைத்துப் பேசச் சொன்னதுபோல் ஆனந்த விகடன், தி இந்து இடதுசாரி ஊடகங்களால் போராளியாக பிம்பம் உருவாக்கப்பட முழுக்க மோசமான கிருமி. இவர் பேசுவது முழுக்க முழுக்க வெறுப்பு வெறுப்பு வெறுப்பு தான்.

மிக மிக முக்கியமான விஷயம் ஒன்றைப் புரிந்துகொள்ளுங்கள் :

நாம் தமிழர் கட்சி சீமான் என்ற செபாஸ்டீன், தந்தை பெரியார் திராவிடர் கழகம், கூடங்குளம் அணு உலை இயக்க ஒருங்கிணைப்பாளர் சுப. உதயகுமாரன்...

தமிழ்த் தேசப் பேரியக்கம் பெ. மணியரசன், தமிழ்த் தேச விடுதலை இயக்கம், தமிழ்ப் புலிகள் திருவள்ளுவன், மே 17 இயக்கத்தின் திருமுருகன்,

இளந்தமிழகம் இயக்கம், தமிழக ஒடுக்கப்பட்டோர் விடுதலை இயக்கம், தமிழர் விடியல் கட்சி, திராவிடர் விடுதலைக் கழகம் இன்னும் புதிய புதிய இயக்கங்கள் உண்டு.

இவர்கள் அனைவரும் ஒரே வேலைதான் செய்வர்: இந்தியாவுக்கு எதிராக வெறுப்பைத் தமிழகத்தில் பரப்புவது. இவர்கள் அனைவருக்கும் இன்னொரு குணம் உண்டு அது இந்து மத வெறுப்பு.

ஆக ஸ்ரீலங்கா விஷயத்தில் நாம் புரிந்துகொள்ளவேண்டியது என்ன? தீர்வு என்ன?

தீவிரவாதத்தில் நல்லது கெட்டது என்று எதுவுமே இல்லை ஆயுதம் ஏந்திய தீவிரவாதம் மாவோயிஸ்ட் நக்சல் என்று ஆரம்பித்து விடுதலைப்புலிகள் என்று எல்லாமே தவறு தான். அதனால் நல்லது

நடக்கப் போவது இல்லை. நான் அல்ல தமிழகத்தின் இலக்கிய சாம்ராட் ஜெயகாந்தனே அப்படித்தான் கூறினார். தமிழ் ஈழம் அமைந்தால் உண்மையில் இந்தியாவுக்கு அது மிகச் சாதகமான விஷயம்தான். ஆனால் இந்தியாவால் ஆதரிக்க முடியாது. ஐநா என்று ஒரு அமைப்பில் உறுப்பினராக உள்ள எந்த நாடும் ஆதரிக்கப் போவது இல்லை இந்தத் தனி ஈழத்தை.

அந்த மக்களுக்கு இன்றைய தேவை பொருளாதார முன்னேற்றம் (அன்றுமே அதுதான் தேவையாக இருந்தது). சிங்கள மக்களை விட தமிழர்களின் படிப்பு சதவீதம் அதிகம். எனவே போலிப் போராளிகள் அவர்கள் வாழ்வில் தலையிடாமல் இருந்தாலே போதும்.

குழந்தைகளுக்கு நல்ல உணவு, இருப்பிடம், கல்வி ஒருபக்கம் அவசியம் தேவை.

குடும்பங்களைப் பொருளாதாரச் சிக்கல் இல்லாமல் காப்பாற்ற வேலைவாய்ப்புகள் ஒவ்வொரு குடும்பத்தினருக்கும் தேவை. இந்த இலக்கை நோக்கித்தான் நாம் ஆதரவு தெரிவிக்கவேண்டும். சுய ஆட்சி, அதிகாரப் பகிர்வு எல்லாம் அரசியல் நகர்வாக நடக்கவேண்டிய விஷயம். அதற்காக ஒவ்வொரு வீட்டிலும் ஆயுதங்கள் ஏந்தக்கூடாது. முதலில் உணர்ச்சிகளைத் தூண்டிவிடுவதை நிறுத்துங்கள். வீட்டையும் சமூகத்தையும் பொறுத்தவரையில் பொருளாதாரம் மிக மிக முக்கியம். கல்வி, உணவு, உடை என்று அடிப்படைத்தேவைகள் அனைவருக்கும் கிடைக்கவேண்டும்.

நாம் அது அதி முக்கியமான பிரச்னை என்று புரியாமல் பேசிக்கொண்டே இருக்கிறோம். அதாவது அந்த மக்களின் வாழ்வியல் முன்னேற்றம், பொருளாதார முன்னேற்றம், தொழில் முன்னேற்றம் என்று கவனம் செலுத்தாமல் 26வருடம் பட்ட கஷ்டம் போதாது என்று மீண்டும் புரட்சிக்குத் தூண்டுவது சுத்த முட்டாள்தனமான விஷயம்.

உங்கள் வீட்டில் அடுத்த வேலை உணவு இல்லை என்னும்போது உழைப்புக்கு வழி தேடவேண்டுமா அல்லது புரட்சி செய்ய வேண்டுமா?

சீமான் போன்றவர்கள் கூறுகிறாரே அங்கே தமிழர்கள் ஆட்சிக்கு வரவே முடியாது என்று? அப்படி ஒரு சட்டம் உள்ள நாட்டில் எப்படி சம உரிமையுடன் வாழமுடியும்?

எனக்குத் தெரிந்து அப்படி எல்லாம் கிடையாது. அது இங்கே இருக்கும் உணர்வைத் தூண்டிவிட்டுப் பேசும் அரசியல். சிங்களர்கள் எல்லோரும் கெட்டவர்கள் தமிழர்கள் எல்லோரும் நல்லவர்கள். நல்லவனுக்கும் கெட்டவனுக்கும் நடக்கும் யுத்தம்தான் ஈழம் என்ற நாடகத்தன்மை யான கதையை எல்லாம் நம்பவேண்டாம். பிரச்னை இருக்கிறது

என்றாலும் அது மொத்த சமூகமும் பகைமை கொள்ளும் விதம் மாற்றுவது சரியல்ல.

அந்த நாடு அடிப்படையில் பௌத்த நாடு. எனவே யார் ஆட்சிக்கு வந்தாலும் பௌத்த நடைமுறைகளையே பின்பற்றவேண்டி வரும். ஆனால், தமிழர்கள் ஆட்சிக்கு வரக்கூடாது என்று எல்லாம் இல்லை. ஒவ்வொரு தேர்தலிலும் தமிழர்களும் அதிபர் தேர்தலுக்கு வோட்டுப் போடத்தான் செய்கிறார்கள். நீங்கள் தாராளமாகத் தேடிப் பார்க்கவும். எனவே உண்மை வேறு. சீமான் வாயைத் திறந்தாலே பொய்தான்.

ஜெயகாந்தன்போன்ற நடுநிலையான நபர்கள்கூட விடுதலை புலிகளை ஆதரிக்கவில்லை. அது ஏன் என்று நமக்கு முதலில் புரிய வேண்டும்.

இறுதியாக :

ஆயுதம் எந்த வேண்டிய கட்டாயம் உருவாகி இருந்தது என்ற வாதத்தைப் பேச்சுக்கு ஏற்றுக்கொண்டாலும் அதை விட்டு ஜனநாயகத் தேர்தல் முறைக்குத் திரும்புவது காலத்தின் அவசியம் மட்டும் அல்ல அனைத்து மக்களின் வாழ்வியல் சார்ந்த முக்கியத்துவமும் கூட. 20ஆம் நூற்றாண்டில் ஐ.நா வந்த பிறகு மெள்ள நாடுகளின் எல்லைகள் வரையறை செய்யப்பட்ட பின் அதை எதிர்த்து ஆயுதம் ஏந்திய போராட்டங்கள் எங்கு நடந்தாலும் எந்த நாடும் ஆதரவு கொடுப்பது இல்லை என்ற முடிவுக்கு வந்துள்ளன.

போரில் தோல்விக்குக் காரணம் என்று தனியாகத் தேடி ஆய்வு செய்யத் தேவை இல்லை. 25,000 முதல் 30,000பேர் மட்டுமே உள்ள LTTE 3,00,000 லட்சம் பேர் கொண்ட ஸ்ரீலங்கா ராணுவத்துடன் (அமெரிக்கா சீனா பிரிட்டன் இந்தியா பாகிஸ்தான் என்று உதவிகளும் கிடைத்த ராணுவத்துடன்) மோதினால் என்ன நடக்குமோ அது நடந்தது. இத்தனைக்கும் பிரிவினைவாதப் படைகள்போல் அரசுப் படைகள் தாக்குதல் நடத்தியிருக்கவில்லை. அவர்களுக்குப் பல விஷயங்களைக் கணக்கில் கொள்ளவேண்டியிருந்தது. 1980களிலேயே யாழ்ப்பாணத்தை ஒருதடவை முற்றுகையிட்டபோது இந்தியா தலையிட்டுப் புலிகளைக் காப்பாற்றியது. இல்லையென்றால் அப்போதே கதையை முடித்திருப்பார்கள் என்பதுதான் உண்மை (ஆனால் அப்படிக் காப்பாற்றிய இந்திய பிரதமரைத்தான் புலிகள் கொன்றனர்).

இதைக் கணிக்க பெரும் வல்லுனர்கள் தேவை இல்லை. ஆனாலும் ஏன் போர் மூண்டது? பல கட்டப் பேச்சுவார்த்தைகள் தோல்வி. உலக நாடுகள் இதை முடிவுகட்ட முடிவு செய்துதான் முடித்தன. இனியும் அதுவே நடக்கும். ஏன் என்றால் பாதை தவறு. இவ்வளவு உயிர்ச் சேதத்தைத் தவிர்க்கப் பல வழிகள் இருந்தும் போர் மூண்டது மிக

துரதிஷ்ட வசமானது. இனி அமைதியான வாழ்வு கிடைக்க வேண்டும். போதும்.

பல நாடுகளில் அகதிகள் என்ற வகையில் refugee visa பெற்று நல்ல வாழ்வு வாழும் பலருக்கு உண்மையில் ஸ்ரீலங்கா திரும்ப எண்ணம் இல்லை. அவர்கள் பலர் தேவை இல்லாமல் இங்கே இருக்கும் இதுபோலப் பிரிவினைவாதக் கூட்டத்துக்கு நிதி வழங்குவது அதன் மூலம் ஸ்ரீலங்காவில் இன்னும் கொடுமைகள் நடப்பதாகக் கூறித் தங்கள் refugee visa காலக்கெடுவை நீடிப்பது மூலம் பின்னாளில் நிரந்தரமாக கனடா, ஆஸ்திரேலியா நாட்டுக் குடிமக்களாக செட்டில் ஆக முயற்சிப்பதும்கூட இங்கே இத்தனை பிரிவினைவாத இயக்கங்கள் உருவாக ஒரு காரணம். ஒரு நல்ல பிஸினஸ்போல ஆகிவிட்டது இந்த விவகாரம்.

இங்கேயும் ரேசன் கார்டு முதல் ஆதார்வரை வாங்கி இந்திய குடியுரிமை வாங்கவும் ஒரு கூட்டம் இருக்கிறது. அதனாலேயே இந்த ஆதார் கார்டை எதிர்த்துப் பேசித் திரியும் கூட்டமும் இங்கே இருக்கிறது (இந்திய அடையாள அட்டை வந்தால் பலர் ஸ்ரீலங்காவுக்கு ஊருக்குச் செல்லவேண்டும் என்பதால் எதிர்க்கிறார்கள்).

கொழும்பு பகுதியில் உள்ள இந்தியத் தமிழர்கள்(4.5%) பெரும்பாலும் இந்தப் பிரிவினையை ஆதரிப்பதே இல்லை.

மாணவர்களின் உணர்வுகளைத் தூண்டிவிடுவது மிக எளிய வேலை. அதன் மூலம் ஆதாயம் தேடும் இந்தவிதமானவர்களை எல்லாம் ஒரேயடியாகச் சிறையில் போடுவதே சாலச்சிறந்தது. இவர்களால் ஒரு நன்மையையும் இங்கேயும் நடக்காது ஸ்ரீலங்கா வாழ் தமிழருக்கும் நடக்கப் போவது இல்லை. அதிகபட்சம் போனால் ரஜினி வீடுகட்டிக் கொடுக்கச் சென்றால் அதை எதிர்த்து ஆர்ப்பாட்டம் செய்வார்கள். ரஜினியோ அந்தப் பயணத்துக்கு ஏற்பாடு செய்யும் அமைப்போ சில லட்சங்களை விட்டெறிந்தால் வாங்கிக் கொண்டு ஓடுவார்கள்.

நல்ல தீவிரவாதம், கெட்ட தீவிரவாதம் என்று எதுவும் இங்கே இல்லை. ஆயுதம் ஏந்த அழைக்கும் அத்தனை தீவிரவாதத்தின் செயல்பாடுகளும் சமூகத்துக்குக் கேடாகத்தான் முடியும். விடுதலைப் புலிகள் என்றாலும் சரி, மதம், ஜாதி, இனம் சார்ந்தவர் என்றாலும் சரி. அதை மக்கள் மாணவர்கள் ஆதரிக்கக்கூடாது.

யார் சொல்வதையும் நம்பாதீர்கள்... உண்மை என்ன என்று தேடுங்கள்.

போராளிகளிடம் கெஞ்சிக் கேட்டுக்கொள்வது இதுதான்: 'இனியாவது அந்த மக்களை நிம்மதியாக வாழவிடுங்கள்'.

●

காஷ்மீரமும் ஈழமும்

செய்தி: 'யாசிம் மாலிக்கின் விடுதலை நமது விடுதலை; காஷ்மீரிய விடுதலை ஈழ விடுதலை' - சீமான்

மே 2013-ல் நாம் தமிழர் இயக்கம் சார்பாக கடலூரில் சிறப்பு அழைப்பாளராகக் கலந்து கொண்டவர் யாசிம் மாலிக். இந்த யாசிம் மாலிக் காஷ்மீர் பிரிவினைவாதிகளில் ஒருவன். இவனுக்கு எதிராக இந்திய உளவுத்துறையிடம் ஆதாரம் கிடைக்காமல் தப்பி வந்தவன். இவன் சமீபத்தில் National Intelligence Agency (NIA) மூலம் கைதாகிறான். காரணம் இந்தியாவைச் சிதறடிக்க இவன் பாகிஸ்தானில் இருந்து நிதி பெற்றது அம்பலம் ஆனது.

Hizbul Mujahideen, Lashkar-e-Taiba இரண்டு தீவிரவாத கூட்டத்துக்கும் இவனுக்கும் தொடர்பு உண்டு. இதனால் கடந்த மாதம் NIA இவர்களை இந்திய உளவுத்துறை அமைப்பு RAW உதவியால் கைதாகினான். இந்த யாசின் மாலிக்போன்ற தீவிரவாதிகளால் எத்தனை ராணுவ வீரர்கள் உயிர் போனது! ஆனால் சீமான் இவனைப் புகழ்ந்ததையும் வக்காலத்து வாங்கியதையும் சீமானின் 2013 பேட்டியைப் பார்த்தால் தெரியும்.

இது ஒருபக்கம் இருக்கட்டும். அடுத்து 2014-ல் நவம்பர் மாதம் டெல்லியில் நடந்த பிரிவினைவாதிகள் கூட்டத்தில் சீமான் கலந்து கொண்டார். அந்த மாநாட்டில் தலைமை தாங்கிய நாகாலாந்து, காலிஸ்தான், காஷ்மீர் பிரிவினைவாதிகளில் முக்கியமான கிலானி நேரடியாக லக்ஷர் இ தொய்பா அமைப்புடன் தொடர்பில் இருந்தது அப்பட்டமாக ஆதாரங்களுடன் வெளியாகிவிட்டது. இந்த கிலானியின் மருமகன் தொட்டு 20க்கும் மேல் பிரிவினைவாதிகளை இந்தியப் புலனாய்வு துறை கடந்த வாரம் கைது செய்கிறது. இவர்களுக்கு நிதி வழங்கிய ஹவாலா ஏஜெண்ட்கள் கைதாகிறார்கள். இப்போது இந்தக் கூட்டங்களில் கலந்து கொண்ட ஒருவன் மட்டும் இன்னும் கைதாகவில்லை! அவன் மட்டுமே மிச்சம்.

அவன் பெயர் சீமான் என்ற செபாஸ்டீன்.

இந்திய திரைதுறையில் முக்கியமாகத் தமிழகச் சினிமாத் துறையில் பெரிய அளவு அரேபியா மூலம் ஹவாலா ஏஜெண்டுகள் செயல்படுவது அனைவருக்கும் தெரிந்த உண்மை.

கறுப்புப் பணத்தை வெள்ளையாக்கும் யுக்திக்கு இந்த சினிமாத்தயாரிப்பாளர் கள், இயக்குனர்கள் உதவுவது காலம் காலமாக நடக்கும் கேடு.

எனக்குத் தெரிந்து சீமான் என்ற செபாஸ்டீன், அவனுக்கு நெருக்கமான சில இயக்குனர்களாக இருந்து இப்போ அரேபியா வழியாக ஹவாலா ஏஜெண்ட் வேலைபார்க்கும் சிலர் கைதாவது உறுதி.

அய்யகோ அண்ணன் சீமான் போகிறாரே என்று குரல் எழுப்பினால் நான் திரும்பவும் கூறுகிறேன் இந்த கிறிஸ்தவன் செய்வது இரண்டு விடயமே:

1. இந்தியாவில் இருந்து தமிழகத்தைப் பிரிக்கும் பிரிவினை வேலை. இதைச் செய்யவில்லை என்று எவராவது கூற முடியுமா? அப்பட்டமாக ஆதாரங்கள் ஏராளம் உள்ளன.

2. ஹிந்து மக்களிடையே குழப்பத்தை உருவாக்கி ஹிந்து கோவில்களுக்குள்ளே மொழிப் பிரிவினையைக் கொண்டுவந்து சண்டை மூட்டி விட முயற்சிப்பது.

இந்த இரண்டு வேலைக்கும்தான் இவர் பெரிய அளவு நிதி ஆதாரங்களை அரபு தேசம் மூலம் பெற்று அட்டூழியம் செய்கிறார். இது ஏதோ புதிய செய்தி என்று நீங்கள் நினைத்தால் அது உங்கள் அறிவின்மை. அரசியல் வரலாறு தெரியாத நிலை.

இதற்கு முன் மணியரசன், தியாகுபோன்றவர்கள் இப்படிப் பேசித் திரிந்தனர். 4 முறை சிறையில் அடைத்துக் கவனித்தது உளவுத் துறை. அதற்கு முன்னர் பெரிய அளவு செய்தது இந்த பெரியார் இயக்கங்கள். அவர்களுக்கு ஹிந்து இருக்கவேகூடாது. இந்தியா இருக்கவேகூடாது. இப்போ இந்த சீமான் என்ற செபாஸ்டீன், திருமுருகன், சுப உதயகுமார்போன்றவர்கள்.

எனவே எந்த வரலாற்று அறிவும், அரசியல் அறிவும் இல்லாமல் தமிழ் என்ற உணர்ச்சிக்கு அடிமையாகி சீமானைப் பின்தொடர்வது பெரும் தவறு. நாட்டுக்காகவே வாழ்ந்து, நாட்டுப்பற்று நமக்கெல்லாம் கொடுத்துச் சென்ற அப்துல்கலாம் அறிவாளி இல்லை... இந்தப் பிரிவினை பேசும் சீமான் புத்திசாலியா?

நாட்டுப்பற்றோடு இருப்பது அவசியம் என்பது அனைத்து நேர்மை யான மனிதர்கள், உயர்ந்த உள்ளங்களின் எண்ணம். அதை காமராஜர்,

அம்பேத்கார், தேவர், நேதாஜீ என்று அனைவரும் நமக்குச் சொல்லிக் கொடுத்துச் சென்றிருக்கிறார்கள். அதையெல்லாம் தெரிந்துகொள்ளாமல் இந்த சீமான்போன்ற பிரிவினைவாதிகள் சொல்வதைக் கேட்டுப் பின்னால் திரிந்தால் அப்படிச் செய்பவர் மேல்தான் தவறு.

தமிழகமும் காஷ்மீர்போல் நாசம் ஆகவேண்டும் என்பதுதான் சீமானின் எண்ணம். அங்கேதான் மத்திய அரசின் எந்தத் திட்டத்தையும் செய்ய விடாமல் போராட்டம் நடத்துவர். இப்போது சமீபகாலமாக அது தமிழ் நாட்டில் தூண்டிவிடப்படுவது கவலை தரும் விடயம்.

காஷ்மீர் பிரிவினைவாதிகளைக் கைதுசெய்ய 100% ஆதாரம் உண்டு.. நாட்டின் உளவுத்துறையை மதித்து பிரச்னை செய்யாமல் விலகிக் கொள்ளுங்கள். ஒவ்வொருவரும் தமது குடும்பத்துக்கு ஏதாவது செய்ய முன்வரவேண்டும். ஒழுங்காக வரலாறு, அரசியல் வரலாறு, பொருளாதாரம் தேடிப் படியுங்கள். நான் என்னால் ஆன உதவிகள் செய்து தரத் தயார். விஷயங்கள் நன்கு தெளிவாகும்வரை அரசியல் பேசாதீர். ஏன் என்றால் அரைகுறை அறிவு ஆபத்தானது.

இந்த தியாகு, மணியரசன் பின்னால் போன எல்லா போராளிகளின் வாழ்வும் நாசம் ஆகிவிட்டது. ஆனால் இந்தப் பிரிவினை தலைவர்கள் நன்கு செட்டில் ஆகிவிட்டார்கள். அதே கதைதான் சீமான் பின்னால் திரியும் கூட்டத்துக்கும் நடக்கும்.

இந்திய உளவுத்துறை ஆணைப்படி சீமான் மட்டும் அல்ல; இந்தியாவுக்கு எதிராக இணையத்தில் பிரிவினை பதிவுகள் செய்யும் அனைத்து நபர்களும் கண்காணிப்பில் வருகிறார்கள். எனவே உணர்ச்சிவசப்பட்டு எதாவது பதிவு இந்தியாவுக்கு எதிராகப் பதிவு செய்தால் நிறுத்திவிடுங்கள், நீக்கிவிடுங்கள்.

சீமானைக் கைது செய்தால் 'இந்தத் தீவிரவாத கதைகளையெல்லாம் மறைத்து, அரசியல் பழிவாங்கும் செயல் என்று கதையை அப்படியே திசை திருப்புவார்'.

யாசிம் மாலிக்கைக் கூட்டிவந்து கடலூரில் பேசியதற்கு சீமான் கூறினார்: 'அவர் தீவிரவாதி இல்லையே என்று'. இப்போது தீவிரவாதி என்று நிரூபணமாகிவிட்டிருக்கிறது. ஆக சீமான் ஜெயிலுக்குச் செல்லலாம் தானே.

•

எல்லை மீறும் சீமான்

செய்தி: 'கிரண் பேடி ஐ.பி.எஸ்., ஒரு பொம்பள வில்லி' - சீமான்

வர வர யார் யாரை விமர்சிக்க வேண்டும் என்ற ஒரு வரையறையே இல்லாமல் போச்சு. அப்துல் கலாம், கிரண் பேடி போன்றோரை யெல்லாம் இப்போது விமர்சிக்கும் இந்த அயோக்கியர்கள் யார்? இவர்களின் தகுதி என்ன?

இந்தியாவின் முதல் பெண் IPS கிரண் பேடி என்ற காரணத்தால் மட்டுமே அவர் இந்தியவில், முக்கியமாகப் பெண்கள் மத்தியில் பிரபலம் அல்ல. அவர் செய்த சாதனைகள் ஏராளம். அவரைப்போல் ஒரு சாதனைப் பெண்மணியை லட்சத்தில் தேடினாலும் கிடைப்பது கடினம்.

-ஆசியாவின் நோபல் பரிசு என்று அழைக்கப்படும் Ramon Magsaysay Award வாங்கியவர்.

Government Service, Public Service, Community Leadership, Journalism, Literature, and the Creative Communication Arts, Peace and International Understanding, Emergent Leadership எனப் பல துறைகளில் சாதனை செய்தவர்.

தெற்கு ஆசியாவில் மிக அதிகம் ஆபத்தான கைதிகள் உள்ள சிறைகளில் வரிசையில் வரும் திகார் ஜெயிலில் இவர் IG யாகப் பதவி வகித்த காலத்தில் பல்வேறு சீர்திருத்த நடவடிக்கை மூலம் கைதிகளைத் திருத்தினார். 'சிறைச்சாலைகள் என்பது தண்டனை கொடுக்கும் இடம் இல்லை. அவை தவறு செய்த மனிதனைத் திருத்தும் இடம் என்று நிரூபித்தவர். ஆண் அதிகாரிகளே செல்லத் தயங்கும் இந்த திகார் சிறைச்சாலையை நல்வழிக்குக் கொண்டுவந்து நடத்திக் காட்டியதை உலகமே அறியும். யோகா முதல் அனைத்து விதத்திலும் கைதிகள் மனநிலையைப் புரிந்துகொண்டு நல்வழிப்படுத்தும் வேலையைக் கச்சிதமாகச் செய்ததற்கு உலகமே பாராட்டியது.

IIT ல் தனது PhD முடித்தார். முடிக்கும் பொது இவர் மேற்கு டெல்லியில் பெண்களுக்கு எதிரான குற்றங்கள் சார்ந்து விவகாரத்தை முழுமையாகக் கட்டுக்குள் கொண்டுவந்தார். அதே நேரம் PhD ஆய்வும் முடித்தார் என்றால் அது சாதாரண காரியம் அல்ல. அதுவும் அவர் எடுத்துக்கொண்ட சப்ஜெக்ட் drug abuse and domestic violence. இதில் இருக்கும் psychology படிக்கவே விபரீதமாக இருக்கும் சப்ஜெட். இதை எடுத்துப் படிக்கத் தனி மனஉறுதி வேண்டும். முக்கியமான பொறுப்பையும் கையில் வைத்துக்கொண்டு, இந்த ஆய்வையும் முடிக்கிறார் என்றால் அது சாதாரண காரியம் அல்ல.

இந்தியா அளவிலும் சரி, ஆசிய அளவிலும் நிறைய விருதுகளைக் குவித்தவர். இவர் விருது வாங்காத ஆண்டே கிடையாது. அந்த அளவு இவர் கையில் எடுத்த துறை எதுவென்றாலும் அதில் முழுமையாகத் திறமையைக் காட்டிய பெண். டென்னிஸ் முதல் மதக் கலவரங்கள் வரை அனைத்தையும் பார்த்தவர். அகாலி தள், நிரங்கரி அமைப்புக்கும் இடையே நடந்த வகுப்புக் கலவரத்தை அடக்கி ஒடுக்கியவர் இவர்.

இவரால் விரட்டி அடிக்கப்பட்ட கள்ளசாராய வியாபாரிகள், பஞ்சாப் போதை பொருள் கடத்தும் தாதாக்கள் ஒன்று இரண்டு அல்ல. அதை இவர் வரலாறை ஒழுங்காகத் தெரிந்தவர் அனைவரும் அறிவர்.

2007 ஓய்வுக்குப் பின்னரும் இவர் சும்மா வீட்டில்இருந்தவர் கிடையாது. தொடர்ந்து நாட்டுக்கு உழைப்பவர்.

இந்த அளவு அதுவும் ஒரு பெண் இருக்கமுடியுமா என்று வியந்து பார்க்கக்கூடிய அளவு மிகத் திறமையான நேர்மையான பெண் கிரண் பேடி.

‘இந்தப் பெண்மணியின் கைக்கு விஷயம் போச்சு; தப்பு செய்தவன் செத்தான். எல்லா நீதிமன்றமும் இவரைப் பாராட்டவே செய்துள்ளன. ரொம்ப நேர்மையான ஆள் மட்டும் அல்ல; புத்திசாலியானவரும்கூட என்று அவருடன் வேலை செய்தவர்கள் சொல்லியிருக்கிறார்கள்.

அவரைப் பார்த்து பொம்பள வில்லி என்று கீழ்த்தரமாகப் பேசும் நீங்க அப்படி நாட்டுக்கு என்ன சாதனை செய்தீர்?

எனக்குத் தெரிந்து பொய் பொய் பொய்.

பிரபாகரன்கூட எடுத்த படத்த வச்சு அவர் இறந்த பின் கேட்க யாரும் இல்லை என்றதும் கொஞ்சகாலம் இஷ்டத்துக்குக் கதை அளந்து விட்டார். அதை விடுதலை புலிகள் ஆதரவாளர் முதல் ராஜ்கிரண்வரை அனைவரும் பொய் என்று வெளிப்படுத்தினர்.

அடுத்து பொய் விஜயலட்சுமி என்ற நடிகையை ஏமாற்றியது.

அடுத்த பொய் நான் இலங்கை தமிழ் பெண் அகதியைக் கல்யாணம் செய்வேன் என்று கூறிவிட்டு இப்போ ஒரே மதத்தினைச் சார்ந்த, ஒரே ஜாதியைச் சார்ந்த காளிமுத்து மகளை அதுவும் வயது வித்தியாசம் அதிகம் இருந்தாலும் கல்யாணம் செய்து கொண்டீர்.

5 படம் எடுத்து ஒரு வீடு கட்டமுடியாத நீர் இப்போது விமானத்தில் பறந்து, விலையுயர்ந்த காரில் பவனி வருகிறீர். எனக்குத் தெரிந்து நீ உழைத்து சம்பாதித்த காசு இல்லை.

எம் ஜி ஆர்,பெரியாருக்குப் பாராட்டு விழா என்று உன் இஷ்டத்துக்கு வாய்க்கு வந்த பொய் எல்லாம் அடிச்சு விட்டாய். எதாவது சவால் விடவேண்டியது அப்புறம் நான் அப்படிச் சொல்லல; இப்படி சொல்லல என்று மூளை பிசகியதுபோல் பேசுவது.

ஒரே ஒரு முறை வசனம் எழுதியதற்குத் தமிழ் நாடு விருது கிடைத்தது. இன்றுவரை வசனம் பேசியே வாழ்க்கையை உருட்டுகிறாய்.

நீ கிரண் பேடியை இப்படி இழிவாகப் பேசியதைக் கேட்டதும் எனக்குத் தோன்றியது இதுவே:

சாக்கடையில் இரைதேடும் கொசு - நீ;

பூஜை அறை மலராக - கிரண் பேடி;

கொசு, மருந்தடித்துக் கொல்லப்படும். காத்திரு.

பாரதியையும் பாரதிதாசனையும் கண்ட தமிழ் மண்.

தரம் தாழ்ந்து அனைவரையும் ஒருமையில் பேசி அருவருப்பாகத் திரியும் சீமான் தமிழரின் அவமானம்.

சீமான் வாய்க்கு வந்த வண்ணம் பேசுவதை நிறுத்தவேண்டும். இல்லை எங்காவது வாங்கிக்கட்டப் போவது உறுதி.

எழுதிக்கொள்ளுங்கள்: ‘எந்த வாயை முதலீடாக வச்சு சீமான் பிழைப்பு நடத்துகிறாரோ, அந்த வாயாலேயே அழிவது நிச்சயம்.

•

பொருளாதாரப் போராளிகள்

செய்தி: 'ஏழை அப்பத்தா ஓலை ஊறுகாய்க்கு வரி. பர்கருக்கு 5%; கடலைமிட்டாய்க்கு 15%?'

தந்திடிவியில் மக்கள் மன்றம் என்று பாண்டே பட்டிமன்றம் நடத்தினார். 'GST வரிவிதிப்பில் மாற வேண்டியது மக்களா... மத்திய அரசா?' என்று விவாதம் செய்தனர். நிகழ்ச்சி ஒருங்கிணைப்பாளர் ரங்கராஜ் பாண்டே, எனக்கு சீமான் பேசிய வீடியோவை மட்டும் 'கதறவிட்ட சீமான்' என்று தலைப்பிட்டு அனுப்பினார். எனவே அவருக்கும் அது தொடர்பான விளக்கம் தேடும் சிலருக்குமான பதில் இதோ.

முதலில் விவாதத்தில் கலந்து கொண்டவர்கள் தொடர்பாக எனக்கு ஒரு வருத்தம் உண்டு.அதைக் கூறிவிட்டு சீமான் பேச்சைக் கையில் எடுக்கிறேன்.

பேசியவர்கள் பட்டியல் விவரம் இதோ...

1. ஐ.சி.ஏ.ஐ. சேர்மன் சேகர். இவர்தான் (Direct Taxes Comittee of Institute of Chartered Accountants Of India)ICAI சேர்மன். இவருடைய பொருளாதார அறிவை நான் சொல்லித் தெரியத் தேவையில்லை.

2. H.ராஜா, இவர் பிஜேபிகாரர் என்பதைத் தாண்டி இவர் ஒரு Professional Chartered Accountant.

3. அதிமுக மாஃபா பாண்டியராஜன். ஜெயலலிதாவிடம் இருந்த மிக சில அறிவாளிகளில் ஒருவர். படிப்பு BE ., MBA. அதில் MBA முடித்தது Xavier Labour Realations Institute, Jamshedpur. இந்த கல்லூரி நம் தேசத்தின் மிகச் சிறந்த பொருளாதாரக் கல்லூரிகளில் ஒன்று. இதில் சென்று படிப்பது அவ்வளவு எளிமையான விஷயம் அல்ல.

4. கம்யூனிஸ்ட் கட்சியை சார்ந்த மகேந்திரன். உண்மையான கம்யூனிஸ்ட் அனைவருமே பொருளாதாரம் பேசுவதில் நிச்சயம்

தகுதியானவர்களே. அவர்கள் பொருளாதாரக்கொள்கைகளைப் பேசுவதை 100% வரவேற்பேன். அவர்களிடம் விஷயம் இருக்கும். என்ன குழப்புவார்கள், ரஷ்ய சீன முதலாளிகளுக்கு ஆதரவாக இருப்பார்கள். அது மட்டுமே நெருடல். நான் கம்யூனிஸ்ட் பொருளாதாரக் கொள்கை நடைமுறைக்குச் சாத்தியம் இல்லாதது என்பதால் மட்டுமே எதிர்க்கிறேன்.

5.காங்கிரஸ் கட்சியைச் சார்ந்த மோகன் குமாரமங்கலம். இவர் குடும்பப் பின்னணியோடு இவர் தகுதிகளைப் பார்த்தால் நிச்சயம் இவரும் பொருத்தமான நபரே.

6. கடைசியாக இந்த சீமான்! சீமானின் தகுதி அவர் 5 படம் இயக்கிய சினிமாக்காரர், சிறப்பாக வசனம் எழுதியதற்கு ஒருமுறை தமிழ் நாடு வழங்கும் விருதைப் பெற்றவர். 'அதாவது மற்றவர்கள் பொருளாதாரம் தெரிந்த அறிவாளிகள். இந்த செபாஸ்டீன் மட்டும் நல்லா வசனம் எழுதத் தெரிந்தவர்' பொருளாதாரப் புலிகள் மத்தியில் ஒரு பூனை!

முதல் 5 நபர்கள் 100% பேசத் தகுதியான நபர்கள். ஆனால் இந்த செபாஸ்டீனுக்கு என்ன தகுதி இருக்கு என்று இவரைக் கூட்டிவந்து பேசவிட்டார்கள் தினதந்தியினர்? சீமான் வழக்கம்போல வசனம் பேசிவிட்டுப் போய்விட்டார். இவருக்குச் சுட்டுப் போட்டாலும் பொருளாதாரம் வரவே வராது. இவர் ஒரு வடிகட்டின முட்டாள் என்பதை எத்தனை முறைதான் நிரூபிக்க!

அறிவாளிகள் நிறைந்த சபையில் மனநிலை பாதிக்கப்பட்டவன் புகுந்து பேசி அவன் சொன்னவற்றுக்கு அவனே சிரித்துக் கொண்டதுபோல் இருந்தது இந்த நிகழ்ச்சி. இந்த மூடர் பின்னால் செல்லும் 1% மக்களைக் காப்பாற்ற வேண்டியே இந்தப் பதில்; தவிர சீமானை மதித்து அல்ல.

சரி இப்போது அவர் பேசிய பேச்சுக்குச் செல்வோம்.

1. சரக்குக்கு மட்டும் இல்லை வரி. அம்பானியுடைய பெட்ரோலுக்கு வரி இல்லை.

இதைப் பலமுறை தெளிவாகக் கூறிவிட்டது மத்திய அரசு. பெட்ரோல், ஆல்கஹால் மீது மாநிலங்கள் விதிக்கும் வரி முறையே 33%, 25% தொடங்கிச் சில மாநிலங்களில் 54%வரை வரி வசூல் செய்கிறார்கள். மாநில வரிவருவாயில் இந்த இரண்டும்தான் முக்கியமானவை. இவற்றை GSTயின் கீழ் கொண்டுவருவது நிச்சயம் பெரிய அளவு நிதிப்பற்றாக்குறையை மாநில அரசுகளின் மீது ஏற்படுத்தும் என்ற நியாயமான கோரிக்கை ஒருபக்கம்; இன்னொரு முக்கியமான காரணம் இந்த பெட்ரோல் மீதான வரி விஷயத்தில் தற்போதைக்கு எந்த நாடும்

வரியைக் குறைக்கத் தயாராக இல்லை என்பது இன்னொரு காரணம்.

கச்சா எண்ணெய் உற்பத்தி மூலம் அரபு நாடுகளில் பணம் கொட்டியது. அதைக் கொண்டு உலகம் முழுவதும் தீவிரவாதத்தைப் பரப்பின இந்த நாடுகள். இதனால் கடந்த 40 வருடங்களில் உலகம் முழுவதும் பெரிய அளவில் தீவிரவாதம் வளர்ந்தது (40 வருடங்களுக்கு முன்னர் தீவிரவாதத் தாக்குதல் என்று ஏதாவது வரலாறு உண்டா). அனைத்துத் தீவிரவாதப் பிரச்னைக்கும் மூல காரணமாக இருக்கும் இந்த அரபு தேசங்களைச் சார்ந்து இருப்பதை வேகமாகக் குறைத்து அந்த நாடுகளின் பொருளாதார வலிமையை வீழ்த்த உலக நாடுகள் தீர்மானித்துள்ளன. அதற்கு முதலில் செய்ய வேண்டியது பெட்ரோல், டீசல் வாகனங்களின் பயன்பாட்டைக் குறைத்து மின்சாரத்தில் இயங்கும் வண்ணம் அனைத்தையும் மாற்றுவது. இதை 2026க்குள் செய்ய உலக நாடுகள் வேகம் காட்டுகின்றன.

உலகம் இந்தக் கேடுகெட்ட அரபு நாடுகளின் தீவிரவாதத்தால் அழியும் என்று பொருளாதார, அரசியல் நிபுணர்கள் கூற ரஷ்யா, அமெரிக்கா தங்களிடம் இருக்கும் கச்சா எண்ணெயை அதிகம் எடுக்கவும் ஏற்றுமதி செய்யவும் அனுமதி அளித்தன. இதனால் இன்று கச்சா எண்ணெயின் விலையை வீழ்த்தி மிகப் பெரிய அளவு நெருக்கடியை சர்வ தேச அளவில் உருவாக்கியுள்ளனர். எனினும் கச்சா எண்ணெய் விலை வீழ்ந்தும் பெரும்பாலான நாடுகள் வரியை உடனே குறைத்துவிட வில்லை. காரணம் மின்சார வாகனங்கள் தொடர்பான ஆராய்ச்சி களுக்குப் பெரும் நிதி தேவை. எனவே மின்சார வாகன உற்பத்திக்கான மலிவான, விரிவான வழிகள் கண்டுபிடிக்கப்பட்டதும் உலக நாடுகள் நிச்சயம் பெட்ரோல் டீசல் பயன்பாட்டைக் குறைத்து அரபு தீவிரவாதத்தை அடியோடு ஒழித்துவிடுவார்கள்.

2. ஏழை அப்பத்தா தயாரிக்கும் ஓலை ஊறுகாய்க்கு வரி. பர்கருக்கு 5 விழுக்காடு ; கடலைமிட்டாய்க்கு 15% விழுக்காடு.

இதனால்தான் இந்த சீமானை அடிக்கடிச் சாடுகிறேன்.ஏன் என்றால் 20 லட்சம்வரை பணப்புழக்கம் இருக்கும் எந்தத் தொழிலுக்கும் வரியே கிடையாது. அதற்கு மேல் போனால்தான் வரி. சிறு, குறு, சில்லறை வியாபாரிகளுக்கு காய்கறிக்காரன் ஆரம்பித்து கசாப்புக் கடைகாரன் வரை யாராவது ஒழுங்கா பில் போடுங்க, வரிகட்டுங்கன்னு எப்போ சார் அரசு சொன்னது? இவர்கள் யாரும் GST கீழ் இல்லை. எந்தக் குடிசைத் தொழிலும் வரி கிடையாது. இவர்கள் எல்லாம் சிறு குறு தொழில் செய்வோர். ஆண்டு வர்த்தகம் 20 லட்சம் அளவுக்கெல்லாம் இருக்காது. எனவே இவர்கள் விற்கும் எந்தப் பொருளுக்கும் வரி

கிடையாது. ஆனால், அதே ஊறுகாயை ஆச்சி நிறுவனம் ஆண்டுக்கு 80கோடி அளவுக்கு உற்பத்தி செய்து வருமானம் பார்க்கும் என்றால் அந்த நிறுவனத்துக்கு வரி கட்டாயம் உண்டு. எனவே பொருள் ஊறுகாயா, கடலைமிட்டாயா, பீட்சாவா,பர்க்கரா என்பதை விட்டு அதைத் தயாரிக்கும் உற்பத்தி நிறுவனம் எவ்வளவு பெரியது எவ்வளவு ஆண்டு வருமானம் என்பதைப் பொறுத்து வரி விதிக்கப்படுகிறது. இதில் என்ன தவறு?

3. கடை என்னுடையதுமுதலீடு என்னுடையது. ஆனா வரி 23+30 = 53% வரி?

இதை விட GST யைக் கேவலமாகப் புரிந்துகொண்ட மனிதரை நான் பார்த்ததே இல்லை.இதனால்தான் திரும்பத் திரும்பக் கூறுகிறேன் சீமானுக்கு அடிப்படை பொருளாதார அறிவே கிடையாது என்று.

பொருளாதார அறிவு இல்லாதவர் என்ன செய்வார்? இஷ்டத்துக்கு வசனம் பேசுவார். அதான் இந்த சீமான் பேச்சு. 23% வரி எல்லாவற்றுக்கும் கிடையாது.

4. உற்பத்தியைப் பெருக்கி வருமானம் ஈட்ட வேண்டும் அரசு. வரி போட்டு அல்ல என்ற அறிவியல் கருத்தை சீமான் சொல்கிறார்.

இந்திய அரசைப் பொறுத்தவரை அரசின் பொதுத்துறை நிறுவனங்கள் மூலம் வருமானம், வரி மூலம் கிடைக்கும் வருமானம் என்று எளிமையாகப் பிரித்துக்கொள்ளுங்கள்.இப்படித்தான் அனைத்து நாடுகளும் செயல்படுகின்றன. கொஞ்சம்போல மாற்றம் இருக்கும். அவ்வளவுதான்.

இதில் முதல் 7 பெரும் பொது துறை நிறுவனங்கள்:

National Thermal Power Corporation (NTPC)

Bharat Heavy Electricals Limited (BHEL)

Indian Oil Corporation Limited (IOCL)

Coal India Limited(CIL)

Oil and Natural Gas Corporation (ONGC)

Steel Authority of India Limited (SAIL)

Gas Authority of India Limited(GAIL)

இந்த எல்லா நிறுவனத்தையும் எதிர்த்து தமிழ்நாட்டில் போராட்டத்தைத் தூண்டிவிடுவது யார் என்று கொஞ்சம் பாருங்கள். இதே சீமான் தான். ஆக, சீனா, அரபு நாடுகளிடம் நன்கொடை

வாங்கிக்கொண்டு மத்திய அரசின் எல்லாத் திட்டத்தையும் முடக்கும் வேலையைச் செய்துவிட்டு இப்போது எப்படி வெட்கம் இல்லாமல் அரசு உற்பத்தியைக் கூட்டி வருமானம் பார்க்கவேண்டும், வரி விதிக்கக்கூடாது என்கிறார்? இதுபோன்ற பச்சோந்தித்தனம் வேறு என்ன இருக்க முடியும்? இவரைப்போன்ற துரோகியை நாடு இதற்கு முன் சந்தித்திருக்கிறதா?

அப்துல் கலாம் பிறந்த மண்ணில் இதுபோன்ற விஷமிகளின் நடமாட்டம் அதிகரிப்பதைக் கண்டு மனம் வேதனையின் உச்சத்தைத் தொடுகிறது.

5. நம் நாடு ஏற்றுக்கொண்டுள்ள பொருளாதாரக்கொள்கை உலகமயமாதல், தனியார்மயமாதல் கொள்கை. சந்தை பொருளாதாரக் கொள்கை. சந்தை பொருளாதாரக்கொள்கையை ஏற்கும் எந்த நாடும் வளராது இது சத்தியம் என்கிறார் சீமான்.

எந்த நாடு இப்போது இப்படிக் கொள்கையால் நாசம் ஆனது என்று கொஞ்சம் கூறினால் நலம். இல்லை என்றால் இது வழக்கம்போல சீமானின் கவர்ச்சி பேச்சு. சும்மா உலகமயமாதல் என்று ஒரு வார்த்தையை வைத்து இவர் இஷ்டத்துக்குப் பேசுவது எல்லாம் உண்மையாகிவிடாது.உலக மயமாதலினால் இந்தியத் தொழில்கள் அழிந்துவிடக்கூடாதென்பதற்காக அந்நிய நிதி, நிறுவனங்கள் தொடர்பாகப் பல்வேறு கட்டுப்பாடுகளை நம் அரசு கொண்டுவந்திருக்கிறது. மோதிஜியின் அரசு மேக் இன் இந்தியா என்ற மாபெரும் தீர்க்க தரிசனமிக்க திட்டத்தை முன்னெடுத்துவருகிறது. இவையெல்லாம் சர்வ தேசப் பொருளாதார நிபுணர்களாலும் அரசியல் நோக்கர்களாலும் பாராட்டப்பட்டிருக்கின்றன. சீமானுக்கு இவையெல்லாம் சொன்னாலும் புரியாது. அவர் பின்னால் செல்லும் சொற்ப இளைஞர்கள் சிந்தித்துப் பார்க்கவேண்டும்.

'எம்ஜிஆர் முதல்வராக இருந்தபோது பெரியாருக்கு பாராட்டுவிழா நடத்த, அதில் பெரியார் கலந்துகொள்ள அந்தக் கூட்டத்தில் என்ன சொன்னார் தெரியுமா என்று சத்தமாக இவர் வீரவசனம் பேச இவருடைய அடிவருடிகள் ஆகா ஓகோ ஏகோ என்று கைதட்டுகிறார்கள்'.

அடேய்... ஈ.வெ.ரா. இறந்து 5 வருடம் சென்ற பிறகு தாண்டா எம்ஜிஆர் முதல்வர் ஆனார்!

'முடியாது... என்ன சொன்னாலும் அண்ணன் சீமான் சொன்னாச் சரியாத்தான் இருக்கும்' என்று கூறும் இந்த அப்பாவிகளை என்னவென்று சொல்வது?

6. கனடாவில் வரி 5% மட்டுமே.அது கல்வி மருத்துவத்தை இலவசமாகக் கொடுக்கிறது. என் நாடு அதைத் தருமா?

கனடா மக்கள் தொகை வெறும் 3.51கோடி. சென்னை, பெங்களூர், மும்பை இந்த மூன்று நகரங்களின் மக்கள் தொகை கூட்டு மதிப்பு மட்டுமே 3.5கோடிக்கும் மேல். அதாவது இந்தியாவில் வேறு எந்த நகரத்திலும் கிராமத்திலும் யாருமே இல்லாமல் இந்த 3 நகரத்து மக்கள் மட்டும் வாழ்ந்தால் நாமும் எல்லாவற்றையும் இலவசமாகத் தர முடியும்தான்.

3 கோடிதான் மக்கள் தொகையென்றால் 5% வரிகூட இல்லாமல் நாட்டை நடத்த முடியும் இந்தியாவால். ஏன் என்றால் அந்த அளவு வலுவானது இந்தியப் பொருளாதாரம். இது புரிகிறதா?

கனடாவின் Population Density : 3.92 people per sq.km.

இந்தியாவின் Population Density : 382 people per sq.km.

அதாவது கனடாவில் 4 பேர் வாழும் இடத்தில் இந்தியாவில் 392பேர் வாழ்கிறோம்.

கனடாவில் 100% படித்தவர்கள். இங்கே இந்தியாவில்? கனடாவுக்கு எப்போது சுதந்தரம் கிடைத்தது? நமக்கு எப்போது கிடைத்தது?

அறிவு இருப்பவர்கள் யாராவது இந்தியாவை கனடாவுடன் ஒப்பிடுவார்களா?

7. எல்லா நாடும் என் நாட்டில் வந்து முதலீடு செய்யும்.என் நாடு எந்த நாட்டில் முதலீடு செய்கிறது என்று கேட்கிறார் சீமான்.

இதற்கு இரண்டு பதில்கள் இருக்கின்றன. முதலாவதாக, உலகத்தின் மக்கள் தொகையில் 17.5% இந்தியாவில் இருக்கிறார்கள்.இங்கேயே தேவை அதிகம் இருக்கிறது. உற்பத்தி நிறுவனங்கள் இங்கே வந்து தொழில் தொடங்கி இங்கே வேலைவாய்ப்பைப் பெருக்க வேண்டி இந்தியா முதலீடுகளை அழைக்கிறது.

இரண்டாவதாக, நாம் அயல் நாடுகளில் முதலீடு செய்யவில்லை என்று பேசுவதுபோல முட்டாள்த்தனம் எதுவும் இல்லை. பல நாடுகளில் நம் தேசம் முதலீடும் செய்கிறது என்று இவருக்குத் தெரியவாய்ப்பில்லை. ஸ்ரீலங்கா, நேபாளம், பங்களாதேஷ்போன்ற நாடுகளுக்கு இந்தியா பெரிய அளவு உதவுவது இவருக்குத் தெரியாது.

சமீபத்தில்கூட இந்த நாடுகளுக்காக இஸ்ரோ செயற்கைக்கோள் சேவையை இலவசமாக வழங்கியது நம் தேசம்.

என் பிள்ளைகள் படிக்கவில்லை.அடுத்த நாடுகளுக்கு ஏன் காசு கொடுத்தாய் என்று அடுத்த அதி புத்திசாலித்தனமான கேள்வியைக் கேட்பார். சிலர் பேசப் பேச அவர்களுடைய அறிவுத் திறமை புலப்படும். சீமான் பேசப் பேச அவருடைய அறியாமையே வெளிப் படுகின்றன. அதுசரி... உள்ளே இருப்பதுதானே வெளியே வரும்.

8. வளரும் நாடுகள் பட்டியலில் இருந்து இந்தியா நீக்கப்பட்டுவிட்டது என்று இன்னொரு வெடி குண்டை வீசினார் சீமார்.

இது எப்போ நடந்தது... சொல்லவே இல்லியே என்று உலகமே வியப்பில் ஆழ்ந்துவிட்டது இதைக் கேட்டதும். தெற்கு ஆசியாவில் மிகச் சிறப்பான பொருளாதாரக்கொள்கையுடன், வளரும் நாடுகளில் பிரதான நாடாக இருப்பது இந்தியா. இதன் GDP 7.65. இது உலக வங்கியின் அறிக்கையில் கூறப்பட்டுள்ள தகவல்.

சீமோனுக்கு யாரோ தண்டையார் பேட்டையில் டீக்கடையில் உட்கார்ந்து சொல்லி இருப்பார்கள்போல. இல்லை என்றால் இந்த one india, மாலைமலர்போன்ற கீழ்த்தரமான ஊடகங்கள் மூலம் செய்தி படித்து வளர்ந்தவராக இருப்பார். அதான் சரியா தவறா என்று எதையும் ஆராயாமல் அடித்துவிடுகிறார்.

எனவே இது அடுத்த பொய்.

9. ஒரே இரவில் வரி அமல் ஆவது கொடுமை என்று திருவள்ளுவர் சொல்லி இருக்கார்.

இவர்தான் உலகிலேயே திருவள்ளுவர் சொன்னபடி வாழும் தமிழ் மகன்.திரும்பவும்தான் அறிவிலி என்று நிரூபிக்கிறார் இந்த சீமான்.

இந்தியாவில் அப்படி ஒரே இரவில் GST எந்தக் கட்சியாலும் கொண்டுவரவே முடியாது என்பது அரசாங்க நடைமுறைகள், சட்ட திட்டங்கள் புரிந்த அனைவருக்கும் தெரியும். நாடாளுமன்றம் அதில் இரண்டு அவைகளின் ஒப்புதல் வேண்டும் (மாநிலங்கள் அவையில் இது தொடர்பாக எந்த அளவுக்கு விவாதம் நடந்தது என்று கொஞ்சம் ஒழுங்காகச் செய்தியைப் படிக்கும் அனைவருக்கும் தெரியும்.)

GST தொடர்பாக மத்திய மாநில அரசுகள் எத்தனை முறை பேசின. என்ன என்ன விவாதம் நடந்தன. அது எப்படி நாடாளுமன்றம் சென்றது. பின்னர் எத்தனை முறை விவாதம் நடந்தது என்று கடந்த 3 ஆண்டுகளுக்கான செய்தித்தாளை வாங்கிப் பாருங்கள்.

முறையாக அறிவிக்கப்பட்டு தேதி தெரிவிக்கப்பட்டு நடைமுறைக்கு வந்த திட்டம் இது. இது ஒரு இமாலய சாதனை. திடீர்னு சொல்லிட்டாங்க என்று கூறக் கூசவில்லையா நாக்கு?

இதுபோல் பொய்யை இந்த நாட்டில் சீமான் மட்டுமே பேசமுடியும்.

நான் இப்போதும் கூறுகிறேன். சீமானுடன் நான் பொருளாதார விவாதம் நடத்தத் தயார். 100% அவருக்குப் பொருளாதாரம், அறிவியல் இரண்டும் தெரியாது. அத்துடன் நாடு, ஆட்சி, வரி என்ற எந்த நிர்வாக அறிவும் கிடையாது என்று நிரூபிக்க நான் தயார்.

•

ஆடு மேய்ப்பும் அரசுத் தொழிலும்

செய்தி: 'உழவுத் தொழிலையும் ஆடு மாடு மேய்ப்பையும் அரசுத் தொழில் ஆக்குவோம்' - சீமான்

நாம் தமிழர் கட்சி ஆட்கள் கொஞ்சம் பொருளாதார விவரங்களைத் தெரிந்து சிந்திக்கக் கேட்டுக்கொள்கிறேன். எல்லாவற்றையும் நம்புவது ஒரு வியாதி. தமிழ் நாட்டில் பொருளாதார நிபுணர்கள் பேச்சைக் கேட்பது விட்டு, இப்படி வீர வசனம் வெட்டி வசனம் பேசும் நபர்களை நம்புவதே வேலையாக போச்சு. பொதுவாக நிர்வாக புத்தி என்று ஒன்று வேண்டும். முழுமையாகப் பார்க்கும் முன்னர் இதோ நானும் அவர்போல்,

- *அனைத்துப் பள்ளிக்கூடத்தையும் அரசுடமை ஆக்குவேன்.*
- *மதுவை ஒரே நாளில் ஒழிப்பேன்.*
- *வேலை இல்லாத பட்டதாரி இளைஞர்களுக்கு வேலை கிடைக்கும் வரை மாதம் 5000 ரூபாய் கொடுப்பேன்.*
- *வயதான அனைவருக்கும் மாதம் 5000 ரூபாய் தருவேன்.*
- *படிப்பு இலவசம்.*
- *மருத்துவம் இலவசம்.*
- *கல்வி கடன் தள்ளுபடி.*
- *விவசாயக் கடன் தள்ளுபடி.*
- *20000 மேல் சம்பளம் இல்லையா அவன் வாங்கின கடன் எல்லாமே தள்ளுபடி.*
- *மகளிர் உதவிக்குழு மூலம் கொடுக்கப்பட்ட கடன் அனைத்தும் தள்ளுபடி.*
- *அனைவர் வீட்டிலும் ஒருவருக்கு அரசு வேலை.*

- குழந்தைகளுக்கு 5 வயதுவரை பால், பால் பவுடர் இலவசம். என்ன இன்னும் சொல்லணுமா என்ன? என்ன எனக்கு வோட்டு போடுவீங்களா? அப்டினா சொல்லுங்க நானும் ஒரு கட்சி ஆரம்பிச்சுடறேன்.

எப்படி வசதி? யார் என்ன பேசினாலும் நம்புவீங்கன்னா உங்கள என்ன சொல்லித் திருத்துவது? 3 தலைமுறையாக மொழி வச்சு ஏமாற்ற முடியும் என்றால் அதற்கு நல்ல எடுத்துக்காட்டு நாம் தான்.

மேலே நான் கூறியவற்றை நிறைவேற்ற எனக்கு நிதி வேண்டும்? அதாவது வருமானம் வேண்டும் முதலில். பின்னர்தான் என்னால் செலவு இவ்வளவு செய்ய முடியும் என்று திட்டமிட முடியும். மேலே சொன்னதை எல்லாம் நிறைவேற்ற அனைத்துக் கட்சிக்கும் விருப்பம்தான். ஆனால் வருமானம்?

முதலில் அரசு எப்படி இயங்குகிறது?

ரொம்ப சிம்பிளா சொன்னால் வீட்டுக்கு வருமானம் வரவேண்டும்; அந்த வருமானத்துக்குத் தகுந்த செலவீனத்தை பட்ஜெட் போட்டு நாம் செலவு செய்து, மீதம் சேமிக்க வேண்டும். சேமித்த பணத்தைக் கொண்டு வசதி வாய்ப்பை (டீவி வாங்குவேன், அடுத்த மாதம் பிரிட்ஜ் வாங்குவேன்..) பெருக்கிக் கொள்ள வேண்டும். அது தானே வீட்டு நிர்வாகம்?

அதேபோல் தான் அரசு நிர்வாகமும் இயங்கும்.

அரசுக்கு வருமானம் வேண்டும்.. வரவு செலவு விவரங்களை மாநில அரசு பட்ஜெட் விவரத்தில் தெரிந்துகொள்ளவும்.

தமிழ் நாட்டின் மொத்த வருமானம் 1,59,363 கோடி (2017ல்).

வரி வசூல் மூலம் (1% பேர்தான் வரிகட்டுபவர்), பேருந்து இயக்குவது, குத்தகைகள் விடுவது என்று இதர வகையில் வருமானம். அடுத்து சாராயம் விற்பதுபோன்ற அரசின் பெரிய கொள்கை மூலம் வருமானம் வேண்டும். அதிகம் வருவது வரி வருவாயில் தான்.

இப்போ செலவு எப்படி செய்வது? ஏறக்குறைய 18 லட்சம் அரசு ஊழியர்களுக்கு சம்பளம், அரசு நிர்வாகம் இயங்க ஆகும் செலவு. அடுத்து நலத்திட்டங்கள் - சிறுபான்மையினர் நலன் ஆரம்பித்து ஊனமுற்றோர் உதவித் தொகைவரை அனைத்து நலத்திட்டங்களுக்கு ஆகும் செலவு (மிக முக்கியம் 1% மக்கள் கட்டும் வரி வருமானத்தில் தான் இது எல்லாம் நடக்கிறது. ஏன் என்றால் 99,598 கோடி வருமானம் வருவது இந்த வரிகட்டும் நபர்களால்தான்.)

இது போக ரோடு போடுவது, மின்சாரக் கம்பங்கள் அமைப்பது, தேர்தல் நடத்துவது ஆரம்பித்து அரசு மருத்துவமனைவரை

அனைத்துக்கும் அரசு செலவு செய்யவேண்டும். சரிதானே?

மொத்தச் செலவு எவ்வளவு தெரியுமா? Rs. 1,75,293 கோடி. அதிகம் ஆக அதற்கு மத்திய அரசை நாடும் மாநில அரசு.

புயல், வெள்ளம், நோய் பரவுதல், போலியோ என்று ஆயிரம் செலவுகள் உண்டு.. இது எல்லாம் போகத்தான் புதிய திட்டங்கள் யோசிக்க வேண்டும். அதுவும் வருமானம் இருந்தால் தான்.

ஆக வருமானம் வேண்டும் அது புரிகிறதா அடிப்படையில்?

மேலே நான் சொன்ன திட்டங்களை இப்போது பார்க்கலாம்:

எல்லாப் பள்ளிகளையும் அரசுப் பள்ளி ஆக்கினால் மட்டும் ஏறக்குறைய 1.2கோடி மாணவர்களுக்கு நாம் பள்ளிக் கல்வி செலவு செய்ய வேண்டும். அதற்கு ஆசிரியர் நியமனம் தொட்டுப் புத்தகம் வழங்குவது வரை செலவு வரும்.

50மாணவருக்கு ஒரு ஆசிரியர் என்று ஒரு குத்துமதிப்பாகக்கணக்கு போடுங்க!

2,40,000 ஆசிரியர் தேவை ஏற்படும். அவர்களுக்கு மாதம் 15,000 சம்பளம் என்று குறைந்த சம்பளம் தருவதாகவே கொண்டாலும் செலவு என்ன?

2,40,000★15,000 = 360,00,00,000ரூபாய் தேவை (பூஜ்யங்கள் பார்க்கத் தலை சுற்றும் என்றால் கோடியாக மாற்றிக்கொள்வோம். அதுவே நல்லது. 320 கோடி)

சார் இது மாதச் செலவு தான்... அப்போ வருடத்துக்கு 4320கோடி வெறும் ஆசிரியர் சம்பளமாக மட்டும் ஆகும் செலவு இது. இது தவிர புத்தகம், தேர்வு, இட வசதி, கரண்ட் பில் என்று பார்த்தால் மொத்தமாக 5,000 கோடி எளிதில் தொடும்.

இப்போ 5000 கோடி கூடுதலாக வருமானம் பார்க்க ஏதாவது வழி சொல்லுங்க?

ஹைட்ரோகார்பன் தொட்டு அனைத்துத் திட்டமும் பிளான் பண்ணி மாவோயிஸ்ட் தூண்டிவிட நீங்கப் போராட்டம் நடத்தி விரட்டியாச்சு. சரி இப்போ வருமானம் எப்படி? அதற்கு வழி?

மாவோயிஸ்ட் நக்சல்களெல்லாம் எதோ கார்ப்பரேட், அரசு எல்லாம் சேர்ந்து மக்களை நாசம் செய்வதுபோலச் சித்திரித்து, திட்டமிட்டுப் போராட்டத்தைத் தூண்டுகிறார்கள். அவர்களை ஏதோ போராளிகள் என்று நம்பி ஏமாறுவதுதான் இதுபோலக் கட்சிகளின் பலம். மத்திய அரசின் எந்தத் திட்டமும் வந்துவிடக்கூடாது என்று ஏன் தொடர்ந்து போராட்டம்? அப்படி நல்லதிட்டங்கள் வந்தால் இங்கே பிரிவினை பேசுவது முடியாது.

அது போக மேலே உள்ள திட்டங்கள் அனைத்துக்கும் ஏறக்குறைய 45,000 கோடி வருமானம் தேவை. இப்போது வருமானத்துக்கு வழி?

குறிப்பு: டாஸ்மாக் மூலம் ஏறக்குறைய 15,000 கோடி வருமானம். இந்த நிர்வாகத் திறமை இல்லாத திராவிடக் கட்சிகள் தொழில்வளம் பெருக்கி வருமானத்தைக் கூட்டத் தெரியாமல், சாராயம் விற்று வருமானம் பார்க்கிறார்கள். அதனால்தான் உடனடியாக மூட முடியாமல் அரசு தடுமாறுகிறது. மூடினால் தமிழகம் திவால் ஆகும். சரி தொழில் துறைகள் வரும் என்றால் kia motors நிறுவனம் 5,000 கோடி முதலீட்டில் வந்தால் வருமானமும் கிடைக்கும், இங்கே வேலை வாய்ப்பும் கிடைக்கும். ஆனால் அது ஆந்திராவுக்கு போய்விட்டது. ஏன்? அரசு அல்ல காரணம். தொடர்ந்து கார்ப்பரேட் எதிர்ப்பு என்ற முட்டாள் தனமான கம்யூனிஸ்ட் வாதிகளின் வாதம் நம்பிப் போராட்டம் போராட்டம் என்று திரியும் இளைஞர்களால். எனவே கொஞ்சமாவது பொருளாதாரம் புரிந்துகொள்ளவும். டாஸ்மாக் மூடணும். அதில் வேலை பார்க்கும் ஊழியரையும் விடக்கூடாது, நிறுவனங்கள் வரக்கூடாது, அரசின் திட்டங்கள் வரக்கூடாது போராடுவோம். ஆனால் வேலை வாய்ப்பு வேண்டும். இது என்ன முட்டள்த்தனமான சிந்தனை?

இப்போ உங்க திட்டமான உழவர்கள், ஆடு மாடு மேய்ப்பது அரசு வேலை என்றால், இதற்கு என்ன தகுதி முதலில் வேண்டும்? 10,000 சம்பளம் என்றாலும் யாருக்கு இந்த வேலையைக் கொடுப்பீர்?

2011 கணக்கீட்டின் படி விவசாயம் அது சார்ந்த வேலையில் ஈடுபடும் Agricultural Labourers Force 9.61millions. அதாவது 96 லட்சம் பேர் விவசாயம் விவசாயக் கூலி அது சார்ந்த பணியில் இருப்பவர்.

இந்த 96 லட்சத்தில் நேரடியாக நிலத்தில் நின்று வேலை செய்யும் கூலி விவசாயத் தொழிலாளி பலருக்கு நிலமே கிடையாது. அவர்கள் பல ஆண்டுகளாகக் கூலிகள்.

இந்தத் தொகையில் பண்ணை விவசாயி நம்ம நாட்டாமைகளை விட்டு விட்டு விவசாயி, ஆடு மாடு மேய்ப்பவர் என்று எடுத்தால்கூட 80% வரும்.

அப்படி எடுத்து செலவு கணக்குப் பார்த்தால்? அதாவது ஒரு நபருக்கு 10,000ரூபாய் அரசு சம்பளம் என்று கூறினால் கூட 80,00,000★10,000 = 80,00,00,00,000 ரூபாய் மாதம் தேவை?

சரி 8000 கோடி மாதம் தேவை. 8000★12=96,000 கோடி ஆண்டுக்குத் தேவை?

இப்போ என்ன செய்யலாம்?

வெளி நாடுகளில் இருந்து மிஷினரி மூலம் மதம் மாற்ற வரும் 10,000கோடியை இன்னும் கொஞ்சம் அதிகம் கேட்டு வாங்கி செலவு செய்வாரா சீமான்?

அது எப்படி விவசாயம் ஏற்றுமதி, உற்பத்தி மூலம் கிடைக்கும் லாபம் அதைச் சொல்லுங்க அப்படினு கேட்டால்.

Agriculture: *21%*

Industry: *34%*

Services: *45%*

அதாவது வருமானத்தில் 21% மாநிலத்துக்குத் தருவது விவசாய உற்பத்தியில்தான் இல்லை என்று கூற முடியாது.. ஆனால் அவ்வளவு லாபம் பார்த்தும் ஏன் விவசாயிகள் கஷ்டப்படணும்? காரணம் என்ன.. எளிமையாகக் கூறினால் ஒரு ஏக்கர் நிலத்தில் விவசாயம் செய்ய ஆண்டுக்கு ஒரு லட்சம் லாபம் கிடைக்கும் என்றால், 20 ஏக்கர் விவசாயம் செய்ய 20 லட்சம் ஒரு குடும்பத்துக்குக் கிடைக்கும்... சரி தானே ஆனால் அதே 1 ஏக்கரை 4 குடும்பம் சார்ந்து இருந்தால்?

இதுதான் பிரச்னை.. வளர்ந்த நாடுகளில் 3% மக்களே விவசாயம் செய்ய, இங்கே 48% மக்கள் விவசாயம் செய்கிறார்கள். அதுதான் பிரச்னை. அதனால்தான் எல்லாரும் படித்து வேறு வேலைக்குச் செல்லுங்கள் என்று சொல்கிறார்கள் விஷயம் தெரிந்தவர்கள். மிஷின் வந்துவிட்டது. எனவே அவ்வளவு workforce தேவை கிடையாது.

கிடைக்கும் 21% வருமானத்தை அப்படியே கொடுத்தாலும் இந்தத் திட்டத்துக்குத் தேவையான நிதியில் 10% கூடக் கிடைக்காது. எனவே இது திட்டமே அல்ல; மக்களை உணர்வுபூர்வமாக ஏமாற்றும் வேலை.

பொருளாதாரம், அரசு, நிர்வாகம், வரவு செலவு என்று அடிப்படை கூடத் தெரியாத சீமான் வாய்க்கு வந்ததைப் பேச நீங்கள் நாலு பேர் உட்கார்ந்து கேளுங்கள். ஆனால் நாட்டில் உள்ள எல்லோரும் நம்பவேண்டும் என்று அவசியம் இல்லை.

பாரதி, அப்துல்கலாம்போன்ற உன்னதமான தேசபக்தி கொண்ட தலைவர்களைத் தந்த மண் இந்தத் தமிழ் மண். இதில் சீமான்போன்ற பிரிவினைவாதிகள் வருவது வெட்கக்கேடு.

தமிழரின் அவமானம் சீமான்.

•

ஐ.நா. புகழ் திருமுருகன்

செய்தி: 'தமிழகத்தில் மக்களுக்காகப் பேசுபவர்கள் கைது செய்யப்படுகிறார்கள்' - திருமுருகன்

திருமுருகன் காந்தி என்ற நபர் திடீர் போராளியாக உருவாகி விட்டிருக்கிறார். ஐநா புகழ் திருமுருகனாக உருவகம் செய்து இப்போது சென்டிமெண்ட் வீடியோ வெளியிட்டுவிட்டிருக்கிறார். இந்தக் கூட்டம் கொஞ்சம்கூட கூசாமல் மக்களை உணர்வுப்பூர்வமாகத் தூண்டி ஏமாற்றம் செய்கிறது.

என்றாவது நீங்கள் கேட்டது உண்டா இரண்டு கேள்வி:

1. யார் அழைப்பின் பெயரில் திருமுருகன்போன்றவர் ஐநா சென்று பேசுகிறார்கள்?

2. அப்படிப் பேசி என்ன இதுவரை நடந்துள்ளது என்று?

இதுதான் சிக்கல். மிக எளிமையாக இதன் பின்னணியைக் கூறுகிறேன் கேளுங்கள்.

ஐநா - அதன் கீழ் இருக்கும் UN General Assembly, UN Secretariat, International Court of Justice (நாடுகளின் அனுமதியோடு உலக அளவில் நீதி விசாரணை நடத்தும் அமைப்பு), UN Security Council (நாடுகள் மத்தியில் எல்லை பிரச்னை தொட்டு அனைத்திலும் அமைதியை நிலை நிறுத்துவது), UN Economic and Social Council (நாடுகளிடையே வர்த்தகப் பொருளாதார பிரச்னைகள் தீர்ப்பது) மற்றும் UN Trusteeship Council இந்த 6 மட்டுமே கொஞ்சம் வலுவான அமைப்புகள். ஆனால் இதற்கேகூட பெரிய அதிகாரம் எல்லாம் கிடையாது. ஓர் அளவுக்கு அதிகாரம் உள்ளது ஏன் என்றால் உலக நாடுகள் 193 சேர்ந்து கொஞ்சம் ஒத்துழைப்போடு நகர்வதால்.

இதற்கு யார் நிதி கொடுப்பது ?

இதற்கு மொத்த நிதியில் Gross national product (GNP) 27% நிதி ஒதுக்குவதே அமெரிக்கா தான். அடுத்து ஜப்பான், ரஷ்யா, சீனா, ஜெர்மனி, இந்தியா என்று அனைத்து நாடுகளும் நிதி தரும். ஏழை நாடுகள் மிக மிகக் குறைவான நிதி பகிர்வு. ஏறக்குறைய அமெரிக்க ஏகாதிபத்திய எதிர்ப்பு என்று அமெரிக்காவின் கட்டுப்பாட்டிலும் நிதியிலும் இயங்கும் ஐநாவில் போய்க் குரல் கொடுப்பதை என்னவென்று சொல்ல!

இப்போது திருமுருகன் காந்தி விவகாரத்தில் இது எதற்கு?

இருக்கிறது, இந்த முக்கியமான ஐநாவின் 6 பிரிவுகளுக்கே பெரிய அதிகாரம் இல்லாத நிலையில். இதில் ஐநாவின் மனித உரிமைகள் ஆணையத்தின் ஒரு பகுதியாக உள்ள United Nations Human Rights Council (UNHRC) என்ன மரியாதை இருக்கும்? அதை விடக் கொடுமை என்ன தெரியுமா UNHRCகூட இவர்களுடன் போய்ப் பேசுவது இல்லை என்பது தான்.

ஏன் என்றால் இவர்கள் என்றுமே சீனா, ரஷ்யா, கியூபா என்று நாடுகளில் நடக்கும் மனித உரிமை குற்றங்கள் பற்றியோ அங்கே உள்ள கருத்து சுதந்தரம் பற்றியோ பெரிய அளவில் பேசுவது இல்லை. ஆனால் எந்நேரமும் இஸ்ரேல் மீது கண்டனம் தெரிவிப்பது - இந்தியாவில் பெண்களுக்குப் பாதுகாப்பு இல்லை என்று அறிக்கை விடுவது, அமெரிக்காபோன்ற நாடுகள் கொடுக்கும் பத்திரிகை சுதந்தரத்தைப் பயன்படுத்தி அந்த அந்த நாடுகளில் ஆய்வரங்கங்கள் நடத்தி அந்த நாடுகளையே அவமானம் செய்வது கேள்வி கேட்பது என்று ஒரு மட்டமான கூட்டமாக மாறி வருகிறது. இதுதான் எதார்த்தம். இதனால்தான் அமெரிக்கா சமீபத்தில் வெளியேறியது. ஐநாவின் மொத்தச் செலவினத்தில் 4ல் 1 பகுதியை ஏற்றுக் கொண்டுள்ள அமெரிக்காவே இதைக் கண்டுகொள்வது இல்லை. அதேபோல் ரஷ்யா, சீனா எல்லாம் இதை ஒரு அமைப்பாகக்கூட மதிக்காது.

உலக அளவில் அகதிகள் சார்ந்த விஷயத்தில் மட்டும் தான் இந்த அமைப்புக்குக் கொஞ்சம் மரியாதை உண்டு. அதுவும் ஐநாவின் தார்மிகக் கடமை என்பதால் தவிர வேறு இல்லை.

இதை ஏன் கூறுகிறேன்?

இங்கே விஷயம் என்னவென்றால் இந்த UNHRC அமைப்பில்கூட திருமுருகன் பேசவில்லை. பின் எங்கே பேசினார்?

UNHRC எந்த ஒரு மாத, ஆண்டு அறிக்கையிலும் திருமுருகன் போன்றவர் பேசிய பேச்சின் பதிவு செய்யப்பட்டதாக ஒரு வரிகூடக்

கிடையாது. பின் எங்கே பேசினார் என்றால் அங்கேதான் மொத்தத் திரைக்கதையும் இருக்கிறது. இது ஒரு பக்கா ஏமாற்று தந்திரம். இவர்கள் போய்ப் பேசி வருவது தொண்டு நிறுவனங்கள் கூட்டும் கூட்டத்தில். அதாவது மிக எளிமையாகக் கூறினால் இந்த UNC¢uU RÌ சுமார் 5039 அமைப்புகள் பல காரணங்களுக்காகப் பதிவு செய்துள்ளன. பெண்கள் பாதுகாப்பு முதல் அழியும் நிலையில் இருக்கும் உயிரினங்கள் பாதுகாப்பு வரை. நீங்கள் வேண்டும் என்றால்கூட தாராளமாக ஒரு தொண்டு நிறுவனம் தொடங்கி - அதை முறையாகப் பதிவு செய்து ஐநாவின் இந்த UNHRC -ல் விண்ணப்பிக்கலாம் - நிச்சயம் அனுமதி கிடைக்கும். Special consultative status கிடைப்பது அவ்வளவு பெரிய விஷயம் அல்ல. (General consultative status என்பது பெரிய அளவில் உலக நாடுகள் முழுவதும் இயங்கும் NGOகளுக்குக் கிடைக்கும். உங்களுக்கு அந்த முழு NGO லிஸ்ட் வேண்டும் என்றால் அதன் விவரம் ஐநாவின் NGO பிரிவில் கிடைக்கும், தேடிப் படிக்கவும்.

அப்படி நீங்கள் NGO வாக இருக்கும் பட்சத்தில் உங்களுக்குத் தேவையானபோது ஜெனிவாவில் உள்ள கட்டடத்தில் முன்பே விண்ணப்பம் செய்து நான் கூட்டம் நடத்திப் பேசப் போகிறேன் என்று பதிவு செய்துகொள்ளலாம். இப்படிக் கூட்டங்கள் தினமும்கூட நடைபெறும். எனவே ஆள் பிடி இருந்தால் அங்கே யார் வேண்டு மானாலும் போய்ப் பேசலாம் என்பதுதான் உண்மை. எனவே திருமுருகனைப்போன்றவர்களை என்னவோ ஐநா கூப்பிட்டுச் சிறப்புத் தகுதியுடன் பேச வைத்ததுபோல இங்கே படம் காட்டப்படுவது மக்களை முட்டாள் ஆக்கும் வேலை. இதற்கு ஐநா என்று பொத்தாம் பொதுவாகப் பெயரை வைத்துப் புகழ் தேடுவது நயவஞ்சக நாடகம்.

ஒருவேளை உங்களிடம் NGO இல்லை என்றால் - வேறு எவராவது நடத்துவார் இல்லையா - அதில் நானும் வந்து இந்த விவகாரம் பேச விரும்புகிறேன் என்றால் அதற்கும் வழி உண்டு.மிக முக்கியம் ‘இந்தியாவுக்கு எதிராக நீங்கள் பிரிவினை பேசத் தயார் என்றால் உங்களுக்கு அனைத்துச் செலவுகளையும் செய்து - ஐநாவின் இந்தக் கூட்டங்களில் கலந்துகொள்ள நிதியும் வழங்க ஒரு கூட்டமே தயாராக இருக்கையில் இது மிக மிகச் சாதாரணமான பிரிவினைவாதியின் நாடகம். அவ்வளவு தான்.’

எனவேதான் நான் முதலில் கேட்ட கேள்வியை மீண்டும் கேட்கிறேன்: ‘பேசி என்ன நடந்தது? என்ன நடக்கும் என்று நீங்கள் நினைக்கிறீர்கள்?’

மே 17 என்று சொல்லிக் கொண்டு இலங்கைப் படுகொலைக்கு நீதி கேட்கப் போகிறேன் என்று இவர்களும் இன்னும் 10, 11 இயக்கங்களும் சில ஆண்டுகள் முன்பு என்னா குதி குதித்தார்கள். ஐநாவில்

வோட்டெடுப்பு... இந்தியா இலங்கைக்கு ஆதரவு... வாங்க... போராடலாம் நம் தமிழ் சொந்தங்கள் என்று கிளம்பியவர்கள் என்ன சாதித்தனர் என்று கேளுங்கள். ஒண்ணும் இல்லை. இங்கே 3 நாள் வியாபாரம் கெட்டதுதான் மிச்சம். சிலரைச் சிறைக்கும் அனுப்பியது இவர்கள் சாதனை. நீதிவிசாரணை நடந்து விடுதலைப் புலிகளும் போர்க் குற்றம் செய்துள்ளனர்; இலங்கை அரசும் செய்துள்ளது என்றுதான் கூறியதே தவிர விடுதலைப் புலிகள் உத்தமர்கள் என்று எவரும் கூறவில்லை அங்கே. இது இன்னொரு நாடகம் இங்கே அதை மறைத்துவிட்டு இலங்கை ராணுவப் போர்க் குற்றம் மட்டும் பேசுவது சரியல்ல. அப்படி ஒரு சர்வதேச நீதி விசாரணை நடந்தால் புலிகளும் தான் மாட்டிக்கொள்வார்கள்.

ஆக நீங்கள் புரிந்துகொள்ள வேண்டியது இது தான்:

இவர்கள் போய்ப் பேசிவிட்டு வந்தது தொண்டு நிறுவனங்கள் கூட்டும் side-events ஆகும். இதை UNCøuU PõvÀTh வாங்க மாட்டார்கள். இதில் எப்படி ஐநாவின் Principal organs க்கு போகும்? எனவே இது ஒரு குப்பை முயற்சி. இதில் எந்தப் பலனும் கிடையாது.

அப்போ இது தெரியாமல்தான் மே17, நாம் தமிழர் இயக்கத்தினர் போன்றவர் இருக்கிறார்களா?

இல்லை. இவர்களுக்கும் அது தெரியும். ஆனால் மக்களிடம் விளம்பரம் கிடைக்கும் இதன் மூலம். நாம் தமிழர் கட்சியில் இருந்து ஒருத்தர் திடீர் என்று ஜெனிவா போய்ப் பேசிவிட்டு - நான் ஐநாவில் பேசிவிட்டேன் என்று தூத்துக்குடியில் வந்து 'அதிரவிட்டார் சீமான், கதறவிட்டோம் உலக நாடுகளை, உலகமே நம்மை வியப்பாகப் பார்க்கிறது' என்று இஷ்டத்துக்கு வாய் கிழிய வசனம் பேசுகிறார். பேசிவிட்டு வந்த சரி - என்னடா நடந்துச்சு... என்ன நடக்கும் என்று கேளுங்கள் ஒருத்தரும் வாய் திறக்க மாட்டார். மே 17 எதற்கு ஆரம்பிக்கப்பட்டது. இப்போது என்ன பண்ணிட்டு இருக்கிறது. நீங்கள் ஆரம்பித்த அந்த நோக்கம் நடந்ததா என்று கேளுங்கள். அவர்கள் வாயை மூடிக் கொண்டு போய்விடுவார்கள்.

நாடகம் போடுவதுதான் இவர்கள் வேலை. முழுக்க நாடகம். அதன் உச்சக்கட்டமாக என்ன பொய் வேண்டுமானாலும் பேசுவது:

திருமுருகன் கைது செய்யப்படக் காரணம் தூத்துக்குடி விவகாரம் என்று அழகாக விஷயத்தை அப்படியே செண்டிமெண்டாகத் தூண்டிவிடப் பார்க்கிறார்கள். இவரைக் கைது செய்தற்கான காரணம் 'பாலஸ்தீனம் போல நாங்களும் போராடுவோம்' என்று பேசியதுதான். அதாவது தனி நாடு அங்கீகாரம் கேட்டு ஆயுதம் ஏந்துவோம் என்று அர்த்தத்தில்

பேசியதுதான் இவரைக் கைது செய்யக் காரணம். ஆனால் ஏதோ தூத்துக்குடி படுகொலையைக் கண்டித்து ஐநாவில் பேசியதால்தான் கைது என்று அப்பட்டமாக ஏன் இங்கே செய்தியைத் திரித்துப் பரப்புகிறார்கள்? இவர்களை விடக் கேவலமான பிறவி உண்டோ?

அதில் இவர் ஐநாவில் பேசிவிட்டுத் திரும்பும்போது கைதாம். ஜெர்மனியில் பதுங்கி இருந்தார்; அங்கே இருந்து நாடுகடத்திக் கைது செய்துள்ளனர் என்று தகவல்கள் வர இதை மறைத்து அப்படியே செய்தியை ஏன் திருப்பவேண்டும்?

இதில் திருமுருகனின் குழந்தை, அப்பா அப்பா எப்போது வருவீர்கள் என்று கேட்டதாம். குடும்பத்தைப் பிரிந்து சிறைக்குப் போகிறார் என்று அடுத்த செண்டிமெண்ட் வீடியோ. ஆமாம்... கொலை செய்கிறவன் தொடங்கிக் கற்பழிக்கிறவன்வரை அனைவருக்கும் குடும்பம் இருக்கு. இப்போது என்னத்துக்கு செண்டிமெண்ட் தூண்டல்? இங்கே அப்பட்ட மாக மாணவர்களை உணர்வுபூர்வமாகத் தூண்டிவிட இப்படியான நாடகங்கள் தேவை. இங்கே பிரிவினையை விதைக்கவேண்டும் என்பதுதான் திருமுருகன் கூட்டத்தின் வேலையே தவிர எந்த உருப்படியான வேலையும் இவர்களுக்கு இல்லை.

திருமுருகன் முதலில் இருந்தது விடுதலைச் சிறுத்தைகள் கட்சி. ஆனால் இவர் ஜாதி ஒழிப்புப் போராளியாம். எனக்குத் தெரிந்து இவருக்கு வக்காலத்து வாங்கி எழுதுவது திக, விசி கட்சி ஆட்கள் தான். இதை ஒரு குழுவாக எப்போதும் எழுந்து வா தமிழா, நிமிர்ந்து நில் தமிழா என்று மொழி பின்னால் ஒளிந்து கொண்டு தந்திரமாக வேலை செய்கிறார்கள். ஆனால் விசி கட்சி ஆட்கள்தான் எனக்குத் தெரிந்து இங்கே அதிகம். இலங்கைத் தமிழர் என்று அவனவன் இயக்கம் ஆரம்பித்து முடிவில் இந்தியா ஒழிக, தமிழ் நாட்டைப் பிரி என்றுதான் பேசுகிறார்கள்.

என்ன நடந்தது என்ற விவரம் தெரியாமல் விவரம் தெரியாத அப்பாவிகள் சிலர் I SUPPORT என்று பதிவைப் போடுவதை என்ன சொல்ல?

இறுதியாக :

திருமுருகன் விவகாரம் மட்டும் அல்ல; இங்கே பல விஷயங்களுக்கும் உண்மையில் வேறு வடிவம் இருக்கிறது. இங்கே அனைவருமே அரசியல்வாதிகள்தான் - தந்திரமான அரசியல் இது. மக்களின் நல்ல மனதை எப்படி வசப்படுத்துவது என்ற அரசியல். இதுபோல் நிறைய விவகாரங்களில் உண்மை என்பது மக்கள் நினைப்பதுபோல் அல்ல.

எவரையும் நம்பாதே. ஓட்டு போட்டமா... அத்தோட அரசியல் பேசுவதை நிறுத்துங்கள். உங்கள் குடும்பத்துக்கு ஆகவேண்டியதைப்

பார்க்கவும். இங்கே போராளிகள், வாங்க... குடும்பத்துடன் போராடலாம் வாங்க என்று அழைப்பார்கள் சீமான், திருமுருகன் எல்லாம். ஆனால், அவர்களின் மனைவி, குழந்தைகள் வசதியாக வீட்டில் இருப்பர். இவர்களைப் போராளிகளாகவும் - நாட்டினைக் காக்க வந்த பிதா மகனாகவும் காட்டிப் பத்திரிகை வியாபாரம் செய்யும் தி இந்து, விகடன் குடும்பம் போராட வீதிக்கு வந்தார்களா? அனைவருமே மக்களைத் தூண்டிவிட்டு ஒதுங்கிவிடுவார்கள். மக்கள்தான் தெருவில் இறங்கிப் போராட வேண்டும் என்பது மட்டுமே நோக்கம். விகடன் வீட்டுப் பிள்ளைகள் வியாபாரம் செய்வார்கள். தி இந்து குழுமத்தின் தலைவர் ராமி மகள் லண்டனில் பிசினஸ் மொமண்ட் செய்திகள் நிபுணராக இருக்க தமிழக மாணவர்கள் எதற்கு இங்கே உணச்சிவசப்பட்டுத் தெருவில் வாடுகிறார்கள்?

ரொம்பப் பொங்க வேண்டாம். எப்போதுமே இப்படிச் செய்திகளை மேலோட்டமாகப் படிப்பது பார்ப்பதுமாக இருக்காதீர்கள். இது மன அமைதியைக் கெடுத்து வாழ்வின் ஆரோக்கியமான தேடலைச் சிதைக்கும். இவர்களை எந்நேரமும் பின்தொடர்ந்தால் மன அமைதி கெடும். எனவே தயவு கூர்ந்து மதம், ஜாதி, மொழி என்று எதிலும் உணர்ச்சிவசப்பட்டவனாக இருக்க வேண்டாம். வீட்டைக் கொஞ்சம் பொருளாதார நிலையில் உயர்த்தவும், அம்மா அப்பா வாழ்வில் கொஞ்சம் நிம்மதியான இறுதிக்காலத்துக்குத் தேவையான வசதியைச் செய்து கொடுக்கவும் நாம் என்ன செய்வது என்று சிந்திக்கவும். தாய், தந்தையருக்கு 10 லட்சம் ரூபாய்க்கு ஒரு மருத்துவ செலவு வந்தால் நடுதெருவுக்கு வரும் நிலையில் குடும்பத்தை வைத்துக் கொண்டு நாட்டு நலன் பேசித் திரிவது வேண்டாத வேலை.

உணர்ச்சிவசப்படாதீர்கள்- உணர்ச்சிவசப்படுத்தும்விதமாகப் பதிவுகளையும் பரப்பாதீர்கள்... நிதானம் தேவை - ஆய்வு செய்யாது எவரையும் வேண்டாம் - என் இந்தப் பதிவையும் நம்பவேண்டாம். கொஞ்சம் நிதானமா யோசியுங்கள்.

'ஒரு படமும் உருப்படியாக எடுக்காத இயக்குனர் கௌதமன் ஐநாவில் சென்று பேசினார் என்று செய்தி'. அடுத்த ஐநா புகழ் போராளி தயார்.

●

மத்திய அரசின் சர்வாதிகாரப் போக்கு

செய்தி: 'திருமுருகன் காந்தி சிறையில் அடைத்தது நியாயமா? இது மத்திய அரசின் சர்வாதிகாரப் போக்கு!'

இரண்டு விஷயங்களை நான் முதலில் சொல்லவிரும்புகிறேன்.

- முதலில் சர்வாதிகாரம் என்பது அவ்வளவு பெரிய கெட்ட சொல் அல்ல. இன்னும் சொல்வதானால் சர்வாதிகாரி என்ற வார்த்தை எப்படியோ இந்த நூற்றாண்டில் தவறாகப் பொருள்கொள்ளப் படும் வார்த்தையாகிவிட்டது என்பது என் தனிப்பட்ட கருத்து.

- 'எப்போதெல்லாம் ஒரு நாடு போர்த் தாக்குதலுக்கு ஆளாக்கப் படுகிறதோ அப்போதெல்லாம் ஒரு நபரிடம் அனைத்து அதிகாரங் களையும் ஒப்படைத்து அவர் கட்டளைக்குக் கீழ்ப்படிந்து நடப்ப தென்பது உலக வழக்கு ஆகும். அப்படி மொத்தப் பொறுப்பையும் கையில் கொண்டவர்தான் சர்வாதிகாரி. அதற்குக் காரணம் நாட்டைக் குடியரசைக் காப்பாற்றவேண்டும் என்ற அக்கறைதான். இதில் ஒரு தவறும் இல்லை. அந்தக் காலகட்டத்தில் போர் என்பது மட்டுமே பெரும் ஆபத்தான நேரமாக இருந்திருக்கலாம். ஆனால் இன்று அப்படி அல்லவே.

நன்கு புரிந்துகொள்ளுங்கள் :

இன்றைய காலகட்டத்தில் போர்கள் என்பது வெறும் எல்லையில் நடப்பது மட்டும் அல்ல. நாட்டுக்குள்ளாக உருவாகும், நாட்டின் இறையாண்மையைச் சிதைக்கும் கருத்துருவாக்கங்கள், அதைக் கொண்டு மக்களைத் தவறாகத் தூண்டிவிடுவது, மக்களுக்கும் அரசுக்கும் இடையே பகையை உருவாக்கி அதன் மூலமும் குடியரசை வீழ்த்த முயற்சிப்பது அனைத்தும் ஒருவிதத்தில் போர் தானே. இது வெளிப்படையான போரைக்காட்டிலும் மோசமானது. எப்படி யென்றால் இந்தப் போராளிகள் எளிய மக்கள்போல் வேஷம்போட்டு

மக்களுக்குள் நல்லது செய்வதுபோல மக்களோடு கலந்து உண்மையில் நாட்டையும் நாசம் செய்து, மக்களையும் நாசம் செய்துவிடுகிறார்கள்.

ஏன் அப்படிக் கூறுகிறேன் என்பதைப் புரிந்துகொள்ள, கொஞ்சம் 20 ஆம் நூற்றாண்டில் புரட்சி செய்கிறேன் என்று உலகம் முழுவதும் திரிந்த போராளிகளால் என்ன நன்மை ஏற்பட்டது என்று தேடிப் பார்க்கவும். உலகில் உருவான புரட்சிகர, வன்முறை இயக்கங்கள் எல்லாமே அந்த நாட்டையும் மக்களையும் நாசம் செய்தது மட்டுமே மிச்சம்.

சிரியாவில் ISIS பெரிய இஸ்லாமியப் பேரரசை உருவாக்கப்போவதாகக் கூறி மொத்த சிரியாவையும் நாசம் செய்தது மட்டுமே மிச்சம். EGYPTIAN REVOLUTION 2011ல் நடந்தது. அதனால் விளைந்த நன்மை என்ன? 2011 முன்னர் திரும்பும் இடமெங்கும் சுற்றுலாப்பயணிகள் நிரம்பி வழிந்த இந்த தேசம் புரட்சி பொடலங்கா என்று என்ன ஆனது இன்று? ஓர் உருப்படியான அரசு அதற்குப் பின் அமையவே இல்லை. இது யார் செய்த தவறு? போராளிகள் என்று திரிந்த பயங்கரவாதிகளை மக்கள் நம்பிய தவறு. இன்று திரும்பும் இடமெங்கும் ராணுவம் நிற்கிறது.

ஒரு சொர்க்கமாக இருந்த எகிப்து கடந்த 5 வருடங்களில் புரட்சி பொடலங்கா என்று நாசம் ஆகி ஒரு நரகமாக ஆகிப்போய்விட்டது. இந்த FB, WHATSAPP மூலம் உணர்வைத் தூண்டும் போராட்டங்கள் செய்த நாசத்துக்கு எடுத்துக்காட்டு இன்றைய எகிப்து நாட்டின் நிலை.

இதை ஏன் கூறவேண்டும்?

சர்வாதிகாரப் போக்கு என்பது தவறு அல்ல. இப்படி முளைக்கும் பிரச்னைகளை ஆரம்பத்திலேயே அழிப்பது தவறு அல்ல. அதைக் கொஞ்சம் சர்வாதிகாரப் போக்காகத்தான் செய்ய முடியும், செய்ய வேண்டும்.

நம் நாட்டில் ஊடக சுதந்தரம் என்ற பெயரில் பெரிய அளவு தேசத்துக்கு எதிரான கருத்துகளை உருவாக்கி தாக்குதல்கள் நடக்கின்றன. அவற்றை எழுத்து சுதந்தரம் என்று விட்டு வைப்பது பெரிய முட்டாள்த்தனம். அவை மக்கள் மனதில் கண்ணிவெடியை விதைக்கின்றன. அது புரட்சிக்கான அதிர்வை உருவாக்கும் 'ஓர் இடத்தில் புரட்சியை திடீர் என்று உருவாக்க முடியாது. முதலில் அதற்கான சூழலை உருவாக்க வேண்டும்' என்பது கம்யூனிஸ்ட் சித்தாந்தம்.

எனவே இவற்றை அடக்க இன்னும் கொஞ்சம் அதிகம் சர்வாதி காரத்தைக் காட்டலாம் என்பதே சரி. இந்தச் சர்வாதிகாரி (DICTATORS)

வார்த்தையை இனி தவறாகப் பயன்படுத்த வேண்டாம். அது தவறொன்றும் இல்லை.

நரேந்திர மோதி கொஞ்சம் அப்படியான நிர்வாகி தான். அதில் தவறே இல்லை. எல்லாருக்கும் ஒரே முகத்தை காட்டவேண்டிய அவசியம் இல்லை அவருக்கு. அவர் என்ன ஆன்மிகப் பெரியவரா? ஆட்சியைக் கொடுத்துள்ளோம் நாட்டைக் காப்பாற்ற. எனவே, தீவிரவாதி, தேசத்துரோகி என்றால் சர்வாதிகார முகத்தைக் காட்டுவது நல்லது தான். இன்னும் கொஞ்சம் அதிகம் காட்டலாம் என்பது என் கருத்து.

அடுத்து ஐ.நா. புகழ் திருமுருகன்; நம்ம ரஜினிகாந்தின் மகள்கூடத்தான் ஐ.நாவில் நடனம் என்ற பெயரில் ஆடினார்.அதற்கென்ன இப்போ?

ஐ.நாவில் நீங்கள் விரும்பினால் அவர்கள் சொல்லும் வழிகாட்டுதலின் படி முறையாகப் பதிவு செய்வீர் என்றால் தாராளமாக நீங்களும் அங்கே சென்று கூட்டம் நடத்தலாம். நம் இந்தியப் பிள்ளைகள்தான் அதிகம் போவது இல்லை அங்கே. தினமும் சில NGOக்கள் ஏதாவது ஒரு விஷயத்தை எடுத்துப் பேசுவது என்பது அங்கு அன்றாட விஷயம். பயிற்சி முகாம், மாநாடுகள், கூட்டங்கள், கருத்தரங்கங்கள் நடத்த அனைவருக்கும் அனுமதி உண்டு. முறையான வழியில் விதிமுறை களை நிறைவேற்றினால் போதும்.

நியூயார்க், வியன்னாபோன்ற நகரங்களில் உள்ள ஐ.நா மையங்களில் நடப்பதை விட GENEVA, NAIROBI மையங்களில் கூட்டங்கள் கொஞ்சம் அதிகம் நடக்கும். அதாவது தனியார் நிறுவனங்கள் அவரவர் இஷ்டத்துக்கு நடத்தும் அனைத்துக் கருத்தரங்கங்களையும் ஐநா அங்கீகரித்த கருத்தரங்காக நீங்கள் நினைத்தால் அது முட்டாள் தனம்.

CCPR - International Covenant on Civil and Political Rights- போன்றவைதான் முறையான அமைப்புகள். இவர்கள் நடத்தும் கருத்தரங்குகளுக்கு நீங்கள் அழைக்கப்பட்டுப் பேசினால் அது கட்டாயம் மரியாதைக்குரிய விஷயம்.

இதை ஏன் கூறுகிறேன் என்றால், இந்த திருமுருகன் காந்திபோல சிலர் ஐநா கட்டடத்தில் வாடகை கொடுத்து நடத்திய கூட்டத்தில் பேசியதை வைத்து ஐ.நா.விலேயே பேசியதுபோல் விளம்பரம் தேடுகிறார்கள்.

யார் நடத்திய கூட்டத்தில் பேசினார்? யாருக்கான பிரதிநிதியாக இவர் பேசினார், பேசியதால் என்ன நடந்தது? சரி, HUMAN RIGHTS COMMITTEE கவனத்துக்குச் சென்றதா?

நன்கு கவனிக்கவும்:

2016 மார்ச் மாதம் திருமுருகன் பேசியதாகச் சொல்லும் காலகட்டத்தில், CCPRன் 116th session of the Human Rights Committee இறுதி நாள் அறிக்கையைத் தேடிப் பார்க்கவும். அதில் அப்படி ஒருவர் பேசியதாகத் தகவலே இல்லை. ஆக ஏதோ ஒரு தனியார் NGO மூலம் பேசிவிட்டுத் தனக்குத் தானே விளம்பரம் தேடும் வேலையில் ஈடுபட்டிருக்கிறார். இதற்குப் பக்கத் துணையாக நம்ம news7போன்ற கிறிஸ்தவ ஊடகங்களின் ஆதரவு கிடைக்கின்றன. இங்கே மதம் மாற்றும் கிறிஸ்தவ அமைப்புகள் வரிந்து கட்டிக்கொண்டு கிறிஸ்தவர்களை உயர்த்திப் பிடிக்கும் வேலையை மும்முரமாகச் செய்கிறன. ஆனால் ஹிந்து பெயருக்குப் பின்னல் ஒளிந்துகொள்கிறார்கள்.

எனவே இந்த ஐ நா புகழ் திருமுருகன் என்ற வசனம் எல்லாம் சுத்த பித்தலாட்டம்.

சரி இதை ஏன் இவர் செய்ய வேண்டும்?

நீங்கள் பெரியார் இயக்கங்களை, திராவிடக் கழகங்களைச் சரியாகப் புரிந்துகொள்ளவில்லை என்று நினைக்கிறேன்.

'10முறை தூண்டில் போடுகிறோம். 2 முறை மீன் மாட்டுகிறது. எனவே 100 தூண்டில்கள் போட்டு 20 மீன் பிடிக்கும் ஒரு வித அரசியல் தந்திரம்'.

அதே யுக்தி தான்.இதை ஈ.வெ.ரா.வின் இயக்கங்கள் எப்போதுமே செய்யும். இதை இவர்கள் நீதிக்கட்சியாக இருந்த காலத்தில் தமிழ் இயக்கங்கள்போன்றவற்றை எதிர்த்த காலம் முதல் இந்த தந்திர வேலையைச் செய்கிறார்கள்.

ஈ.வெ.ரா.வைப் போற்றும் இயக்கங்கள் பலவாக இருந்தாலும் நோக்கம் ஒன்றே. 1. இந்தியா சிதற வேண்டும். 2. ஹிந்து மதம் அழிய வேண்டும்.

இந்தக்கொள்கையோடு ஒத்துப்போகும் நக்சல் மாவோயிஸ்ட்போன்ற கம்யூனிஸ்ட் தீவிரவாத அமைப்புகள், மதமாற்றும் இயக்கங்கள் அனைத்துமே இவர்களுடன் கைகோத்து நிற்கிறார்கள்.

நன்கு கவனிக்க:

இந்த மே17, கூடங்குளம் அணு உலை எதிர்ப்பு, தமிழ்த் தேச விடுதலை இயக்கம், தமிழ்ப் புலிகள் திருவள்ளுவன், இளந்தமிழகம், தமிழக ஒடுக்கப்பட்டோர் விடுதலை இயக்கம், தமிழர் விடியல் கட்சி, திராவிடர் விடுதலை கழகம் என்று இத்தனை இயக்கங்கள் எப்படி வந்தன என்று பாருங்கள்.

இவர்கள் அனைவருமே ஒருகாலத்தில் இந்தத் திராவிடக் கழகத்தில் இதே பெரியார் இயக்கத்தில் இருந்தவர்கள்தான். ஆனால் ஒரு குறிப்பிட்ட காலத்துக்குப் பிறகு காரணமே இல்லாமல் பிரிந்து வந்து புது இயக்கம் ஆரம்பிக்கிறார்கள். அது ஏன்?

எதையாவது சொல்லி புது இயக்கம் என்று சொல்லிவிட்டு மீண்டும் மீண்டும் இவர்கள் பாடும் பல்லவி என்ன?

இந்திய அரசுக்கும் மக்களுக்கும் இடையே பகையைத் தூண்டுவது; ஹிந்து மதம் ஒழிக்கப்படவேண்டும் என்று பேசித் திரிவது. சரிதானே. நன்கு கவனித்துப் பாருங்கள் இந்த திருமுருகன் பேச்சும் அதேதான். இவர் மட்டும் அல்ல; ஊருக்குள் இதற்காக ஒரு டஜன் இயக்கங்கள் இருக்கின்றன. நம்ம ஈ.வெ.ரா. இயக்கங்கள் போட்ட குட்டிகள் இவை.

நான் உங்கள் அனைவருக்கும் கேட்பது இந்தப் போராளிகளை நம்பும் முன்னர் - ஏன் இவர்கள் நீட் தேர்வு முதல் ONGCவரை எந்த பிரச்னைக்கும் நீதிமன்றம் செல்வது இல்லை?

நீதிபதிகள் சொல்வதைக்கூடச் சில நேரம் குழப்புவது உண்டு. அது ஏன்?

யாரையும் நம்பமாட்டேன்; நான் சொல்வதுதான் சரி என்று அரசுக்கும், நீதிபதிகளுக்கும் இல்லாத அக்கறை இவர்களுக்கு இருப்பதாகக் காட்டிக்கொள்வது எதனால் என்று சிந்திக்கவும். இவர்கள் வாயில் இருந்து என்றாவது வந்தே மாதரம், நாம் அனைவரும் இந்தியர்கள், இந்திய ராணுவத்துக்கு மரியாதை செய்வோம் என்று ஏதாவது வருவது உண்டா?

சரி இவர்கள் இப்படிப் போராட்டம் நடத்த எப்படி வருமானம் வருகிறது? இவர்களுக்குக் குடும்பம் நடத்த எங்கிருந்து வருகிறது நிதி? நாம் உழைத்தால் சோறு - இவனுகளுக்கு போராட்டம் நடத்தினாதான் நன்கொடை.

இவர்கள் தந்திரமாகச் செயல்பட்டால் - அரசு ஆதாரம் இருந்தால் பிடித்து உள்ளே போடுகிறது. என்ன 4 முறை உள்ளே போட்டால் இவர்கள் காலம் ஓடி வயது ஆகி விடும். அடுத்து வேறு ஒரு போராளி வேறு ஒரு பெயர் ஆனால் நோக்கம் ஒன்று. முன்னாடி தியாகு, மணியரசன் இருந்தனர் அவர்களுக்கு வயது ஆகிவிட்டது. இப்போது இவர்கள் வந்திருக்கிறார்கள். அவ்வளவு தான்.

இந்த இயக்கங்கள் மூலம் உண்மையில் பலன் அனுபவிப்பது யார் என்று கேட்டால் நேரடியாக அரசியல் ஆதாயம் கிடைக்கப் போவது நம்ம திமுக கட்சிக்குத் தான். பாருங்க எவ்வளவு கொள்ளை

அடிச்சாலும்- தேசியக் கட்சிகளின் வளர்ச்சியைத் தடுத்து இந்தப் போராளிகளைத் தூண்டிவிட்டு அதன் மூலம் நடுநிலை வோட்டை பிரித்து ஆட்சிக்கு வந்துவிடுவார்கள். ஆகக் கெட்டிக்காரன் இதில் திமுக தான். அப்படியான போராளிகள் இல்லை என்றால் திமுக ஆட்சி இல்லை.

எனவே மத்திய அரசு செய்வது சரியே.

இறுதியாக:

பொதுவாகத் தந்திரமாக மக்களைக் குழப்பியே - நாட்டை நாசம் செய்ய உணர்வுகளைத் தூண்டும்விதமாக உருவாகும் இயக்கங்களை - நாமும் தந்திரமாக ரகசியப் படை ஒன்றை உருவாக்கித் தீர்த்துக் கட்டுவது நலம். இந்தப் புத்திசாலித்தனத்தை நாம் சீனா, ரஷ்யாபோன்ற கம்யூனிஸ்ட் நாடுகளிடம் இருந்து கற்றுக்கொள்ளவேண்டும். தேசவிரோதி என்று நமக்கு ஆதாரம் கிடைத்தால் பின்ன எதற்கு விட்டு வைக்க வேண்டும்? ஆர்சனிக் முதல் பலவகை விஷம் இங்கே உண்டு; தந்திரமாகக் கொலை செய்ய ஆயிரம் வழிகள் உண்டு. கதையை முடித்துவிட்டு 'காணாமல் போனவர்கள் பட்டியலில் சேர்த்துவிடுவது சாலச் சிறந்த திட்டம்'.

காஷ்மீருக்கு இந்த ஹூரியத் அமைப்பு என்றால் தமிழகத்துக்கு இந்த ஒரு டஜன் போராளிகள் அமைப்புகள்.

எனவே திருமுருகன் அவ்வளவு தகுதியான ஆளும் கிடையாது - நல்லவனும் கிடையாது- சும்மா இந்த பெரியார் இயக்கம் மூலம் வளர்க்கப்பட்டு கிறிஸ்தவ அமைப்புகளால் விளம்பரம் செய்யப்பட்டு - நாட்டின் பிரிவினைவாதிகளால் போராளியாக உருவகம் செய்யப்பட்ட ஒரு குட்டி பாம்பு அவ்வளவுதான்.

•

உலக வர்த்தகக் கழக எதிர்ப்புப் போராளிகள்

செய்தி: 'நாடாளுமன்றத்துக்கே தெரியாமல் இந்திய அரசு 1994-ல் GATT எனும் சர்வதேச ஒப்பந்தத்தில் கையெழுத்திட்டது. அதை நிறைவேற்ற அமைக்கப்பட்டதுதான் உலக வர்த்தகக் கழகம் (WTO) என்ற பன்னாட்டு கார்ப்பரேட்டுகளின் ஆதிக்கத்துக்கான அமைப்பு.'

இதுபோலச் செய்திகளைப் பரப்புபவர்களின் நோக்கம் உங்களுக்குப் புரிய வேண்டும் என்பதற்காக இந்தக் கட்டுரையை விரிவாக எழுதியிருக்கிறேன்.

முதலில், WTO என்றால் என்ன? தமிழகத்தில் போராளிகள் என்று அடையாளப்படுத்திக்கொள்வோர் பலர் இந்திய WTO ஒரு மோசமான முதலாளித்துவப் பெரும் நிறுவனங்களுக்காக வேலை செய்யும் அமைப்பு என்பதுபோல் பேசி வருகிறார்கள்.

WTO & World Trade Organization என்ற இந்த அமைப்பின் குணம் மட்டும் அல்ல அனைவரும் இங்கே ஐநா (United Nations), உலக வங்கி (World Bank), OECD, உலக சுகாதார அமைப்பு (World Health Organization) என்று அனைத்தின் செயல்பாட்டையும் மாணவர்கள் கொஞ்சம் தேடிப் படிக்கவும். அது பின்னாளில் உங்களுக்கு நல்ல உலக அறிவைத் தரும்.

சரி இப்போது இந்த WTO பற்றிப் பார்க்கலாம்.

நீங்கள் ஒரு தோல் பொருள் ஏற்றுமதியாளர் என்று நினைத்துக் கொள்ளுங்கள். சீனா, இத்தாலி, அமெரிக்கா, கனடா என்று ஏற்றுமதி செய்கிறீர். அமெரிக்காவில் உள்ள ஒரு நிறுவனத்துக்கு 2 வருடமாக நீங்கள் Finished Leather ஏற்றுமதி அனுப்புகிறீர்கள் என்று வைத்துக் கொள்ளுங்கள். 10% இறக்குமதி வரியுடன் நீங்கள் சப்ளை செய்ய,

மீட்டர் 100 ரூபாய் என்று வருடம் 20,0000 மீட்டர் நீங்கள் அனுப்ப லாபம் 20,00,000 லட்சம் அந்த நிறுவனத்துடன் உங்களுக்கு லாபம் கிடைக்கிறது. இந்த வர்த்தகம் முறையாக ஒப்பந்தம் செய்யப்பட்டு நடக்கிறது.

அந்த இறக்குமதி செய்யும் நிறுவனம் அதற்குத் தக்க அங்கே உற்பத்தியை நடத்தும். அதைவைத்து இங்கே இந்தியாவில் உங்கள் தொழிற்சாலையில் Finished Leather உற்பத்தி சீராகச் செல்லும். இந்த நிலையில் அமெரிக்கா Finished Leather மீதான இறக்குமதி வரியைத் தங்கள் இஷ்டம்போல் மாற்றுவது, இறக்குமதி ஆகவேண்டிய பொருட்களின் பட்டியலை மாற்றுவது என்று ஏதாவது ஒரு மாற்றத்தைச் செய்தால் இறக்குமதி செய்யும் அந்த நிறுவனத்துக்கும், ஏற்றமதி செய்யும் உங்களுக்கும் பிரச்னை எழும். பொதுவாக ஏற்றுமதி செய்யும் நாட்டுக்குத்தான் இந்த நேரங்களில் பிரச்னை அதிகம் ஆகும்.

ஸ்டீல்போன்ற பொருட்களில் வகைகள் அதிகம். அவற்றை அடையாளம் பிரித்து ஒவ்வொரு நாடும் தனித்தனியே வரிகள் விதிக்கிறார்கள். ஆனால் அதிலொரு பொதுவான தன்மை இல்லை யென்றால் குழப்பம் வரும். அரசியல் காரணங்களாலும் குழப்பம் உருவாக்கப்படும். எது எப்படியோ ஏற்றுமதியாளர்கள் எளிதில் நெருக்கடிக்கு ஆட்படுவார்கள்.

இதனால் நீடித்த தொழில் வளர்ச்சியும், பொருளாதார வளர்ச்சியும் பாதிக்கும். இந்தப் பிரச்னை 1960, 70 கள்வரை இருந்தது... நிறுவனங்கள் உலக அளவில் இயங்குவதில் ஒரு சரியான பொதுக் கட்டமைப்பு இல்லை. இப்படியான வர்த்தகச் சிக்கல்களை அனைத்து நாடுகளும் எதிர்கொண்டன. இதனால் நிறுவனங்கள் பாதிக்கப்பட்டன. அதன் மூலம் நாட்டின் வரிவருமானம் பாதிக்கப்பட்டது. அது நேரடியாக நாட்டின் சீரான வளர்ச்சியைக் கெடுத்தது.

எனவே உலகத்தின் பொருளாதார நிபுணர்கள் அனைவரும் இணைந்து உலக வர்த்தக அமைப்பு என்ற ஒன்றை உருவாக்கினார்கள். உலக அளவில் அனைத்து நாட்டு நிதி அமைச்சர்களும் கலந்து பேசி 2000களில் ஒரு வடிவம் பெற்றது. இன்று 163 நாடுகள் அதில் உறுப்பினராக இருக்கின்றன. அந்த அமைப்பு இந்த ஏற்றுமதி இறக்குமதி விதிமுறை களைக் கண்காணிக்கிறது. பிரச்னை வரும்போது தீர்வு காணவும் அப்படிப் பாதிப்புக்கு உள்ளாகும்போது நிவாரணம் கிடைக்கவும்தான் WTO என்ற அமைப்பு உருவாகிறது. அதன் தேவையும் இன்று மிக மிக அவசியம்.

இதில் நியாயமான விஷயம். எந்த நாடும் தங்கள் எமர்ஜென்சி காலங்களில் வரியை எப்படிவேண்டுமானாலும் மாற்றிக்கொள்ளலாம்

என்பதுபோன்ற விஷயங்கள் ஏற்றுக்கொள்ளப்பட்டு ஒரு முழுவடிவம் பெற்றது மிக சமீப காலமாகத்தான். இந்த WTO இன்னும் வலுவான அமைப்பாக உருவானால்தான் வர்த்தக பாதிப்புகளை ஆட்சியாளர்களால் ஏற்படுத்த முடியாது. நாடுகள் சீரான பொருளாதார முன்னேற்றம் நோக்கிச் செல்ல வழி கிடைக்கும்.

இந்த அமைப்பு பெரும் நிறுவனங்கள், ஏற்றுமதியாளர்களுக்கு மட்டுமானதுதானா?

அப்படி அல்ல. இந்தியாவில் ஸ்டீல் இறக்குமதிக்கு இந்தியா 25%வரை உச்ச வரிவிதிப்பு செய்கிறது. இருந்தும் சீனாவின் ஸ்டீல் மதிப்புக் குறைவு. அதற்கு இணையாக இந்திய நிறுவனங்களால் குறைந்த விலையில் விற்க முடியவில்லை. சீன இறக்குமதியை வாங்குவதால் ஒரு சாதாரண 500 sqft வீடு கட்ட 60,000ரூபாய்வரை குறைவாக மக்களுக்குச் செலவு ஆகிறது (எதனால் இந்திய ஸ்டீலின் விலை அதிகம் என்பதைத் தெரிந்துகொள்ள என் முதல் புத்தகமான நான் ஏன் நரேந்திர மோதியை ஆதரிக்கிறேன் என்ற புத்தகத்தில் சாகர் மாலா திட்டம் சார்ந்த பதிவைப் படிக்கவும்.)ஒரு வேளை இந்தியா WTOல் இல்லை என்றால் சீனாவின் ஸ்டீல் இறக்குமதிக்கு 40%கூட வரி போட முடியும் அதனால் உள்ளூர் உற்பத்தியாளர்களான ஜிண்டால் ஸ்டீல்போன்ற நிறுவனங்களின் நஷ்டம் தவிர்க்கப்படும்.. அரசுக்கு வருமானம் அதிகம் ஆகும். ஆனால் மக்களுக்கு? 1000 sqftக்குக் கூடுதலாக 1.2லட்சம்வரை செலவு பிடிக்கும். இது மக்களைப் பாதிக்கும்.

எனவே, மக்களின் மீதான தாறுமாறான வரி விதிப்பை இந்தப் பொது அமைப்பின் மூலம் கட்டுப்படுத்த முடியும் என்பதால் அனைத்து நாடுகளிலும் ஆட்சியாளர்கள் ஒரு கட்டுப்பாட்டுடன் நடந்துகொள்வர். இதுதான் முக்கியம்.(அனைத்துப் பொருட்களுக்கும் அல்ல; ஆனால், அத்தியாயம் என்று வரும் பெரும்பாலான பொருட்களுக்கு உச்ச இறக்குமதி விலையை WTO வரையறை செய்துள்ளது.)

இப்போது புரிகிறதா அதன் முக்கியத்துவம்.

உண்மையில் WTO வின் நோக்கம் முறைப்படுத்திய ஆரோக்கியமான வர்த்தகமே அன்றி வெறும் லாப நோக்கமான தொழில்துறையை மட்டும் பார்ப்பது அல்ல. இதனால் என்ன பலன் கிடைக்கும் என்றால் 'யார் வேண்டுமானாலும் ஆட்சிக்கு வரலாம். ஆனால் வரி கொண்டு மக்களை அடிமைகளாக்க முடியாது'. {General Agreement on Trade and Tariffs (GATT) என்ற அமைப்பின் தோல்விக்குப் பின்னர் WTO வருகிறது.

சுருக்கமாகக் கூறினால் உலக நாடுகள் ஒரு பொதுவான வரையறையுடன் வெளிப்படைத் தன்மையுடன் வர்த்தக உறவை உருவாக்கிக்

கொண்டால்தான் எல்லா நாட்டுத் தொழில்களும் முன்னேறும். சர்வ தேச வர்த்தகமும் தங்கு தடை இன்றி நடக்கும். அதுதான் உலக அளவில் ஆரோக்கியமாக இருக்கும்.

WTO எதனால் மிக அதிகம் வலுவான அமைப்பாக உருவாக வேண்டும் என்று பொருளாதார நிபுணர்கள் நினைக்கிறார்கள் தெரியுமா?

இந்தியா சமீபகாலத்தில் இரண்டு வழக்குகளை WTOல் தொடுத்துள்ளது. ஏறக்குறைய 23 வழக்குகள்வரை இந்தியா தீர்வு கண்டுள்ளது. நம் நாட்டின் மீதும் நேபாளம்போன்ற நாடுகள் வழக்குத் தொடுத்துள்ளன தீர்வும் கண்டுள்ளன. இதுபோல அனைத்து நாடுகளும் பேச்சு வார்த்தை மூலம் வர்த்தக உறவுகளை ஒரு பொது அமைப்பினை உருவாக்கித் தீர்ப்பதால் நாளடைவில் ஒரு முழுமையான நிர்வாகம் உலக அளவில் கிடைக்கும்.

இறுதியாக :

WTO மூலம் ரேஷன் அரிசியை நிறுத்தப் போவதாகக் கூறிக் கொண்டிருக்கிறார்கள்! WTO விவசாயத்தை நாசம் பண்ணும் என்று கூறுகிறார்களே போராளிகள்?

WTO உலக வங்கியுடனும், ஐநா அமைப்பின் சர்வதேச நீதி மன்றம் போன்றவற்றுடன் சேர்ந்தே பயணிக்கிறது. எனவே உலக அளவில் வறுமையை ஒழிக்கும் முக்கியமான விஷயத்தில் உணவுப் பொருட் களை மக்களுக்குச் சென்று சேர்க்கும் நலத்திட்டங்களில் food security மூலம் முறைப்படுத்துவதை ஏற்றாலும் அதை WTOஅமைப்புகள் கட்டுப்படுத்துவதை இந்தியா எப்போதும் விரும்பவில்லை. இந்தியாவில் ரேஷன் PDS மூலம் மக்களுக்கு உணவு வழங்கப்படுவதை முறைப்படுத்த வேண்டும் என்ற உலக வங்கியின் கூற்றை ஏற்கும் இந்தியா அதே நேரம் WTO கூறும் விஷயங்கள் பலவற்றில் தள்ளி நிற்கிறது.

அதாவது Food Security Act (FSA) கடுமையாக்கிப் போலி ரேஷன் கார்டுகளை ஒழிக்க ஆதாருடன் இணைத்தல், Digitization போன்ற வற்றின் மூலம் மத்திய அரசு அதன் உணவு மானியம் வீணாவதைத் தடுக்க முயற்சிசெய்கிறது. தவிர ஏழைகளுக்கான உணவு மானியத்தை நிறுத்தும்படிக் கூறும் அளவுக்கு WTO அதிகார மையமும் இல்லை.

மாணவர்கள் முதலில் UN Economic and Social Council, world health organization, world bankபோன்ற அமைப்புகளுக்கு சர்வே எடுத்துக் கொடுக்கும் நிறுவனங்கள் தரும் புள்ளிவிவரத்தை மட்டும் நம்புங்கள். சர்வே ரிப்போர்ட் ஒவ்வொன்றுக்கும் தனி தனி survey sampling methods இருக்கும். எப்படியான தரமான ஆய்வு முறைகள் கொண்டுள்ளனர் என்பதைப் பொறுத்துத்தான் உலக வங்கி அந்த நிறுவனங்களுக்கு அங்கீகாரம் தருகிறது. எனவே அங்கீகரிக்கப்பட்ட நிறுவனங்கள் தரும் புள்ளிவிவரங்களை மட்டும் எடுத்துக்கொள்ளவும். இந்தியாவிலும் Ministry of Statistics and Programme Implementation இருக்கிறது. அவை தரும் ஆய்வு அறிக்கைகள் தவிர வேறு எந்த ஒருவர் சொல்வதையும் தயவு கூர்ந்து ஏற்காதீர்.

உலக அளவில் வெளிப்படையான, ஆரோக்கியமான வர்த்தக உறவை உருவாக்குவது மட்டுமே WTOவின் எண்ணம்.WTO உண்மையில் வலுவான அமைப்பாக உருவாகவில்லை என்றால் சிக்கல் உலக மக்களுக்கும், தொழிலாளர்களுக்கும்தான் ஒழிய ஆட்சியாளர்களுக்கோ பெரு நிறுவனங்களுக்கோ அல்ல; கொஞ்சம் பொறுமையாக அந்த அமைப்பின் செயல்பாடுகளைத் தேடிப் படித்துப் புரிந்து கொண்டு சிந்தியுங்கள்.

'163 நாடுகளின் நிதி அமைச்சகங்களுக்குத் தெரியாத தகவலை, அந்த நாடுகளின் அனைத்து வர்த்தகக் கட்டமைப்புகளுக்குத் தெரியாத தகவலை இங்கே போராளிகள் கண்டுபிடித்துவிட்டார்களா? 163 நாட்டு அமைச்சர்கள் எல்லாம் முட்டாள்களா? அவர்கள் அனைவரும் இந்தியர் களை அழிக்க நினைக்கிறார்களா? இந்தத் தமிழ் போராளிகள் இலுமினாட்டி, WTO என்று ஏதோ வேறு ஓர் உலகத்தில் வாழ்கிறார்கள். வேறு என்ன சொல்ல?

•

கனடாவும் பிரிவினைப் போராளிகளும்

செய்தி: 'இந்தியாவுக்கு வருகை புரிந்த கனடா பிரதமர் அவமதிக்கப்பட்டாரா?'

ஒன்றை அனைவரும் நன்கு புரிந்துகொள்ளவேண்டும் 193 நாடுகளைக் கொண்ட ஐநா அமைப்பில் உள்ள எந்த நாடும் இன்னொரு நாட்டின் உள்விவகாரங்களில் அந்த நாட்டின் அனுமதி இல்லாமல் எந்த வகையிலும் தலையிடக்கூடாது. இது அனைத்து நாடுகளுக்கும் உள்ள பொது விதி. Declaration on the Inadmissibility of Intervention and Interference in the Internal Affairs of States விஷயத்தில் அனைத்து நாடுகளும் ஒத்துக்கொண்ட விஷயம் இது. இது இரண்டாம் உலகப் போருக்குப் பின் உலக அளவில் நிலவிய குழப்பத்துக்குத் தீர்வைக் கொடுத்த முக்கியமான ஒப்பந்தம். 1970களுக்கு பின் உலகநாடுகள் அனைத்தும் ஏற்றுக்கொண்ட ஒன்று. (கூடுதல் விவரங்களை ஐநா வலைதளத்தில் தேடிப் படிக்கவும்).

'மக்களால் தேர்வு செய்யப்பட்ட, ஐநாவால் அங்கீகாரம் பெறுகிற அரசுடன் மட்டுமே உலக நாடுகள் உறவு வைத்துக்கொள்ளவேண்டும். எந்த நாட்டின் பிரிவினைக் குழுவுக்கும் எந்த நாடும் ஆதரவு அளிக்கக்கூடாது. ஏன் என்றால் அது அந்த நாட்டின் உள் விவகாரம். எந்த நாடும் அதில் தலையிடவும் உரிமை இல்லை'.

இப்போது இந்த கனடா இந்தியா விஷயத்துக்கு வருவோம்.

கனடா பிரதமர் அல்லது அந்த நாட்டு அரசியல்வாதிகள் Liberal Party of Canada, Conservative Party of Canada என்று எந்தக் கட்சியானாலும் அதிக வோட்டு வங்கியாக இருக்கும் மக்களின் ஆதரவைப் பெற எதையாவது பேசுவது வாடிக்கையான ஒன்று.

ஸ்பானிய கேட்டலோனியா (spain catalonia) பிரிவினைவாதம் பிரச்னையில் பிரிவினைவாதிகளுக்கு ஆதரவு கிடையாது என்றும்

ஸ்பானிஷ் அரசுக்குத்தான் எங்கள் ஆதரவு என்றும் கூறுகிறார் இதே கனடா பிரதமர்... ஏன்?கனடாவின் சிறுபான்மையின மொழி பேசும் மக்களில் 7,58,280 பேர் ஸ்பானிய மக்கள். எனவே அவர்களுக்கு ஆதரவாகக் குரல் கொடுக்கிறார்.

அதே கனடா பிரதமர் இந்தியாவில் தனிநாடு கேட்டுப் போராடும் காலிஸ்தான் தீவிரவாதிகள் கனடாவில் நடத்தும் கூட்டங்களில் பங்கேற்கிறார். கனடாவில் வசிக்கும் 4,30,705 சீக்கிய மக்களில் பெரும்பாலானோர் இந்திராகாந்தி சுட்டுக் கொலை செய்யப்பட்டதைத் தொடர்ந்து நடந்த கலவரத்தில் இருந்து தப்பிக்க இந்த நாட்டை விட்டுச் சென்ற மக்கள். சிலர் தீவிரவாதிகள். காலிஸ்தான் தீவிரவாதிகளுக்கு ஆதரவாகப் பேசுகிறார்கள் கனடா நாட்டின் அரசியல்வாதிகள்.

இதேபோல ஸ்ரீலங்கா வாழ் தமிழர்கள் 1,40,720 பேர் இருப்பதால் அவர்களுக்கு அவ்வப்போது குரல் கொடுப்பார். எனவே இவர்கள் உலக நாடுகளின் உள்நாட்டு விவகாரங்களில் தங்கள் அரசியல் ஆதாயம் காரணமாகத் தலையிடுவது அவ்வப்போது நடக்கிறது. இதனால் இன்று அல்ல பல நாடுகளில் இந்த கனடா நாட்டு MP முதல் பிரதமர்வரை இந்த விதம் அவமானப்படுத்தப்படுவது வாடிக்கை தான்.

spain விவகாரத்தில் ஆரம்பித்து இந்தவிதம் இவர்கள் அந்த மக்கள் தொகை வோட்டுக்கு ஏற்பப் பேசுவது ஒரு கீழ்த்தரமான விஷயம் மட்டும் அல்ல உலக அமைதியைக் கெடுக்கும் வேலையும் கூட.

நன்கு புரிந்துகொள்ளவேண்டிய விஷயம் :

ஸ்ரீலங்கா வாழ் தமிழர்கள் விடுதலைப்புலிகள் ஆதரவாளர்கள் வேலுபிள்ளை தங்கவேலுபோன்றவர்களுடன் புடைபடம் எடுப்பது. அதைக் கொண்டு அந்த மக்கள் வட்டத்தில் ஆதரவு தேடுவது... ஆனால் கனடாவின் அரசின் சார்பாக Canada won't Support LTTE: It will Continue Assistance to Sri Lanka என்று அரசு அறிக்கை அளிப்பதோடு LTTE சார்ந்த எந்தத் தீவிரவாத நடவடிக்கையையும் ஆதரிக்கமாட்டோம் என்று கூறுவது என இரட்டை வேடம் போடுவது.

அதேபோலதான் 2017ல் மே மாதம் இந்த கனடா பிரதமர் Trudeau காலிஸ்தான் பிரிவினைவாதிகள் நடத்திய கூட்டத்தில் கலந்து கொண்ட புகைப்படம் வெளியிடுவது. பின்னர் இங்கே இந்தியாவில் வந்து பிரிவினைவாதிகளுக்கு ஆதரவாக கனடா நிற்காது என்று கூறுவது.

இந்த இரட்டை வேடத்தைப் புரிந்துகொள்ளாத ஒரு கூறுகெட்ட கூட்டம் இங்கே உட்கார்ந்து கொண்டு அறிவில்லாமல் எதையாவது பரப்புவது அதுவும் இந்த சீமான் என்ற அதி மேதையைப் பேசவிட்டு

அதைப் பேட்டியாக வெளியிடுவதன் மூலம் இந்த விகடன் இன்னும் எத்தனை நாள்தான் இப்படி மலின தேச விரோதச் செயலைத் தூண்டி வியாபாரம் செய்வாரோ என்று தோன்றுகிறது... சீமானுக்குதான் உலக அறிவு கிடையாது; எந்த நாடும் பிரிவினைவாதிகளுக்கு ஆதரவளிக்கக் கூடாது என்று விகடனுக்குக் கூடவா தெரியாது.. எல்லாம் வியாபாரத் தந்திரம். இந்த விகடனை நம்பினால் அவர்கள் வீட்டு பிள்ளைகள் பிசினஸ் செய்து கோடிகளில் புரள்வார்கள். இவர்களை நம்பிக் கொடி பிடிக்கும் இளைஞர்கள் ரோடு ரோடாகத் திரியவேண்டியது தான்.

இங்கே இருப்பவர்கள் இந்த அரசியலைக்கூடப் புரிந்துகொள்ளாமல் கனடா பிரதமர் நல்லவர் தமிழர் பொங்கல் விழாவை அரசு விழாவாகக் கொண்டாடினார் என்று பேசுவது அறிவீனம். பொங்கல் என்ன காவடியே எடுப்பார்கள் அடுத்த நாட்டுப் பிரச்னையென்றால்.

ஒரு பேச்சுக்கு இதேபோல் இந்திய பிரதமர் கனடாவில் உள்ள பிரிவினைவாதிகளைக் கூப்பிட்டு ஆதரவு அளித்தால் இதே கனடா பிரதமர் ஏற்பாரா? அடுத்த நிமிடமே நம் மீது பொருளாதாரத் தடைவிதிப்பார்கள்.

*01.*Alberta separatismக்கு ஆதரவாக இந்தியா அந்தப் போராளிகளை ஆதரித்தால் இதே கனடா ஏற்குமா? Albertans க்கு தனிநாடு கேட்க உரிமை உண்டு என்று இந்திய பிரதமர் வார்த்தை விட எவ்வளவு நேரம் ஆகும்?

02. Cascadian விடுதலைக்கு இந்தியா ஆதரவு அளித்தால் இதே கனடா பிரதமர் சும்மா இருப்பாரா?

03. தங்களுக்கென்று தனி வரலாறும் பெருமையும் இருக்கு; நாங்கள் கனடாவுடன் இருக்க முடியாது என்று கூறும் Nova Scotia பிரிவினைக்கு ஆதரவு அளித்தால் இதே கனடா இந்தியாவை என்ன விதம் நடத்தும்?

கனடாவில் இது மட்டுமா? Saskatchewan ஆரம்பித்து Vancouver Islandவரை கனடாவில் உள்ள ஒரு டஜன் பிரிவினைவாதிகளுக்கு இந்தியா ஆதரவு கொடுக்க எவ்வளவு நேரம் ஆகும்? இப்படி உலக நாடுகள் ஐநா தீர்மானத்தை மதிக்கவில்லை என்றால் சீனாவே பல நாடுகளாகத் துண்டு துண்டாகும் தானே.. எந்த நாட்டில் இல்லை பிரிவினைவாதிகள்? இத்தாலி முதல் ஸ்வீடன் தொட்டு அமெரிக்க ரஷ்யாவரை பிரிவினைவாதிகள் இருக்கிறார்கள்.

ஆக, ஏன் இந்திய பிரதமர் செய்யவில்லை... உலக அளவில் செய்து கொண்ட ஒப்பந்தம் காரணமாக அதன் மீது மரியாதையாக நடந்து கொள்கிறார். இங்கே வரும் இந்த கனடா பிரதமர் இந்த நாட்டில்

முறையாகத் தேர்வு செய்யப்பட்டுள்ள பஞ்சாப் முதலமைச்சரைக்கூடச் சந்திக்கத் திட்டம் இல்லை என்பதுபோல செய்திகள் வந்தால் எவ்வளவு எரிச்சல் தரும் செய்தி? இதில் பிஜேபிக்கு மட்டுமா அவமானம்? நாட்டுக்கும் அவமானம் அல்லவா.

ஏதோ மோதியை அவமானம் செய்ததுபோல மீம்ஸ் கிளப்பும் இந்த முட்டாள் கூட்டம் ஒன்றைத் தெளிவாகப் புரிந்துகொள்ளவேண்டும். பஞ்சாப் ஒன்றும் பிஜேபி ஆட்சி நடக்கும் மாநிலம்அல்ல... அங்கே ஆளும் கட்சி காங்கிரஸ்... பஞ்சாப் முதல்வர் அமரீந்தர் சிங்கைச் சந்திக்க கனடா பிரதமரால் முடியாது என்றால் இவரை எதற்கு இந்திய பிரதமர் சந்திக்க வேண்டும்? இந்த நாட்டின் இறையாண்மை மீது நம்பிக்கை இல்லாத ஒருவரை, உலக நாடுகள் மதிக்கும் ஒரு ஒப்பந்தத்தின் மீது நம்பிக்கை இல்லாதவரை இந்தியா மதிக்கவேண்டிய தேவை என்ன?

இறுதி நிகழ்வுகள்:

ஒன்றுபட்ட இந்திய நாட்டின் அரசைத்தான் நாங்கள் மதிக்கிறோம் என்று கனடா பிரதமர் இப்போது பேசி இருக்கிறார். இந்தியாவின் பிரதமரைச் சந்திப்பதற்காகப் பேசிய பேச்சு அல்ல... அப்படிப் பேச வில்லை என்றால் இந்திய ராணுவம் கனடாவில் உள்ள பிரிவினைவாதி களுக்கு உதவத் தயார் என்று அடுத்த நிமிடம் குரல்கொடுக்கத் தயார். அந்தப் பயம்தான் கனடா பிரதமரை அப்படிப் பேசவைத்தது.

விஷயம் சுமூகமாக முடிந்தது பிரதமரைச் பிரதமரைச் சந்திக்க உள்ளதாகத் தகவல். இந்த விஷயத்தில் இந்திய பிரதமர் நடந்துகொண்டது 100% சரியே.. இது கட்சி விவகாரம் அல்ல; நாட்டின் இறையாண்மை சார்ந்த விவகாரம். என்னைக் கேட்டால் இப்போதும் சந்திக்காமல் திருப்பி அனுப்பினால்கூட சந்தோஷமே.

எனவே கனடாநாட்டின் அரசியல்வாதிகள், அதன் மலின அரசியல் இவைதான் இந்தக் குழப்பத்துக்குக் காரணமே ஒழிய வேறு இல்லை.

•

பாகம் 3

செய்தி ஊடகங்களும் வலைதளங்களும்

பிரேக்கிங் நியூஸ்

பிரேக்கிங் நியூஸ், பரபரப்புச் செய்தி

இப்படியான விஷயங்களைக் கேட்டு உணர்ச்சிவசப்படாதீர்கள். இங்கே தமிழகத்தில் செய்தி நிறுவனம் நடத்தும் நபர்கள் யார் யார்... அவர்கள் பின்புலம் என்ன என்று கொஞ்சம் தேடிப் பாருங்கள். உதாரணத்துக்கு:

1. புதிய தலைமுறை - கல்வித் தந்தை நடத்தும் செய்தி நிறுவனம் (கல்வியை வைத்துக் கொள்ளையடித்தவர் எல்லாம் இன்று கல்வி உலகின் தந்தையானது சமூகக் கேவலமே தவிர வேறு என்ன!) இந்தப் புதிய தலைமுறை என்றாவது SRM பல்கலைக்கழகம் இத்தனை வருஷமாக அடித்த கல்விக்கொள்ளையைப் பற்றிப் பேசுமா? இத்தனை வருடங்களாக மெடிக்கல் சீட்கள் மூலம் கோடிக்கணக்கில் அடித்த கொள்ளையைப் பற்றி விவாதம் நடத்துமா? நடத்தாது. பின் இதில் வேலை செய்பவர்கள் எந்தப் பத்திரிக்கை துறையின் தர்மத்தின் கீழ் வேலை செய்கிறார்கள்? ஒரு நல்ல நேர்மையான மனிதன் என்றால் அதைச் செய்தியாக வெளியிட வேண்டும்; விவாதம் செய்ய வேண்டும் தானே? அப்போ இந்தச் செய்தி நிறுவனத்தில் வேலை செய்யும் எல்லோரும் தங்கள் முதலாளி கொடுக்கும் பணத்துக்கு வேலை செய்யும் ஊழியர்கள் தவிர அதைத் தாண்டி எதுவும் இல்லை.

2. நியுஸ்-7 - மணல் மாஃபியா வைகுண்ட ராஜனின் செய்தி நிறுவனம்.

வாய்கிழிய வசனம் பேசும் இந்தச் செய்தி நிறுவனத்தில் வேலை செய்யும் எவரையாவது ஒரு நாள் வாயைத் திறந்து இவர் முதலாளி நடத்தும் இடங்களில் நடந்த IT ரெய்ட் பற்றிப் பேசச் சொல்லுங்கள். வராது... வாயில் வார்த்தையே வராது. காரணம் வார்த்தைகள் இல்லை என்பதால் அல்ல. வயிற்றுக்கு வேறு பிழைப்பு இல்லை. எனவே, இந்தப் பிழைப்புக்கு ஏற்ற வேடம் போடவேண்டும் அல்லவா அதான். வேறு எதுவும் இல்லை.

எனவே, இப்படி இங்கே உள்ள செய்தியாளர்கள் என்ற பெயரில் பெரும்பாலும் ஒரு வெட்கம் கெட்ட கூட்டம்தான் வாயை வைத்துப் பிழைப்பு நடத்துகிறது என்பது நிதர்சனமான உண்மை. செய்திகளை எப்படித் திரித்துப் பெரிதாக்குவது, TRP rating எப்படி கூட்டுவது எல்லாமே இங்கே உள் நோக்கங்களுடனே திட்டமிடப்படுகின்றன.

முக்கியமான உண்மையை அனைவரும் கட்டாயம் உணர வேண்டும்:

2012ஆம் ஆண்டு இரண்டு தலைமை பத்திரிகையாளர்கள் வழக்குப் பதிவு செய்து கைது செய்யப்பட்டார்கள். காரணம் ஒரு தொழில் அதிபரை 20 லட்சம் பணம் கேட்டு மிரட்டினார்கள் என்று. அந்தத் தொழில் அதிபர் ஒரு பெண்ணுடன் கள்ள உறவு வைத்திருந்தார் என்பது தகவல். அதற்கான ஆதார வீடியோ இந்தச் செய்தியாளர்களிடம் உண்டு. அந்த வீடியோவை வைத்து மிரட்டி முதலில் சில லட்சம் பணம் பறித்துள்ளார்கள். அதன் பின் மீண்டும் பணம் கேட்டு மிரட்ட - புகாரின் பேரில் கைது. இதில் முக்கியமான விஷயம் என்ன தெரியுமா? இரண்டு செய்தியாளர்களுமே வேறு வேறு செய்தி நிறுவனத்தைச் சார்ந்தவர்கள்: ABP News, India TV. அதாவது நொய்டாவை தலைமையிடமாகக் கொண்ட India TV பத்திரிகையாளரும் - கொல்கத்தாவைத் தலைமையிடமாகக் கொண்ட ABP News என்ற இரண்டு வேறுபட்ட நிறுவனங்களின் உயர் அதிகாரிகள் கைது செய்யப்பட்டனர்.

இதற்குப் பெயர் : investigative journalism. அதாவது, தொடர்ந்து ஒரு விவகாரத்தைப் புலன் விசாரணை செய்து முழுக் கதையையும் மக்களுக்கு ஆதாரத்துடன் வெளியிட்டுச் செய்தியின் முழு உருவத்தை உடைத்துக் காட்டுவது. ஆனால் இந்தியாவில் இதற்குப் பெயர் 'சமூகத்தில் பெரிய நபர்களின் பின்புலம், அவர்கள் ரகசியம், அவர்கள் கள்ள உறவு என்று தேடி அலைவது... இதன் மூலம் அந்த நபர்களை மிரட்டிக் காசு பிடுங்குவது... உங்கள் வாழ்க்கையையே நாசம் செய்வோம் என்று வெளிப்படையாக மிரட்டிக் காசு பறிப்பதுதான் இங்கே investigative journalism. சில குழுக்கள் news agencies என்ற பெயரில் முழு நேரம் இதே வேலை செய்கிறது.

உழைக்காமல், எப்படி அடுத்தவன் வீட்டு விவகாரத்தை வைத்துக் காசு சம்பாதிப்பது என்ற கூட்டம் இது. பல விவகாரம் வெளியில் வரவே வராது. ஏன் என்றால் அனைத்துச் செய்தி நிறுவனங்களிலும் இந்த விதமான செய்தி சேகரிப்புக் கூட்டம் உண்டு. ஒருத்தருக்கு ஒருத்தர் இசைந்து போவது ஒரு தந்திரம். கவனத்தில் கொள்ளவேண்டிய இரண்டு விஷயங்கள்: 1) இது தனி ஒரு பத்திரிகையாளருடைய தவறு என்று நினைக்காதீர், 2) அடுத்து 20 லட்சம் தானே என்று நினைக்காதீர்.

சமூக ஆர்வலர் என்று திரிபவர் பலரின் பின்புலத்தில் இந்தச் செய்தி நிறுவனங்களின் கூட்டு உண்டு. இயற்கை ஆர்வலர் என்ற பெயரில் போய் எதையாவது சொல்லிப் போராட்டம் தூண்டலாம் - அதை ஆனந்த விகடன்போன்றவர்கள் விரிவாகச் செய்தி வெளியிட்டு மிரட்டுவர். பெரும் நிறுவனங்களைப் பொறுத்தவரை முதலீட்டாளர்கள் மீது அச்சம் கொண்டு ஒரு காலத்தில் இவர்களுக்குப் பெரும் தொகையை வழங்கி வந்தார்கள் என்பதுதான் உண்மை. ஆனால் இப்போது ஒன்று இரண்டு என்றால் சரி. ஒரு டஜன் குழுக்கள் செய்தி நிறுவனம் என்ற பெயரில் இறங்கி விட்டதால் நிறுவனங்கள் விலகி நிற்கிறார்கள். இங்கே இந்த இயற்கை ஆர்வலர்கள் என்று உழைக்காமல் சொகுசாகத் திரிந்து எந்நேரமும் இயற்கை என்று பேசிக் கதை அளப்பவனை நம்பாதே.

எனவே செய்தி நிறுவனங்கள் மற்றும் பத்திரிகையாளர்களின் இலக்கு முதல் வியாபாரமே.

'சமூகத்தில் அரசியல்வாதிகள், திரைப்பட நடிகர்கள் - நடிகைகள், விளையாட்டு வீரர்கள் என்று பிரபலமானவர்கள், தொழில் அதிபர்கள் இப்படிப் பிரபலமான மனிதர்கள் பின்னால் இருக்கும் ரகசியத்தைத் தேடித் தெரிந்துகொள்ள வேண்டும். அதை வைத்து மிரட்டிக் காசு பார்க்கவேண்டும்... இது நீக்கமற இந்த நாடு முழுவதும் எல்லாச் செய்தி ஊடகத்திலும் நடக்கிறது என்பதுதான் உண்மை'. இதில் பெண் பத்திரிகையாளர்கள் தனி ரகம்.

பணம் பறிப்பது மட்டும்தான் பணம் சம்பாதிக்கும் வழியா? இல்லை. அரசியல் கட்சிகள், பிரபலங்கள் என அனைவரிடமும் அவர்களுக்கு ஆதரவாகச் செய்திகள் வெளியிடவும் பணம் பெறுகிறார்கள். பொதுவாகச் செய்தி நிறுவனங்கள் நல்ல விஷயம் சொல்வதை விடக் கெட்ட விஷயங்களை வேகமாக எளிதாக மக்களிடையே பரப்ப முடியும்.

'நாடு, குடும்பம் நல்லா இருக்கு என்று செய்தி போட்டால் பார்ப்பவர்களைவிட நாடு, குடும்பம் நாசமா போச்சு என்று போட்டால் பார்ப்பவர் அதிகம்.' எனவே இந்த எதிர்மறை பிரசாரம்தான் செய்தி ஊடகங்களின் பலமே தவிர நல்ல விஷயங்கள் பேசுவது அல்ல.

எந்தக் கட்சி க்கு ஆதரவாகப் பேச வேண்டும் என்பது விஷயம் அல்ல. எந்தக் கட்சிக்கு எதிராகப் பேச வேண்டும் என்பதுதான் முக்கியம். இதை முடிவு செய்வது இந்த டீவி முதலாளிகள் - அந்த முதலாளிகளுக்கு அவர்கள் வீட்டு நாய்க் குட்டிபோல் வேலை செய்வது இந்தப் பத்திரிகையாளர்கள், செய்தியாளர்கள் வேலை. தேர்தல் நேரங்களில் முதல் செய்தி தொடங்கி முடிவு செய்திவரை அனைத்துக்கும் காசு வாங்கும் கூட்டமே இங்கே இருக்கு. தேர்தல் வந்தால் மக்கள் குஷியாக

இருப்பார்களோ இல்லையோ செய்தி நிறுவனம் அனைத்துக்குமே கொண்டாட்டம்தான்.

இது மட்டும் அல்ல; ஷேர் மார்க்கெட் முதல் IPL கிரிக்கெட் போட்டிவரை அனைத்திலும் இவர்கள் செய்தி பரப்பிக் காசு சம்பாதிக்கும் யுக்தி அடக்கம். வெறும் விளம்பரம் மட்டும்தான் இவர்கள் வருமானம் என்று நினைக்க வேண்டாம். பல ஆயிரம் வழி இருக்கு இங்கே செய்தி நிறுவனம் நடத்திக் காசு பார்க்க.

24 மணி நேரமும் செய்திகளைப் படித்துக்கொண்டே இருக்காதீர்கள். ஒரு வாரம் மட்டும் எந்தச் செய்தியையும், எந்த விவாதமும் பார்க்காமல், படிக்காமல் இருந்து பாருங்கள். அப்போது தெரியும் வாழ்வு எவ்வளவு நிம்மதியாக இருக்கிறது என்று. இந்தத் தலைப்புச் செய்திகளையும், Facebook, WhatsApp, Twitter, இவற்றில் பரவும் செய்திகள், மீம்ஸ், இவற்றையெல்லாம் ரொம்ப சீரியஸாக எடுத்துக்கொண்டு பொங்காதீர்கள்!

இந்தத் தேசத்தைப் பிடித்த வியாதி செய்தி நிறுவனங்கள் - அவை வெளியிடும் விரைவு செய்திகள்.

•

டொமினோ கோட்பாடு

செய்தி: 'சாலையில் டீ குடித்துக்கொண்டிருந்தபோது திருமுருகன் காந்தி திடீர் கைது!'

பொதுவாக உலகளாவிய அளவில் கம்யூனிஸ்ட் இயக்கங்கள், அதன் தீவிரவாத அமைப்புகளான மாவோயிஸ்ட் நக்சல் அமைப்புகள் மேற்கொள்ளும் யுக்தி Domino Theory. அப்படி என்றால் 'நாம் சீட்டுக் கட்டு ஒன்றை வரிசையாக அடுக்கி வைத்துவிட்டு ஒன்றைத் தட்டினால் அனைத்தும் ஒன்றன்பின் ஒன்றாக விழும் அல்லவா' அதற்குப் பெயர்தான் Domino Effect. அந்த முதல் அழுத்தம் எங்கே ஆரம்பம் ஆகிறது என்பதைப் பொறுத்து மொத்தச் சீட்டுக் கட்டும் விழும்.

இதை அப்படியே Domino Theory Politics என்று அரசியல் ரீதியாக எடுத்து சமூகத்தில் பயன்படுத்தும் யுக்திதான் வேறு ஒன்றும் இல்லை.

சரி இதை எப்படி பயன்படுத்துவது? நக்சல் அமைப்புகள் இதை எப்படி பயன்படுத்துகிறார்கள் என்று கூறுகிறீர்கள்?

இதை உணர உங்களுக்கு பல செய்திகளின் உண்மை விவரங்களின் கோர்வை வேண்டும்.

நடைமுறையில் நீங்கள் தினமும் பார்க்கும் செய்திகள், அதனையொட்டி ஏற்படும் நிகழ்வுகள், நகர்வுகள் அனைத்தையும் ஒரு வலைப் பின்னல் மூலம் இணைத்துப் பார்த்தால் உங்களுக்கு ஒரு தெளிவான அரசியல் சித்திரம் கிடைக்கும். அதனைக் கொண்டே இந்த விவகாரத்தை உணர முடியும்.

1. தலைப்புச் செய்தி உளவியல் வியூகம்

தமிழ் நாட்டில் செய்திகள் எப்படி மக்களுக்குக் கொடுக்கப்படுகின்றன என்று பாருங்கள். செய்திகளைச் செய்திகளாகக் கொடுக்காமல் செய்தி வெளியிடுபவர்கள் தங்கள் எண்ணத்தைச் செய்தியாக வெளியிடுவது தெரியும்.

திருமுருகன் காந்தி கைது. அல்லது திருமுருகன் காந்தி தமிழர் விடியல் கட்சி நடத்திய போராட்டத்தில் வன்முறையைத் தூண்டினார் என்ற காரணத்தால் போலீஸ் கைது செய்ததாகத் தகவல். இப்படிக் கொடுக்கப்படவேண்டிய செய்தியை விகடன் அல்லது One Tamil அல்லது தி ஹிந்து எப்படி வெளியிடுகிறார்கள்?

'சாலையில் டீ குடித்துக்கொண்டிருந்தபோது திருமுருகன் காந்தி திடீர் கைது!'

தலைப்புச் செய்தி உளவியல் வியூகம் என்று ஒன்று இருக்கிறது. 'மக்கள் செய்தியைப் படிக்கக்கூடாது. நாம்என்ன சொல்கிறோமோ அதை மக்கள் செய்தியாக எடுத்துக்கொள்ளவேண்டும்'. இந்தக் கேடுகெட்ட உளவியல் தந்திரத்தைத்தான் இந்தச் செய்தி ஊடகங்கள் செய்கிறார்கள்.

ஆக மக்களுக்குத் மக்களுக்குத் தலைப்பைப் படித்த உடன் செய்தி எப்படி போகும்? சும்மா டீ குடித்துக் கொண்டு இருந்தவரைப்போய் எதுக்கு கைது செய்ய வேண்டும் என்று உடனடியாக ஒரு எண்ணம் மக்களுக்குள் ஓடும். கைது செய்யப்பட்டவர் மேல் ஒருவித பரிதாபம் ஏற்படும். கைது செய்த அரசு மேல் கோபம் வரும். இதுதான் செய்தி வெளியிட்டாளர்களுக்கு வேண்டும். ஒரு விஷயத்தைக் கேட்டுவிட்டு அதற்கு சரி தவறு என்று பேசும் குணம் பொதுவாக மக்களுக்கு உண்டு. அதில் எந்தத் தவறும் கிடையாது. ஆனால் பிரச்னை எங்கு வருமென்றால் ஒரு விஷயத்தை முழுவதுமாக ஆராயாமல் சட்டென்று ஒரு முடிவுக்கு வந்துவிடுவார்கள். ஏன் கைது செய்தது அரசு என்று யோசிக்காமல் டீக்கடையில் சாதாரணமாக இருந்தவரைப் போய் கைது செய்வதா என்று மனம் சட்டென்று ஒரு முடிவுக்கு வந்துவிடும்.

இந்த பலவீனத்தைத்தான் மிக மிகத் தந்திரமாக இடதுசாரிகள் பயன்படுத்துகிறார்கள்.

2.செய்திக்கு அதிகம் அதிர்வை உருவாக்குவது:

முதலில் தந்திரமாகத் தலைப்புச் செய்தியைக் கொடுத்து அதில் என்ன உணர்வை ஏற்படுத்த விரும்புகிறார்களோ அதை மேலும் வலுவாக்க இடதுசாரிகள் என்ன செய்வார்கள் என்றால் உடனடியாக மக்கள் மத்தியில் பிரபலமாக இருக்கும் நபர்களை இந்த விஷயத்தில் அதே கோணத்தில் பேச வைப்பார்கள்.

தமிழ் நாட்டில் பொதுவாக நடிகர்கள் நடிகைகள், சினிமா பிரபலங்கள். மற்ற நாடுகளில் விளையாட்டு வீரர்களைப் பேச வைப்பார்கள்.

எடுத்துக்காட்டு செய்தியாளர்கள் AR ரஹ்மானிடம் போய் கௌரி லங்கேஷ் என்ற பத்திரிகையாளர் கொலை செய்யப்பட்ட விவகாரத்தில்

சென்று கருத்துக் கூறக் கேட்பார்கள். ஆனால் பாவம் AR ரஹ்மானுக்கு கௌரி லங்கேஷ் ஒரு தீவிர மாவோயிஸ்ட் நக்சல் ஆதரவாளர் என்பது தெரிந்திருக்காது. கடைசி காலத்தில் கௌரி லங்கேஷ் நக்சல் அமைப்புக்கு எதிராகச் செயல்பட்டதும் தெரிந்திருக்காது.ஆனால் அவர் என்ன கூறுவார்? இதுபோலக் கொலைகள் நடக்கக்கூடாது என்று கூறுவார்.

ஆனால் இந்தியன் எக்ஸ்பிரஸ்போன்றவை எப்படிச் செய்தி வெளியிடும் தெரியுமா: 'இது எங்கள் இந்தியா இல்லை' ஏ.ஆர்.ரஹ்மான் காட்டம்!

நீட் தேர்வு விவகாரத்தைத் தூண்டிவிட யாரைப் பயன்படுத்தினார்கள்? எல்லோருமே நடிகர்கள்தான். அவர்கள் கருத்தைத்தான் அதிகம் செய்தியாகப் பரப்பினர். சூர்யாவிடம் பேட்டி எடுத்து வெளியிட்டனர் தி ஹிந்து. நீட் தேர்வு சார்ந்து யாரால் தெளிவாக விளக்கம் கொடுக்க முடியும்? உண்மையில் இந்திய மருத்துவக் கழகத்தில் இருக்கும் Regulatory Body நபர்களால்தான் விளக்கம் தெளிவாகக் கொடுக்க முடியும். மருத்துவப் பல்கலைக் கழகப் பேராசிரியர்கள் கொடுக்க முடியும். ஆனால் ஏன் நடிகரிடம் பேட்டி?

நடிகர்களைப் பொறுத்தவரை அவர்கள் பிரபலமாக இருக்கும்வரை தான் விளம்பரத்தில் ஆரம்பித்துப் பட வாய்ப்புகள்வரை வரும். எனவே, நடிகர்கள் என்ன சொல்வர்? உணர்வுபூர்வமான விவகாரத்தில் உணர்ச்சிபூர்வமாக எதையாவது பேசுவார்கள். மக்களுக்கு அதுதானே பிடிக்கும். எனவே, மக்களுக்குப் பிடித்த நடிகராக இருந்துவிட்டுப் போவதுதான் எளிய வழி. எனவே நானும் கருத்துக் கூறுகிறேன் பேர்வழி என்று போராட்டங்களுக்கு ஆதரவாகக் குரல் கொடுப்பார். இந்த சதிஷ் என்ற காமெடி நடிகர் தொட்டு இசையமைப்பாளர் ஜீவி பிரகாஷ்வரை எல்லோரும் இந்த வகையைச் சார்ந்தவர்கள் தான்.

இதைப் பயன்படுத்தி மக்கள் மத்தியில் இன்னும் அதிகம் பரபரப்பும் அதிருப்தியும் உருவாக்குவர்.

இந்த இடத்தில் நான் உங்கள் அனைவரிடமும் ஒரு நியாயம் கேட்கவேண்டும்.

2017ல் பெங்களூர் JCBM College மாணவர் அபிஷேக் தற்கொலை செய்துகொண்டார். இவர் ABVP என்ற வலதுசாரி இயக்கத்தைச் சார்ந்தவர். இவர் பட்டியல் ஜாதிக்காரர் இல்லை.

2016ல் ஹைதராபாத் மாணவர் ரோகித் வெமுலா தற்கொலை, Ambedkar Students Association அமைப்பில் இருந்தவர். கம்யூனிஸ்ட் இயக்கங்களுடன் பயணித்தவர். மிக முக்கியம் இவர் நாடாளுமன்றத் தீவிரவாதத் தாக்குதலுக்குக் காரணமான அஃப்சல் குரு என்ற

தீவிரவாதியைத் தூக்கில் போடக்கூடாது என்று போராடியவர். அதை விட முக்கியம் இவர் தலித்.

இவருடைய தற்கொலையை இந்தியா முழுவதும் விவாதம் ஆக்கி, நரேந்திர மோதி அரசைப் பதவி விலகச் சொல்லிப் போராட்டம் நடத்தியது நினைவிருக்கும் என்று நினைக்கிறேன். அதில் கம்யூனிஸ்ட், இடதுசாரி பத்திரிகைகள், தலித் அமைப்புகள் என்று பெரும் கூட்டமாகப் போராடினர்.

ஆனால், எந்த நடிகரும், மாணவரும் தெருவில் வந்து இந்த அபிஷேக் மரணத்துக்குக் குரல் கொடுக்கவில்லையே? ஏன்? தலித் இல்லை, கம்யூனிஸ்ட் இல்லை என்பதாலா? மற்ற மாணவர்கள் மரணத்தையும் தலித் மரணத்தையும் வேறு வேறாகக் கையாளும் செய்தி ஊடகங் களைக் கையில் வைத்துள்ள இடதுசாரிக் கூட்டத்தின் இந்தச் செயலில் என்ன நியாயம் இருக்கிறது? இது செய்தி ஊடக தர்மமா? விடை உங்களிடமே விட்டுவிடுகிறேன்.

தனித்தனியான செய்திகள், நிகழ்வுகளை ஒருங்கிணைத்துப் பார்த்தல்

கேரள மாநிலத்தின் EP ஜெயராஜன் என்பவர் தன்னுடைய சொந்தக்காரர்களை முக்கிய அரசு துறைகளின் தலைமைப் பதவிகளில் அமர்த்தினார் என்பது ஒரு சர்ச்சைச் செய்தி.

யார் இந்த ஜெயராஜன்? இவர் கேரள முதல்வராக இருக்கும் கம்யூனிஸ்ட் தலைவர் பினராய் விஜயனின் மிக நெருங்கிய நண்பர். கேரள கம்யூனிஸ்ட் கட்சியில் பினராய் விஜயனுக்கு அடுத்த இடத்தில் இருக்கும் அதிகார பலம் கொண்டவர்.

இப்போது சுமார் பத்து வருடங்களுக்கு முன் வெளியான ஒரு செய்தியை நினைவுக்குக் கொண்டுவாருங்கள். இந்த ஜெயராஜன்தான் 2007ல் என்று நினைக்கிறேன், கேரளா கம்யூனிஸ்ட் கட்சி பத்திரிக்கையான தேசாபிமானிக்கு 2 கோடி ரூபாய் நன்கொடையை ஒரு தொழில் அதிபரிடம் இருந்து ஒரே செக்காக வாங்கிக் கொடுத்தார். எவ்வளவு கடுமையான உழைப்பாளி பாருங்கள்.

அந்த நன்கொடை வழக்கமாக சீனா இங்கே இருக்கும் கம்யூனிஸ்ட் கட்சிகளுக்கு நக்சல், மாவோயிஸ்ட் அமைப்புகள் மூலமாகக் கொடுக்கும் கள்ளப்பணம்தான் என்று பேசப்பட்ட நேரம். அதாவது காந்தி அன்றே கூறியதுபோல 'இந்தியாவில் இருக்கும் கம்யூனிஸ்ட் கட்சிகள் நம்பத் தகுந்தவர்கள் கிடையாது. ஏன் என்றால் அவர்களுக்கு உத்தரவுகள் நாட்டின் வெளியில் இருந்து வருகிறது. மேலும் அவர்கள் தங்கள் நிதி ஆதாரங்களை வெளிப்படையாகத் தெரிவிப்பது இல்லை'.

அதாவது கம்யூனிஸ்ட் கட்சியினர் வெளி உலகுக்குக் காட்டும் முகம் ஒன்று. அவர்களுடைய உண்மை முகம் வேறு என்று கூறினார்.

மாவோயிஸ்ட், நக்சல்போன்ற சீனாவின் ஆதரவு பெற்ற கம்யூனிஸ்ட் தீவிரவாத இயக்கங்களுடன் இந்தியாவில் இருக்கும் கம்யூனிஸ்ட் கட்சி ஆதரவாளர்கள் பலருக்குத் தொடர்புண்டு. தென் இந்தியாவைப் பொறுத்தவரை அந்த அழிவு சக்திகளுக்கு கேரளாதான் சொர்க்க பூமி.

சரி இந்த நன்கொடை யார் வழங்கினார்? அதைக் கடைசியில் பார்ப்போம்.

இப்போது தமிழகத்தின் சில அமைப்புகள் பற்றிப் பார்ப்போம். தமிழக ஒடுக்கப்பட்டோர் விடுதலை இயக்கம் என்று ஒன்று இருக்கிறது. அது ஒரு தலித் ஜாதி கட்சி மட்டும் அல்ல ஒரு தேசப் பிரிவினை கோஷம் போடும் கூட்டம். இவர்களுக்குத் தேவை இந்தியாவில் இருந்து தமிழ் நாடு பிரியவேண்டும்.இதன் தலைவராக இருந்த பொழிலன் யார் என்று இணையத்தில் தேடிப் பார்க்கவும்.

தமிழ் தேசப் பொதுவுடமை கட்சி என்றொரு இயக்கம். இதன் தலைவர் மணியரசன். இவருடைய நோக்கம் என்ன... அதே இந்தியப் பிரிவினை தான். எப்படியாவது தமிழகத்தைப் பிரிக்கவேண்டும். இந்த மணியரசன் யார்? முன்னாள் CPM கம்யூனிஸ்ட் கட்சி உறுப்பினர்.

அடுத்ததாக, தமிழர் விடியல் கட்சி. இதுவும் தனித் தமிழ் நாடு பிரிவினை கோஷம் போடும் இயக்கம்தான். இதுவும் தலித் இயக்கம் என்றுதான் சொல்ல வேண்டும். இந்தக் கட்சியின் ஒருங்கிணைப்பாளர் டைசன் என்பவர்தான் திருமுருகனுடன் கைதாகும் நபர். இதில் இருக்கும் இளமாறன் என்பவரின் பின்புலத்தையும் நீங்களே இணையத்தில் தேடிப் படிக்கவும்.

திருமுருகன் காந்தி ஆரம்பித்த மே 17 இயக்கமும் தலித் அமைப்புதான். இலங்கைத் தமிழருக்குக் குரல் கொடுப்பதாக இயக்கத்தை ஆரம்பித்து விட்டு இந்தியப் பிரிவினைக்கு வேலை பார்க்கும் இன்னொரு அமைப்பு.

இவைபோல் சுமார் ஒரு டஜன் இயக்கங்கள் இப்படி வேறு வேறு பெயரில் இருக்கின்றன. அதன் தலைமையில் இருப்பவர்கள் பெரும் பாலும் தலித்கள், முன்னாள் கம்யூனிஸ்ட்கள், முன்னாள் பெரியாரிய இயக்க உறுப்பினர்களாக இருப்பர்.

சரி இப்போது முதலில் பார்த்த கம்யூனிஸ்ட் கட்சிக்கு நன்கொடை விவகாரத்துக்கு வருவோம்:

அந்த நன்கொடை வழங்கிய நபர் வேறு யாரும் இல்லை நம் லாட்டரி அதிபர் மார்ட்டீன்தான்!

இவர் ஹவாலா பணத்தில் ஆரம்பித்து சட்டத்துக்குப் புறம்பான வேலைகள் அனைத்திலும் கரை கண்டகேடி. இவருடைய மகன்தான் திருமுருகனுடன் சுற்றித் திரியும் போராளி டைசன்!

இந்த மார்ட்டீன் திமுகவுக்கு அதிகம் நெருக்கமானவர். இவர்தான் ஈழத்தில் தமிழர்கள் கொத்துக் கொத்தாகக் கொல்லப்பட்டபோது, பல தமிழ் அறிஞர்களின் எதிர்ப்பையும் வருத்தத்தையும் மீறி கருணாநிதி தன்னைத் தானே தமிழினத் தலைவராக முடி சூட்டிக்கொள்ள நடத்திய செம்மொழி மாநாட்டின் ஈவண்ட் மேனேஜர். கருணாநிதியின் இரண்டு படங்களைத் தயாரித்தவர். அழகிரிக்கு சொத்து வாங்கிக் கொடுத்த விவகாரத்தில் சர்ச்சையில் மாட்டியவர். இவர் மீது 30க்கும் மேற்பட்ட வழக்குகள் நிலுவையில் உள்ளன.

திமுகவின் தாய்கழகமான திராவிடக் கழகத்தின் நோக்கமும் இந்தியாவில் இருந்து தமிழ்நாடு பிரிய வேண்டும் என்பதே!

2009ல் The Hindu செய்தி நிறுவனத்தின் தலைவர் ராமை சீனாவின் Zhang Yan, Chinese Ambassador to India நேரில் சந்தித்து நன்றி தெரிவித்துச் சென்றார். அடிக்கடி சந்திப்பும் நடக்கும். என்றாவது The Hinduவில் திபெத் மக்களுக்கு எதிராக சீனாவின் அட்டூழியத்தைக் கண்டித்துக் கட்டுரை வந்ததுண்டா?

ஆக கம்யூனிஸ்ட் - பெரியார் பிள்ளைகள் - தலித் அமைப்புகள் - நக்சல்- இடது சாரி செய்தியாளர்கள் கூட்டணியில் ஒரு network அமைத்து வரும் செய்திகளைச் சிந்திக்கவும்.

மேற்சொன்ன அனைத்தையும் ஒன்றிணைத்துப் பாருங்கள், இங்கே மக்கள்-மாணவர்கள் சீட்டுக் கட்டுபோலத் தான். தலைப்புச் செய்திகள், போராட்டம், நடிகர் நடிகை கருத்து இவைதான் முதல் அழுத்தம்.

இந்த அழுத்தம் மூலம் சீட்டுகள் எல்லாம் ஒன்றை ஒன்று chain reactionபோல வீழ்த்தும் யுக்திதான் Domino Theory. கொஞ்சம் பொறுமையாக யோசிக்கவும். உங்கள் முடிவுகளை Domino Theory மூலம் செய்தி நிறுவனங்களை வைத்துக்கொண்டு இந்தச் செய்தி யாளர்கள் எடுக்கவைக்கிறார்கள். இது உங்களுக்குப் புரிகிறதா?

ஒன்றை நன்கு புரிந்துகொள்ளுங்கள் 'ஜாதி ஒழிக்கவேண்டும்- அதற்காக தலித் என்ன சொன்னாலும், செய்தாலும் நியாயம் என்று தலையை ஆட்ட முடியாது'. இங்கே தீண்டாமை 99% ஒழிக்கப்பட்டுவிட்டது. ஆனால் பழைய வரலாற்றை எதற்கெடுத்தாலும் சொல்லிச் சொல்லியே ஆதாயம் தேடுவது ஏற்புடையது அல்ல. பொருளாதார முன்னேற்றம் கிடைக்கத் தேவையான அனைத்துச் சலுகைகளும் இங்கே உண்டு.

அதைப் பயன்படுத்திப் பொருளாதார முன்னேற்றம்தான் அடைவது தான் தேவை.

இதே இந்திய மக்கள்தான் இடஒதுக்கீடு அமலாக்கப்பட்டபோது அமைதியாக ஏற்றுகொண்டவர்கள். இந்த தேசம்தான் சட்டத்தின் மூலம் அனைத்து இடங்களிலும் தீவிரமாகத் தீண்டாமையை ஒழித்து உரிமைகள் மீட்க வழி செய்திருக்கிறது. ஜாதி இருக்கிறது; ஆனால் தீண்டாமை கிடையாது. ஜாதியும் அழியும். இந்தப் பெரும் வரலாற்றில் அதன் அழிவு நடந்தே தீரும். ஆனால் அதைக் காரணம் காட்டித் தேசத் துரோக வேலையில் இளைஞர்கள் சென்றால் அதை ஏற்கவேண்டிய தேவை கிடையாது

'இந்த ஆளூர் ஷாநவாஸ்போன்ற நபர்களை நம்புவதைக் கொஞ்சம் குறைத்துக்கொள்ளுங்கள். ஏன் என்றால் ஈ.வெ.ராவின் கொள்கை களைப் பேசும் இவர் 'கடவுளைக் கற்பித்தவன் முட்டாள், கடவுளைப் பரப்புபவன் அயோக்கியன், கடவுளை வணங்குபவன் காட்டுமிராண்டி' என்ற அடிப்படைக் கொள்கையை ஏற்பாரா? எனவே அவர் நோக்கம் வேறு. எனவே இவர்கள் இந்த மூட்டிய தீயில் கிடைத்தது லாபம் என்று வேலை செய்யும் கூட்டமும் ஒன்று இங்கே உண்டு. அது மதம் மாற்றத் திரியும் கூட்டம்.

தலித் இளைஞர்கள் கம்யூனிஸ்ட் தீவிரவாதம் - நக்சல் இந்தக் கூட்டத்திடம் இருந்து விலகி இருங்கள். அண்ணல் அம்பேத்கார், அய்யன் காளி, ஸ்ரீ நாராயண குருபோன்ற தேசத்தின் தலைசிறந்த தலைவர்கள்தான் தலித் மக்களுக்கு முன்னோடியாக இருக்க வேண்டுமே தவிர தீவிரவாத, தேசப் பிரிவினைக் கூட்டங்கள் அல்ல.

மாணவர்கள் போராளிகளின் பின்புலம் தெரியாமல் பொங்க வேண்டாம். தலைப்புச் செய்திகளை நம்ப வேண்டாம். பொறுமையாக விஷயம் என்னவென்று தேடித் தெரிந்து தெளிவு பெற்றபின் கருத்துக் கூறும் ஒரு கட்டுபாட்டுக்கு வாருங்கள்.

•

புதிய தலைமுறையின் புரட்டு

புதிய தலைமுறை செய்தி: ‘நியூட்ரினோ ஆய்வுக்குத் தடை’

இதுவா உண்மை செய்தி?

இந்தக் கேவலமான ஊடக சுதந்தரம் இருக்கே... அது இன்னும் எப்படி எல்லாம் இந்த நாட்டைக் கெடுத்து நாசம் செய்யப் போகிறதோ?

நியூட்ரின்னோ விவகாரத்தில் போராளிகள் நீதிமன்றம் எதற்குப் போனார்கள்? மத்திய சுற்றுச்சூழல் அமைச்சகம் கொடுத்த அனுமதியைத் தடை செய்யக்கோரி. ஆனால் அதற்குத் தடை விதிக்க முடியாது - விலங்குகள் பாதிப்பு இருக்கிறதா இருக்குமா என்று ஆய்வு செய்து அவற்றுக்குப் பாதிப்பு இல்லை என்னும் நிலையில் திட்டத்தைத் தடைவிதிக்கத் தேவை இல்லை என்று வந்துள்ளது தீர்ப்பு. அதுவரையில் நிறுத்தி வைக்கச் சொல்லியிருக்கிறது.

ஆகச் செய்தி தலைப்பு எப்படி இருக்கவேண்டும்?

‘நியூட்ரினோ திட்டத்துக்குச் சுற்றுச்சூழல் அமைச்சகம் கொடுத்த அனுமதியைத் தடை செய்ய முடியாது.’ இதுதான் தீர்ப்பு.

பூவுலகின் நண்பர்கள்போலப் பல இயக்கங்கள் எப்படி அணுவுலைக்கு எதிராக மோசமான பரப்புரையைச் செய்து திட்டத்தைத் தாமதப் படுத்தினார்களோ அதேபோல இதுவும் தாமதம் ஆகலாம். ஆனால் நிறுத்தமுடியாது.

வலைதளத்தில் செய்திகள் படிக்கும் மாணவர்கள், இளையவர்கள் அனைவரும் ஒன்றைத் தெளிவாகப் புரிந்துகொள்ளுங்கள்:

இயற்கை ஆர்வலர்கள் என்று சொல்லிவிட்டால் உடனே அவரை நம்பாதீர்கள். என்னவோ அவர்தான் இயற்கையைக் காப்பாற்றப் போவதுபோலப் பேசுவார். எதையும் நம்புவதற்கு முன் கொஞ்சம்

பொறுமை அவசியம். இவர்கள் நீங்கள் எளிதில் நம்புவதால்தான் ஏமாற்ற இப்படி வேடங்களைத் தேடிப் போடுகிறார்கள்.

தெளிவாகப் புரிந்துகொள்ளுங்கள்: சமூக வலைத்தளங்கள் மூலம் வேண்டுமென்றே மக்களிடம் குழப்பத்தைப் பரப்பி அதன் மூலம் இங்கே அர்பன் நக்சல் என்ற கம்யூனிஸ்ட் தீவிரவாதக் கூட்டம் தங்களை இயற்கை ஆர்வலர்கள் என்று பிரபலப்படுத்திக்கொண்டு - மாநிலத்தில் பிரிவினையை விதைக்கிறது.

அவர்கள் பார்முலா மிக எளிது 'எந்தத் திட்டத்தை எல்லாம் அரசால் நிறுத்த முடியாதோ அதை எல்லாம் எதிர்த்து மக்களிடம் குழப்பிப் புரளிகளைப் பரப்பவேண்டும். அதன் மூலம் அரசுக்கும் மக்களுக்கு இடையே பிரச்னை விதைக்க முடியும் - அதை வைத்து மாநில மக்களிடம் தேசத்துக்கு எதிரான கருத்துகளைப் பரப்ப முடியும்'.

இயற்கை ஆர்வலர்கள் என்ற வேடத்தில் இந்தக் கூட்டம் தமிழகத்தில் மட்டுமல்ல; ஏறக்குறைய அனைத்து மாநிலங்களிலும் செய்கிறார்கள். சீனாவின் உதவியுடன் கம்யூனிஸ்ட் பத்திரிகைகளின் ஆதரவுடன் இதைச் செய்கிறார்கள். தமிழகத்தில் புதிய தலைமுறை கார்த்திகை செல்வன்போன்ற கேடுகெட்ட பத்திரிகையாளர்கள் டீவி விவாதங்களில் 'நியூட்ரினோபோன்ற தமிழக மக்களுக்கு எதிரான திட்டங்களை எதிர்த்து ஏன் குரல் கொடுக்கவில்லை என்று மக்கள் கேட்கிறார்கள்' என்று இதுபோல் அடிக்கடி கேட்பதை நாம் பார்க்க முடியும்.

மக்கள் கேட்கிறார்கள் மக்கள் கேட்கிறார்கள் என்று இவர்கள் கேட்கும் பெரும்பாலான கேள்விகள் இவர்கள் உருவாக்கிய கேள்விகளே. இவர்களுக்கு ஏற்ற பதிலைப் பெறுவதற்காக உருவாக்கப்பட்ட கேள்விகள். இது ஒரு ஊடக பயங்கரவாதம். ஆனந்த விகடன் பத்திரிக்கையின் ஸ்டாலின் ஆரம்பித்து புதிய தலைமுறை கார்த்திகேயன்வரை அனைவரும் இந்த வர்க்கம் தான்.

மக்கள் நினைப்பதாகக் கூறி ஒரு கேள்வியைத் திட்டமிட்டு எழுப்பி அதன் மூலம் நியூட்ரினோபோன்ற திட்டங்கள் மக்களுக்கு எதிரானது என்ற பிம்பத்தை வலுவாக விதைப்பது. இந்த மோசமான, கேவலமான, அருவருப்பான, அசிங்கமான, பத்திரிகையாளர்கள் என்ற பெயரில் நாட்டுக்கு எதிராகச் செயல்படுபவர்களை ஓரங்கட்டவில்லை என்றால் சமூகம் நிம்மதியாக இருக்காது.

நாட்டில் அனைத்து ஊடகங்களை ஒழித்து விட்டு தூர்தர்ஷன் மட்டும் இருந்தாலே பாதி நிம்மதி வரும் மக்களுக்கு. ஓவர் கருத்து சுதந்தரம் நாட்டுக்கு நல்லது அல்ல; அதிலும் இந்த ஊடகங்களின் சுதந்தரம் நாட்டைக் கெடுத்து நாசம் செய்யும் வியாதியே தவிர வேறு இல்லை.

NGO என்று ஆரம்பித்து நாட்டுக்கு எதிராக வேலை செய்து நன்கொடை மூலமாகக் கோடிகளைக் குவிப்பது ஒரு பிசினஸ்போல ஆகிவிட்டது இங்கே. Sardar Sarovar Dam கட்டுவதை எதிர்த்து இவர்கள் செய்த பிரசாரம் இருக்கே... அதைவிட வேறு கேவலம் உண்டோ? இன்று இது. நாளை வேறு ஒன்று. இவர்களுக்கு வெற்றி விஷயம் அல்ல - அந்தத் திட்டம் மூலம் எவ்வளவு மக்களிடம் வெறுப்பை நாட்டுக்கு எதிராக விதைப்பதே நோக்கம்.

இறுதியாக:

இந்த மூங்கில் திருடன் பியூஷ் மானுஷ் எல்லாம் இதனால்தான் உங்களை ஏமாற்ற முடிகிறது. ஒருநாள் 'மிகப் பெரிய வெற்றி-காருண்யா ஆக்கிரமித்த இடங்களை மீட்டுவிட்டோம்' என்று பதிவை வெளியிட்டான். என்னடா விஷயம் என்று தேடி அந்தத் தீர்ப்பைப் படித்தால்தான் உண்மை தெரிகிறது.

அதாவது ஏறக்குறைய 800 ஏக்கர் நிலம் ஆக்கிரமிப்பு என்று அதை மீட்கப் போவதாக இவன் கூட்டத்திடமிருந்து குரல் வந்தது. ஆனால் தீர்ப்பில், ஆம் ஆக்கிரமித்துள்ளனர் அளவு 0.19 cent மட்டுமே என்று சொல்லிவிட்டார்கள். அதாவது 'கல்லைக் கொஞ்சம் தள்ளி ஊன்றுங்கப்பா' என்று கூறிவிட்டனர். ஆனால், அதை மறைத்துவிட்டு வெற்றி என்று செய்தியைப் பரப்பினான் இந்த மூங்கில் திருடன். 0.19cent இடத்தை மீட்டதை வெற்றி என்று வெட்கமே இல்லாமல் சொல்ல எப்படி தைரியம் வருகிறது?

10% உண்மை, 90% பொய் எனச் செய்திகள் பரப்பும் இந்தப் பத்திரிகையாளர்கள், இயற்கை ஆர்வலர்கள் என்று திரியும் அர்பன் நக்சல் கூட்டத்திடம் மக்கள் எச்சரிக்கையாக இருக்கவும்.

•

‘தி ஹிந்து’வின் சீன ஆதரவு

செய்தி: ‘பக்கத்து நாடுகளின் ஆதரவை இழக்கிறோமா?’ - சுஹாசினி ஹைதர், தி ஹிந்து

சுஹாசினி ஹைதர் The Hindu வில் எழுதிய கட்டுரை படித்தேன். என்ன சொல்ல? சுப்ரமணிய சுவாமிக்கு இப்படி ஒரு பிள்ளை. கடவுளே!

நான் என் விமர்சனத்தை முன் வைக்கும் முன்னர் The Hindu ராம் அவர்களைக் கேட்கிறேன் ‘சீனாவின் அடிமையாக இங்கே இருப்பதற்கு நீங்கள் சீனாவுக்கே போய்விடலாமே. உங்களுக்கும் நிம்மதி; இந்திய மக்களுக்கும் நிம்மதி. அப்படி என்ன வேண்டி இருக்கு சீனாவுக்கு இங்கிருந்துகொண்டு வக்காலத்து வாங்க!’

இந்த ‘தி ஹிந்து’வில் வெளியான கட்டுரையில் சுஹாசினி ஹைதர் கூறுகிறார்: நாம் அண்டை நாடுகளுடன் உறவில் பெரிய ஆதரவை இழக்கிறோம் என்று.

இவர் முன் வைத்த முக்கியமான குறைகள்:

1. அமெரிக்க ஐரோப்பிய ஆதரவு நடவடிக்கையால் நாம் அண்டை நாடுகள் உறவை இழக்கிறோம்.

2. சீனாவை ராஜதந்திரரீதியில் தோல்வியுறச் செய்ய முடியாது என்பதையும் இந்தியா ஒப்புக்கொள்ள வேண்டும்.

3. பூடானுக்கு ஆதரவாக இந்தியா களமிறங்கிய செயலை முன்னுதாரண மாகக் கொண்டு சீன ராணுவம் பாகிஸ்தானுக்கு ஆதரவாக வரும்.

4. அண்டை நாடுகளான ஸ்ரீலங்கா, மாலத்தீவு இரண்டிலும் சீன நிறுவனங்கள் அதிகம் project கிடைத்திருக்கிறது.

இது எனது பதில்:

பூடானுக்கு ஆதரவாக இந்தியா இந்த விவகாரத்தில் சென்றதில் இப்போ The Hindu பத்திரிகைக்கு என்ன பிரச்னை? முன்னர் திபெத் நாட்டை ஆக்கிரமித்து அந்த நாட்டை வாரிச் சுருட்டியது சீனா. அன்று நேரு அந்த மக்களைக் கைவிட்டதுபோல இப்போது நரேந்திரமோதி யும் கைவிடவேண்டும் என்று கூறுகிறீரா!

அந்த மக்களுக்கு ஒரு வார்த்தை ஆதரவாக என்றாவது உங்கள் பத்திரிகை வாயைத் திறந்தது உண்டா? அங்கே திபெத் மக்களுக்கு எதிராக நடக்கும் சீன ராணுவத்தின் அடாவடித்தனத்தை என்றாவது உங்கள் பத்திரிகை கேள்வி எழுப்பியது உண்டா?

இந்தியாவில் வடக்கே NDTV இருக்கிறது என்றால் தெற்கே The Hindu இருக்கிறீர் சீனாவுக்கும் பாகிஸ்தானுக்கு சலாம் போட.

பூடானுக்கு ஆதரவாக இந்தியா சென்றதுதான் சரி. இப்போ இந்தியாவின் நிலைப்பாட்டைத்தானே சீனா ஒத்துக்கொண்டுள்ளது!

இதனால் இந்தியா தன் நேச நாடுகளைப் பாதுகாக்கும் விஷயத்தில் பின்வாங்காது என்ற செய்தி உலகத்துக்கு முக்கியமாக ஆப்ரிக்க, தெற்காசிய நாடுகளுக்கு கொடுக்கப்பட்டுவிட்டது. மேலும் தெற்காசியாவில் இந்தியாவின் ராணுவ பலத்தைக் குறைத்து மதிப்பிடக் கூடாது என்று செய்தியும் சேர்த்துக்கொடுத்துவிட்டது.

இப்போ இதில் எங்கே இந்தியா அல்லது நரேந்திர மோதி அரசு தவறு செய்தது?

இதை எழுத வெட்கமே இல்லையா The Hindu பத்திரிகைக்கு.

மாலத்தீவு தீவைச் சுற்றுலாத்தலமாக 50 ஆண்டுகளுக்குப் பராமரிக்கும் குத்தகையும் சீனாவுக்குக் கிடைத்திருக்கிறது. இந்தியாவுக்கு இந்த project கிடைக்கவில்லை என்று குற்றம் சொல்கிறீர். இதனாலேயே எப்படி இந்திய மாலத்தீவு உறவு சரி இல்லை என்று கூற முடியும். வெறும் ஒரு திட்டம் கிடைக்கவில்லை என்றால் உறவு போச்சு அப்படின்னு கதை அளப்பது எதனால்?

அதே மாலத்தீவு அதிபர்தான் ‘இந்தியாவுக்கும் எங்களுக்குமான உறவு 2000 வருடங்களுக்கும் மேலான இயற்கையான உறவு’ என்றும் சொல்லியிருக்கிறார். அதுவும் இந்த டோக்லாம் பிரச்னை உருவான பின் சமீபத்தில் இப்படிக் கூறினார்.

அடுத்து இலங்கை ஹம்பனதோட்டத் துறைமுகக் கட்டுமானத் திட்டத்தை நாம் இழந்தோம் என்று கூறுகிறீர்.

நான் கேட்கிறேன் அந்தத் திட்டம் போச்சு; இந்த project கிடைக்க வில்லை என்று கூப்பாடு போடும் நீங்கள் தானே உள்நாட்டில் ONGC, GAILபோன்ற நமது அரசு நிறுவனத்துக்கு எதிராகப் போராட்டங் களைத் தூண்டிவிடும் நக்சல்களுக்கு ஆதரவாக எழுதுகிறீர். அதைக் கண்டித்து இதே வாயைத் திறக்கலாமே

அதாவது 'நம் நாட்டின் நிறுவனங்களை நாமே நம்பவில்லை என்றால் எப்படி அடுத்த நாடுகள் நம்பும். நாம் எப்படிப் பொருளாதார முன்னேற்றம் அடைவது. எனவே மக்கள் நம் அரசு நிறுவனங்களான ONGC, GAIL, NPCILபோன்ற நிறுவனங்கள் மேற்கொள்ளும் பணிகளுக்கு ஒத்துழைப்புக் கொடுக்கவேண்டும்' என்று ஒரே ஒரு கட்டுரை எழுதுங்க பார்க்கலாம் உங்க நாட்டுப்பற்றை நானும் பார்க்கிறேன்.

உள்நாட்டில் அரசு கொண்டுவரும் திட்டங்களை எதிர்ப்பது, வெளிநாடு களில் திட்டங்கள் கிடைக்கவில்லை என்றால் குறை சொல்வது - அப்படிக் கிடைத்தால் உள்நாட்டில் மக்கள் விவசாயிகள் பிரச்னையைப் பார்க்காமல் அங்கே இன்னொரு நாட்டில் இவ்வளவு பணத்தை முதலீடு செய்யலாமா என்று கிளப்பி விடுவது.

அடுத்து இந்த projects எடுத்துச் செய்ய ஆகும் செலவு குறைந்தது 28,000 கோடி.

சரி அப்படி இந்தியா இந்தத் திட்டத்தை ஒருவேளை கைப்பற்றி இருந்தால் என்ன வரும் செய்தியில்?

இலங்கை அரசு தமிழர்களைக் கொல்கிறது - இந்தியா அவர்களுக்குத் துறைமுகம் கட்ட 28,000 கோடி கொட்டிச் செலவு செய்கிறது என்று உடனே திரிக்க மாட்டீர்களா என்று மனசாட்சியைத் தொட்டுச் சொல்லுங்கள். ஆனந்த விகடன் எல்லாம் நாலு பக்கத்துக்குச் சிறப்புத் தொகுப்பே போட்டுவிடுவார்கள். சும்மாவா காசு பணம் துட்டுக் கிடைக்கும் என்றால் நாலு பக்கம் இல்லை மொத்த ஆனந்த விகடனும் 'கவர்' ஸ்டோரி தான்.

அடுத்து சீனாவை ராஜதந்திரரீதியில் தோல்வியுறச் செய்ய முடியாது என்பதையும் இந்தியா ஒப்புக்கொள்ள வேண்டும்.

யார் இந்தியா இதை ஒத்துக்கொள்ள வேண்டுமா?

தி ஹிந்து பத்திரிகையியை நான் கேட்கிறேன், உங்களுக்கு வெட்கமே இல்லையா இப்படி நாட்டுக்குள் உட்கார்ந்து கொண்டு நாட்டுக்கு எதிராக வேலை செய்ய?

இந்த டோக்லம் விவகாரத்தில் ஜப்பான் இந்தியாவின் நிலைப் பாட்டுக்கு ஆதரவு குரல் எழுப்பியது. அமெரிக்க ஐரோப்பிய

தேசங்களின் மறைமுக ஆதரவு குரல்தான் இது என்று அனைவருக்கும் தெரியும். உலகின் வலுவான பொருளாதார பலமும், ராணுவபலமும் கொண்ட நாடுகளின் ஆதரவு எப்படி இந்தியாவுக்கு இந்த டோக்லாம் விவகாரத்தில் கிடைத்தது?

இது உங்கள் கண்ணுக்கு ராஜதந்திரரீதியில் வெற்றியாகத் தெரிய வில்லையா? ‘ சீனா ராஜதந்திரரீதியில் தோல்வியைச் சந்தித்து விட்டது’ என்று எழுதலாமே? உங்கள் சீனாவின் கம்யூனிஸ்ட் பாசம் எழுதத் தடுக்கிறதோ?

இந்தக் கட்டுரை எழுதிய சுஹாசினி ஹைதர் அவர்களுக்கு,

‘Mystify, mislead and surprise the enemy' என்று நரேந்திரமோதி பிரதமரான சமயம் நீங்கள் எழுதிய கட்டுரை இன்றும் நினைவில் உள்ளது. பாகிஸ்தான் எல்லை தாண்டிய தீவிரவாதம் தங்கள் கண்ணுக்குத் தெரிவது இல்லை. ஆனால் பாகிஸ்தானை இந்தியா தவறாக நடத்துகிறது என்ற வருத்தம் வெளிப்பட்டிருந்தது அந்தக் கட்டுரையில். பாகிஸ்தான், சீனா மேல் அப்படி என்ன பாசம் உங்களுக்கு என்று கேட்க மாட்டேன், ஆனால் எதற்கு இந்தியாவில் இருக்கவேண்டும் என்று கட்டாயம் கேட்பேன்.

உங்களுக்கெல்லாம் உங்க அப்பா பெயர், அவர் அடையாளம் இல்லை என்றால், இந்த நாட்டில் எவராலும் மதிக்கப்படாதவராகத் திரிந்திருப்பீர்.

வெளியுறவுக்கொள்கை என்றால் என்னவென்றே தெரியாது. ஆனால் நாங்க சீனாவுக்கு ஆதரவா எழுதுவோம் என்ற தொனியில் எழுதப் பட்டிருக்கும் இந்தக் கட்டுரை ஒரு பெரிய பிதற்றல்.

நாட்டின் முதுகில் குத்தும் வேலையைச் செய்யும் நக்சல், மாவோஸ்ட் தீவிரவாதிகள் மட்டும் அல்ல NDTV, The Hindu போன்ற செய்தி நிறுவனங்களும் மோசமான எதிரி என்பது வெட்ட வெளிச்சம்.

•

உண்மையும் திரிபும்

செய்தி: 'விளம்பரத்துக்காக நரேந்திர மோதி அரசு ரூ.4,343 கோடி செலவு!'

உண்மைதான் செலவு செய்துள்ளார்கள். ஆனால் எதற்காகச் செய்திருக்கிறார்கள். மத்திய அரசின் மலிவு விலை மருந்துக் கடைகள் மூலம் மருந்து பொருட்கள் குறைந்த விலையில் கிடைக்க வழி செய்துள்ளது நரேந்திர மோதி அரசு. அதாவது புரியும்படிக் கூறினால் Ciprofloxacin என்ற மாத்திரையின் விலை 55 ரூபாய் என்றால் மத்திய அரசின் மருந்துக் கடையில் இது 13 ரூபாய்க்குக் கிடைக்கும். காரணம் generic drugs, பிராண்ட் விளம்பரம் தேவை இல்லை. ஒரே வருடத்தில் 956 கடைகளைத் திறந்தனர், தனியார் பங்களிப்புடன். இந்தத் திட்டம் சென்று மக்களிடம் சேர என்ன செய்ய வேண்டும் அரசு? காச நோய் விழிப்பு உணர்வு முதல் கைகழுவிவிட்டுச் சாப்பிட வேண்டும், பெண் குழந்தைகளுக்குக் கல்வி தரவேண்டும் என்பதுவரை மக்களிடம் கொண்டு செல்ல என்ன செய்ய வேண்டும்?

விளம்பரம்தானே செய்யவேண்டும். அரசு செயல்படுத்தும் பல நூறு நலத்திட்டங்களை மக்களிடம் கொண்டு சேர்க்க வேறு என்ன செய்ய வேண்டும் சொல்லுங்கள். அதைப் பற்றி என்றாவது புதிய தலைமுறை கார்த்திகை செல்வன் அல்லது செந்தில் விவாதம் செய்யலாமே. அரசின் மக்கள் நலத் திட்டங்களை அரசுக்கு விளம்பரச் செலவு இல்லாமல் எப்படிக் கொண்டு சேர்ப்பது? விவாதம் நடத்த நீங்கள் தயாரா?

அது சரி அவ்வளவு யோக்கியவான்கள் இந்தப் பத்திரிகைகள் என்றால் நீங்கள் இதுபோல நலத் திட்டங்களை மக்களிடம் கொண்டு செல்லக் காசு வாங்க மாட்டோம் என்று பத்திரிகைகள் சொல்லட்டும். நலத் திட்டம் விவரங்கள் மக்களைச் சென்று சேர்க்க இது நாங்கள் செய்யும் உதவி என்று தினகரன், தி இந்து ஆரம்பித்து The Indian Expressவரை உள்ள அச்சு ஊடகங்கள், ஆனந்த விகடன்போல வார இதழ்கள் எல்லாம் கொஞ்சம் முடிவு பண்ணுங்களேன்!

எங்கே புதிய தலைமுறை கார்த்திகை செல்வன், தினத்தந்தி ஹரி, நியூஸ் 7 உங்கள் வாயைத் திறந்து நாங்கள் அரசின் நலத் திட்டங்களை இலவசமாக மக்களிடம் விழிப்புணர்வு ஏற்படுத்த ஒளிபரப்பத் தயார் என்று கூறுங்கள். அரசுக்கு விளம்பரச் செலவு மிச்சம். எங்கே வாயைத் திறக்கச் சொல்லுங்கள்.

நடிகர் விஜய் நடிப்பாரா அல்லது சிவகார்த்திகேயன் நடிப்பாரா விழிப்புணர்வு விளம்பரங்களில் இலவசமாக?

அரசு போலியோ விழிப்பு உணர்வு முதல் கை கழுவிய பின் சாப்பிட வேண்டும் என்று ஒரு பொது நல விஷயம் விளம்பரம் செய்ய உங்கள் டீவியில் மாதம் எவ்வளவு கேட்கிறீர்கள்? ஒரு சில நாட்கள் விளம்பரம் போடவே சில லட்சம் வேண்டும்.

அப்போது நாடு முழுவதும் டீவிகளில் காசநோய் விழிப்புணர்வு செய்ய ஒரு ஆளும் அரசு என்ன செய்ய வேண்டும் என்று ஒரு அறிவுரை சொல்லுங்கள்?பொறுப்பும் பொதுநலனும் என்று வாய் கிழியப் பேசும் மாஃபியா கும்பல் நடத்தும் நியூஸ்7 நிறுவனம் - அரசின் விழிப்புணர்வு இதுபோலச் சில குறிப்பிட்ட விளம்பரங்களை அரசுக்கு இலவசமாகச் செய்ய வேண்டியது தானே. முடியாது தானே? அப்போ அரசு ஏன் விளம்பரம் செய்கிறது என்று கேட்கவும் தகுதி கிடையாது. ஏன் என்றால் வாங்கித் தின்றது நீங்கள் அனைவரும் தான்.

விளம்பரச் செலவு கூடிவிட்டது என்று செய்தி போட்ட உங்கள் எல்லாருக்கும் கேட்கிறேன் - போன மூன்று வருடங்களில் விளம்பரக் கட்டணத்தைக் கூட்டியது நீங்கள் தானே அய்யா. உங்களுக்குத் தானே அரசு செலவு செய்கிறது. நீங்கள் கூட்டினால் செலவும் கூடத்தானே செய்யும்! என்ன NDTV, outlookபோன்ற நிறுவனங்களுக்கு விளம்பரம் தருவதைக் குறைத்துக் கொண்டது அரசு. எனவே அரசை அவமானம் செய்யத் துடிக்கின்றன இந்த கம்யூனிஸ்ட் நடத்தும் செய்தி நிறுவனங்கள். வேறு என்ன?

இறுதியாக:

தி இந்து, The Indian Expressபோன்ற செய்தி நிறுவனங்களை நான் கேட்கிறேன் இதே செய்தியை என்ன ஏதாவது ஆள் வைத்து நேரம் முடிவு செய்து திரும்பத் திரும்ப வெளியிடச் சொல்லி உங்கள் முதலாளி சீனாவும், உங்கள் கம்யூனிஸ்ட் கட்சியும் தலைவர்களும் கூறுகிறார்களா? ஏன் கேட்கிறேன் என்றால், இதே செய்தியைத்தான் சென்ற ஆண்டு டிசம்பர் மாதம் குஜராத் தேர்தல் நேரம் உங்கள் NDTV வெளியிட்டது. The Hindu (ஆங்கிலம்) - Hindustan Times டிசம்பர் 8ஆம் தேதி வெளியிட, Outlook - NDTV அதே செய்தியை 9ஆம் தேதி வெளியிட

அதான் காங்கிரஸுக்கு தேர்தல் வேலை நல்லாவே கம்யூனிஸ்ட் பத்திரிகைகள் பார்த்தீர்கள். இப்போது என்ன அடுத்த 2019 தேர்தல் பிரசாரம் ஆரம்பம் ஆகிவிட்டதா?

இப்போது என்ன அதே செய்தி... கொஞ்சம் செலவைச் சேர்த்துப் புதிய செய்தியாக வெளியிட்டு 2019க்கு நாடாளுமன்றத் தேர்தலுக்குத் தயார் ஆகிறீர்கள் அப்படிதானே. கம்யூனிஸ்ட் ஊடகங்களுக்கு வெட்கமே கிடையாது எத்தனை முறை அவமானம் செய்தாலும். கொஞ்சமாவது அசிங்கம், அவமானம் இருந்தால்தானே சிந்திக்க. நீங்கள் எல்லாம் பத்திரிகையா நடத்துகிறீர்கள்?

இந்தச் செய்தியை வெளியிட்ட செய்தி நிறுவனங்களைக் கேட்கிறேன்:

எந்த எந்த டீவிக்கு, செய்தி நிறுவனத்துக்கு, ரேடியோவுக்கு - என்ன என்ன அரசு திட்டங்களுக்கு, அரசு எவ்வளவு விளம்பரம் வெளியிட்டது என்றும் - அதன் மூலம் செய்தி நிறுவனங்கள் எவ்வளவு லாபம் வருமானம் அடைந்தீர் என்றும் முழு விவரத்தை வெளியிட தி இந்து முதல் புதிய தலைமுறை நிறுவனம்வரை முழுத் தகவலையும் வெளியிடத் திராணி உண்டா? இங்கே ஊடக சுதந்தரம் என்று கூறிக்கொண்டு தனி ராஜ்ஜியம் நடத்துகிறார்கள் அனைத்துச் செய்தி ஊடக முதலாளிகளும். இவர்கள் 1% கூடச் செய்தி வெளியிட விருப்பம் இல்லை. எப்படி செய்தியை மக்கள் புரிந்துகொள்ள வேண்டும் என்ற முடிவை இவர்கள் எடுத்து அதற்குத் தக்க செய்திகளைத் தலைப்பு கொடுத்து - செய்தியை மறைத்துத் திரித்து மக்களை ஆட்டு மந்தைகள் போல நடத்த விரும்புகிறார்கள்.

•

தமிழக ஊடகங்களுக்கு ஐம்பது கேள்விகள்

செய்தி: 'பிரதமர் நரேந்திர மோதி இதற்குப் பதில் சொல்ல வேண்டும்!'

காட்சி ஊடக புதியதலைமுறை முதல் அச்சு ஊடக நக்கீரன், ஆனந்த விகடன்வரை அனைத்து தமிழக ஊடகங்களும் எழுப்பும் கேள்வி இது.

அவர் பதில் சொல்றது இருக்கட்டும். நரேந்திர மோதியின் ஆட்சியில் மேற்கொண்ட திட்டங்களை என்றாவது நீங்கள் விவாதமாக எடுத்துப் பேசியது உண்டா? நான் ஐம்பது திட்டங்கள்/விஷயங்கள் பற்றிச் சொல்கிறேன். இதில் எந்த ஒன்றைப் பற்றியாவது உருப்படியாக ஏதேனும் விவாதமோ, கவன ஈர்ப்போ செய்திருக்கிறீர்களா? இந்த ஐம்பது திட்டங்கள்/விஷயங்களையும் உங்களுக்கு வைக்கப்பட்ட கேள்விகளாகக் கருதி நீங்கள் இதற்கு பதில் சொல்லுங்கள் பார்ப்போம்.

1. பால் உற்பத்தியில் 2013ல் மன்மோகன் அரசு விட்டுச் செல்லும்போது ஒரு நாளைக்கு 307 gm/day என்ற அளவில் இருந்தது கடந்த 3.5 வருட மதிப்பிடின் படி இது ஒருநாளைக்கு 351 gm/day. அதாவது 24% அளவுக்கு வளர்ச்சியைச் சாதித்துக் காட்டியுள்ளார் நரேந்திர மோதி. இதன் மூலம் 132 Milion Tonnes என்று இருந்த மொத்த ஆண்டு உற்பத்தி இன்று 166 Million Tonnes என்று கூடியுள்ளது. காரணம் பால் உற்பத்தியிலும் முட்டை உற்பத்தியிலும் நரேந்திர மோதி மேற்கொண்ட நலத்திட்டங்கள் மற்றும் சீர்திருத்த வேலைகள். ஆதாரம், National Dairy Development Board கேட்டு வாங்கிப் பார்க்கவும்.

2. கடந்த 3 ஆண்டுகளில் 7.25 கோடி soil health cards விவசாய மண் பரிசோதனை செய்து, அதற்குத் தக்க விவசாயம், இயற்கை விவசாய முறை ஊக்குவிக்கப்பட்டிருக்கிறது. 7.2 லட்சம் ஹெக்டேர் நிலம் என்று இருந்த அளவை இவர் ஆட்சிக் காலத்தில் 20 லட்சம்

ஹெக்டேர்அளவுக்கு அதிகரித்துள்ளார். அதே நேரம் அறிவியல் சார்ந்த விஷயங்களையும் தேவைக்கு ஏற்ப ஏற்றுக்கொள்ளும் தன்மையும் உண்டு.

3. மகாத்மா காந்தி கிராம வேலைவாய்ப்பில் 100 நாள் வேலை வாய்ப்புத் திட்டத்தில் இருந்து சுமார் 87 லட்சம் போலி கார்டுகளை நீக்கியுள்ளார். இதன் மூலம் அரசுக்குத் தினமும் 87 கோடி இழப்பினைச் சரி செய்துள்ளார். வறட்சி பாதித்த மாவட்டங்கள் பகுதிகளில் 150 நாள் வேலைத் திட்டமும் அறிமுகப்படுத்தியுள்ளார். ஒரு நிர்வாகி என்பவர் புதுப் புதுத் திட்டங்கள் போடுவது அல்ல விஷயம். இருக்கும் திட்டத்தில் உள்ள ஓட்டைகளைச் சரி செய்ய வேண்டும். அதுதான் நல்ல நிர்வாகிக்கு அழகு. அவர் அதைச் சரி செய்தார். ஆனால் மக்கள் 100நாள் வேலை திட்டம் என்று சும்மா பேசிவிட்டு வந்து காசு வாங்குகிறார்களே - அதைத் தவறு என்று கண்டித்து எந்த டீவி விவாதம் செய்தது?

4. World Health Organization கூறுகிறது உலகத்தில் சுமார் 30 கோடி மக்கள் தூய்மை இல்லாத காற்றை சுவாசிக்கிறார்கள். இதுவே பெரும் நோய்களுக்கும் சுவாச பிரச்னைகளுக்கும் காரணம் ஆகிறது. இந்தியாவில் 2016 கிராமப்புற மகளிருக்கு இலவச கேஸ் இணைப்புக் கொடுக்கும் திட்டம் தொடங்கி 1 வருடத்தில் 1.5 கோடி இணைப்புகள் வழங்க ஆணையிட்டார் நரேந்திர மோதி. ஆனால் 2 கோடி (2017) இணைப்புகளை வழங்கிச் சாதித்தார். இதன் மூலம் விறகு, மண்ணெண்ணெய் எரித்து சுவாசக் கோளாறு கொண்ட நிலை மாறியுள்ளது. இதை World Health Organization முன் வந்து பாராட்டியுள்ளது.

5. நாட்டின் ஒட்டுமொத்த உணவு உற்பத்தி 2016-17 ஆம் ஆண்டு தகவல்படி 27.338 கோடி டன். இது மன்மோகன் விட்டுச் செல்லும் போது 25 கோடி டன் தான். நாடு சோமாலியா ஆகும் என்று எவராவது சொன்னால் கழுத்தைப் பிடித்துக் கேளுங்கள். சும்மா WhatsApp, Facebook என்று வரும் எந்தச் செய்தியையும் நம்பாமல் முறையாக அறிக்கைகளைக் கொஞ்சம் தேடிப் படியுங்கள். அனைத்து விவசாயிகளுக்கும் கடன் தள்ளுபடி கேட்பது தவறு என்பது இதன் மூலம் புரியும்.

6. ஓய்வூதியம் ஆரம்பித்து கேஸ் மானியம்வரை அனைத்தையும் Direct Benefits Transfers வழி நேரடியாக மக்கள் வங்கிக் கணக்கில் செலுத்துகிறது அரசு. இல்லையென்றால் நமது அரசு ஊழியர்களுக்கு லஞ்சம் கொடுத்தே சாகவேண்டும்.

7. நரேந்திர மோதி வருவதற்கு முன் அனைவருக்கும் தெரியும் இங்கே மின்சாரம் எந்த அளவுக்குப் போய்ப் போய் வரும் என்று. ஆனால் இன்று? காரணம் 2014ல் ஆட்சிக்கு வரும்வரை நாட்டின் 24க்கும் மேற்பட்ட thermal power plant தேவையான நிலக்கரியில் மூன்றில்

இரண்டு பங்கு தட்டுப்பாடு இருந்தது. காரணம் நிலக்கரி நேரத்துக்குச் சென்று சேராமல் சுரங்கங்களில் நிற்பது. ஆனால் இன்று? அது 100% சரி செய்துள்ளனர். எந்த ஒரு power plant தேவையான நிலக்கரி தேவை முழுவதும் நேரத்துக்குக் கிடைக்கவும் கையிருப்பு வைத்துக்கொள்ளவும் தனிக் கவனம் கொடுத்துள்ளார் நரேந்திர மோதி. அதனால்தான் இங்கே ஒழுங்காக மின்சார உற்பத்தி நடக்கிறது. கொஞ்சம் தகவல் வேண்டும் என்றால் NTPC அலுவலகத்தை அணுகவும். நாட்டின் இன்றைய மின்சார உற்பத்தித் திறன்: 344,002 மெகா வாட். மன்மோகன் விட்டுச் செல்லும்போது அது வெறும் 199,877 மெகா வாட் தான். இந்த லின்கேஜ் பாதையை முறைப்படுத்தி ஆண்டுக்கு 3000கோடி இழப்பையும் சரி செய்துள்ளார் நரேந்திர மோதி.

8. மின்சார உற்பத்தியில் மட்டும் சாதனை அல்ல. உலகம் முழுவதும் நிலக்கரி மூலம் மின்சார உற்பத்தியைக் குறைக்க வேண்டும் என்கிறார்கள். காரணம் உலக வெப்பமயமாதல். எனவே மன்மோகன் சிங்கின் ஆட்சிக் காலத்தில் ஏறக்குறைய நாட்டின் தேவையில் 75% மின்சாரம் நிலக்கரி மூலம்தான் செய்தோம். ஆனால் இன்று Installed Capacity பாருங்கள் 57.7%தான் நிலக்கரி மூலம் மேற்கொள்கிறோம். ஆக மக்கள் மின்சாரத் தேவையைப் பூர்த்தி செய்தது மட்டும் அல்ல; அதைச் சுற்றுச் சூழல் ஆபத்தைக் குறைக்கும்விதமாகவும் சாதித்து உள்ளனர். இதை எந்தச் சுற்றுச் சூழல் ஆர்வலர் பாராட்டினார் இங்கே? இந்தியாவில் அவர் ஆட்சிக்கு வருவதற்கு முன் மின்சாரத் திருட்டு சர்வ சாதாரணம். இப்போது அதை எந்த அளவுக்குக் குறைத்துள்ளார் என்று கொஞ்சம் தேடிப் படியுங்கள்.

9. இந்திய இன்று சூரிய ஒளியின் மூலம் உற்பத்தி செய்யும் அளவு 25.90 billion units. மன்மோகன் அரசு விட்டுச் செல்லும்போது 1.6 billion unitsதான் சோலார் பயன்பாடு. அது தவிர 50% மானியம் தருகிறார்கள் சோலார் மின்சாரப் பயன்பாட்டை நோக்கி மக்கள் செல்ல. கல்வி நிலையங்கள் ஆரம்பித்து பெரிய நிறுவனங்கள்வரை சோலார் பயன்பாட்டை அதிகப்படுத்த மானியம் கொடுக்கிறது அரசு.

10. நரேந்திர மோதி அரசு ஆட்சிக்கு வந்த பின் உஜாலா திட்டம் மூலம் LED லைட்டுகள் விநியோகம் ஆரம்பித்து வைத்தது. மானிய விலையில் மிகக் குறைந்த விலையில். அன்று இது என்ன திட்டம் என்று கேலி கிண்டல் எல்லாம் வழக்கமாக வந்தன. ஆனால் இன்றைய தேதியில் (24 MAR 2018) நாடு முழுவதும் சுமார் 29,30,45,393 லைட்டுகள் விநியோகம் செய்துள்ளது அரசு. அதன் மூலம் 3,08,26,110 டன் கார்பன் வெளியீட்டைக் கட்டுப்படுத்தி உள்ளது அரசு. மக்கள் எல்லோரும் சேர்ந்து செய்த தவறை பிரதமர் சரி செய்கிறார். தமிழகத்திலும் இந்த பல்புகள் கொடுத்தனர் என்ன சத்தம் இல்லாமல் நரேந்திர மோதி பெயர்

வெளியை வரவிடாமல் கொடுத்தனர். அதானே நமது அரசு ஊழியர்கள். 27 கோடி மரங்கள் சேர்ந்து செய்யவேண்டிய ஒரு பணியை பிரதமர் தன் திட்டம் மூலம் செய்துள்ளார் எவராவது இந்தச் செய்தியை வெளியிட்டாரா?

11. தொழில் துறை வளர்ச்சி சார்ந்து உலகத்தின் மிகப் பெரிய asset manager நிறுவனமான BlackRock Inc.- DSP இணைத்து வெளியிட்ட தகவல்படி இந்தியாவின் தற்போதைய நரேந்திர மோதி அரசின் கீழ் முதலீடு செய்ய ஏதுவான சூழல் *81%* திருப்தியாக இருப்பதாகவும், வேலைத் திறன் *54%* மேம்பட்டுள்ளதாகவும் சான்றிதழ் தருகிறது. இது உலக அளவில் முதலீட்டாளர்கள், தொழில் முனைவோர் மத்தியில் நம் நாட்டின் மீதான தற்போதைய பார்வையைப் பிரதிபலிக்கிறது. காரணம்? மிக மிகக் குழப்பமான வரி வசூல் முறையை முழுமையாக ஒழித்து GST வரியின் மூலம் தொழில் நடத்தும் அனைவருக்கும் நிம்மதி மட்டும் அல்ல பெரும் குழப்பத்தை முடிவுக்குக் கொண்டுவந்தார் நரேந்திர மோதி.

12. ஏறக்குறைய *24,000* NGO-கள் தொண்டு செய்கிறேன் பேர்வழி என்று நாட்டில் ஆபத்தான மதம் மாற்றுவது முதல் நாட்டின் பிரிவினைவாத விதைகளை விதைப்பதுவரை செயல்பட்டுவந்த கேடுகெட்ட, உழைக்காமல் வாழ்ந்த பெரும்பாலான நிறுவனங்கள் மூடப்பட்டன. இன்றைய நிலையில் வெளிநாடுகளில் இருந்து நிதி பெறுவதை முற்றிலும் கண்காணிப்புக்குள் கொண்டுவந்துள்ளது அரசு. 3,068 தொண்டு நிறுவனங்கள் மட்டும் சுமார் 22 ஆயிரம் கோடி வருடம் வருடம் நன்கொடைகளை வெளிநாடுகளில் இருந்து பெற்று வந்தனர். தமிழ் நாட்டில் ஒரு கிறிஸ்தவ நிறுவனம் மட்டும் 2011-12ல் 233.38 கோடி நிதி பெற்றது. எதற்கு? அதான் அணு உலை உதய குமார் முதல் அனைத்து கிறிஸ்தவ மதம் மாற்றும் NGO கள் அதன் கூட்டத்தினர் கதறுகிறார்கள். இது உண்மை இல்லையா?

13. அனைவரும் கொஞ்சம் நாட்டின் வரலாற்றில் தீவிரவாதிகள் தாக்குதலை எடுத்துப் பாருங்கள், வெட்ட வெளிச்சமாகத் தெரியும் நிர்வாகத் திறமை. நம் நாட்டில் மிக ஆபத்தானது இடதுசாரி (கம்யூனிஸ்ட்) தீவிரவாத அமைப்புகளான நக்சல், மாவோயிஸ்ட் போன்றவை தான். மன்மோகன் ஆட்சிக் காலத்தில் சராசரியாக வருடம் 993 காவல் படை வீரர்கள் இறந்தனர். ஆனால் இன்று 350 வீரர்களாகக் குறைந்துள்ளது. UNLFW தீவிரவாதிகளை மட்டும் 2015ல் 158 பேரைத் தீர்த்துக் கட்டினோம். ஒரு பத்திரிகையாளர் கொலைக்குக் கதறும் இந்த பிரகாஷ் ராஜ் என்ற கம்யூனிஸ்ட் நடிகர் வருடா வருடம் நூற்றுக்கணக் கான வீரர்கள் இந்த இடதுசாரி தீவிரவாதிகளால் இறந்தார்களே அவர்களைப் பற்றி என்றாவது வாயைத் திறந்திருப்பாரா?

மக்கள் பாதுகாப்பு? 2000களில் வெறும் 120 நிகழ்வுகூடக் கிடையாது என்று இருந்த இந்தியாவில் வருடம் 700 நிகழ்வுகள் என்ற அதிகரித்தது இதே மன்மோகன் காலத்தில் தான்.

14. 2,09,032 shell நிறுவனங்கள் இழுத்து மூடியது மத்திய அரசு. 2.09 லட்சம் நிறுவனங்களின் கணக்குகளை முடக்கியது அரசு - காரணம்? இவர்கள் வரி ஏய்ப்பு செய்து வெளிநாடுகளுக்குக் கருப்புப் பணத்தை அனுப்பி வந்தனர். அது முழுவதும் முடங்கியது. அதான் புதிய தலைமுறை முதல் மணல் மாஃபியா நியூஸ் 7வரை கதறுகிறார்கள். இன்றைய தேதியில் பணம் உள்ளே வெளியே செல்லும் வழிகள் பெரும்பாலும் கண்காணிப்புக்குக் கீழ் வந்ததால் மொத்த அரசியல் கட்சியும் ஒரு பக்கத்தில் திரள்கிறார்கள் நரேந்திர மோதி என்ற ஒற்றை மனிதரை எதிர்க்க. ஆயுத எழுத்து படத்தில் வருவதுபோல சூரியா எல்லாம் வந்து இந்த நாட்டில் மாற்று அரசியல் செய்ய முடியாது. இருக்கும் சட்டத்தில் இந்த மனிதர் வந்ததே தெய்வ புண்ணியம்.

15. தனி நபர் வருமானக் கணக்குக் காட்டுவோர் சதவீதம் கூடியுள்ளது. 2013-ல் 4,72,67,582 வருமான வரி கணக்கு தாக்கல் என்றால் 6,26,91,961 என்ற அளவில் கூடியுள்ளது. அதன் மூலம் நாட்டின் வருமானம் 8,49,818 கோடி வருமானம் என்ற அளவு கூடியுள்ளது (இது வெறும் 3 வருடத்தில் அடுத்த இரண்டு வருடத்தில் மேலும் அதிகரித்துள்ளது).

16. Foreign direct investment (FDI) வெறும் நரேந்திர மோதி பதவி ஏற்று மூன்று வருடங்களில் 38% அதிகரித்து 1.5லட்சம் கோடி என்ற அளவில் இருந்து 3,90,000 கோடி என்ற அளவுக்கு அதிகரித்துள்ளது. இதில் ஒரு வருடத்தில் மட்டும் Make in India திட்டம் மட்டும் 58,500 கோடிவரை ஈர்த்துள்ளது. உடனே எங்கள் வீட்டுக்கு வரவில்லை என்று கூறிக் கேலிதான் இங்கே பரவும். உற்பத்தித் துறை முன்னேற்றம் என்பது முதலீடுகள் அதனைச் சுற்றி உருவாகும் வேலை வாய்ப்பைப் பொறுத்தது. இது நேற்று முதலீடு செய்து நாளைக்கே கிடைக்கும் பலன் அல்ல. இது மெல்லப் பலன் கொடுக்கும். சில வருடங்கள் கழித்தே உணர முடியும். யார்வேண்டுமானாலும் கேலி பேசலாம். இன்று Mi போனில் ஆரம்பித்து சாம்ஸெங் நிறுவனம் முதல் ராணுவ தடவாளங்கள்வரை உள்நாட்டு உற்பத்தி பெருகியுள்ளது. தாக்கங்களை மெல்ல உணர முடியும்.

17. கனிமங்கள் உள்நாட்டில் அதிகம் சுரங்கங்களில் இருந்து பிரித்து எடுக்கவேண்டும். அவைதான் மூலப் பொருட்கள் - அந்த வகையில் chromite 3.73 MMT இன்று - மன்மோகன் விட்டுச் செல்லும்போது 2.83 MMT (93% ஒரிசாவில் இருந்துதான் கிடைக்கிறது.), Copper 3.73 MMT இன்று. மன்மோகன் விட்டுச் செல்லும்போது 2.83 MMT.

18. உலோகங்கள்: அலுமினியம், தாமிரம், இரும்பு, காரீயம், துத்தநாகம் அனைத்தும் இயற்கையாகச் சுரங்கங்களில் கிடைத்தாலும் அவை உள்நாட்டுத் தேவைக்கு ஏற்ப உற்பத்தி மேற்கொள்ளப்பட வேண்டும். அதன் படி Demand/Supply தேவைக்கு ஏற்ப கூட்டியுள்ளது அரசு. மிக முக்கியமாக தாமிர இருப்பு 78% இருப்பது ராஜஸ்தான், மத்திய பிரதேசத்தில் தான். உனக்குக் காப்பர் எனக்கு கேன்சரா என்று எந்த மத்திய பிரதேச ராஜஸ்தான் மக்களும் சொல்லவில்லை. எங்கள் காப்பர் மட்டும் உங்களுக்கா என்று கேட்கவும் இல்லை. இந்தியாவில் தனிமங்கள், உலோகங்கள் பெரும்பாலும் கிடைக்கும் இடங்கள் ராஜஸ்தான், ஓரிஸா, சட்டீஸ்கர், கர்நாடகா, மத்திய பிரதேசம். அந்த வகையில் தமிழகத்தில் இயற்கையாகவே சுரங்கங்கள், தனிமங்கள் இருப்பு மிக மிகக் குறைவு.

19. பணவீக்கம் (inflation)தான் முக்கிய காரணம் உணவுப் பொருட்கள் விலை ஏற்றம் அடைய. அதைக் கட்டுக்குள் வைக்கவேண்டும். ஆனால் மன்மோகன் காலத்தில் அது சராசரியாக 11% இருந்தது. உச்ச கட்டமாக 2010ல் அது 13.33%வரை சென்றது. அவர் விட்டுச் செல்லும் போது கூடப் பணவீக்கம் 10.22% இருந்தது. நரேந்திர மோதி கடந்த 3.5 வருடத்தில் அதை 4%வரை கட்டுக்குள் வைத்துள்ளார். 2017 ஜூன் வரைகூட 2.2% என்ற அளவுக்குத் திறமையாகக் கட்டுக்குள் கொண்டு வந்துள்ளார். எங்கேயும் உணவுப் பொருட்களைப் பதுக்கி வைத்து செயற்கையாக விலை ஏற்றம் செய்ய முடியவில்லை என்பதால் இந்த நிலை என்றும் கூறலாம். கொஞ்சம் 4 வருடம் முன் இருந்த நிலையோடு ஒப்பிடுங்கள் விளங்கும்.

20. நரேந்திர மோதி வந்து காஷ்மீர் ஹிஸ்புல் முஜாகதீன் தீவிரவாத அமைப்பைச் சார்ந்த அனைவரையும் தீர்த்துக்கட்டினர். வருடம் வருடம் கைலாச யாத்திரைக்குச் சென்ற சிவனடியார்களைக் கொலை செய்தபோது எவர் வாயைத் திறந்தார் இங்கே? ஆனால் ஒரு கொலைக்குக் கதறுகிறார் பிரகாஷ் ராஜ்போன்றவர்கள். (காஷ்மீரில் மட்டும் கலவரங்கள் அதிகரித்துள்ளது - காரணம் நமது ராணுவம் முழுவதும் தீவிரவாதிகளை அழித்தொழிக்க வேகம் காட்டுவதால்.)

21. சுற்றுலாத்துறையில் 2012ல் மன்மோகன் அரசு விட்டுச் செல்லும் போது 65ஆவது இடத்தில் இருந்த இந்தியா இன்று 2017ல் 40வது இடத்துக்கு முன்னேறியுள்ளது. மன்மோகன் விட்டுச் செல்லும்போது 4.3% வளர்ச்சி, அது 2013ல் 5.9%. ஆனால் 2017ல் அறிக்கை படி 16.4% என்று கூடியுள்ளது. அது அடுத்த அடுத்த மாதங்களில் முறையே 20%வரை தாண்டியுள்ளது. ஏன்? இந்தியாவுக்கு இன்று சுற்றுலா விசா பெறுவது மிக மிக எளிது. இதனால் வெளிநாட்டுப் பயணிகள் வருகை கூடுகிறது. அத்துடன் தீவிரவாதத் தாக்குதல் நடவடிக்கைகள்

கட்டுப்படுத்தப்பட்டுள்ளன (அதிக மக்கள் தமிழகம், கேரளாதான் வந்து கொண்டிருந்தனர். ஆனால் தொடர் போராட்டங்களால் நிலை மாறுகிறது தமிழகத்தில்.)

22. இன்று நீங்கள் passport விண்ணப்பிக்கவும், பாஸ்போர்ட் விரைந்து கிடைக்கவும் ஆவன செய்துள்ளனர். உலக அளவில் உள்ள இந்தியர்கள் மிக எளிதில் இந்திய வெளியுறவுத்துறை அமைச்சரகத்தைத் தொடர்பு கொள்ள முடியும் என்ற நிலை உருவாகியுள்ளது. உலக இந்தியர்கள் வேறு எப்போதும் இல்லாத அளவுக்கு அதிகப்படியாக ஒன்றிணைக்கப் பட்டுள்ளார்கள். பெண்கள் கல்யாணம் ஆன பின் பெயர் மாற்றம் செய்யத் தேவை இல்லை; தங்கள் தந்தை பெயரிலேயே தொடரலாம் என்று அறிவித்தனர். இன்று இந்தியர்கள் 58 நாடுகளுக்குச் செல்ல விசா தேவை இல்லை. உலகத்தில் Passport Index இந்தியாவின் கடவுச்சீட்டு ரேங்க் 74 (Henley Passport ரேங்க் 81) என்று உள்ளது. வெளிநாடுகளில் வாழும் இந்தியர்களும் வாக்கு அந்த அந்த நாடுகளில் இருந்து செலுத்த வேண்டும் என்று விரும்புகிறார் நரேந்திர மோதி.

23. நரேந்திர மோதி அவர்கள் ஆட்சிக்கு வந்த பின் இந்தக் காடுகளின் பரப்பளவு கடந்த 3.5 வருடத்தில் Compensatory Afforestation Fund Management and Planning Authority (CAMPA) என்று தனித்திட்டம் அமைத்து சுமார் 7,01,673 என்ற அளவில் வளர்ந்து நிற்கிறது. அதாவது 10 ஆயிரம் சதுர கிலோ அளவுக்குக் காடுகள் பரப்பளவு கூடியுள்ளது. இதைக் கொஞ்சம் மன்மோகன் பத்து ஆண்டுகளில் என்ன கவனம் செலுத்தினார் என்று எடுத்துப் பார்க்கவும். அவர் விட்டுச் செல்ல 6,92,027 என்ற அளவில் இருந்தது.

24. மின்சாரப் பற்றாக்குறை 3.5% என்ற அளவுக்குக் குறைந்துள்ளது. மொத்த உற்பத்தித் திறனை 22,566MW கூட்டியுள்ளனர், Transmission lines 22,100 என்று அதிகரித்துள்ளது. இது அனைத்துமே இந்தியாவில் இதுவரை நடந்த ஆட்சிகளிலேயே மின்சாரத்துறையில் நடந்த மிக அதிகம்பட்ச உச்சம்.

25. இந்திய விரைவு சாலைகள் அமைப்பதில் தினமும் 30 கிமீ என்ற வேகத்தை இந்திய அடைந்துள்ளது. இது மன்மோகன் காலத்தில் 18கிமீ என்று இருந்தது. காரணம்? அனைத்து ஒப்பந்ததாரர்களுக்கும் விரைந்து பணப்பட்டுவாடா முதல் திட்ட அனுமதிவரை வேகப்படுத்தியுள்ளது நரேந்திர மோதி நிர்வாகம். மன்மோகன் விட்டுச் செல்லும்போது ஆண்டுக்கு 4260 கிமீ சாலை போடுவதும், 3,625 திட்டங்கள் ஒப்புதலும் அடைந்து பணிகள் நடைபெற்று வந்தன. ஆனால் நரேந்திர மோதி அரசு 2016-17ல் மட்டும் 8,231 கிமீ வேலையை முடித்து 16,034 கிமீ சாலை அமைக்கு மணியை விரைவுபடுத்தியது. மன்மோகன் இறுதி 3

ஆண்டுகளில் மொத்தம் அனுமதி கொடுக்கப்பட்டு நடைபெற்ற சாலை அமைக்கும் திட்டங்கள் 15,380 கிமீ தூரத்துக்கானது. ஆனால் கடந்த 3 ஆண்டுகளில் நரேந்திர மோதி அரசு நிர்வாகம் 34,112 கிமீ சாலை அமைக்கும் பணிக்கு அனுமதி வழங்கி வேலைகள் விரைவுபடுத்தி யுள்ளனர் அதனால்தான் ஒரு நாளைக்கு 30 கிமீ சில நேரம் 41 கிமீ வரை கூட சாலைகள் தினமும் போடும் அந்த வேகம் உச்சத்தில் உள்ளது.

26. மத்திய அரசின் மலிவு விலை மருந்துக் கடைகள் மூலம் மருந்து பொருட்கள் குறைந்த விலையில் கிடைக்க வழி செய்துள்ளது நரேந்திர மோதி அரசு. அதாவது மிக எளிமையாகக் கூறினால் Ciprofloxacin என்ற மாத்திரையின் விலை 55 ரூபாய் என்றால் மத்திய அரசின் மருந்துக் கடையில் இது 13 ரூபாய்க்குக் கிடைக்கும். காரணம் generic drugs. மாத்திரைக்கு கம்பெனி பெயர் எல்லாம் இல்லாமல் மருந்தின் பெயருடன் வெளியிடுவதால் விளம்பரம் செய்வது - மாத்திரை எழுதும் மருத்துவருக்கு கமிஷன் கொடுப்பது - மருந்து விற்பனையாளர் களுக்கு என்று பலதரப்பட்ட இடங்களுக்கு கமிஷன் கொடுக்க வேண்டி யதிருப்பதால் பொதுவாக மருந்துக் கடைகளில் அதன் விலை 55 ரூபாயாக உள்ளது. அதே மருந்தை அரசு தன் மருந்து கடைகளில் 13 ரூபாய்க்குக் கொடுக்கக் காரணம் அந்த கமிசன் எல்லாம் இல்லை. ஒரே வருடத்தில் 956 கடைகளைத் திறந்தனர். தனியார் பங்களிப்பும் வரவேற்றனர்.

எந்த டீவி மீடியா இதை மக்களிடம் எடுத்துச் சென்று விழிப்புணர்வு ஏற்படுத்தியது?

Online-ல் இதுபோலக் கடைகள் திறக்க அரசு முகவர்களை வரவேற்கிறது. எங்கே இந்த நல்ல முயற்சியை எவராவது பாராட்டி மக்களையும் டாக்டர்களையும் ஒன்றிணைத்து இதற்கு ஆதரவு உருவாக்கக் கூறுங்கள். இந்தப் புதியதலை முறை முதல் News7, NDTV, நக்கீரன்வரை பேசச் சொல்லுங்கள் (நடிகர் விஜய் 20 கோடி வாங்கிக் கொண்டு டாக்டர்கள் 5 ரூபாய்க்கு மருத்துவம் பார்க்கக் கூறுவதை நம்புவதும்- உண்மையாகவே அரசு எடுக்கும் நல்ல முயற்சிகளைப் பாராட்டாமல் ஒத்துழைக்காமல் போவதும் சமூகத்தின் கேடு.)

Serratiopeptidase Tablets மருந்தின் விலை இங்கே வெறும் 5 ரூபாய் தான். ஆனால் இதுவரை 105 ரூபாய்க்கு வாங்கி வந்தார்கள் மக்கள். இதுபோல மொத்த லிஸ்ட் Jan Aushadhi அரசு தளத்தில் சென்று பாருங்கள். இது வெற்றியடையக்கூடாது என்று மருந்து நிறுவனங்கள் பெரும் வேலை பார்த்தன. நமது புதியதலைமுறைபோல டிவிகள் ஏன் இவற்றைப் பேசவில்லை? எப்படிப் பேசுவார்கள் அவர்கள் முதலாளி பச்சை முத்து பெரும் கார்ப்பரேட் ஆஸ்பத்திரி வச்சுருக்கார். லாபம்

இல்லாமல் போய்விட்டால்? ஒரு நாளாவது இதைப் பற்றி விவாதம் நடத்தினீர்களா? நீங்கள் எல்லாம் மீடியாக்களா? வெட்கமே இல்லையா.

உடனே சிலர் தனியார் எதற்கு எல்லாத்தையும் அரசு நடத்தலாமே என்று மனநிலை சரி இல்லாதவன்போல ஆரம்பிப்பார். முதலில் அவர்கள் வலதுசாரி இடதுசாரி பொருளாதார விளக்கம் பார்த்துவிட்டு எதனால் தற்போதைக்கு முடியாது என்பதைத் தேடிப் படிக்கவும்.

27. மூட்டு அறுவை சிகிச்சைக்கான தொகை 1.60 லட்சம் இருந்தது இன்று 54,000வரை குறைந்துள்ளது. அதாவது 65% குறைந்துள்ளது. இதுபோலப் பல அறுவை சிகிச்சைகளின் செலவு குறைந்துள்ளது. இதய அறுவை சிகிச்சை Coronary stent இன்று 25,000 ரூபாய் தான். ஆனால் நரேந்திர மோதி வரும் முன் 2 லட்சம்வரை இருந்தது. Association of Indian Medical Devices Industries (AIMED) நிர்வாகிகளிடம் கொஞ்சம் விசாரிக்கவும், நரேந்திர மோதி ஆட்சிக்கு வந்த பின் இந்தியாவில் மருத்துவமனைகளுக்குத் தேவையான கருவிகள் உற்பத்தியில் எந்த அளவுக்கு வேகப்படுத்துகிறார் என்று. 2017ல் மே மாதம் அவர் தெரிவித்த கவலை: 'நம் நாடு மருத்துவமனை களுக்குத் தேவையான கருவிகளுக்காக அமெரிக்கா, ஐரோப்பியா மற்றும் ஜப்பான்போன்ற நாடுகளைத்தான் நாடி உள்ளது. அதை மாற்றி மருத்துவ உபகரணங்கள் தயாரிப்பு, கண்டுபிடிப்புகள் ஆகியவற்றை இந்தியாவிலேயே அதிகப்படுத்த வேண்டும்' என்கிறார்.

இந்த அரசு வந்த பின்தான் இறக்குமதியாகும் மருத்துவக் கருவிகளுக்கு விலை கட்டுப்பாட்டை உருவாக்கியது. நரேந்திர மோதி அரசை வலதுசாரி அரசு என்று கூறும் கம்யூனிஸ்ட் எவர் இதைப் பாராட்டினார்? இன்று இதனால் மூட்டு மாற்று அறுவை சிகிச்சைக்கு மட்டும் அல்ல; பலதரப்பட்ட அறுவை சிகிச்சைகளுக்கு விலை குறைந்துள்ளது.

எந்தப் புதிய தலைமுறை, ஆனந்த விகடன், நக்கீரன் இதைப் பேசினார்? உங்களை எல்லாம் யார் பத்திரிகை நடத்தச் சொல்கிறார்கள்? நீங்கள் எல்லாம் கேவலமான வியாபாரிகள்.

28. அடல் பிகாரி வாஜ்பாய் ஆரம்பித்து வைத்த பிரதமர் கிராமப்புறச் சாலை மேம்பாட்டுத் திட்டம் (Pradhan Mantri Gram Sadak Yojana) மன்மோகன் சிங் அரசின் கடைசி காலங்களில் மிகப் பெரிய அளவில் தோல்வியைச் சந்தித்தது. காரணம் மிகவும் பெரிய மலைப் பகுதிகளில் சாலை வசதிகள் ஏற்படுத்த வேண்டி இருந்தது. அவற்றை நகரங்களுடன் இணைக்க முடியாத நிலை. எனவேதான் 2008-11கால இடைவெளியில் 1.5லட்சம் கிமீ தூரம் சாலை அமைத்த மன்மோகன் அரசு இறுதி மூன்று ஆண்டுகளில் வெறும் 80,000 கிமீ தூரமே சாலைகள் போட முடிந்தது.

ஆனால் கடந்த மூன்று வருடங்களில் நரேந்திர மோதி அரசு பல சிக்கலான மலை பகுதிகளில் கிராமங்களை இணைக்கத் தனி முயற்சி எடுத்து இன்று 1,20,136 கிமீ தூரத்துக்குச் சாலைகளை அமைத்துள்ளது (உடனே மன்மோகன் 1.5 லட்சம் கி.மீ சாலை போட்டாரே என்பர். அது சமதளமான கிராமப்புறங்கள். நரேந்திர மோதி வரும்போது மலை சார்ந்த பகுதிகள்தான் மிகவும் பின் தங்கி இருந்தன. மொத்தத் திட்டங்களையும் எடுத்து ஆய்வு செய்தால் எவ்வளவு பகுதிகள் இந்தத் திட்டம் மூலம் அரசு திட்டமிட்டது. மன்மோகன் எவ்வளவு முடித்தார். மிச்சம் இருந்த பகுதிகளில் சவால்கள் என்ன என்ற விவரம் தெரியும்.)

29. எஃகு உற்பத்தியில் இறக்குமதியை 37% அளவுக்குக் குறைத்து 2016-17ல் 101.4 என்ற அளவில் உள்ளது. அதே நேரம் 8.20 MT அளவுக்கு உள்நாட்டு உற்பத்தியைக் கூட்டியுள்ளனர். Make in India திட்டத்தின் கீழ் உற்பத்தி செய்தால் மட்டும் போதாது; அந்த உற்பத்திக்குத் தேவையான மூலப் பொருட்களையும் முடிந்தவரை இறக்குமதி செய்வதைத் தவிர்க்க வேண்டும் என்றும் நரேந்திர மோதி கூறியுள்ளார். அதனால் Make in Steel for Make in India என்று அறிவித்தார்.

30. Rashtriya Ispat Nigam ஸ்டீல் உற்பத்தித் திறனை மூன்று ஆண்டுகளில் 3 MTPA அளவில் இருந்து 6.3 MTPA என்ற அளவுக்குக் கூட்டியுள்ளனர். மன்மோகன் அரசு காலத்தில் 77.3 MMT உற்பத்தி என்று இருந்த இந்தியா உலகத்தில் 5வது இருந்தது ஸ்டீல் உற்பத்தியில். இன்று 3ஆவது இடத்துக்கு முன்னேறியுள்ளது உற்பத்தித் திறன் 101.4MMT என்று கூட்டியுள்ளனர்.

31. மிகவும் பின்தங்கிய கிராமப்புறங்களில் உள்ள மாணவர்களின் தொழில் திறனை மேம்படுத்த Deen Dayal Upadhyaya Grameen Kaushal÷©®£kzuz vmh® முன்வைத்தனர். நாட்டின் நகர்ப்புற வளர்ச்சிக்கு ஏற்ப அறிவு சார் வளர்ச்சி கிராமப்புறங்களிலும் ஏற்படுவது கட்டாயம் என்பதால்தான் நம் நாட்டில் பின்தங்கிய கிராமப்புற மேம்பாட்டுக்குத் தனி அமைச்சரகம் உண்டு. போக்குவரத்து, சாலை மேம்பாடு, சுத்தமான குடிநீர், அருகே வங்கிகள், தபால் நிலையங்கள், மண் பரிசோதனை மையம், அரசு விதை மையம், ரேஷன் பொருட்கள் என்று அனைத்தும் அவர்களைச் சென்று சேரத் திட்டங்கள் போடுவது நம் நாட்டின் வழக்கம். நரேந்திர மோதி வந்த பின் இவையெல்லாம் எந்த அளவுக்கு வெற்றிகரமாக நடந்தேறியுள்ளன என்பதைத் தாராள மாக எடுத்து ஆய்வு செய்யவும்.

95.52% மின்சாரப் பிரச்னை தீர்க்கப்பட்டுள்ளது. முன்பெல்லாம் கரண்டு போனால் சென்னை, கோவை எல்லாம் அதிகம் போகாது; கிராமங்களில்தான் பல மணிநேரம் போகும். அது இப்போது முற்றாகக்

குறைந்துவிட்டிருக்கிறது. கிராமப்புறங்களில் 66.23% போக்குவரத்து மேம்பாடு. இந்தப் பட்டியலில் 5.70 லட்சம் படித்த மிகவும் பின் தங்கிய கிராமப்புற மாணவர்களைத் தொழில் சார்ந்து பயிற்சி கொடுத்து - அதன் மூலம் 3,48,161 வேலை வாய்ப்பையும் உருவாக்கிக் கொடுத்தனர். 2,29,702 பேர் அதில் தகுதிச் சான்றிதழும் பெற்றுள்ளனர். இதைக் கேலி செய்யலாம். ஆனால் திட்டம் மேம்பட இங்கே செய்தி நிறுவனங்கள் அதன் தரத்தை மேம்படுத்த எதாவது விவாதம் செய்ய வேண்டுமா இல்லையா? இங்கேதான் திரிஷாவின் நாய்க்குட்டிக்குக் கிடைக்கிற முக்கியத்துவம்கூட அரசின் முயற்சிகளுக்குக் கிடைப்பது இல்லையே? இவன் அவனை வெட்டினான்; அவன் இவனைக் கடத்தினான்; கள்ளக் காதல், இப்படிச் செய்தி தானே தேடுகிறார்கள் நமது ஊடகங்கள். அதிலும் நக்கீரன் தனி ரகம்.

32. பிரதமர் கிராமப்புற மக்களுக்கு வீடு திட்டத்தின் கீழ் பின்தங்கிய கிராமங்களில் (Pradhan Mantri Awas Yojana) 3.5 வருடங்களில் 4.13 லட்சம் வீடுகள் கட்டியுள்ளார். 30.76 லட்சம் வீடுகளுக்கு அனுமதி கிடைத்துள்ளது, 15.64 லட்சம் வீடுகள் கட்டும் வேலை நடந்து கொண்டுள்ளன. ஏறக்குறைய 50 லட்சம் வீடுகளுக்கு மானியத்துடன் கடன் கிடைத்துள்ளது.

33. மகாத்மா காந்தி 100-நாள் திட்டத்தில் வேலைவாய்ப்பினைப் பெறுவதில் SC மக்கள் 19.05%, ST மக்கள் 19.50%, 53.67% பெண்கள் என்ற அந்த வேலைவாய்ப்பை முறைப்படுத்தி தலித் மக்கள் அதிகம் உள்ள கிராமங்களில் முன்னுரிமை தந்து அனைத்து மக்களுக்கும் வேலை வாய்ப்பினைச் சென்று சேர்க்கும் வண்ணம் செய்துள்ளார். 10,83,70,000 மக்களை இந்தத் திட்டம் சென்று அடையும் வண்ணம் திட்டத்தை விரிவுபடுத்தியுள்ளனர். ஆனால் எங்கே ஒழுங்கா வேலை பார்க்கிறார்கள் நம் மக்கள். அதைச் சரி செய்து வழி நடத்த வேண்டிய ஊடகங்கள் மக்களின் தவற்றைச் சரி செய்கின்றனவா?

34. பெண் குழந்தைகள் படிப்பும் எதிர்காலமும் மேம்பட - Sukanya Samriddhi Yojna திட்டம் மூலம் அவர்கள் பெயரில் சேமிப்பு செய்யப்படும் எந்தத் தொகைக்கும் 9.1% வட்டிவீதம் கொடுக்க ஏற்பாடு செய்யப்பட்டது. ஏழைக் குழந்தைகளுக்கு அரசும் எடுத்துக்கொள்ளத் திட்டமிட்டுள்ளது. நமது Fixed Deposit வட்டி விகிதமே 8.2%தான் என்னும்போது - பெண் குழந்தைகள் படிப்பும் எதிர்காலமும் மேம்பட இந்தத் திட்டம் நிச்சயம் நல்ல விஷயம்.

35. சீனாவின் பாரம்பரிய மருத்துவம், கலைகளுக்கு முக்கியத்துவம் கொடுத்ததுபோல் Ministry of AYUSH என்று தனி வாரியம் அமைத்து இந்தியாவில் நாட்டின் பாரம்பரிய ஆயுர்வேதம், சித்தா, யுனானி

மருத்துவம் மற்றும் பொருட்களுக்கும் யோகாபோன்றவற்றுக்கும் அதிக முக்கியத்துவம் உருவாக்கப்பட்டது. விரத முறை (Fasting Therapy), பாரம்பரிய உணவு முறை (Diet Therapy), தண்ணீர் மூலம் குணமாக்கும் சில முறைகள் (Hydrotherapy), ஆயுர்வேத மசாஜ் (Massage Therapy), சூரிய குளியல் (Heliotherapy), சுவாச மேம்பாடு (Air Therapy), யோக சிகிச்சை (Yoga Therapy) என்று இந்த நாட்டின் அனைத்துப் பாரம்பரியமும் மீண்டும் மேம்படத் தனி வாரியம் அமைத்துச் செயல்படுகிறது நரேந்திர மோதியின் அரசு. Apex Research Bodies, Apex Educational Institutions, Statutory Regulatory Bodies என்று இயங்கும் அனைத்துக் கல்வி நிலையம் முதல் ஆய்வகங்கள் வரை ஆயுர்வேதம் மருத்துவம் சார்ந்தவற்றைத் தனி வாரியம் மூலம் விரைவு படுத்தியது நரேந்திர மோதி அரசு (1,626.37 கோடி பட்ஜெட்).

உலகமே யோகா செய்ய ஆர்வம் காட்டும்போது - ஐநாவில் அங்கீகாரம் பெற்றுத் தந்த பின் அதை இந்து மதம் பரப்பும் வேலை என்று திட்டும் ஒரே கூட்டம் உள்ள நாடு இந்தியா தான். மற்ற எல்லா நாடுகளும் அது ஒரு கலையாக உடல் நலன் சார்ந்ததாகப் பார்க்க, நரேந்திர மோதி அறிவித்தார் என்ற ஒரே காரணத்துக்காக அதில் மதத்தைத் தேடியது இங்கே உள்ளே கேவலமான கூட்டம். அதற்கு விவாதம் வேறு. டீவிகளில் யோகாவுக்கு உலக அங்கீகாரம் பெற்றுத் தந்தது சாதனை அல்ல; ஒரு குற்றம்- காரணம் நரேந்திர மோதி. இன்னும் ஆயுர்வேதம் சார்ந்த மருத்துவ முறைகளுக்கு உலக அங்கீகாரம் வாங்க முயற்சி எடுப்பதையும் கேலி செய்யும் கூட்டம் ஒன்று இங்கே இருக்கிறது.

36. நம் நாட்டின் மிக எரிச்சல் தரும் விஷயங்களில் ஒன்று 99.9% கட்டடங்கள் ஊனமுற்றவர்களுக்கு எந்தவித்திலும் எளிதில் சென்று வரத் தக்கதாக இருக்காது. அதாவது கண் தெரியாதவர் ஆரம்பித்து, உடல் ஊனமுற்றவர்வரை அனைவரும் வந்து செல்லும்விதமாக எந்தத் தனி கவனமும் செய்யப்பட்டிருக்காது. ஆனால் நரேந்திர மோதி ஆட்சிக்கு வந்த பின் Accessible India Campaign மூலம் தனி கவனம் எடுத்துக்கொள்ளப்பட்டது. இதன் மூலம் அதிகம் பயன்பாட்டில் உள்ள முக்கியமான 2,550 அரசு கட்டிடங்கள் மாற்றி அமைக்கப்பட்டன. மெட்ரோ முதல் ரயில் நிலையங்கள்வரை உடல் குறைபாடு உடையவர்கள் பயன்படுத்தத் தக்க உபகரணங்கள் வழங்கப்படுகின்றன.

நாடு முழுவதும் 6,435 நிகழ்ச்சிகள் நடத்தப்பட்டு அதன் வழி 9.93 லட்சம் அவர்களுக்கு உதவி பொருட்கள் வழங்கப்பட்டுள்ளது. அனைத்து ஹோட்டல்கள், மருத்துவமனைகள் தொட்டு அரசு கட்டடங்கள்வரை போதிய ஏற்பாட்டினைச் செய்து வைக்கும்படி விழிப்புணர்வு முகாம்களை நாடு முழுவதும் அரசு செய்துள்ளது. ஆனால், எந்தச் செய்தி நிறுவனங்கள் இதை எடுத்து அக்கறையாக விவாதம் செய்தார்கள்? டீவி

விவாதம் இப்படித் தலைப்புகள் இருந்தால் டி.ஆர்.பி. ரேட்டிங் வாங்க முடியாது; எனவே இதையெல்லாம் கண்டுகொள்ளத் தேவை இல்லையா? சமூக நீதி என்றால் பட்டியல் ஜாதி மக்களை மட்டும் பேசுவது அல்ல. நிராதரவில் சிக்கியுள்ள இந்தவித மக்களின் நலன் சார்ந்தும் சிந்திக்க வேண்டும்.

37. விமானப் போக்குவரத்துக் கட்டணமும் குறைந்துள்ளது; விமானப் போக்குவரத்தின் வேகமும் கூடியுள்ளது. உடனே விவசாயிக்கு இதனால் என்ன லாபம் என்று ஆரம்பித்து விடுவார்கள் நமது ஊர்ப் போராளிகள். அனைத்துப் பக்க வளர்ச்சிக்குத் தகுந்த முறையில் கட்டமைப்பை உயர்த்துவது நிர்வாகியின் கடமை. அந்த வகையில் மன்மோகன் அரசு விட்டுச் செல்லும்போது மணிக்கு 67 விமானங்கள் கிளம்பும் அளவு இருந்த கட்டமைப்பு இன்று 100 விமானங்களுக்கு மேல் செல்லும் அளவுக்கு மாற்றி அமைக்கப்பட்டுள்ளது. விமானக் கட்டணம் குறைவு என்பதால் சென்ற ஆண்டு மட்டும் பயணித்தவர் எண்ணிக்கை அதிகம் ஆகியுள்ளது. மன்மோகன் அவர்கள் விட்டுச் செல்லும்போது இது 5.9 கோடி என்ற அளவில் இருந்தது. இப்போது 11.7 கோடி மக்கள் என்றாகியிருக்கிறது. தொடர் பயணிகள் அதிகரிப்புக்கும், சரக்குகள் கையாள்வதில் தேவை அதிகரித்து வருவதாலும் இரண்டாம் தர நகரங்களில் விமான நிலையங்கள் அமைக்க வேலைகளை விரைவுபடுத்தியுள்ளனர். இன்னும் 5 ஆண்டுகளின் இந்தியா உலகின் அதிக விமானப் பயன்பாட்டு பட்டியலில் 3 இடத்துக்கு நகரும் என்பது உறுதி.

விமானங்களில் பயணிப்பது, விமான நிலையத்தில் இறங்கி வந்து, எதற்கு விமானம்... எல்லாரும் மாடு மேய்க்கலாமே என்று பேசுவது. விமானி தமிழன் இல்லையா என்று இன்னும் கொஞ்ச நாளில் அக்கப்போரு கூட்ட மட்டும் இங்கே ஆள் இருக்கு. விமானக் கட்டுமானங்களை அதற்குத் தேவையான flight navigation device எப்படித் தயாரிக்கலாம் என்று ஆரம்பித்து எப்படி சிறிய ரக விமானங்களை உற்பத்தி செய்வது என்று சிந்திக்க வேண்டிய இளைஞர்களை ஆடு மாடு மேய்க்கலாம் என்று உணர்வைத் தூண்டிவிடத்தானே இங்கே டீவிகள் இருக்கின்றன. உள்நாட்டு உற்பத்தி மேம்பாட்டில் எந்தச் செய்தி நிறுவனத்தினர் அக்கறை கொண்டார்கள்?

38. விமான நிலையங்களுக்குத் தேவையான மின்சாரத்தினைப் பெறச் சூரிய ஒளியின் பயன்பாட்டை அதிகரித்துள்ளது அரசு. இதன் மூலம் கொச்சின் முழுவதும் சோலார் மூலமே மின்சாரத் தேவையைப் பூர்த்தி செய்யும்விதம் அமைக்கப்பட்டுள்ளது. முழுவதும் சூரிய ஒளியில் இயங்கும் உலகின் முதல் விமான நிலையமும் இதுவே. டெல்லி, ஹைதராபாத், மும்பைபோன்ற விமான நிலையங்களிலும் 5 முதல் 10

மெகாவாட் மின்சக்தியைச் சூரிய ஒளிமூலம் பெறும் வண்ணம் மேம்படுத்தியுள்ளனர்.

39. Department of Administrative Reforms and Public Grievances (DARPG) மக்களிடம் ஒவ்வொரு துறை சார்ந்த அமைச்சரகம் குறை கேட்கவும், அந்தக் குறைகளுக்கான மொத்த விவரத்தை வெளிப்படையாக வெளியிடவும் கேட்டுக்கொள்ளப்பட்டுள்ளது. இதன் மூலம் அரசுத் துறையில் பெரும்பாலானவற்றில் எளிதில் குறைகளைப் பதிவு செய்ய முடிகிறது. காவல் நிலையங்களில் ஆரம்பித்து அனைத்து இடங்களிலும் இந்த மேம்பாட்டைக் கட்டாயம் நடைமுறைப்படுத்த அரசு ஆணையிட்டுள்ளது. National Information Center கீழ் CPGRAMS திட்டம் மூலம் தனி கவனம் செலுத்துகிறது நரேந்திர மோதியின் அரசு. இதனால் வந்த புகார்களில் *96%* முறையாகத் தீர்க்கப்பட்டுள்ளது. இதனால் மன்மோகன் அரசைவிட *400%* புகார் மக்களிடம் இருந்து பெறுவது அதிகரித்துள்ளது. *2016*ல் இது *10,29,523* புகார்கள், *2017*ல் *17.28* லட்சமாக, இன்றைய தேதியில் *2018*ல் *5,93,868* புகார்கள் வந்துள்ளன; அதில் *5,52,306* புகார்கள் தீர்க்கப்பட்டுள்ளன. ரயில் நிலையங்களில் கூடத் தூய்மை இந்தியா திட்டம் கீழ் அரசு கொடுக்கும் சேவை சார்ந்து மக்களிடம் கருத்தைக் கேட்டு பெரும் அளவுக்குக் கூட்டியுள்ளனர் இதை.

40. அரசு சார்ந்த ஆவணங்கள் பெறுவதும், கொடுப்பதும் அனைத்திலும் மேம்பாட்டு அடைந்துள்ளது இந்தியா. இந்தியா முழுவதும் சுமார் *669* அரசு சார்ந்த ஆவணங்களுக்கு Self-attestation போதும் என்று மாற்றியுள்ளனர். இதனால் பெரும் நேரவிரயம் தவிர்க்கப்பட்டுள்ளது. நாடு முழுவதும் பேப்பர் மூலம் ஆவணம் பெறும் முறையை வேகமாகக் குறைத்து வருகிறார்கள். பார்லிமென்ட் முதல் சட்டசபை வரை காகிதப் பயன்பாட்டைக் குறைக்க அரசு அறிவுறுத்தியுள்ளது.

41. நாடு முழுவதும் *245,000* கிராமங்களை Optical Fiber Broadband Network இணைத்துள்ளனர். *2017*ஆம் ஆண்டு தகவல் படி *2,05,404* கிமீ தூரம்வரை நாடு Fiber Broadband Network அமைத்துள்ளது. *2013*ல் மன்மோகன் அரசு விட்டுச் செல்லும்போது இது *358* கிமீ மட்டுமே இருந்தது. internet speed முதல் தகவல்கள் ஒளிபரப்புகள் எல்லாம் இந்தவிதம் நாடு கட்டமைப்பை முன்னேறாமல் வேகம் பெறாது. BharatNet Phase-II சென்ற டிசம்பர் மாதம் ஆரம்பித்துள்ளனர். இதன் படி இந்த ஆண்டு இறுதிக்குள் மீதம் உள்ள *145,000* கிராமப் பஞ்சாயத்துகளையும் இணைக்கவேண்டும். ஒரு நாளைக்கு *250*கிமீ என்றவிதம் வேலைகள் வேகம் அதிகரித்துள்ளனர். அமெரிக்காவில், லண்டனில் சிங்கப்பூரில் இன்டர்நெட் ஸ்பீட் அதிகம். இந்தியாவும்தான் இருக்கிறார்கள் என்று நக்கல் கேலி எல்லாம் வாய் கிழியப் பேசலாம்.

நாட்டின் அடிப்படைக் கட்டமைப்பை முன்னேற்ற இந்தவிதத் திட்டங்களை எப்படி மேம்படுத்துவது, விரைவு படுத்துவது என்று ஆரோக்கியமாகப் பேசத்தான் கஷ்டம். குறை சொல்வது மட்டுமே குணம் என்று ஆகிவிட்ட பின் என்ன சொன்னால் ஏற்கும் மனது?

42. non-gazetted மத்திய அரசின் வேலைகளுக்கு எந்த இன்டர்வியூவும் கிடையாது. இதை எதற்கு நரேந்திர மோதி அறிவிக்கவேண்டும்? 3,4 கிளாஸ் வேலைகளுக்கு எந்த இன்டர்வியூ என்று கூறியதன் மூலம் அதிகாரவர்க்கத்தினரும் அமைச்சர்களும் இந்த வேலைகளை நிரப்ப இன்டர்வியூ மூலம் பெற்ற பல லட்சம் லஞ்சம் முடிவுக்குக் கொண்டு வரப்பட்டது. எவன் இங்கே பாராட்டி ஒரு விவாத மேடை நடத்தினான்?

43. முன்பு சுற்றுப்புறச் சூழல் அமைச்சரகத்திடம் இருந்து அனுமதி பெறக் குறைந்தது 600 நாட்கள் ஆனது. இன்று? அது வெறும் 150 நாட்கள் என்ற நிலைக்கு அரசு இயந்திரத்தை வேகப்படுத்தித் தொழில் முனைவோருக்கு நேரத்துக்கு முதலீடுகளை அனுமதிக்கும் வண்ணம் மேம்பட்டுள்ளது. ஒரே ஒரு ஊழல் புகார் உண்டா அனுமதி அளிக்கும் சான்றிதழ் விஷயத்தில்? ஏன் என்றால் அனைத்துமே online application.

ஊழல் என்று சொல்ல வழி இல்லாததால் இந்தக் கூட்டம் நரேந்திர மோதியை கார்ப்பரேட் கூலி என்று கேலி செய்கிறது. ஆமாம் கார்ப்பரேட்களுக்கு சாதகமாக நடந்து எத்தனை கோடிகளை அவரும் அவர் சகோதர சகோதரிகளும் வாங்கினார்கள் என்று கேட்டால் வாய் திறக்க மாட்டார்கள். 13 வருடம் முதல்வராக இருந்த ஒரு நபரின் குடும்பம் இன்றும் நடுத்தர குடும்பமாகவே இருக்கிறது. அண்ணன் தம்பி அனைவருமே அரசின் அதிகாரங்களில் ஆதாயம் அடைந்ததே இல்லை. இங்கே திமுக அதிமுக இரண்டு கட்சிகள் இருக்கின்றன. மத்தியில் காங்கிரஸ் கட்சி இருக்கிறது. எவராவது ஒருத்தரால் அவர் குடும்பத்தைப் பற்றிக் குறை கூறமுடியுமா? ஆனால் அவரை கார்ப்பரேட் கூலி என்று விமர்சனம் செய்கிறார்கள்.

44. இந்தியாவின் மீன் பிடித்தல் மொத்த அளவு 11.41 million tonnes என்று கூடியுள்ளது. இது 18.86% வளர்ச்சி. இதில் 15000 ஹெக்டேர் அளவுக்கு நாடு முழுவதும் மீன்பண்ணைகள் அளவும் கூடியுள்ளது. தமிழகத்தில் மீனவர்கள் பாதிக்கப்படுகிறார்களே! அதற்கு என்ன செய்தார் நரேந்திர மோதி என்றும் மட்டும் குறை பேசும் ஊடகங்கள் என்றாவது ராமேஸ்வரம் மீனவர்கள் ஆழ்கடல் சென்று மீன்பிடிக்கவும் அதற்குத் தேவையான கப்பல் வாங்குவதில் மானியத்துடன் கூடிய வங்கிக் கடன் வழங்குவதையும் பற்றிப் பேசியிருக்கிறார்களா. இதில் 15% மத்திய அரசு மானியம், மாநில அரசும் மானியம் தருகிறது. இதை வைத்துக் கொண்டு ஒரு கோடிக்கு ஆழ்கடல் சென்று மீன்பிடிக்கும் நல்ல நவீன ரக கப்பல்களை ஒரு கூட்டாக மீனவர்கள் வாங்கமுடியும்.

ஆழ்கடல் சென்று மீன்பிடிக்கத் தேவையான நவீன உதவிகளை அரசு ஆய்வாளர்களிடம் பெற்று ஆரோக்கியமான சிந்தனை நோக்கி அழைத்துச் செல்வதை விட்டு விட்டு - எப்போ பாரு கச்ச தீவு கச்சத் தீவு என்றே பேசி வருகிறார்கள். அதை மீண்டும் பெறவே போவது இல்லை என்று தெரிந்து அதில் உள்ள சிக்கலைப் புரிந்துகொண்டு வேண்டும் என்றே தூண்டிவிட்டுக் கொண்டே இருப்பது தானே வேலை? அதில் கடத்தல் வேறு பல காலமாக நடக்கிறது. அதையும் தவறு என்று எந்த மீடியாவும் விவாதம் செய்து மீனவர்களை ஆரோக்கியமாக வழிநடத்துவது இல்லை. கேடு கெட்ட அயோக்கிய கூட்டம் இந்தத் தமிழ் செய்தி ஊடகங்கள்.

45. வெட்கம் கேட்ட மனிதர்கள் நாம் தான். 52% பேரிடம் கழிப்பறை இல்லை; கிராமப்புறங்களில் இது 60% மேல் என்று இருந்தது. எவராவது கவலைப் பட்டாரா? ஆனால் வீட்டுக்கு 3 செல் போன். இதனால்தான் பெரிய அளவில் தண்ணீர் மாசு அடைகிறது; அதனால் டயேரியா மூலம் இறக்கும் குழந்தைகள் எண்ணிக்கை அதிகம் என்று சுகாதாரத் துறையின் கவலையை என்றாவது இந்த டீவிகாரர்கள் விவாதம் செய்திருப்பார்களா? மக்களைத் திருத்தவில்லை என்றால் அந்தக் கடவுளே வந்தாலும் நாடு முன்னேறாது. இந்த மனிதர் நரேந்திரமோதி வந்தபோது நாடு முழுவதும் 46,80,840 கழிப்பறைகள் கட்டப்பட்டன. 3,18,630 பொது கழிப்பறைகள் கட்டப்பட்டன. சுமார் 2 கோடி கழிப்பறைகள் என்ற தனது திட்டத்தை வேகப்படுத்தி வருகிறார். வெட்கமே இல்லை எவருக்கும் இங்கே இதை மக்களிடம் கொண்டு செல்ல. நரேந்திரமோதி நல்ல பெயர் வாங்கக்கூடாது. அது தானே முக்கியம் இவர்களுக்கு. எவன் ஒருவன் அரசின் நல்ல திட்டங்கள் மக்களிடம் சென்று சேர்க்க முயற்சி செய்யவில்லையோ அவனுக்கு அரசைக் குறை சொல்லவும் தகுதி கிடையாது.

46. அரசு கட்டடங்கள், சேவைகள் அனைத்திலும் 2017ஆம் ஆண்டுக் கணக்குப்படி 65%க்கும் மேல் தூய்மை கடைப்பிடிக்கப்படுகிறது. 2013% இது 38.7% தான். வெறும் மூன்று வருடங்களில் 28%க்கும் மேல் கூடியுள்ளது. மனசாட்சி உள்ளவர்களுக்கு இது தெரியும். இருப்பதிலேயே ரயில் நிலையங்கள்தான் சுகாதாரத்தில் மோசமாக உள்ளன. தற்போது அது பெரும் அளவு சரிசெய்யப்பட்டுள்ளது. கொஞ்சம் மக்களும் திருந்தணுமே? பாத்ரூம் போனால் தண்ணீர் ஊற்றாமல் எவன் எக்கேடு கேட்டுப் போனால் என்ன என்று வரும் கூட்டம் தானே இங்கே இருக்கிறது. பொது இடங்களை மக்கள் சரியாகப் பயன்படுத்தவேண்டும் என்று ஒரு விவாதம் வைக்கச் சொல்லுங்கள் இந்த டீவிக்காரர்களை. என்னவோ மக்கள் எல்லாம் ரொம்ப நல்லவர்கள்போலதானே எல்லாரும் நடந்துகொள்கிறார்கள்.

2,189 நகரங்கள் முழுமையாகத் தூய்மைப்படுத்தும் கட்டமைப்பைப் பெற்றுள்ளன. மற்ற நகரங்களிலும் இதை வேகப்படுத்தியுள்ளது அரசு. புதிய தலைமுறை தொட்டு நியூஸ்7வரை எவராவது கொஞ்சம் இதை எடுத்து மக்களிடம் சென்று சேர்க்கக் கூறுங்கள். செய்யமாட்டார்கள். சரி அரசு விளம்பரம் மூலம் கொண்டு சேர்க்கும் என்றால் அந்த விளம்பரத்தின் மூலம் லாபமும் பெற்றுக் கொண்டு - அதையே நரேந்திர மோதிக்கு எதிராகப் போடுவதுதான் இவர்களின் தொழில் தர்மம்! ஒரு அறிக்கை கூறுகிறது: இந்தியாவில் கல்லூரிகளில்கூட மாணவர் களுக்குச் சுத்தம்பற்றிச் சொல்லித்தர வேண்டிய கட்டாயம் இருக்கிறது என்று. வெட்கமே இல்லையா? அரசு அக்கறை கொண்டால் மட்டும் நாட்டில் தூய்மை வந்துவிடாது. மக்களுக்குக் கொஞ்சமாவது அதன் மீது பொது இடங்களின் மீது நம் நாடு மீது அக்கறை வேண்டும்.

47. நாட்டின் ராணுவத்துறைக்குப் பெண்ணை அமைச்சராக அமர்த்தியது நரேந்திர மோதி தான். இதே அரசுதான் மகப்பேறு கால விடுப்பை 12 வாரங்களில் இருந்து 26 வாரங்களாக அதிகரித்தது (Maternity Benefit Act 2017). இதே அரசுதான் பாஸ்போர்ட் முதல் அரசு ஆவணங்களில் தங்கள் தந்தையர் பெயரையே தொடர்ந்து வைத்துக் கொள்ளலாம் என்று பெண்களுக்கு உரிமையை நிலைநிறுத்தியது. இந்த மனிதரின் ஆட்சியில்தான் முதல் Fighter pilot ஆகப் பெண்கள் அமர்த்த வழிவகை செய்யப்பட்டது. ஒவ்வொரு இந்தியரின் காலையும் தொட்டு வணங்குகிறேன்; பெண்குழந்தைகளைப் படிக்க வைக்கவும் என்று பல மேடைகளில் முழங்கியதும் இதே பிரதமர் தான்.

ஆனால் இங்கே மீடியா என்ன செய்கிறார்கள்? காஷ்மீரில் இறந்தாலும் கேரளாவில் இறந்தாலும் கர்நாடகாவில் இருந்தாலும் நரேந்திர மோதிதான் பதில் சொல்லவேண்டும் என்று கொஞ்சம்கூட கூச்சம் இல்லாமல் அவர் பெயரை இழுக்கிறார்கள். இதில் கொடுமை என்ன வென்றால் கர்நாடகாவில் யாரேனும் இறந்தால் கர்நாடக முதல்வர், போலிஸ் அதிகாரிகள் என்று எவரையும் கேட்காமல் நேராக நரேந்திர மோதியைக் குற்றம்சாட்டுகிறார்கள். அதே குஜராத்தில் ஏதேனும் நடந்தால் 'பிஜேபி ஆளும் மாநிலத்தில்' என்று தலைப்பு செய்தி போடுவார்கள்! ஆகா ஆகா இவர்கள் அல்லவா உன்னதமான செய்தி நிறுவனத்தினர், பத்திரிகையாளர்கள். இதில் பட்டியல் ஜாதியினர், சிறுபான்மையினர் என்றால் தூக்கலாகச் செய்திகள் வரும்.

ஒவ்வொரு நிமிடமும் ஆபாச வீடியோ தேடிப் பார்க்கும் நாடு இது. அதாவது இந்தியர்கள் ஆபாச வீடியோ பார்ப்பதில் உலகத்தில் 4வது இடத்தில் உள்ளனர். இந்த லட்சணத்தில் செக்ஸ் சைக்கோ உருவாகாமல் இங்கே என்ன தெருவுக்குத் தெரு விவேகானந்தரா வருவார்? மக்கள் திருந்த எவராவது டீவியில் நல்ல ஆரோக்கியமாக

விவாதம் செய்தது உண்டா? ஆபாச வீடியோவை நிறுத்தப்போகிறேன் என்றதும் நரேந்திர மோதி ஒழிக... எங்கள் சுதந்தரத்தில் எப்படித் தலையிடலாம் என்று வாய் கிழியப் பேசுவது.

48. இந்தியாவின் மிகப் பெரிய கொடூரமான மோசடி என்றால் அது ரேஷன் பொருட்களைக் கடத்துவது தான். ஆண்டு தோறும் இந்தியாவில் பொது விநியோகத் திட்டம் மூலம் ரேஷன் கடைகள் மூலம் வழங்கப்படும் பொருட்களில் 54% கள்ள மார்க்கெட்டுக்குத்தான் போகிறது. ஆண்டுக்கு 20,000 கோடிக்கு மேல் இழப்பு நடந்து வந்தது. ஒரு நிர்வாகியாக என்ன செய்ய வேண்டும்? வரிப்பணம் இப்படி வீணாவதைத் தடுக்க வேண்டும். அதுதான் ஒரு நல்ல நிர்வாகிக்கு அழகு.

நரேந்திர மோதி ஆட்சியமைத்த பின் சுமார் 2.75கோடி போலி ரேஷன் அட்டைகளை நாடு முழுவதும் ஒழித்துக் கட்டினார். இந்தப் போலி ரேஷன் கார்டுகள் வைத்திருந்தவர்கள் யார்? பெரும்பாலும் மக்கள் தான். இதுதான் நமது மக்கள். கேட்டால் மந்திரி கொள்ளை அடிக்கிறான், அதிகாரி கொள்ளை அடிக்கிறான் என்று கையைக் காட்டுவது. இதைத் தவறு என்று மக்களை எந்த ஊடகமாவது கண்டித்தது உண்டா? அல்லது இந்த வெற்றியைப் பாராட்டியது உண்டா? ரேஷன் கடைகளில் பொருட்கள் வாங்கவில்லை என்றாலும் ரேஷன் கார்டு வாங்கி வைத்துக்கொள்ளும் கூட்டம் தானே நாம்? படித்தவர்கள்கூட அதைத்தானே செய்கிறார்கள். கொஞ்சம் வசதி வந்தாலும் ரேஷன் பொருட்களை விட்டுக் கொடுக்க மனமில்லாத கூட்டம் உலகில் வேறு எங்கே இருக்கிறது? மாதம் 100 ரூபாய் அதிகம் செலவு ஆகுமா? ஏழைகள் வாங்கிச் சாப்பிடலாம் தவறே இல்லை. ஆனால், இங்கே பொறுப்பே இல்லாமல் மக்கள் இருக்கிறார்களா... இல்லையா? மனசாட்சியைத் தொட்டுச் சிந்தியுங்கள்.

49. பிரதமர் காப்பீட்டுத் திட்டம் - 12 ரூபாய் செலுத்திக் காப்பீடு எடுத்துக் கொண்டால் 2 லட்சம்வரை காப்பீடு கிடைக்கும் என்று மக்கள் வாழ்வில் ஒரு பொருளாதாரத் தடுமாற்றம் வராது காப்பாற்ற இந்தத் திட்டத்தை முன்வைத்தார். எந்த டீவிக்காரர் மக்களிடம் இதன் நன்மையைக் கொண்டுசென்றார்? அதிலும் தமிழகத்தில் என்ன செய்தார்கள், தெரியுமா? என்னைக் கேட்காமல் 12 ரூபாய் எடுத்த வங்கி மீது வழக்குப் போட்டு அதற்கு 8,000 நஷ்ட ஈடும் வாங்கி அதைப் பெருமையாக Facebookல் வெளியிட்டு மத்திய அரசை விமர்சனம் தானே செய்தார்கள்? இது எல்லாம் நல்ல ஆரோக்கியமான குடிமகன் எவராவது எதிர்த்தாரா? இந்த மாநிலத்தில் வெறுப்பை மனதில் விதைக்கும் கலையில் திராவிடக்கழகங்கள், பெரியார் இயக்கங்கள் போல் வர முடியுமா? இதில் மதவெறி கொண்ட கூட்டமும் இணைந்து கொள்ள - நரேந்திர மோதி எதிர்ப்பு என்ற கோஷம் உச்சத்தைத் தொடுகிறது.

50. நான் 50-ஆவது சாதனையைப் பட்டியலிட்டால் மட்டும் இங்கே என்ன வந்துவிடப் போகிறது? முதலில் மக்களிடம் உண்மையைக் கொஞ்சம் நேரம் எடுத்துத் தேடித் தெரிந்துகொள்ளும் ஆர்வம் வேண்டும். முக்கியமாகப் படித்தவர்களுக்கு அது அவசியம் வேண்டும். ஆனால் இங்கே மீம்ஸ் போடுபவர்கள் எல்லாம் நாட்டின் திட்டங்களைக் கேலி பேசுகிறார்கள். மயில் சாமி போன்றோரெல்லாம் பொருளாதார நிபுணராக டீவிகளில் வந்து உட்காருகிறார்கள். எந்த வகையில் எல்லாம் முடியுமோ அனைத்து வழிகளிலும் மதம் மாற்றும் கிறிஸ்தவ அமைப்புகள் பொய் பிரசாரங்களைத் தூண்டிவிட வெறும் நரேந்திர மோதிமீதான வெறுப்பு மட்டுமே பிரசாரமாக நடக்கிறது இங்கே. முடிந்தால் நான் வெளியிட்ட 49 புள்ளி விவரங்களையும் டிவிகள் விவாதம் நடத்த முடியும் என்றால் நான் எவரை எங்கேயும் சந்திக்கத் தயார். கார்ப்பரேட் எதிர்ப்பு என்று நரேந்திர மோதியை விமர்சித்துத் திரியும் எவராவது ஒருவர் அவர் குடும்பத்தினர் அதனால் அடைந்த பலன் ஒன்றைக் காட்டுங்கள் நான் எழுதுவதை நிறுத்துகிறேன்.

நான் இங்கே பத்திரிகை துறைகளைக் கேட்கிறேன்:

இரவானால் போதும் விவாதம் நடத்துகிறேன் பேர்வழி என்று, 'அதிமுக ஆட்சி கலையுமா? நீடிக்குமா? உடையுமா?', 'பிஜேபி B-Team அவரா இவரா?', 'ரஜினி வருவாரா போவாரா?', என்று எதையாவது உருப்படாத தலைப்பை வைத்துக் கூத்தடிக்கிறார்கள். நான்கு வேலை வெட்டி இல்லாதவர்களைப் பிடித்து வந்து விவாதம் செய்கிறேன் என்று கூறி, காட்டுக் கத்து ஆளாளுக்குக் கத்திவிட்டு, எவர் குரல் சத்தமாகக் கேட்கிறதோ அவரே பெரியவர் என்று நிகழ்ச்சியை நடத்தி முடிகிறார்கள். முடிந்தவரை நரேந்திர மோதி மீதான எதிர்ப்பைப் பதிவு செய்வது தானே இங்கே இந்த மீடியாக்களின் வேலை. எத்தனை ஆரோக்கியமான விவாதங்கள் நடத்தின புதியதலைமுறை முதல் News7 வரை? எல்லாமே TRP ரேட்டிங் எப்படி வாங்குவது என்று தானே திரிகிறார்கள். நீங்கள் எல்லாம் நடுநிலையான ஊடகத்தினரா பத்திரிகையாளர்களா?

நக்கீரன், ஆனந்த விகடன்போன்றவையெல்லாம் திருந்தவே செய்யாதா? எப்படியாவது பொய்யான செய்திகளைப் போட்டாவது பத்திரிகை நல்ல விற்பனை ஆகவேண்டும் அது தானே நோக்கம்?

எதற்கெடுத்தாலும் 'நரேந்திர மோதி இதற்கு பதில் சொல்ல வேண்டும்' என்று கூவும் நக்கீரன் பத்திரிகையைக் கேட்கிறேன்: மேலே உள்ள 49 விஷயங்களை என்றாவது பாராட்டி - அதில் மேம்படவேண்டியவை என்ன, அதில் மக்கள் எந்தவிதம் தங்களை மாற்றிக்கொள்ளவேண்டும் என்று என்றாவது உங்கள் பத்திரிகை ஆரோக்கியமாகச் செய்திகள் வெளியிட்டது உண்டா?

நாட்டில் நல்ல செய்தி, விவாதம் போட்டால் யார் வாங்குவார் என்று நீங்களாகவே நினைத்துக்கொண்டு பிரிவினைவாதிகளைத் தூக்கிவிட்டு எப்படி காசு சம்பாதிக்கலாம் என்றுதானே வியாபாரத் திட்டம் போடுகிறீர்? எனக்குத் தெரிந்து தமிழகத்தில் பத்திரிகையாளர்கள்தான் மிக மோசமான கொள்ளைக்காரக் கும்பல். மிரட்டல் உருட்டல் எல்லாம் இவர்களுக்குக் கைவந்த கலை.

தினமும் 500 குழந்தைகள் டயேரியா மூலம் இந்தியாவில் இறந்து போகும் நிலை உள்ளது. கிராமப்புறங்களில் இன்றும் 54% மேல் கழிப்பறைகள் கிடையாது. இவற்றிலெல்லாம் மக்களைச் சரி செய்ய வேண்டும் என்ற எண்ணம் உங்களில் யாருக்காவது உண்டா? ஆனால் கடந்த 40 வருடங்களில் மொத்தமே அணு உலையால் 30 உயிர் இழப்புகள்கூட இல்லை. ஆனால், அணுவுலை வந்தால் பல உயிர்கள் நாசம் என்று கற்பனை வாதத்துக்குக் கொடுத்த முக்கியத்துவத்தைத் தினமும் 500 குழந்தைகள் இறந்து போகும் இந்தக் கொடூரத்துக்குக் கொடுத்திருந்தால் மக்களைத் திருத்தியிருக்கலாமே? உங்களுக்கு எல்லாம் வெட்கமே இல்லையா பத்திரிகை நடத்த?

உண்மையை ஆரோக்கியமாகப் பேச விரும்பாத, மனதில் ஒரு உள் நோக்கத்தோடு செயல்படும் செய்தி நிறுவனங்கள், மீடியாக்கள் எல்லாம் இந்தத் தேசத்தின் அவமானங்கள். இதில் மீம்ஸில் வரும் தகவல் எல்லாம் உண்மை என்று நம்பித் திரியும் ஒரு கூட்டம் எதையாவது கேள்வி கேட்பது. கொஞ்சமாவது அதில் வரும் தகவல் உண்மையா என்று தேடினாலே போதும் பாதி நலம்.

'மீண்டும் கூறுகிறேன் அரசின் நல்ல திட்டங்களை ஆதரித்து மக்களிடம் கொண்டு செல்லாத, பேசாத ஒருவருக்கு அரசைக் குறை சொல்லவும் தகுதி இல்லை'.

•

* இந்த அத்தியாயம் 2018 மே மாதம் எழுதப்பட்டது. நரேந்திர மோதி அரசின் ஐந்தாண்டு முடிவு வரையிலான புள்ளிவிவரங்களை சம்பந்தப் பட்ட அரசுத் துறை வலைதளத்தில் சென்று பார்க்கவும்.

மக்கள் கேள்வியும் அரசின் பதிலும்

செய்தி: 'மக்கள் கேள்விகளுக்கு நரேந்திர மோதி அவர்கள் பதில் கூறியே ஆகவேண்டும்'

நரேந்திர மோதி இதற்குப் பதில் சொல்லவில்லை அதற்குப் பதில் சொல்லவில்லை என்று வலைத்தளப் போராளிகள் பதிவுகள் போடுகிறார்கள். ஆனால் உண்மையில் நரேந்திர மோதியின் தலைமையிலான அரசு மக்கள் புகார்களுக்கு எப்படியான மதிப்பளிக்கிறது என்பதைத் தெரிந்துகொள்ள, கொஞ்சம் மனசாட்சியுடன் நேர்மையாக நடுநிலையான மனதோடு படிக்கவும்.

நாட்டில் மக்கள் கேள்வி கேட்க ஆரம்பித்துவிட்டோம் - இனி ஒவ்வொரு அமைச்சரும் பதில் சொல்லவேண்டும். நரேந்திர மோதி பதில் சொல்லவேண்டும். கேள்வி கேட்பது மக்கள் உரிமை. இப்படியான வசனங்களை அதிகம் பார்க்கிறேன்; எதிர்கொள்கிறேன்.

ஆனால் மக்கள் கேள்வி கேட்போம் என்று Facebook, WhatsApp -ல் கேள்வி கேட்டுத் திரிந்தால் என்ன அர்த்தம்?

இதோ பாருங்கள் நரேந்திர மோதி ஒழிக என்று கோஷம் எல்லாம் இருக்கட்டும்; நீங்கள் எத்தனை கேள்விகளை எத்தனை துறைகளுக்குக் கேட்டு எந்தத் துறையில் இருந்து உங்களுக்குப் பதில் கிடைக்கவில்லை என்று கூறுங்கள். நிச்சயம் உதவுகிறேன். அதை விட்டு விட்டு Facebook timeline-ல் கேள்வி கேட்டுவிட்டு பதில் எதிர்பார்ப்பது என்னவிதமான செயல்? இதுவரை இந்தியாவில் ஆட்சி செய்த அரசுகளில் மிக வெளிப்படையாகப் புகார்களை வாங்குவதிலும், அதற்குப் பதில் கொடுப்பதிலும், நிலுவையுள்ள புகார்கள் சார்ந்து சரியான காரணத்தை வெளிப்படையாக வெளியிடுவதிலும் நரேந்திர மோதி அரசுதான் மிகச் சிறந்தது.

இந்தியா ஒரு ராட்சத மெஷின். அந்த ராட்சத மெஷினின் பாகங்கள், அதன் செயல்பாடு என்று அனைத்தையும் தெரிந்து கொண்டு கேள்வி

கேட்க வேண்டும் என்று கூறமாட்டேன். ஆனால், கேள்வி எப்படிக் கேட்கப்படவேண்டும்; யாரிடம் கேட்கவேண்டும் என்ற ஒரு சரியான தெளிவு வேண்டும். அது படித்த இளையவர்களிடம்கூடச் சூத்தமாக இல்லை.

Department of Administrative Reforms and Public Grievances (DARPG) இதில் பொதுமக்கள் புகார்களைத் தாராளமாகக் கேட்கவும். Department of Pension - Pensioners' Welfare (DPPW) நலத்திட்ட விவகாரங்கள் சார்ந்து எந்தச் சந்தேகம் என்றாலும் இதில் முறையிடவும். Directorate of Public Grievances (DPG) இங்கு மத்திய அரசின் கீழ் வரும் அலுவலகங்கள் சார்ந்த புகார்களை எடுத்துச் செல்லவும். இவை அனைத்தையும் கண்காணித்து, வெளிப்படை யாகப் புள்ளிவிவரங்களை வெளியிட Centralized Public Grievance Redress And Monitoring System (CPGRAMS) என்ற தனி அமைப்பு உண்டு. இவை தவிர தனி தனியாக ஒவ்வொரு அமைச்சரகமும் புகார்களைப் பெறுகின்றன. அதற்கு உரிய நேரத்தில் பதில் கிடைக்க வழிவகை செய்துமுள்ளது நரேந்திர மோதி தலைமையிலான அரசு.

நரேந்திர மோதி ஆட்சிக்கு வந்த பிறகு, நாட்டில் எந்தக் காலத்திலும் இல்லாத அளவுக்குப் புகார்களைப் பெறுவதும் அதன் மீது நடவடிக்கைகள் எடுப்பதும் வேகம் பிடித்துள்ளது. உண்மையான புகார் என்றால் நாம்தான் சரியான வகையில் எடுத்துச் செல்ல வேண்டும். அது ஒரு குடிமகனாக நம் கடமைதானே? ஆனால் facebook, twitter என்று உட்கார்ந்து கொண்டு எதையாவது பேசி அரசை நானும் கேள்வி கேட்டேன் என்று பதிவுகள் போடுவது என்னவிதமான ஆரோக்கியமான செயல்?

மன்மோகன் சிங்கின் அரசு விட்டுச் செல்லும்போது முக்கியமான துறைகள் மட்டுமே online புகார் பெற்றன. மற்றவை நேரில் சென்று தான் கொடுக்க வேண்டும். ஆனால் இன்று? ஏறக்குறைய அனைத்து அரசுத் துறைகளையும் நரேந்திர மோதி வெளிப்படையாகப் புகார் வாங்க வழிவகை செய்துள்ளார் அதன் காரணமாக என்ன சாதித்தார் தெரியுமா?

2014ல் வெறும் 3,01,151 புகார்கள் பெற்ற நிலையை மாற்றி - 2017ல் அறிக்கை படி 17,97,363 புகார்கள் பெற்று அதில் 16,64,388 புகார்கள் தீர்க்கப்பட்டுள்ளன. மீதம் உள்ளவற்றுக்கு தகுந்த காரணங்கள் கூறப்பட்டு இருக்கின்றன. இது ஒரு ஜனநாயக நாட்டில் மக்களுக்குக் கிடைத்த மிகப் பெரிய வெற்றி இல்லையா?

எனவே கேள்விகள் கேளுங்கள். தாராளமாக. அதற்கு முன் எந்த விஷயத்துக்கு யாரிடம் கேள்வி எழுப்ப வேண்டும் என்று தெரிந்து கேளுங்கள். நேரடியாக President Secretariat Office, PMO Office

கதவைத் தட்டுவதும் - நரேந்திர மோதி அவர்கள் அலுவலகப் பூட்டை ஆட்டுவதுமாக இருப்பது என்னவிதமான செயல்?

முடிவாக:

ஸ்டெர்லைட் மூடவும், கெயில் மூடவும், ஹைட்ரோகார்பன் மூடவும். இதை எல்லாம் ஏன் மூடவில்லை என்று கேட்டுப் புகார் அனுப்ப வேண்டாம். அது எல்லாம் மூட அவரிடம் எந்த அதிகாரமும் இல்லை. 15000 கோடி முதலீடு போட்டுத் திட்டம் ஆரம்பம் ஆகும். அதை மக்கள் தேர்வு செய்த மாநில அரசுகளான இரண்டு திராவிடக் கட்சியும் அனுமதி அளிக்கும். காங்கிரஸ் அதை முன்னெடுக்கும். கடைசியாக நரேந்திர மோதி வந்துவிட்டால் எல்லாவற்றையும் மூடவேண்டுமா. நாலு பேர் சேர்ந்துகொண்டு மூடச் சொன்னால் மூட வேண்டும், திறக்கச் சொன்னால் திறக்கவேண்டும் என்றால் இது என்ன நாடா இல்லை வேறு எதுவுமா? இங்கே முதலீடு செய்த நிறுவனங்களுக்கும் தங்கள் முதலீட்டைக் காப்பற்ற முழு உரிமை உண்டு. மக்களிடம் பயத்தைக் கிளப்பிவிட்டு மூட வேண்டும் என்றால் அதற்கு நீதிமன்றம் தான் பதில் சொல்லவேண்டுமே தவிர பிரதமர் அல்ல. அவருக்கு எந்த அதிகாரமும் கிடையாது, இந்தத் திட்டங்களை மூடச் சொல்ல. நீதிமன்றம்தான் முடிவு செய்ய முடியும் இந்த விவகாரங்களை.

எனவே, இதை நன்கு தெரிந்து, வேண்டும் என்றே நரேந்திர மோதி அவர்களின் பெயரைக் கெடுக்கத் திராவிடக் கட்சிகளும், வெட்கமே இல்லாமல் அதில் கம்யூனிஸ்ட், காங்கிரஸ் கட்சிகளும் நிற்க உண்மைக்கு மாறாக இங்கே செய்திகளும் விவாதங்களும் நடக்கின்றன.

மிக எளிமையாகக் கூறினால் 'நீங்கள் 10 லட்சம் போட்டு ஒரு கடை ஆரம்பிக்க - அதை அந்தப் பகுதி மக்களைத் தூண்டி விட்டு எவராவது எதிர்ப்புத் தெரிவிக்கச் சொன்னால் - அரசு மூடவேண்டும் என்று உத்தரவு இட முடியுமா? உங்கள் முதலீட்டைக் காப்பாற்ற நீங்கள் அதை எதிர்த்து நீதிமன்றம் போக உங்களுக்கும் உரிமை உண்டு தானே? எனவே எந்த ஆலையையும் மூட வேண்டுமா வேண்டாமா என்பது இருபக்க விவாதம் மூலம் நீதிமன்றம்தான் முடிவு செய்யும் தவிர அரசுக்கு எந்த அதிகாரமும் கிடையாது. இங்கே நீதிமன்றம் சொல்வதன்படிச் செய்வதுதான் அரசின் வேலை.'

132 கோடி மக்கள் உள்ள நாடு நம் நாடு. எனவே அதற்குத் தக்க பொறுப்புடன் செயல்பட ஆட்சியருக்கு ஒரு பக்கக் கடமை உள்ளது என்றால் குடிமகனாக நமக்கும் சில வரைமுறைகள் உண்டு. எனவே இனி நேரடியாக நரேந்திர மோதி இதற்குப் பதில் கொடுப்பாரா அதற்குப் பதில் கொடுப்பாரா என்று கேட்பதை விட அந்த அந்தத்

துறைகளில் புகார்களைத் தகுந்த ஆதாரங்களுடன் சமர்ப்பித்து - உரியப் பதில் கிடைக்காதபோது நிச்சயம் PMO அலுவலகத்தை முறையிடவும்.

எனவே நரேந்திர மோதியின் அரசு மக்கள் குறைகளைக் கேட்பதில் சரியாகவே இன்னும் சொல்வதானால் மிகச் சிறப்பாகவே செயல்படுகிறது என்பதுதான் உண்மை.

'பிகாரில் - ஏதோ ஒரு கிராமத்தில் ஒரு சிறுமி இறந்த செய்திக்கு அருகேயுள்ள போலீஸ் நிலையம், கலெக்டர், அமைச்சர், முதல்வர் என்று எல்லாரையும் விட்டு விட்டு நேராக பிரதமர் என்று கிளம்புவது இங்கே அதிகரித்துவிட்டது'.

எனவே இங்கே வலைதளங்களில் வருவது கேள்விகள் அல்ல - வெட்டிப் புலம்பல்கள். தீர்வு தேடுபவன் எவராவது இங்கே வந்து புலம்பிட்டு அடுத்த நாள் திரை விமர்சனம் எழுதிக் கேலி பேசித் திரிவாரா? இவ்வளவுதான் இந்த இணையப் போராளிகளின் போர்க் குணம்.

•

பாகம் 4

தூய மதவாதம், தூய ஜாதி வாதம்

இஸ்லாமிய பன்முகத்தன்மை

செய்தி: 'முஸ்லிம்கள் அச்சத்தில் இருக்கிறார்கள் என்பது 2014 தேர்தலில் தெளிவாகிவிட்டது.'

செய்தி நிறுவனங்கள் - நான் ரொம்ப நல்லவன் நடுநிலையாளன் என்று காட்டிக் கொள்ளும் சில பத்திரிக்கையாளர்கள் - சமத்துவம், சமதர்மம் என்று வாய் கிழிய வசனம் பேசி - எந்நேரமும் ஹிந்து மதத்தை மட்டுமே விமர்சித்தபடித் திரியும் திராவிட, கம்யூனிஸ்ட் நடிகர்களுக்கும் - இவர்களுக்கு வக்காலத்து வாங்கும் இணையப் போராளிகளுக்குமான பதில்.

இஸ்லாமிய பன்முகத்தன்மை - எனக்கும், என் மதிப்புமிக்க (சூஃபி) இஸ்லாமிய நண்பருக்கும் இடையேயான கலந்துரையாடலின் மையக்கருத்துகள் பின் வருவன. கொஞ்சம் எந்தச் சார்பும் இல்லாமல் பொறுமையாகப் படித்து முடிவில் நீங்களே எது சரி எது தவறு என்று சிந்திக்கவும்.

உரையாடலின் சாராம்சம்:

உலகம் முழுவதும் இஸ்லாமிய இளைஞர்கள், மாணவர்கள் மற்ற எந்த மதத்தினரையும் விட அதிகம் தீவிரவாதத்தால் கவரப்படுகிறார்களே. அதனால் ஏற்படும் நிகழ்வுகளைத் தடுப்பது எப்படி என்று நீங்கள் எத்தனை பேர் இங்கே எழுதி, பேசி, விவாதம் நடத்தியுள்ளீர்? எத்தனை முற்போக்குவாதிகள் அதன் மீது அக்கறை கொண்டீர்? சமீபத்தில் எந்தத் தீவிரவாத நடவடிக்கை என்றாலும் சரி கைதான இளைஞர்கள் வயது வெறும் 25 வயதுக்குள்ளாகத்தான் பெரும்பாலும் இருக்கிறது. இது உங்களுக்கு வருத்தம் ஏற்படுத்தவில்லையா? இவர்கள் தவறாகச் சென்றாலும் இந்த மண்ணின் பிள்ளைகள் - அவர்களுக்கும் தாய் தந்தை இருக்கிறார்கள்; தங்கள் குழந்தைகள் சிறைக்குச் சென்று வாழ்வை நாசமாக்கிக்கொள்வது குறித்து எவ்வளவு வலிகொள்வர் - எதனால் யாரால் இவர்கள் தவறாகச் செல்கிறார்கள்? அதை எப்படித் தடுக்க வேண்டும் என்று நினைத்தது உண்டா?

இங்கே கண்ட கருமத்துக்குக் கவிதை எழுதித் தலையை ஆட்டி ஆட்டிப் பேசித் திரியும் மனுஷ்யபுத்திரன் (அப்துல் ஹமீது)போன்றவர்கள் சிறிதாவது கவலை கொண்டது உண்டா? அல்லது ஊருக்கு உபதேசம் பேசித் திரியும் ஆளூர் ஷா நவாஸ்போன்ற மேடை வசன கர்த்தாக்கள் பேசியது உண்டா?

கடந்த 30 நாட்களில் உலகம் முழுவதும் 100 இடங்களுக்கு மேல் சுமார் 22 நாடுகளில் ஏறக்குறைய 500 பேருக்கு மேல் இறந்து உள்ளனர் ஜிகாதி தீவிரவாதிகளால். இது பொய் என்று சொல்லிவிடக்கூடும் என்பதால் விரிவாகச் சொல்கிறேன். செப்டம்பர் 11 - ஆப்கானிஸ்தான் ஜலாலாபாத் தற்கொலை படை தாக்குதல் சுமார் 32 பேர் மரணம் 130 பேர் காயம்; செப்டம்பர் 10 - சோமாலியா ஹோடன் கார் குண்டு வெடிப்பு மரணம் 6பேர், 20க்கும் மேற்பட்டவர் காயம்; செப்டம்பர் 08 - நைஜீரியா நாட்டின் குடும்பலி என்னும் இடத்தில் போகோ அராம் தீவிரவாதிகள் தாக்குதலில் 8பேர் மரணம். ஆப்கன் 15.08.2018 அன்று காபுல் நகரில் 40 பேர் மரணம். இவையெல்லாம் சில முக்கியமான சம்பவங்கள். வாரம் 100 பேருக்கு மேல் ஆப்கனில் இறந்து போவர். அந்த அளவுக்கு நாடு மோசம் அடைந்துள்ளது.

புள்ளிவிவரங்களின்படிப் பார்க்கும்போது 2017ல் சுமார் 61 நாடுகளில் 2040க்கும் மேற்பட்ட தாக்குதல்கள் மூலம் சுமார் 16,384 மக்கள் கொலை செய்யப்பட்டுள்ளனர். செத்தால் முடிந்தது வாழ்வு; ஆனால் கை போய்க் கால் போய் வாழும் வாழ்வு? அப்படிப் பார்க்கையில் 2017ல் 14,360 பேர் இந்தவிதம் காயமடைந்தவர். 2016ல் 21,363 மக்கள் கொலை செய்யப்பட்டுள்ளனர்; 2015ல் 27,640 மக்கள் கொலை செய்யப் பட்டுள்ளனர்; 2014ல் 32,868 மக்கள் கொலை செய்யப்பட்டுள்ளனர். இது தொடர்ந்து அதிகரித்து வருகிறது. தீவிரவாத தாக்குதல்களால், நடவடிக்கைகளால் அதிகம் பாதிக்கப்பட்ட சமூகமாக இருப்பதும் இஸ்லாமிய மக்கள் தான்.

உங்கள் வீட்டுக் குழந்தை 22, 24 வயதில் தீவிரவாதியாகப் போவான் என்றால் மனது எவ்வளவு கவலை கொள்ளுமோ அந்த அக்கறை இன்று கைதாகும் இந்த இளையவர்கள் மீதும் வரவேண்டும் தானே. நாம் ஒன்றை நன்கு புரிந்துகொள்ள வேண்டும் இது சரி என்றும் இதுதான் சரி என்றும் அவர்கள் மனதில் விதைக்கும் கூட்டம் எது என்று தேடி ஒடுக்க வேண்டியது சமூகத்தின் அனைத்துத் தரப்புக் கடமை அல்லாவா? நான் வேலை பார்த்த கல்லூரிகளில் பலவற்றிலும் சில குறிப்பிட்ட மாணவர்கள் பாகிஸ்தான் கிரிக்கெட் அணிக்கு ஆதரவாகக் குரல் எழுப்பியதைப் பார்த்தது உண்டு. இது விந்தையாக இருக்கும். பாகிஸ்தான் என்ன நல்லா வாழ்கிறான் என்று அதை ஆதரிக்கிறார்கள் என்று? இப்படிப் பிள்ளைகளைத் தவறாக வழிநடத்துவது எது?

இஸ்லாமிய இளையவர் புரிந்துகொள்ள வேண்டிய முக்கியமான விஷயங்கள்:

எங்கே முதலில் தவறு நடக்கிறது? இஸ்லாம் ஒரு பன்முக தன்மை கொண்ட ஒரு மார்க்கம். இஸ்லாம் மார்க்கப் பெரியவர்கள் அந்தப் பன்முக தன்மையை அங்கீகாரம் செய்து வந்துள்ளனர். ஆனால் இன்று அது ஒற்றை அரேபிய கலாசாரத்துக்கு மாற்ற நினைக்கும் சக்திகளால் முக்கியமாக வகாபிசம் பரப்ப நினைக்கும் சில தவறான மனிதர்களால் இங்கே தவறு நடக்கிறது.

இதை இன்னும் கொஞ்சம் தெளிவாக எளிமையாகப் புரியும்படிக் கூறவேண்டும் என்றால்- Pew Research Center கொடுக்கும் ஆய்வு தகவல்படி, துனிஷியா, எகிப்து, துருக்கி, இராக் வரையில் இருக்கும் பல இஸ்லாமிய நாடுகளில் பெண்களின் ஆடை என்பது Al Amira அதாவது இந்தியாவில் இருந்ததுபோலத் தலையை மட்டும் மறைத்துக் கொள்ளும் அளவு மட்டுமே பழக்கம் உண்டு. இந்தோனேசியா, மலேசியா என்று பார்த்தால் Hijab வகைதான் பெரும்பாலும் பயன்படுத்தினர். சவுதி அரேபியாபோன்ற தேசங்களைத் தவிர எங்குமே பர்தா பழக்கம் 1%கூட இருந்தது இல்லை. இல்லவே இல்லை என்றும் கூறிவிட முடியாது - ஆனால் அப்படி அணிந்தவர்கள் 1%கூடக் கிடையாது.

இன்றும் காஷ்மீர் பெண்கள் ஆடையாகட்டும், தெற்கில் தமிழக பெண்கள் உடையாகட்டும் எதுவும் அந்த மக்களின் கலாசாரத்தைப் பிரதிபலிக்கும். ஆடைகளில் ஆரம்பித்து அனைத்திலும் இந்த நாட்டின் தொன்மை கலாசாரம் அப்படியேதான் இருந்தது. பாகிஸ்தானிலும் அப்படியே அவர்களுக்கென்று ஒரு தனி கலாசார அடையாளம் இருந்தது. ஹிந்து கோவில்களுக்கு காணிக்கைகள், நேர்த்திக்கடன் செலுத்திய இஸ்லாமியரையும் நான் கண்டது உண்டு. அதேபோல ஹிந்துக்கள் குழந்தைகளுக்கு மந்திரிக்கப் பள்ளிவாசல் சென்று வந்ததும் உண்டு. ஒரு ரூபாய்கூட வாங்காது குழந்தைகளுக்கு மட்டும் மந்திரித்துத் தண்ணீர் கொடுக்கும் இஸ்லாமியப் பெரியவரைப் பல காலம் அறிவேன். இத்தனைக்கும் அவர் மிக நடுத்தர குடும்பத்தைச் சார்ந்தவர். வசதியும் கிடையாது. இதை இறைவனுக்குச் செய்யும் தொண்டாகச் செய்கிறேன் என்பார்.

ஆனால் கடந்த 30 வருடங்களுக்கு மேலாக அது மெல்ல மெல்லத் தூய்மையான இஸ்லாம் என்ற பெயரில் அரேபிய இஸ்லாமிய கலாசாரமும், அவர்களுடைய வாழ்வியல் முறையும்தான் சுத்தமான இஸ்லாமியர் வாழ்வு முறை என்பதாக ஒரு மாயையைத் திணிக்கிறார் கள் சிலர். அந்த வேலையை மிகத் தீவிரமாகச் செய்வது வகாபிசம் என்ற பெயரில் தூய்மையான இஸ்லாம் என்ற பெயரில் செய்கிறார்கள். இதுதான் இங்கே பிரச்னையின் முக்கியப்புள்ளி.

ஆடை விவகாரத்தில் மட்டும்தான் இப்படியா? கிடையாது... தூய்மையான இஸ்லாம் என்ற பெயரில் ஆடைகள் ஒழுக்க விஷயம் மட்டும் அல்ல; தர்கா பள்ளிவாசல்கள் இருக்கக்கூடாது, இசை கேட்கக் கூடாது என்று வகாபிசவாதிகள் முன்வைக்கும் சிந்தனைகள் முழுக்க முழுக்க இஸ்லாமின் பன்முக தன்மையை ஒழித்துக்கட்டும் வேலை. முழுக்க அரேபிய தேசத்துக்கு மறைமுகமாக அடிமையாக்கும் வேலை. அரேபிய மன்னர்களை விமர்சித்தால் இங்கே இருக்கும் இஸ்லாமியருக்குக் கோபம் வரும் அளவுக்கு நிலை காரணமே இல்லாமல் மோசமாகி நிற்கிறது. இது பழைமைவாதம் - இது முழுக்க முழுக்கப் பிற்போக்குத் தனமான சிந்தனை.

இந்தியாவில் இஸ்லாம் வந்த காலத்தில் இருந்து உச்ச காலகட்டமான மொகலாயர் காலத்தில்கூட ராணிகள், அரச குடும்பத்தினர் யாரும் பர்தா போட்டது இல்லை. ஆனால் இன்று அதுதான் அடையாளமாக மாறுகிறது... எப்படி?

என் நண்பர் இந்த இடத்தில் ஒரு குறிப்பிட்ட விஷயத்தைக் குறிப்பிட்டுக்காட்டினார். அது இஸ்லாமியர்களின் புனிதர் நபிகள் ஒரு இடத்தில் தெளிவாகக் கூறுகிறார்:

'ஈமான் கொண்டவர்களாயினும், யூதர்களாயினும், கிறிஸ்தவர் களாயினும், ஸாபியீன்களாயினும் நிச்சயமாக எவர் அல்லாவின் (இறைவன்) மீதும், இறுதி நாள் மீதும் நம்பிக்கை கொண்டு நல்ல செயல்களைச் செய்கிறார்களோ அவர்களின் (நற்) கூலி நிச்சயமாக அவர்களுடைய இறைவனிடம் இருக்கிறது; மேலும், அவர்களுக்கு யாதொரு பயமும் இல்லை; அவர்கள் துக்கப்படவும் மாட்டார்கள்'. - குரான் 2:62

அதாவது, நீங்கள் எந்த மத நம்பிக்கை கொண்டவராக இருப்பினும் இறைவன் மீது நம்பிக்கை கொண்டு நேர்மையாக நல்ல காரியங்களைச் செய்து வாழ்வீர் என்றால் நீங்கள் இறைவனை அடைவீர் என்று பன்முகத்தன்மை மட்டும் அல்ல; வழிபாடுகளையும்கூட அங்கீகாரம் செய்கிறார். ஆனால் எதோ இஸ்லாமியர்கள் வணங்கும் இறைவன் மட்டும்தான் அல்லா என்ற மேம்போக்கான புரிதல் ஆகிவிட்டது.

ஆனால் ஷரியத், குரான்போன்றவற்றை மேற்கோள் காட்டித் தானே புனிதப் போர் என்று தீவிரவாதம் சரி என்பதுபோல் அழைக்கிறார்கள். ஆக அதுவும் இருக்கிறது தானே?

பல மதங்களில் இல்லாத அளவு இஸ்லாம் தோன்றிய காலத்தில் இருந்து அதன் வரலாறு தொடர்ந்து எழுதப்பட்டுள்ளது. ஏறக்குறைய 1,800 வருடங்கள் பழமையான காலகட்டத்தில் அன்றைய சூழலில்

இருந்த வாழ்வியல் நடைமுறையை அப்படியே வாழ வேண்டும் என்பது சரியா? அதேபோல அதை இன்று உட்கார்ந்து கொண்டு நியாய தர்மம் பேசுவதும் தவறு. அதாவது நம்மால் நம் மூன்று தலைமுறைக்கு முன் மின்சாரமே இல்லாது வாழ்ந்த முன்னோர்கள் வாழ்வைக்கூடச் சரியாக யோசிக்க முடியாதபோது எப்படி 1800 வருடப் பழமையான நிகழ்வுகளைச் சரி தவறு என்று விவாதம் செய்வது? எனவே இன்றைய காலகட்டத்தில் நல்லதைச் செய்ய முன்வருபவன்தான் உண்மையான ஆன்மிகத் தேடல் கொண்டவனாக இருக்க முடியும். அது எந்த மதத்துக்கும் இதுவே சரி.

சூஃபி ஞானி ரூமி கூறுகிறார்: 'எதை நீ தேடுகிறாயோ - நாளை அது உன்னைத் தேடும்' என்று. எனவே நல்லதைச் செய், நல்லதைத் தேடு- நல்லது உன்னைத் தேடி வந்தடையும் என்பதுதான் அர்த்தம். கெட்டதையும் அடுத்தவருக்குக் கெடுதலையும் தேடி உன் மனம் வெறுப்பின் வழி செல்லும் என்றால் உன்னால் உனக்கும் வீட்டுக்கும் கேடுதான் வரும்.

இன்னும் சில முக்கியமான அதிர்ச்சிகரமான விஷயங்கள் இங்கே:

1940களில் இந்தியாவில் இருந்து ஆண்டுக்கு 25,000 பேர்கூட ஹஜ் பயணம் போனதில்லை. இன்றைய தேதியில் சுமார் 20 லட்சம் மக்கள் அரசின் மானியம் பெற்றுச் சென்று வருகிறார்கள். 2020 ல் சவுதி அரேபிய அரசு எதிர்பார்க்கும் வருமானம் சுமார் 10,00,000 கோடி! தமிழக மாநிலத்தின் பட்ஜெட் 2 லட்சம் கோடிகூடக் கிடையாது. ஆக சவுதிக்கு ஒருபக்கம் கச்சா எண்ணெய் மூலம் வருமானமென்றால் இன்னொரு பக்கம் சுற்றுலா துறை கொண்டு வளர்த்து வருகிறது. கச்சா எண்ணெய் தீரும் என்றாலும் உலக அளவில் இஸ்லாமியரின் பன்முக தன்மையை மாற்றி ஒற்றைத்தன்மையை உருவாக்கினால் நீடித்த வருமானம் என்றென்றும் உண்டு என்பதால் தீவிரமாகச் செயல்படுகிறது.

வருமானம் பார்ப்பது அவர்கள் புத்திசாலித்தனம். அதற்காக வரும் யாத்திரைக்காரர்களுக்கு நல்லவிதமாக வசதிகள் செய்து வைத்துள்ளார்கள் தானே. பின் எதற்கு நாம் அதைக் குறை சொல்ல வேண்டும்?

நாம் வசதியை மட்டும்தான் பார்க்கிறோம். ஆனால் உண்மையில் அங்கே ஆடம்பரமான ஹோட்டல்கள், ஷாப்பிங் மால்கள் என்று இன்று இருக்கும் பல இடங்கள் உண்மையில் பல காலம் இஸ்லாமிய சமூகத்தால் புனிதமான இடங்களாகப் போற்றப்பட்டவை.

ஆம் 1985களுக்கு பின் ஹஜ் பயணம் கொண்டு வருமானம் வருவதை உணர்ந்த சவுதி மன்னர்கள் சுமார் 98% புராதன இடங்களை

அழித்துவிட்டு அந்த இடங்களில் இன்று ஹோட்டல், மால் என்று கட்டியுள்ளனர். ஒரு காலத்தில் ஒட்டமான் சாம்ராஜ்யம் கொடுத்த வரலாற்றுப் புகழ் பெற்ற பொக்கிஷங்கள்கூட இடித்துத் தரைமட்ட மாக்கப்பட்டன. எஞ்சியிருப்பவை இனி வரும் காலங்களில் ஹோட்டல்களாக மாறும். இந்தத் தகவலைக் கூறுவது மிகப் பிரபலமான Islamic Heritage Research Foundation மற்றும் Institute for Gulf Affairs ஆய்வுக் குழுவாகும்.

இதை எத்தனை இஸ்லாமிய அமைப்புகள் இங்கே கண்டித்தன? சூஃபி இஸ்லாமிய பெரியவர்கள் கண்டித்ததோடு சரி. வேறு ஒருத்தரும் கண்டிக்கவில்லை. ஏன் என்றால் வரும் வருமானத்தில் ஒருபகுதியை இங்கே உள்ள மத போதகர்களுக்கு வாரி வழங்கி வருகிறது சவுதி அரேபியா. எனவே எவரும் இன்றைய நாளில் சவுதி அரேபியாவையோ, அதன் அரச குடும்பத்தையோ கேள்வி கேட்க வாய்ப்பே இல்லை என்ற நிலை உருவாகிவிட்டது. துருக்கி, லெபனான், சிரியா என்று எந்த முக்கியமான தேசங்களில் இருந்தும் மெக்கா பயணிகள் பெரிய அளவில் வருவது இல்லை. ஆனால் மெக்காவுக்குச் செல்லும் பயணிகளில் முதல் மூன்று இடத்தில் இருப்பது இந்தியா, பாகிஸ்தான், இந்தோனேசியாதான்.

இஸ்லாம் இளைஞர்கள் தீவிரவாதம் பற்றிய பேச்சுக்கும் இதற்கும் என்ன தொடர்பு?

தொடர்பு இருக்கிறது.

இங்கே ஒற்றைக் கலாசாரத்துக்கு மாற்றத் துடிக்கும் எவரும் ஒரு தந்திரத்தை மேற்கொள்கிறார். அது ஒரு பொது எதிரியை இஸ்லாமிய சமூகத்துக்கே எதிரியாக நிறுத்துவது மூலம் இவர்களை ஒரு பக்கம் இணைக்கவும், நிறுத்த முடியும் என்ற ஒருவித அரசியல் கணக்கு. எனவே வெறுப்பைப் பரப்பவேண்டும். ஆபத்து வருவதாகப் பதற்றத்தை உருவாக்குகிறார்கள்.

மொழி, ஜாதி, இனம், மதம் என்று எந்தப் பிரச்னை வந்தாலும் அதை ஒரு தனிப்பட்ட நிகழ்வாகக் குறிப்பிட்ட நபருக்கோ, பகுதி மக்களுடைய பிரச்னையாக அணுகாமல் அதனை ஒரு சமூகத்தின் பிரச்னையாக வெறுப்பைப் பரப்புவர். இதனால் என்ன ஆகும்? சமூகத்தில் ஒற்றைத்தன்மை வலுவடையும். இதை அனைத்து மதவாதிகளும் செய்கிறார்கள் என்பது உண்மை. அதே தந்திரத்தை இவர்களும் செய்கிறார்கள். இங்கே அதேபோல் தான் நரேந்திர மோதி எதிரி, அமெரிக்காதான் இஸ்லாமிய எதிரி, இஸ்ரேல்தான் கொடூரமான நாடு என்ற அளவில் உருவகம் செய்து வெறுப்பைப் பரப்பி

மாணவர்கள் மத்தியில் ஒருவிதப் பதற்றத்தை உருவாக்கி அவர்களைப் பலிகடாவாக ஆக்கும் போக்கு இங்கே நடக்கிறது.

‘இருள் சூழ்ந்த நிலையில் இருக்கும்போது அங்கே சூஃபிகள் நம்பிக்கை தரும் ஒளியாய் வருகிறார்கள். உலகில் அமைதி, நீதிக்குப் பெரும் போராட்டம் நடக்கின்றபோது சூஃபிகள் வாழ்வே அமைதி, பெருந்தன்மை, அன்பு என்று அமைக்கிறார்கள்’ இதைக் கூறியவர் வேறு யாரும் இல்லை நரேந்திர மோதி தான். 2016ல் மார்ச் மாதம் சூஃபிகள் மாநாடு டெல்லியில் நடந்தபோது இதனைப் பேசியிருந்தார். ஆனால் இது நிச்சயம் பெரிய விஷயமாகச் செய்தியாக இங்கே வரவே வராது. குஜராத் கலவரம் தொடர்பாக எந்தவிதக் குற்றச்சாட்டும் அவர் மீது நிரூபிக்கப்படாத நிலையிலும் இன்றும் அவர்தான் காரணம் என்று நம்பவைக்க முடிகிறது. 10 ஆண்டுகளுக்கு மேல் இத்தனைக்கும் காங்கிரஸ் ஆட்சியில்தான் விசாரணை நடந்தது.

எனவே இங்கே இஸ்லாம் மதம் அச்சுறுத்தப்படுவதாகத் தொடர்ந்து செய்திகள் பரப்புவது திட்டமிட்ட ஒரு பதற்றத்தை விதைக்கும் தந்திரமே. வேறு எந்த நாட்டையும் விட ஒரு இந்தியனாக இஸ்லாமியனுக்குக் கருத்துரிமையும் சுதந்தரமும் நிச்சயம் கிடைக்கிறது. ஆனால், அதை மறைக்கிறார்கள். சமூகத்தில் மிகக் கெடுவாய்ப்பாக அங்கொன்றும் இங்கொன்றும் நடப்பவற்றைச் சமூக பிரச்னையாக மாற்றி ஒற்றைத் தன்மைக்கும் கீழே கொண்டுவரும் போக்கு ஆபத்தான தந்திரம் ஆகும். அது எந்த மதத்துக்கும் நல்லதே அல்ல. இந்த நிலையில் இருக்கும் ஒரு இஸ்லாமியி இளைஞரைப் புனிதப் போர் அது இது என்று தீவிரவாதம் நோக்கி அழைத்துச் செல்வது எளிதாகிறது.

இறுதியாக:

இந்த மதம் அந்த மதம் என்று அல்ல; அனைத்து மதத்தினரிடமும் நான் காணும் பொதுவான குணம் என்னவென்றால் ‘சாஸ்திர சம்பிரதாயங் களில் அதிகம் ஆர்வம் காட்டுவர்; ஆனால் அதில் கூறப்பட்டுள்ள ஒரு 10 நல்ல தத்துவங்களைப் பின்தொடருங்கள் என்று கூறினால் அதன் படி நடக்கும் நபர்கள்தான் மிக மிக மிகக் குறைவு’. அது எந்த மதமாக இருந்தாலும் உண்மை இதுவே.

வெள்ளிக் கிழமை கோவில் போகிறேன்; திருநீறு வைப்பேன், சூடம் ஏற்றிச் சாமி கும்பிட்டேன் என்று பெருமை பேசுபவர்கள் அரசு டெண்டர் எடுத்துக் கொள்ளை அடிப்பார்கள்! பின் சாமி சம்பிரதாயம் என்னத்துக்கு?

ஞாயிறானால் சர்ச்சு கண்டிப்பா போவேன், பிரசங்கம் செய்வேன், சாப்பிடும் முன் கடவுளை பிராத்திக்கிறேன் என்று சொல்லிக்கொள்ளும் ஒரு கிறிஸ்தவர் அரசு அலுவலகத்தில் லஞ்சம் வாங்கிப் பல கோடி சொத்து குவிப்பார்.

அதுபோலத்தான் இங்கே இஸ்லாமிய மார்க்கத்திலும் ஹஜ் போகிறேன், முறையா தினமும் தொழுகைச் செய்கிறேன் என்று சொல்லிக் கொள்ளும் ஒருவர் தன் பிள்ளைக்கு லஞ்சம் கொடுத்து அரசு வேலையை வாங்கி வருவார்.

ஐந்து முறை தொழு மாட்டார். ஆனால் தன் மனதுக்கு நேர்மையான வாழும் ஒரு இஸ்லாமியப் போலீஸ்காரரை நான் அறிவேன்.

இங்கே இஸ்லாமிய இளைஞர்கள், மாணவர்களைத் தவறான வழியில் செல்லாமல் தடுப்பது சமூகத்தில் அனைவரது கடமையும் கூட. அவர்களைத் தவறாக வழிநடத்தும் நபர்களை ஒன்றுகூடி வீழ்த்த வேண்டியது ஊடகங்களின் கடமையும் கூட.

‘4 இஸ்லாமிய இளைஞர்கள் ஹிந்து தலைவர்களைக் கொலை செய்யத் திட்டமிட்டதாகக் கைது செய்துள்ளது காவல்துறை. அதை எந்த ஊடகமும் விவாதம் செய்யவில்லை. என்றுமே இதை விவாதம் செய்வதும் இல்லை. ஒரு பெண் விமானத்தில் கத்திவிட்டார் என்று அவருக்கு ஆதரவாக விவாதங்கள்தான் அன்று அனைத்துச் செய்தி சேனலிலும் நடந்தது. இந்தியாவின் சாபம் செய்தி ஊடகங்கள்’.

ஐரோப்பிய நாடுகளில் போஸ்னியா, அல்பேனியா, கொசோவோ இவை இஸ்லாமியப் பெரும்பான்மை கொண்ட நாடு. அது ஒட்டமான் சாம்ராஜ்யம் முன்பிருந்தே பல நூறு ஆண்டுகளாக அப்படித்தான். அதற்காக அது அரேபிய கலாசாரத்தை ஏற்றுக்கொள்ளவில்லை. அது போஸ்னிய கலாசாரத்திலேயேதான் இருக்கிறது. என்றும் அப்படித்தான் இருக்கும். முன்னாள் நீதிபதி M C Chagla அவர்கள் ஒருமுறை இப்படிக் கூறினார்: ‘நான் மதத்தால் இஸ்லாமியன் - ஆனால் வாழும் முறையால் நான் ஒரு ஹிந்து’. ஏன் என்றால் ஹிந்து என்பது இந்த மண்ணின் வாழ்வு முறை, கலாசாரம்.

இந்த Islamic Pluralism இஸ்லாமிய மாணவர்களுக்குப் புரியவைக்க வேண்டியது அவசியம். இணையப் போராளி, பத்திரிகையாளர்களில் யார் இதைப் பேசுவார் இங்கே? அதனால்தான் அடிக்கடிக் கூறுகிறேன் இந்த நாட்டின் கேவலம், அசிங்கம், அவமானம் எல்லாமே செய்தி ஊடகங்கள்தான் என்று.

•

இயேசு என்ற நபர் வாழ்ந்தாரா?

செய்தி: 'ஆண்டாள் தாயாரின் பிறப்பைப் பற்றி அவதூறாகப் பேசிய திமுக பேச்சாளர் தமிழன் பிரசன்னா'

சமீபத்தில் தாயார் ஆண்டாள் குறித்த சர்ச்சை ஒன்று எழும்பியது. அதில், திமுக பேச்சாளர் தமிழன் பிரசன்னா தாயார் ஆண்டாள் குறித்த பேச்சுக்கான பதில்.

தொடர்ந்து தொலைக்காட்சி சேனல்களில் வரும் நிகழ்ச்சிகளில் ஹிந்து தர்ம நம்பிக்கைகளை அவமானம் செய்வதுபோலவே சித்திரிக் கிறார்கள். ஒரு குறிப்பிட்ட மத நம்பிக்கையை மட்டுமே தாக்கி, இழிவு படுத்தி, வெறுப்பை உண்டாக்குவதுதான் பகுத்தறிவா?

Shalin Maria, பேராயர் எஸ் ரா சற்குணம்போன்ற நபர்களைக் கேட்கிறேன்: உண்மையில் இயேசு என்ற நபர் வாழ்ந்து சென்றாரா? Archaeology evidence ஏதாவது ஒன்று இதுவரை கிடைத்தது உண்டா?

1. இயேசுவின் பிறப்பு:

இயேசுவின் பிறப்பு சார்ந்த கதையில் பல முரண்பாடுகள் உண்டு. அவர் பிறந்ததாகச் சொல்லப்படும் தேதி, காலம் என்பது அன்றைய தேதியில் ஜீடே நாட்டு மன்னராக இருந்த ஏரோது காலத்தோடு பைபிள் கூறுவது படி பார்த்தாலும்கூட ஜீசஸ் கிமு 6 முதல் 4 ஆம் ஆண்டுக்குள்தான் பிறந்திருக்க வேண்டும். இந்தக் கணக்கு ஆய்வாளர்களால் உறுதி செய்யப்பட்டது. எனவேதான் தற்காலத்தில் அனைவரும் BC (before christ) என்று குறிப்பிடாமல் BCE (before common era) என்று கூறுகிறார்கள்.

மன்னர் ஏரோது அன்று பிறந்த அனைத்து ஆண் குழந்தைகளையும் கொலை செய்யக் கூறினார் என்று கூறும் பைபிள் வரலாறும் உண்மை கிடையாது. ஏன் என்றால் அந்த மன்னரைப் பற்றிய போதுமான வரலாறு கிடைக்கிறது. அதில் இது பற்றி இதுவரை எந்தச் சான்றும்

தகவலும் கிடைத்தது இல்லை. மிக முக்கியம் இந்தக் கதை: இதற்கு முன்பும் இந்தியாவில், எகிப்தில் இதுபோலக் கதைகள் உண்டு. இறைவன் பிறப்பு, அதைக் கொலை செய்ய, நாட்டில் உள்ள குழந்தைகளைக் கொல்ல மன்னன் ஆணையிடுவது எல்லாமே இங்கும் இருந்தது - எகிப்திலும் இருந்தது.

இந்தக் காலக்கட்டத்தில் 30,000 காலாட்படையுடன் மன்னர் ஏரோது, மார்கஸ் ஆண்டொனியஸ் இருவரும் ஜெருசலேமைத் தாக்கியது, அங்கே நடந்த கொடூரங்கள் ஆகியவற்றை விளக்குகிற ஆதாரங்கள் உண்டு. அத்துடன் ஏரோது மரியம் என்ற பெண்ணைக் கல்யாணம் செய்தார். மரியம் தாயார் Alexandra the Maccabee, அவர் தம்பி, அவர்கள் கொலை செய்யப்பட்டது, கிளியோபட்ரா, அவர் குழந்தைகள், அவருடைய ஆளுமை, அவர் கொண்ட உறவு, மன்னர் ஏரோது எழுப்பிய மூன்று கோபுரங்கள், அதன் உயரம், கட்டுமான விவரம், ஏரோது கட்டிய தேவாலயம், (இது கிறிஸ்தவ தேவாலயம் அல்ல) அதன் படிகட்டு விவரம்கூடத் தெளிவாகக் கிடைக்கிறது. இயேசு ஒரு சாதாரண மனிதராக இருந்திருக்கலாம். அதனால் குறிப்புகள் கிடைக்காமல் போகலாம் அல்லவா என்று கேட்டால் எப்படி? அல்லது இயேசு செய்த மூன்று அதிசயங்கள் விவரம்கூடக் கிடைக்கவில்லை.

2. கன்னி மேரி:

பைபிளை அடிப்படையாக எடுத்துக் கொண்டால்கூட மேரிக்கு - இயேசு தவிர மூன்று குழந்தைகள். முறையே ஜேம்ஸ், ஜூட், சைமன் (ஜோசபாஸ், சலோமியா என்ற இருவரும்கூட அவர் குழந்தைகள்தான் என்றும் சில தகவல்கள் உண்டு). இயேசு இறந்த பின் அவர் இடத்துக்கு ஜேம்ஸ், சைமன் வந்ததாகத் தகவல் கிடைக்கிறது. அத்துடன் கன்னி மேரி, ஜோசப்புக்கு பின் கிளியோபாஸ் என்பவரை மணந்து கொண்டார் என்ற தகவலும்கூட உண்டு. எது எப்படியோ மேரிக்கு இயேசு தவிர மூன்று குழந்தைகள் உண்டு என்று அனைவரும் ஏற்றுக்கொண்டனர். இதையெல்லாம் வைத்து என்றாவது கன்னி மேரியின் புனிதத்தை திமுக திக கேலிசெய்யுமா? அப்படி கேலி செய்தால் அவர்களுடைய உயிர் நண்பர் பேராயர் சற்குணம் விட்டு வைப்பாரா? மனசாட்சி கொஞ்சமாவது வேண்டாமா. என் வாழ்நாளில் நான் மேரி, இயேசு என்று எவரையும் அவர் தம் புனிதத்தின் மீது கிறிஸ்தவர்கள் கொண்ட நம்பிக்கையைக் கேள்வி எழுப்பியதே கிடையாது. இன்று வேறு வழி இல்லாமல் ஆதாரங்களை முன்வைத்துக்கொண்டிருக்கிறேன். இந்த சற்குணம், செபாஸ்டியன் சீமான், மரியாபோன்ற மோசமான தந்திரமான மத வெறிபிடித்தவர்களை வீழ்த்த இதைச் செய்ய வேண்டியது என் கடமையாகிறது.

விர்ஜின் பெர்த் அதாவது கன்னியாகிய மேரி கடவுளின் மூலம் குழந்தை பெறுகிறார். இந்தக் கதை எகிப்து மற்றும் பேகனிய மக்கள் தமது சில கடவுள்களுக்கு கூறிவந்த கதை. மூன்று பேர் வந்து வாழ்த்தினர் என்று இருக்கும். அந்த மூன்று நபர்களுக்கு நட்சத்திரம் வழிகாட்டியதாகக் கூறப்படுவதில் பெரிய லாஜிக் இல்லை. ஏன் என்றால் இருவர் ஊருக்கும் இடையே சுமார் 15 முதல் 18 கி« தூரம்தான் இருக்கும். அப்படி இருக்க இருவருக்குமே ஒரே நட்சத்திரம்தான் தெரிந்திருக்குமே தவிர வழி எல்லாம் காட்டுவதாகக் கூறுவது குழந்தைத்தனமான கதை.

அந்தக் காலகட்டத்தில் தேவதைகள் நட்சத்திர வடிவில் வழிகாட்டுவதாக நம்பப்பட்டது. அதன் நீட்சிதான் இந்தக் கதையும். இதற்கும் எந்த ஆதாரமும் கிடைக்கவில்லை.

3. இயேசு வாழ்ந்த காலம் பற்றிய ஏதாவது தகவல் நமக்கு அகழ்வாராய்ச்சிகள் மூலம் கிடைக்கிறதா என்றால் அதுவும் இல்லை.

இன்னும் சொல்வதானால் இயேசுவின் பிறப்புக்குப் பின் - அவரது 30 ஆவது வயதில்தான் மீண்டும் நமக்கு அவரைப் பற்றிய தகவல்களை பைபிள் எழுதியவர்கள் கூறுகிறார்கள். இடைப்பட்ட காலத்தில் அவர் எங்கே என்ன செய்தார் என்ற தகவல் கிடையாது என்பது ஒரு வினோதம். இத்தனைக்கும் அவர்தான் தேவகுமாரன் என்று தெரிந்தும்.

அடுத்து இதே காலக்கட்டத்தில் அவருடைய தந்தை, மேரியின் கணவர் ஜோசப் எங்கே சென்றார் என்ற தகவலும் கூறப்படவில்லை.

4. மூன்று நாட்களில் உயிர்த்தெழுந்தார்:

இதற்கு ஆதாரம் கிடைத்தது அது Gabriel's Revelation. தகவல் உண்மைதான் என்றாலும் அதுவும் இயேசு பற்றியது கிடையாது. அது வேறு ஒரு எகிப்தியக் கடவுள் பற்றிய கதை. அல்லது சைமனுடையது- ஜோர்டான் நாட்டில் Gabriel's Revelation என்ற ஹீப்ரு மொழியில் எழுதப்பட்ட கல்வெட்டு அதேதான் கூறினாலும் அந்தக் கல்வெட்டு காலம் இயேசு பிறப்புக்கு முந்தையது. நிச்சயம் இந்த நம்பிக்கை இயேசு இறப்புக்கும் முப்பதாண்டுகள் முந்தையது. எப்படி பார்த்தாலும் இது இயேசு இறப்பைக் குறிப்பது இல்லை என்று உறுதியாகக் கூற முடிகிறது ஆய்வாளர்களால். இந்த நம்பிக்கையை கிறிஸ்தவர்கள் இங்கே இருந்துதான் எடுத்துள்ளனர் என்று கூறுவது எளிதாகிறது! ஆக இயேசு பிறப்பு முதல் இறப்புவரை அனைத்துமே முரண்பாடு மட்டும் அல்ல; அப்படி ஒருவர் வாழ்ந்தார் என்பதற்கு ஆதாரம்கூட ஆய்வாளர்களுக்குக் கிடைக்கவில்லை.

ஆக எப்படி மக்கள் இதை அங்கே நம்பி இருப்பார்கள்... அவர்கள்

என்ன முட்டாள்களா?

நன்கு புரிந்துகொள்ளவேண்டும், தனி மதமாகவோ வழிபாடாகவோ கிறிஸ்தவம் பரவவே இல்லை. இயேசு இறந்ததாகக் கூறப்பட்ட காலம் தாண்டி 300 ஆண்டுகள்கூட, கிறிஸ்துவின் கதையை நம்பியோர் வெறும் 100 நபர்கள்கூட இல்லை. கிறிஸ்தவம் ஒரு மதமாக உருவாகக் காரணம் கிபி 300களில் மன்னர் கான்ஸ்டன்டைன் நோபல்தான். அதுவும் அவர் தாயார் கொண்ட நம்பிக்கையின் பலனாகத் தான். அவர்தான் இயேசு இருந்ததை ஏற்றுக்கொண்டார். அதாவது, பைபிள் வரலாற்றுப்படிப் பார்த்தாலும் இயேசு என்ற நபர் இறந்து சுமார் 300 வருடம் கழித்து ஒரு மன்னன் ஏற்றுக்கொண்ட பிறகே தனி வழிபாட்டு முறையாக, மதமாக அங்கீகாரம் கிடைக்கிறது. இன்று கிறிஸ்தவத்தில் இருக்கும் அனைத்து நம்பிக்கைகளும் இந்தக் காலத்தில் உருவானவையே.

கிறிஸ்துமஸ், ஈஸ்டர் நாட்கள் குறிக்கப்படுகிறது, சிலுவை புனிதமாகிறது என்று அனைத்தும் உருவாக்கப்படுகிறது. எந்த எந்த நாட்களில் என்ன என்ன வழிபாடுகள் செய்வது என்று உருவாகிறது. பிரபலம் ஆகிறது. Constantinian shift நடந்ததற்குப் பின் கிறிஸ்தவம் பரவியது. அடுத்த 1,500 வருடங்கள் மிகப் பெரிய தீவிரவாதம் மூலமாகத்தான் பரவியதே ஒழிய ஒழிய பைபிள் மூலம் அல்ல. அதற்கும் 99.9% ஆதாரம் அகழ்வாராய்ச்சிகள், வரலாற்று ஆவணங்கள் உண்டு.

இதன் மூலம் ஒன்று நன்கு புரிகிறது: இது இயேசு என்ற நபர் வாழ்ந்து சென்றதற்கான எந்த ஆதாரமும் கிடையாது. அப்படி ஒருவர் வாழ்ந்திருந்தாலும் கிறிஸ்தவ மதம் உருவாக எந்தவகையிலும் அவர் காரணமும் கிடையாது. ஏன் அப்படிக் கூறவேண்டியுள்ளது என்றால் யூதர்களின் தலைவனாகத்தான் வருகிறார். அதாவது அவர் எந்த இடத்திலும் யூதர்களை முற்றிலும் புறக்கணிக்கவில்லை. மாறாக மதம் கொண்டு நடக்கும் தவறுகளைத் திருத்தும்படிதான் கூறுகிறார். அத்துடன் அவர் மட்டும் அல்ல; அந்தக் காலக்கட்டத்தில் அவர்போல் பலர் ஜெருசலமைச் சுற்றி இந்தவிதம் மதப் புரட்சிகள் செய்துள்ளதாக வும் தகவல் உண்டு. போலித் துறவிகள் அல்லது போலியாகத் தங்களை தேவகுமாரன் என்று கூறிக் கொள்வதாகக் கூறி அன்றைய அரசு பலரை இந்தவிதம் சிலுவையில் ஏற்றிக் கொலை செய்துள்ளது.

இயேசு பற்றிய தகவல்கள் நன்கு கவனித்தால் அந்தக் காலக்கட்டத்தில் யூதர்களின் விதிகளுக்கு அப்படியே பொருந்தும். அதேபோல்தான் அதனை அடுத்து வந்த இஸ்லாமியர் நம்பிக்கையும். இஸ்லாமியர்

தொழுவதும், சுன்னத் செய்வதும், பலிகொடுத்தலும்கூட யூதர்களின் பழக்கமே அன்றி இஸ்லாமியரது கிடையாது.

கிறிஸ்தவ மதம் கூறும் நம்பிக்கைகள், கதைகள் அனைத்தும் Horus, Osirisபோன்ற எகிப்து கடவுள்களின் கதைகளின் தொகுப்பாக உருவான ஒரு புதிய சிந்தனை என்ற வகையில்தான் ஏற்கமுடியும். அதாவது கிறிஸ்தவம் என்பது ஏற்கனவே இருந்த நம்பிக்கையின் மீது உருவாக்கப்பட்ட நம்பிக்கை மட்டுமே ஆகும்.

இதை ஏன் நான் இங்கே கூறவேண்டியிருக்கிறது?

நம்பிக்கையின் பெயரில்தான் ஆன்மிகமே உருவாகிறது. இது அனைத்து மதங்களுக்கும் பொருந்தும்.

பிரசன்னாபோன்ற கூறுகெட்ட முட்டாள்கள் எவரும் இந்துக்களை ஆதாரம் கேட்கும் முன் அவர்கள் முதலில் உலக மத நம்பிக்கைகளைத் தெரிந்து கொண்டுவிட்டு இங்கே வருவது நலம். முக்கியமாக இந்த மதம் மாற்றும் கூட்டத்துக்கு இதைக் கூறிக்கொள்கிறேன். எஸ் ரா சற்குணம், தெய்வநாயகம், இவர்களின் பல்லவி பாடும் சீமான் என்ற செபாஸ்டின்போன்ற கிறிஸ்தவர்களுக்கு இதைத் தெரிவிக்க விரும்புகிறேன்.

ஆண்டாள் விவகாரத்தில் எதற்கு இந்தத் தகவல்?

திமுக தமிழன் பிரசன்னா, திமுக அனுதாபியும் நலம் விரும்பியுமான பாதிரியார் பேராயர் எஸ் ரா சற்குணம் என்ற கிருஸ்தவ வெறியரை என்றாவது இதேபோல் அவமானமாகக் கேள்வி எழுப்பியது உண்டா? அடக் குறைந்தபட்சம் பகுத்தறிவுப் பேரன்கள் திக உருவாகிய வெட்கம் கெட்ட கூட்டம் கேள்வி எழுப்பியது உண்டா? சன் டீவி ஏதோ ஒரு கேவலமான பெண்ணைக் கூட்டி வந்து பகவத் கீதையையும் ரஜினியின் ஆன்மிக அரசியல் பேச்சையும் அவமானம் செய்ததே! அதே கூட்டத்தைக் கூட்டி வந்து இந்த கிறிஸ்தவ விவகாரத்தை விவாதம் செய்யுமா?

சிறுபான்மையினர் மத உணர்வுகள் மதிக்கப்படவேண்டும், இந்துகளுக்கு மட்டும் பகுத்தறிவு பாடம் நடத்தவேண்டுமா? 2006ஆம் ஆண்டு da vinci code என்ற திரைப்படம் வெளிவந்தபோது அதனைத் தமிழகத்தில் வெளியிட அனுமதி அளிக்க முடியாது. அது கிறிஸ்தவர் களின் நம்பிக்கையைக் காயப்படுத்துகிறது என்று தடை செய்தது இதே திமுக திக கூட்டம்தானே!

சமீபத்தில் திமுக கனிமொழி World Atheist Conference சமய மறுப்பு

என்ற மாநாட்டில் அல்லது திராவிடக் கழகத்தினர் மாநாட்டில் ஒரு வார்த்தையாவது நாம் மேலே கூறியதைப் பற்றியோ, ஆப்ரகாமிய மதங்கள் மதம் மாற்றுவதைப் பற்றியோ பேசியிருக்கிறாரா? அது சமய மறுப்பு மாநாடா இந்து மதத்தை அவமானம் செய்யும் மாநாடா? உங்களுக்குப் பகுத்தறிவு அல்ல விஷயம் - பார்ப்பான எதிர்ப்பு என்ற பெயரில் இந்து மதங்களை அவமானம் செய்வதுதான் இலக்கு. அதற்குக் காரணம் வெறுப்பு. அதுவும் இந்துமத வெறுப்பு என்றுகூடக் கூற முடியாது; பிராமணர்கள் மீது கொண்ட வெறுப்பு மட்டும் தானே தவிர 1%கூட இது பகுத்தறிவு தேடியவரின் பேச்சு அல்ல.

மீண்டும் மீண்டும் தெளிவாக ஒன்றைப் புரிந்துகொள்ளவேண்டும்: ஜாதி, மத வெறுப்பு என்பதேகூட பகுத்தறிவு ஆகாது.

இறுதியாக:

ஒன்றை புரிந்துகொள்ளுங்கள், இது பிஜேபி - திமுக பிரச்னை அல்ல. தனி மனிதப் பேச்சும் அல்ல. பகுத்தறிவு பேச்சும் அல்ல. முழுக்க முழுக்க வக்கிரமாக, இந்து மதத்தினை அவமானம் செய்ய வேண்டும் என்ற நோக்கில் பேசப்படும் பேச்சு. அத்தோடு தமிழ் தமிழ் என்று பேசித் திரிந்த சீமான் என்ற செபாஸ்டின், இயக்குனர் கௌதமன் போன்ற திடீர் போராளிகளாகத் திரியும் கிறிஸ்தவர்கள் எவராவது வாயைத் திறந்தாரா? அவதூறாகப் பேசியவருக்கு ஆதரவாகத்தானே குரல் கொடுத்தார்கள்?

ஆழ்வார்கள், நாயன்மார்கள், தேவாரங்கள், நாலாயிரத் திவ்ய பிரபந்தம், சைவ சித்தாந்த நூல்கள் இவை தானே தமிழுக்குப் பெருமை? இதில் தானே தமிழின் வளமை, அதன் தொன்மை எல்லாம் இருக்கிறது? தமிழ் மட்டும் வேண்டும்; அதிலிருக்கும் ஆன்மிகம் மட்டும் வேண்டாமா? அதை மட்டும் புறக்கணிப்பது என்னவிதமான பகுத்தறிவுக் கொள்கை? சீமான் காட்டாயம் இதை எல்லாம் புறக்கணிக்கிறார் என்று கவனமாகப் பாருங்கள். அந்தக் கூட்டத்தினருடைய நோக்கம் பிரிவினைதான் ஒழிய வேறு இல்லை.

இந்தியர்களை நான் பிரிவினை செய்ய முயற்சி செய்கிறேன் என்ற குற்றச்சாட்டு என் மீது இங்கே எழுப்பப்படும். இப்படி நீங்கள் கேட்டால், தயவு கூர்ந்து நன்கு புரிந்துகொள்ளுங்கள்- மதவெறி கொண்டு அடுத்த மதங்களை, அவர் தம் நம்பிக்கைகளைக் கொச்சைப் படுத்தவேண்டும் என்று நான் கூறவில்லை. அப்படிக் கூறவும் மாட்டேன். அனைத்து மதங்களையும் மதிக்கவேண்டும். அதே நேரம் இந்து மதத்தின் சமய நம்பிக்கைகளின் மீது தொடுக்கப்படும் தாக்குதலைத் தவறு என்று கண்டிக்கும் நேர்மையும் அனைவருக்கும் வேண்டும்.

இந்த சீமான், கௌதமன், திருமுருகன் என்று எவராவது ஒருவர் இந்து கோவில்களில் சிலை திருட்டைக் கண்டித்துக் குரல் கொடுத்தது உண்டா? அதேபோல் தமிழுக்குப் பெருமை சேர்த்த ஆழ்வார்களை யாரேனும் அவமானம் செய்யும்போது, இப்போது மதம் வேணாம் சார், குறைந்தபட்சம் தமிழுக்குத் தொண்டு செய்தவர்கள்; எனவே அப்படிப் பேசக்கூடாது என்றாவது இவர்கள் கண்டித்திருக்க வேண்டும் தானே? அது என்ன இந்து மதம் சார்ந்த அனைத்து விவகாரங்களிலும் பிஜேபி மட்டும் குரல் எழுப்ப வேண்டியுள்ளது?

ஜோசப் விஜய் என்று கூறியதற்கு எப்படி மத அடையாளம் செய்யலாம் என்று காட்டுக் கத்து கத்திய கூட்டம் ரஜினி கீதையை மேற்கோள் காட்டிக் கூறியதும் எப்படி கீதையைக் கூறலாம் என்று எதிர்ப்புத் தெரிவித்தது. இன்று தாயார் ஆண்டாளுக்கு அவமானம் செய்வதும் அவர்களே. இவர்கள் அனைவரும் யார், இவர்கள் பின்புலம் என்ன என்று கொஞ்சமாவது சிந்தியுங்கள்.

இளைஞர்கள் கொஞ்சமாவது நடுநிலையோடு சிந்தியுங்கள் 'கிறிஸ்தவர்களின் நம்பிக்கையான கன்னி மேரி தொடர்பாக ஆதாரம் கேட்காத கூட்டம், அது என்ன ஆண்டாள் தாயாரை மட்டும் மிக அருவருப்பாக விமர்சனம் செய்யத் துணிகிறான்? பகுத்தறிவு என்று கூறி இந்துக் கடவுள்களை மட்டும் அவமானம் செய்வேன் என்றால் என்ன அர்த்தம்?'

•

பட்டியல் ஜாதி மக்கள் மதம் மாறுவதுதான் தீர்வா?

செய்தி: 'பட்டியல் ஜாதி மக்கள் மதம் மாறுவதுதான் தீர்வு, அவர்கள் இஸ்லாமிய மதம் மாற வேண்டும்'

ஜாதி ஒழிய மதம் மாறவேண்டுமா?

இந்தக் கருத்தை வழியுறுத்தும்விதமாக திருமாவளவன் 'மீனாட்சிபுரம் மதமாற்றங்கள் ஒரு ஆய்வு' என்ற தலைப்பில் ஆய்வு மேற்கொண்டு அதற்கு டாக்டர் பட்டமும் வாங்கியுள்ளார்.

இந்த ஆய்வு தகவல்கள் - அதன் முடிவில் திருமாவளவன் முன்வைக்கும் வாதம் முழுக்கக் குறிப்பிட்ட சமூக மக்களைத் தவறாக வழிநடத்தும்; உண்மைக்குப் புறம்பாகச் சில தகவல்களை அவர் கூறுகிறார்.

முதலில் திருமாவளவன் வெளிப்படையாகக் கூறுகிறார்: இஸ்லாமில் ஜாதிப் பிரிவினைகள் இல்லை.

இந்தக் கூற்று தவறு. இது இந்தத் தேசத்தைப் பற்றி எதுவும் புரியாமல் பேசித் திரியும் திகபோன்ற இயக்கங்களின் பல காலப் பல்லவி. எனக்குத் தெரிந்து தெற்காசிய முழுவதுமேகூட பல உட்பிரிவுகள் எப்படி இந்துக்களில் இருக்கிறதோ அதேபோல் இஸ்லாமில் உண்டு. கசாப்புக் கடைக்காரர் என்று நாம் அனைவரும் கறிக்கடைகாரர்களைக் கூறுவோம். அந்த கசாப் என்பதே ஒரு ஜாதி அடையாளம்தான் என்பது பலருக்குத் தெரிவது இல்லை. காரணம் இஸ்லாமிய மக்கள் தமிழகத்தில் 4% மட்டும் என்பதால் பலருக்கு இது விவாதமாக ஆவது இல்லை; அதனுள் இருக்கும் பிரிவுகளைப் பற்றிய தெளிவு இல்லை. ஆனால் வட மாநிலங்களில் தெளிவாக அறிவர்.

இதைப் படிக்கும் அனைவரும் கேட்டுக் கொள்ளுங்கள். இதை நான் இஸ்லாமிய மார்க்கத்தின் மத நம்பிக்கை, உள்விவகாரம் சார்ந்து பேச

வரவில்லை. ஆனால் இஸ்லாமில் முக்கியமாக பாகிஸ்தான், இந்தியாவில் உட்பிரிவுகள் பல உண்டு என்பதை ஏனோ பலருக்குத் தெரிவது இல்லை. அதன் உண்மை என்ன என்று எடுத்து முன்வைப்பது தான் என் நோக்கம். தவிர அது சரி தவறு என்று உள்ளே செல்ல அல்ல. மதம் மாறுவது அவர் அவர் விருப்பம் - அதில் தடை விதிப்பதோ தவறு என்று கூறவோ நான் எழுதவில்லை. மாறாக திருமாவளவன் பட்டியல் ஜாதி மக்களை ஆராய்ச்சி செய்கிறேன் பேர்வழி என்று தவறாக வழிநடத்துகிறார் என்பதால் அதைச் சுட்டிக்காட்டும்விதமாக இதைச் சொல்கிறேன்.

சரி விஷயத்துக்கு வருவோம். இந்திய இஸ்லாமிய மக்களிடையே பிரிவுகள் இல்லையா? உண்மையில் தமிழகத்திலும் ராவுத்தர், மாப்பிள்ளை, பட்டாணி, துக்னி என்ற சில பிரிவுகள் மிகப் பிரபலமே. மதம் மாறியவர்கள் வேண்டுமானால் இந்த அடையாளம் இல்லாமல் தனியாக நிற்கலாமே ஒழிய அங்கே பிரிவுகள் உண்டு. இன்னும் சில விஷயங்களைப் பார்க்கலாம்.

பிகார், உபி என்று பல மாநிலங்களில் சுரிஹர் (Churihar) பிரிவு மக்கள் நகை ஆபரணங்கள் செய்வர், சிலர் பதான் - மன்சூரி என்று பெயர் வைத்திருப்பார் தங்கள் குடும்பப் பெயர்போல. அதுகூட ஒரு குறிப்பிட்ட மேல்மட்ட வகுப்பைச் சார்ந்த இஸ்லாமிய மக்களைக் குறிக்கவே பயன்பட்டு வந்தது. உபி ஹரியானா பாகிஸ்தானின் பல பகுதிகளில் நல்பந்த் (Nalband) இவர்கள் வாகனம் இழுக்கும் விலங்குகளுக்கு லாடம் செய்து கொடுப்பது இவர்கள் தொழில் (பட்டறைத் தொழிலிலும் இருந்தனர்). காட்டுப்புறப் பகுதிகளில் விலங்குகள், பறவைகளை வேட்டையாடி வாழ்ந்த மிகப் பிரபலமான இஸ்லாமிய சமூகம் மிரிஷிகர் (Mirshikar), இந்தியாவின் பெரும் பாலான வணிக நகரங்களில் பழங்காலத்தில் வணிகர்கள், அரச படை வீரர்கள் வந்து தங்கிச் செல்வதற்குத் தங்கும் இடங்கள் நடத்திய சமூகத்தின் பெயர் பாடியற (Bhatiara) இவர்கள் பெரும்பாலும் Farooq என்று அழைக்கப்பட்டு வந்தனர்.

ஹஜ்ஜம் (Hajjam) இவர்கள் முடிதிருத்தும் தொழில் செய்து வந்தவர்கள். பாகிஸ்தானிலும் சரி இந்தியாவிலும் சரி இன்றும் இந்தப் பிரிவு உண்டு. மொச்சி (Mochi) இந்த சமூகம் காலணிகள் தயாரிக்கும் தொழில் செய்து வந்தனர் - இதிலும் நிறையா உட்பிரிவுகள் இருந்தன. Faqir இவர்கள் பெரும்பாலும் மதம் சார்ந்த சாஸ்திர சம்பிரதாயங்கள், நம்பிக்கைகளை மக்களிடம் சென்று சேர்க்கும் குழுவாக வாழ்ந்தனர். Siddiq (சித்திக்) இந்தச் சமூகம் ஆப்ரிக்காவில் இருந்து இங்கே அடிமைகளாகக் குடியேறியவர்கள் என்று தெரிகிறது. இவர்கள்

பின்னாளில் குதிரைக் காவலர்களாகப் பணி செய்ததாகத் தகவல் கிடைக்கிறது. இன்றும் இவர்கள் தோற்றத்தைவைத்து எளிதில் கண்டுகொள்ள முடியும். பாகிஸ்தான், இந்தியாவில் (குஜராத்) வசிக்கிறார்கள். தெளி (Teli) இந்தச் சமூகம் பரம்பரை பரம்பரையாக எண்ணெய் மண்டி வியாபாரம் செய்து வந்தவர்கள். இவர்களும் இந்தியாவின் பல இடங்களில் உள்ளனர், Barhai தச்சு வேலை செய்து வந்தவர்கள்.

இன்னும் நூற்றுக்கு மேற்பட்ட பிரிவுகள் இருந்தன; இன்றும் இருக்கின்றன. அதற்கு ஆய்வுகள் பலவும் நடத்தப்பட்டுத் தெளிவான தகவல்களும் உண்டு. இசைக் கருவிகள் செய்யும் தொழில்களில் வட இந்தியாவில் இஸ்லாமியர்கள்தான் அதிகம். அவர்களிடையே தெளிவான பிரிவுகளைக் கண்டுள்ளேன்.

தீண்டாமை இல்லவே இல்லை என்று கூறவே முடியாது. அப்படிக் கூறுபவர்களுக்கு தெற்காசிய வரலாறு தெரியவில்லை என்பேன்.

ஆக, இது எல்லாம் வெறும் தொழில் சார்ந்த பெயரா என்றால் கிடையாது. இவர்களுக்குள்ளாக ஒரு சமூக உறவு முறை இருந்தது. இந்திய பாகிஸ்தானிய இஸ்லாம் மக்களில் மேல்மட்ட வகுப்பைச் சார்ந்தவர்கள், தாழ்த்தப்பட்ட வகுப்பைச் சார்ந்தவர்கள் என்று தெளிவான பிரிவினை உண்டு. ஆக மக்களை முட்டாள் ஆக்குவதுபோல வரலாற்றில் இஸ்லாமிய மக்களிடம் பிரிவினை இல்லை; ஏற்றத்தாழ்வு இல்லை என்று கூறுவதை எப்படி ஏற்றுக்கொள்ள முடியும்? இந்த உண்மையைப் பல இடங்களில் அம்பேத்கர் எடுத்துரைத்துள்ளார். உண்மையில் பல நேரமும் அவர் இந்து என்ற சமூகத்தைத் திருத்த முயற்சி செய்தார். முடியாத நிலையில் அவர் பாதிப்பில்லாத வகையில் பௌத்தம் தழுவினார்.

அம்பேத்கர் புத்த மதம் மாறியது சரிதான். அது இன்னும் தெளிவான சிந்தனையுடன் கூடிய முடிவு என்றும் கூறலாம். பௌத்தம் என்பது கௌதம புத்தரை மட்டும் கொண்டது அல்ல; அது இந்தியாவில் தோன்றிய பல ஆன்மவியலில் ஒன்று. 28 புத்தர்களில் பலர் பிறப்பால் பிராமண குடும்பத்தில் பிறந்தவர் என்பதையும் நினைவில் கொள்ளவும். எனவே எதனால் அவர் பௌத்தத்துக்கு மாறினார் என்ற தெளிவைப் பெறத் தேடிப் படித்துப் புரிந்துகொள்ளவும்.

ஆக ஜாதி ஒழிய மதம் மாறவேண்டுமா?

மற்ற மதங்கள் ஜாதியை அங்கீகாரம் செய்யவில்லையே - ஆனால் இந்துமதம் அங்கீகாரம் செய்கிறதே? என்று நீங்கள் கேட்டால் எதை

ஜாதி என்கிறீர்! அவர் அவர் செய்யும் தொழில் கொண்டு அடையாளப் படுத்தி ஒடுக்கியதை ஜாதி என்பீர்.

உண்மையில் அப்படிப் பார்த்தால் உலகம் முழுவதும் அந்த நடைமுறை இருந்தது என்பதுதான் உண்மை. occupational surnames என்று வைத்து Smith, Potter, Cooper, Taylor, Carter, Fisher, Turner என்று பலவும் நீங்கள் இந்தியாவில் பார்ப்பதுபோல் தான். என்றாலும் தீண்டாமை கிடையாது. ஆனால் ஏற்றத்தாழ்வு உண்டு.

அடுத்து நீங்கள் புரிந்துகொள்ளவேண்டியது:

முதலில் இந்து வேதங்கள் ஜாதிகளை அங்கீகரிப்பது இல்லை. ஜாதி என்பதற்கும் வர்ணம் என்பதற்கும் மிகப் பெரிய வேறுபாடு உண்டு. வர்ணம் பிறப்பால் வருவது இல்லை என்று ஆன்மிகப் பெரியவர்கள் கூறுகிறார்கள் - நான்கு வர்ணமாக இந்த உலகம் இருக்கிறது. அது பிறப்பால் வருவது அல்ல. கொண்ட வாழ்வியல் முறையால் வருவது என்கிறார்கள். கற்பிக்கும் இடத்தில் இருக்கிறவன் பிராமணன் என்றால் இளையராஜா பிராமணர் ஆகிறார், ரஹ்மான் பிராமணர் ஆகிறார், அனைத்து ஆசிரியர்களும் பிராமணர் ஆகிறார்கள். ராணுவத்தில் உள்ளவர் அனைவரும் காவல் பணியில் உள்ள அனைவரும் சத்ரியர் ஆகிறார்கள். இன்போசிஸ் நிறுவனத்தில் வேலை செய்யும் மாதச் சம்பளம் வாங்கும் எவரும் சூத்திரர் ஆகிறார். தவிர இது பிறப்பால் வருவது அல்ல.

வேதத்தின் கூற்றின்படி நான்கு வர்ணமாக இந்த உலகம் இருக்கும் - பிராமண, சத்ரிய, வைசிய, சூத்திரன் என்று. இது குலம்.

1. இது பிறப்பால் வருவது கிடையாது.

2. இது வெறும் சமூகப் பிரிவைக் காட்டுமே தவிர இவர்கள் உயர்வானவர்கள், இவர்கள் தாழ்வானவர்கள் என்று கூறுவது கிடையாது.

ஆனால் ஜாதி பிறப்பால் அடையாளப்படுத்தப்படும் விஷயம். இதைத்தான் நாம் ஒழித்துக் கட்டவேண்டும். பிறப்பால் குறிப்பிட்டுக் காட்டப்படுவது, ஏற்றத்தாழ்வை உருவாக்கியது. இந்த விஷயத்தைப் பொறுத்தவரை பெரியாரியம் பேசும் அனைவரது குற்றச்சாட்டையும் முழுமையாக ஏற்கிறேன். இந்தத் தவற்றைத் திருத்தவேண்டும். ஆனால், அதற்காக மதம் மாறுவதால் என்ன நடந்துவிடும்? அல்லது ஒரு ஆன்மவியலை ஒழிக்க வேண்டும் என்று பேசுவதால் என்ன நடந்து விடும்? நாளை அங்கேயும் ஏற்றத்தாழ்வு இருக்கிறது என்று நொந்து கொள்வதைத் தவிர?

இந்தக் குலமேகூட வேண்டாமே என்று ஒழிக்க விரும்பினால் தவறு என்று யார் கூறினார்? ஏன் என்றால் நீங்கள் சொன்னாலும் சொல்லா விட்டாலும் உலகம் அப்படியே அமையும். எனவே இந்தக் குலம் குத்திக் காட்டவேண்டிய தேவை இன்று இல்லை. யாரும் ஆசிரியர் ஆகலாம், யாரும் ஆட்சிக்கு வரலாம் அது அவர் தம் தகுதிக்குக் கிடைக்கும் வேலை. சரி தானே? அப்படித்தானே இன்று இந்தியா இருக்கிறது. யாராவது கட்டாயம் இந்தத் தொழில்தான் செய்ய வேண்டும் என்று சொல்கிறார்களா என்ன? அப்படி யாரேனும் சொன்னால் கடுமையான தண்டனை நிச்சயம் தரலாம். ஆக இன்று நிலை மாறியுள்ளது. சமூகத் தவறுகளை நம் பெரியவர்கள் திருத்தியுள்ளனர்.

ஆனால் மனுஸ்மிருதி தீண்டாமையை அங்கீகாரம் செய்ததே?

1. ஸ்ருதி (Sruthi)

2. ஸ்மிருதி (Smrithi)

ஸ்ருதிகள் நான்கு வேதங்கள், உபநிடதங்கள், வேதாந்தங்கள், பிரம்ம சூத்திரங்கள் என்று எடுத்துக்கொள்ளவும். இவையெல்லாம் என்ன? இவை மனிதனுக்கு வாழ்வின் அர்த்தம், ஆன்மிகத் தேடலைத் தெளிவுபடுத்தும் நூல்கள். இவைதான் அடிப்படையில் ஹிந்துக்களை வழி நடத்தும் நூல்கள். இவை கூறும் கர்மா மாறுவது இல்லை; இவை எடுத்து வைக்கும் தர்மம் மாறாது. இதில் பல ரிஷிகள் தங்கள் அனுபவத்தின் மூலமாக வாழ்க்கை தத்துவத்தை முன்வைப்பன.

ஸ்மிருதி - ஆம்... இது ஏற்றத்தாழ்வை உருவாக்கியது. தீண்டாமை உருவாகக் காரணமானது. ஆனால் எதற்கு மனு ஸ்மிருதியை மட்டும் பிடித்துத் தொங்க வேண்டும்! பிருகஸ்பதி ஸ்மிருதி, தக்ஷ ஸ்மிருதி, ஹாரீத ஸ்மிருதி, கௌதம ஸ்மிருதி என்று 18 ஸ்மிருதிகள் உண்டு.

ஸ்மிருதிகளை அந்த அந்தக் காலங்களில் உருவான சட்டப் புத்தகங்கள் போல் என்று எடுத்துக்கொள்ளவும். இவன் இப்படித்தான் இருக்க வேண்டும்; அவன் அப்படித்தான் வாழவேண்டும் என்று கட்டாயப் படுத்தியது. அதனால் தீண்டாமையும் ஒடுக்குமுறையும் தீவிரமானது. மிக முக்கியம் இது பிராமணர்களையும் ஒடுக்கியது என்பதுதான் உண்மை. ஸ்மிருதிகள் கூறும் வழிமுறைப்படி இன்று யாராலும் வாழவே முடியாது. 100 வருடம் முன் கறுப்பர்களுக்கு வோட்டு உரிமை இல்லை என்றார்கள். இன்று அதை மாற்றிக் கொண்டிருக்கிறார்கள் மேற்கத்திய நாடுகளில். அதுபோல் இந்தத் தவறுகளும் திருத்தப்படும். இதை ஏன் தீவிரமாக எடுக்கவேண்டும், வெறுப்பைப் பரப்ப வேண்டும்?.

இறுதியாக:

ஆங்கிலேயர்கள் மேற்கத்திய நாட்டினர் உருவாக்கிய முக்கியமான இரண்டு குழப்பங்களில் ஒன்று ஆப்ரகாம் வழித் தோன்றல்களால் உருவான மதப் பிரிவுகள்போல் இந்த மக்களின் ஆன்மவியலை நினைத்துக் கொண்டது. இரண்டாவது 3000க்கும் மேற்பட்ட ஜாதிகளை அதன் உட்பிரிவுகளாக உள்ள 20000க்கும் மேற்பட்ட பிரிவுகளை அனைத்தையும் வர்ணம்படிதான் பிரித்துள்ளார்கள் என்று நம்பியது. இங்கே ஆன்மிகம்தான் இருந்ததே தவிர மதம் இருந்தது இல்லை. ஏசுவுக்கும் மெக்காவுக்கும் நடுவே விநாயகரை வைத்து மொத்தமாக மாலையைப் போட்டுச் சூடம் ஏற்றி வணங்கும் பெருந்தன்மை இவர்களிடம் இருக்கு.

சைவம், வைணவம், சாக்தம், கௌமாரம், சௌரம், கணாபத்தியம் என்று பல கடவுள் வழிபாடுகளும், பல கிராம தெய்வ வழிபாடுகளும் என்று பல்லுருவ வழிபாடு கொண்ட இந்த நாட்டின் மக்கள் இந்துக்கள் என்று கூற கலாச்சார ஒற்றுமையே காரணம் அன்றி வேறு இல்லை. அதனால்தான் இங்கே வாழும் இஸ்லாமியரும், கிறிஸ்தவரும்கூட இந்து என்றுதான் கூறவேண்டும் என்று ஆன்மிகப் பெரியவர்கள் கூறுகிறார்கள். காரணம் கடவுள் வழிபாட்டால் வேறாக இருந்தாலும் கலாசாரத்தால் இந்துக்களே என்கிறார்கள்.

இந்தியாவில் அதன் துணைக்கண்டங்கள் முழுவதும் பரவியிருந்த இந்து கலாசாரம் என்பது மதம் அல்ல. அது பன்முகத்தன்மை கொண்டு பல்லுருவ தெய்வ வழிபாடுகளைத் தன்னுள் கொண்ட மிக மிகச் சிக்கலான ஒரு ஆன்மவியல் தேடல். இது மதமே இல்லை; இது ஒரு கலாசாரம். இந்த மக்கள் இப்படித்தான் வாழ்ந்தனர். ஆக மதம் மாறுவது என்பது தீர்வல்ல. கர்நாடக சங்கீதமும், அனைத்துக் கலைகளும் இன்று எப்படி அனைவருக்கும் சொந்தமானதாக நிற்கிறதோ அதேபோல் வேதமும் சொந்தம். இது என் நாடு, என் மக்கள், என் ஆன்மவியல் தேடல் - தவிர வரலாறு கொண்டு வெறுப்பைப் பேசுவதை விட ஒன்று பட்டு ஒரு தாய் மக்களாக நிற்க வேண்டும். அதற்கு என்ன செய்ய வேண்டும் என்று சிந்திப்பதுதான் நலன் தரும்.

மனோன்மணியம் சுந்தரனார் பல்கலைக்கழகம் இந்த ஆய்வுக் கட்டுரையில் கூறியுள்ள தகவல்களை, கருத்துகளை முறையாக ஆய்வு செய்ய வேண்டும். டாக்டர் பட்டம் கொடுக்கலாமா வேண்டாமா என்பது அல்ல விஷயம். மனோன்மணியம் சுந்தரனார் பல்கலைக் கழகம் ஒரு தவறான, உண்மைக்குப் புறம்பான விஷயத்துக்கு அங்கீகாரம் கொடுப்பதுபோல் அமைந்துவிடக்கூடாது.

பட்டியல் ஜாதியினரின் முன்னேற்றத்துக்காகப் பாடுபடும் திருமாவளவன் மட்டும் அல்ல அவர்போன்ற அனைவரையும் கேட்டுக் கொள்கிறேன்: தயவு கூர்ந்து குறிப்பிட்ட ஜாதிக்காக தலித் வேஷம் போடாதீர். ஏன் கூறுகிறேன் என்றால் இங்கே ஜாதி ஒழிப்பு பெயரில் ஜாதி அரசியல் தான் நடக்கிறது. உண்மையான தலித்திய விடுதலைச் சிந்தனை என்பது உலக அளவில் ஒடுக்கப்பட்ட அனைத்துத் தரப்பு மக்களின் குரலாக இருப்பது இல்லை.

●

தமிழர்கள் ஹிந்துக்கள் இல்லையா?

செய்தி: 'தமிழர்கள் ஹிந்துகள் இல்லை' - நாம் தமிழர் கட்சி:

செபாஸ்டீன் மற்றும் அவர் பின்னால் நிற்கும் மதம் மாற்றும் கூட்டம் தனது புத்திசாலித்தனமான ஐடியாவை முன் வைத்து மிகப்பெரிய தீயை மூட்டி யாரோ குளிர்காய வேலை செய்வதாகத் தெரிகிறது. ஹிந்துமதம் அழிய வேண்டும் என்று வெறுப்பவர்களால், மதம் மாற்றும் கூட்டத்தால் இது வேகமாகப் பரப்பப்படுகிறது.

சில அடிப்படை விவரங்கள் இங்கே.

1940களில் முதலில் திராவிடன்திராவிட நாடு என்ற செயல் திட்டம் முன்னெடுக்கப்பட்டது. இதை முன் வைத்தவர் ஈவேரா. இது சுமார் 60 வருட முயற்சிக்குப் பின் தோல்விக்கு வருகிறது. எனவே 2.0 வெர்ஷனாக இப்போது 'தமிழன் தனி நாடு' என்ற முழக்கம் முன்னெடுக்கப்படுகிறது.

ஈவேரா தனது ரஷ்ய பயணத்தை முடித்துவிட்டு இங்கே வந்து திராவிடக் கொள்கை பேச ஆரம்பித்தார். அதை வைத்துத் தனி நாடு குரல் எழுப்பினார். அதில் முக்கியமாக இரண்டு விஷயங்கள் இருந்தன.

1. திராவிட நாடு தனி நாடு

2. ஹிந்து மத, ஹிந்து கடவுள் எதிர்ப்பு. (மொத்தமாக எல்லா மதங்களை யும் எதிர்ப்பதாகவும் எல்லாக் கடவுள்களையும் எதிர்ப்பதாகவும் சொல்லிக் கொள்வதெல்லாம் வடிகட்டின பொய்.)

கைம்பெண் திருமணம், சாதி ஒழிப்புபோன்றவை எல்லாம் ஏதோ இவர் வந்துதான் புரட்சி செய்ததுபோல நீங்கள் படித்து இருந்தால் அது திராவிடக் கட்சிகள் எழுதிய பொய் வரலாறு என்று எடுத்துக் கொள்ளவும். பள்ளியில் படித்த அனைத்து வரலாறும் பெரும்பாலும் உண்மையைத் திரித்து எழுதப்பட்டவையே. ஒன்று நேரு குடும்பப்

புகழ் பாடும். இன்னொன்று திராவிடக் கட்சிகள் புகழ் பாடும். எனவே அதை நம்பாதீர். ஈவேரா வருவதற்கு முன்னரே இந்த சமூகத்தில் பலர் இதில் போராடினர். அவர்கள் எல்லாம் மறைக்கப்பட்டுத்தான் ஈவேரா தூக்கிப்பிடிக்கப்பட்டார்.

தனித் திராவிட நாடு, ஹிந்து கடவுள் எதிர்ப்பு இந்த இரண்டையும் செய்ய ஈ.வெ.ரா. ஏன் துடித்தார்?

இந்தியா சிதற வேண்டும் என்ற ரஷ்யாவின் திட்டத்தை இவர் செயல் படுத்த முயன்றார். அவ்வளவுதான் இதன் அர்த்தம். அப்படிப் பேச ஆரம்பித்த பின் அவருக்கு எவ்வளவு நன்கொடைகள் குவிந்தன என்பது வரலாறு படித்த அனைவருக்கும் தெரியும். 'நன்கொடை'!

ஆனால் இதை மிக எளிதாக மக்கள் புறக்கணித்துவிட்டனர். அதாவது இன்று 99% ஹிந்துகள் முறையாக சாமி கும்பிடுவதில் ஆர்வம் உள்ளவர்களே. அதோடு இந்திய தேசத்தின் மீது மாறாத நேசமும் விசுவாசமும் கொண்டவர்கள். அதனால் ஈ.வெ.ராவின் கொள்கைகள் தோல்வியில் முடிந்தன. அவரால் ஹிந்து மதத்தினை ஒழிக்கவும் முடியவில்லை, இந்தியாவை உடைக்கவும் முடியவில்லை. ஆனால் இடைநிலை ஜாதிகளின் ஆதிக்கத்துக்கு அவர் போராடியதால் அதில் உருவான கவர்ச்சியைக் கொண்டு அண்ணாதுரை, கருணாநிதி போன்றவர்கள் முதல்வராக அமர்ந்தனர். ஆரம்பத்தில் இருந்த திராவிடக் கொள்கைகளுக்கும் இவர்கள் ஆட்சியில் உட்காரும்போது இருந்த கொள்கைகளுக்கும் மிகப் பெரிய வேறுபாடு இருந்தது.

'திராவிட நாடு என்று பேர் வைக்கவில்லை. தமிழ் நாடு என்றுதான் பெயர் மாற்றம் செய்தது திமுக. அது ஏன் ? அதுதான் அரசியல் கொள்கை. அந்த அளவுக்குத் திராவிடக் கொள்கை வலிமை குறைந்தது'.

பின்னர் எம் ஜி.ஆர் மூலம் அதிமுக உருவானது. அதற்குப் பின் ஹிந்துவாக, கடவுள் பக்தி அதிகம் கொண்ட ஜெயலலிதா கைக்கு அதிமுக செல்ல முழுமையாக திராவிட மாயை விலகியது. ஆனால் திராவிடக் கொள்கைதான் தோற்றது. திராவிடக் கொள்ளை தோற்க வில்லை. அதிகாரம்,நன்கொடைகள், லஞ்சம், சுருட்டல் என்று ஏராளம் அவர்கள் கைகளில் குவிந்தது.

இன்றும் இந்தியாவை உடைக்க யார் யார் முயற்சி செய்தாலும் நன்கொடைகள் வழங்க பாகிஸ்தான், சீனாபோன்ற நாடுகள் தயார். ஆனால் பெரியார் கொள்கை தோல்வி; அதை வைத்துக் கொண்டு இனி பிரிவினை பேசும் கூட்டத்துக்கு நன்கொடை கிடைக்காது என்பது தற்போதைய சூழல். எனவேதான் திராவிடக் கட்சிகளை

ஓரங்கட்டிவிட்டுத் தனித் தமிழ் நாடு என்று கோஷங்கள் முன்னெடுக்கப் படுகின்றன.

சீனாவின் AH-64D Apache Longbowபோன்ற ராணுவ ஹெலிகாப்டர் வாங்க எவ்வளவு செலவு ஆகும்? 13,000,000.00 $ ஆகும் அதாவது 85,00,00,000 முதல் 500 கோடிவரை ஆகும். ஆனால், ஒரு 100—-200 கோடியை எடுத்து இந்தப் போராளிகளுக்குத் தூக்கிப் போட்டால் அந்த ஹெலிகாப்டர் வீசும் குண்டுகளைவிட இந்தப் போராளிகள் இந்தியாவுக்குப் பெரும் அழிவை உருவாக்குவார்கள். எனவே உதய குமார், சீமான், திருமுருகன் என்று போராளிகள் வேடமிட்டுத் திரியும் கும்பல் 10—-20 பேர்கூட இருக்க மாட்டார்கள். ஆளுக்குப் பத்திருபது கோடி கொடுத்தால் போதும். வெறும் 100-200 கோடி ரூபாயில் பெரிய தலைவலியை இந்திய அரசுக்கு அவர்கள் இந்திய மக்கள் மூலமே உருவாக்கிவிடலாம்.

பிரிவினைவாதத் தீயைப் பெருக்கவும் இந்தப் போலிப் போராளி களுக்கு மக்கள் மத்தியில் போலிச் செல்வாக்கை உருவாக்கவும் One India போன்ற ஊடகங்களுக்கு ஒரு 1 கோடி கொடுத்தால் போதும். ஆதரவாக எழுதப் போகிறார்கள். ஒருராணுவ ஹெலிகாப்டர் வாங்கும் காசை இந்த வகையில் செலவு செய்வது அர்த்தமுள்ளதுதானே சீனாவைப் பொறுத்தவரை.சரி இதே தந்திரத்தை நாமும் செய்யலாமே? அங்குதான் பிரச்னை. சீனாவில் ஜனநாயகமும் கிடையாது ஊடக சுதந்தரமும் கிடையாது. போராட்டமும் கிடையாது. அதுதான் சர்வாதிகார கம்யூனிஸ்டின் சாதுரியம்.

தமிழ் உணர்வைத் திட்டமிட்டுத் தூண்டிவிட்டாயிற்று. அதுவும் ஜெயலலிதா இறந்த பிறகு வேகவேகமாக விஷம்போல் ஏறுகிறது. இதுவே சரியான சந்தர்ப்பம்.

ஆனால் பிரிவினை சாத்தியமா... அதற்கு என்ன வழி என்று யோசித்துப் பாருங்கள். இந்த நாட்டை எது ஒன்று சேர்க்கிறது?

பெரும்பான்மை மக்கள் மத்தியில் இருக்கும் 'ஹிந்து' என்ற உணர்வு! இதை உடைக்காமல் இந்தியாவில் எந்த மாநிலத்தையும் பிரிப்பது சாத்தியம் இல்லை.ஆனால் இந்த ஐடியாவில் எங்கே ஈவேரா தோற்றார் என்றால் அவர் ஹிந்து மதத்தை அழிக்கத் திராவிட வழிகளை உருவாக்கினார். அதனால் தோல்வி.

இப்போது இந்தப் புதிய போராளிகள் உருவாக்கியுள்ள ஐடியா 'ஹிந்து மதத்தை அழிக்க வேண்டாம். அது முடியாது. இப்போதைக்கு அதற்குள்ளாகவே குழப்பத்தை உருவாக்கி மோதவிட வேண்டும். கோவில்களில் தமிழ், தெலுங்கு, கன்னடன் என்று மொழி உணர்வை

மெள்ள விஷம்போல் செலுத்த வேண்டும். கோவில்கள் பிரிவினைக் களமாக மாறவேண்டும்'.

அதற்காக முன் வைக்கும் திட்டமே 'தமிழர்கள் ஹிந்துகள் அல்ல'.

தமிழர் தனிநாடு தனி மதம்.

இது எப்படி சார் வேலை செய்யும்?

அட... தமிழகத்தில் உள்ள கோவில்களில் சரி பாதி விஜய நகரப் பேரரசர்கள் காலத்தில் கட்டப்பட்டவை... விஜய நகரப் பேரரசர் போன்று தெலுங்கு மன்னர்கள் காலத்தில் கட்டப்பட்ட அனைத்துக் கோவில்களிலும் தெலுங்கு வழி வந்த மன்னர்கள் பெயர் ஆதாரங்கள் உண்டு.

இது போதாதா நம்ம சீமான் என்ற செபாஸ்டீனுக்கு, கோவில்களுக்குள் மொழிப் பிரச்னையைக் கொண்டுவர? அதாவது 'அது தெலுங்கன் கட்டிய கோவில், இது கன்னடன் கோவில். அது தமிழனை அடிமையாக்கிய இடம்' என்று குரல் எழுப்பக் காத்திருக்கிறார்கள் இந்தப் பிரிவினைவாதிகள்.

அதாவது கோவில்கள் உள்ளே கலவரம் நடக்கப் போதுமான திட்டத்தைத் தயார் செய்து அரங்கேற்றக் காத்திருக்கிறது இந்த ஹிந்து மதத்தினை வெறுக்கும் கூட்டம்.

அது உண்மையா? அதாவது தமிழர்கள் கோவில்கள் இவற்றிலிருந்து வேறுபட்டது என்று பிரிப்பது சரியா?

16ஆம் நூற்றாண்டில் மாலிக் காஃபூரின் அட்டூழியத்தால் சீரழிந்த மதுரையை மீண்டும் கைப்பற்றிய குமாரகம்பணன்தான் மதுரை ஹிந்து கோவில்களை மீண்டும் எடுத்துக் கட்டினார் என்று ஆதாரங்கள் கூறுகின்றன. அதுவே மதுரைப் பகுதிகளில் தெலுங்கு மக்கள் அதிகம் வாழ்வதற்கு வழிசெய்தது. இப்படி மன்னர்கள் காலத்தில் படையெடுப்புகள் மாறி மாறி நடந்து வந்தன.

ஏன் தெலுங்கு மக்கள் இடம் பெயர்ந்தனர் என்றால் தமிழ் மக்களை அதிகாரம் செய்ய அல்ல - இஸ்லாமிய மன்னர்களின் ஆட்சியில் அனுபவித்த கொடுமை காரணமாக மட்டுமே பெரும்பகுதி மக்கள் இடம்பெயர்ந்து தமிழகம் வந்தனர்.

வணிகம் செய்யும் ஹிந்து தெலுங்கு பேசும் மக்கள் இஸ்லாமிய மன்னர்கள் கொடுமை தாங்காமல்தான் தமிழகம் வந்து சேர்ந்தனர். இது அசைக்கமுடியாத உண்மை. வந்தவர்கள் அனைவரும் ஆட்சியில் உட்கார்ந்து விட்டதுபோல் சிலர் பேசுவது முட்டாள் தனம். அதிகம் விவசாயம் சார்ந்தே இருந்தனர் என்பதுதான் உண்மை.

அந்தக் காலகட்டத்தில் இது தமிழ் நாடு, இது தெலுங்கு நாடு என்று எந்த வரையறையும் கிடையாது என்பதை மனதில் வைத்துக் கொள்ளவும். மன்னர்கள் ஆட்சியில் கொடுமை என்றால் மக்கள் நகர்வு இயற்கையானது. ஆட்சியில் கொடுமை, வறட்சி இந்த இரண்டும் தவிர வேறு எந்தக் காரணமும் மக்கள் நகர்வை உருவாக்காது.

அப்படியாக நடந்த நகர்வுதான் இவை... இது 16ஆம் நூற்றாண்டுக்குச் செல்லும் வரலாறு. ஆனால் உண்மையில் அதற்கு முன்னரேகூட தெலுங்கு மக்கள் இடம் பெயர்ந்திருக்கிறார்கள். ஆட்சியில் தெலுங்கு மன்னர்கள் இருந்ததற்கும் ஆதாரங்கள் உண்டு.

அதோடு எந்தக் காலகட்டத்தில் வந்தார்கள், என்னென்ன காரணங் களால் வந்தவர்கள் என்பதெல்லாம் உறுதியாகக் கூறமுடியாத குழப்பமான வரலாறு.

இந்தத் தெளிவில்லாத இடப்பெயர்வுதான் இன்று இந்த ஹிந்து எதிர்ப்பாளர்களுக்கு ஆதரவாகப் போகிவிட்டது. இதைப் பிடித்துக் கொண்டு தமிழ் என்ற உணர்வின் பின்னால் ஒளிந்து கொண்டு ஹிந்து மதத்தைச் சீரழிக்க வெறி கொண்டு வேலை செய்கிறார்கள்.

ஆகப் பிரிவினை நடந்துவிடுமா என்று கேட்டீரென்றால் அந்த பயம் ஒருவருக்குத் தேவையில்லை என்பதுதான் பதில்.

நியாயமான காரணம் இருந்தும் ஈழத்தை ஸ்ரீலங்காவிடம் இருந்து பிரிக்க எந்த நாடும் ஒத்துக்கொள்ளாதபோது உலகத்தின் 4வது பெரிய ராணுவபலத்துடன் உள்ள இந்தியாவின் உள் விவகாரத்தில் எந்த நாடும் தலையிடாது. நாம் கூட்டமாகப் பிரிவினைவாதிகளைக் கொன்று விட்டுக்கூட எளிதில் உலக நாடுகளை எதிர்கொள்ள முடியும். ஆகப் பிரிவினைக்கு வாய்ப்பே இல்லை.

அப்படியானால், எதனால்தான் இந்தப் பிரிவினைவாதிகள் இந்தக் காட்டுக் கூச்சல் போடுகிறார்கள்? பிஸினஸ்தான் காரணம்!

உலகத்திலேயே எந்த முதலீடும் இல்லாமல் வருமானம் ஈட்ட வேண்டும் என்றால் அதற்குச் சிறந்த வழி நன்கொடை சேகரிப்பது தான். நீங்கள் நம்பினாலும் நம்பாவிட்டாலும் இதுதான் சிறந்த பிசினஸ் டெக்னிக். இது ஸ்டாக் புரோக்கிங்க் படிக்கும் அனைவருக்கும் தெரியும். தமிழ் நாட்டில் இருக்கும் ஒரு டஜன் போராளி இயக்கங்கள் எல்லாமே இந்த பிசினஸை நன்கு செய்ய கற்றுக்கொண்டவர்கள். யாரிடம் கற்றுக் கொண்டார்கள் என்று கேட்கிறீர்களா? வேறு யார் நம் ஈ.வெ.ரா.விடம்தான் . மணியரசன், தியாகு, உதயகுமார், டேனியல் காந்தி, சீமான், விவசாயிகள் அமைப்பு என்று அனைத்துப் போலிப்

போராட்டக் குழுக்களும் பிழைப்புக்கான ஒரே வழி இந்த பிஸினஸ்தான்.

சீமானுக்கு நன்கு தெரியும் இங்கே அவரால் முதல்வர் ஆக முடியாது என்று. அரசியல் ஓட்டுக் கணக்கு தெரியாமலா இருப்பார். ஆனாலும் ஏன் அரசியல் கட்சி நடத்துகிறார்? மே17 இயக்கம்போன்றவை எப்படி தொடர்ந்து போராட்டங்கள் நடத்த முடிகிறது? அதிகாரம் நோக்கிய இயக்கம் இல்லையே மே17. அப்படியானால் இவர்களுடைய நோக்கம்தான் என்ன?

தமிழ் நாட்டில் அதிமுக அமைப்பு ரீதியாக 38 சதவீதம் வாக்கு வங்கி உடையது. திமுக 28% வாக்கு பலம் கொண்டது. ஜெயலலிதாவின் இறப்புக்குப் பின் அதிமுகவின் பலம் 24%வரை குறையலாம். ஆனால் திமுகவின் பலம் அப்படியே இருக்கும். தேமுதிக 5%, மதிமுக 2%, விசி1%, பாமக 4%, கம்யூனிஸ்ட் 1%, பிஜேபி 4%, கிருஷ்ணசாமி 1% .இதில் எந்த ஓட்டும் சீமானுக்குப் போகப்போவது இல்லை. இவருக்குக் கூட்டணி வாய்ப்பும் இல்லை. அதிக பட்சம் ஒரு சதவிகித வாக்கு கிடைக்கலாம். அதை வைத்து என்ன செய்யப் போகிறார் சீமான்? எனவே அரசியல் கணக்குத் தெரிந்த அனைவருக்கும் தெரியும் சீமான் செய்வது ஆட்சி அதிகாரம் நோக்கிய அரசியல் அல்ல.

இதன் மூலம் இனி மதம் மாற்றம் செய்யும் அனைத்து அமைப்பு களிடமும் இருந்தும் ஹிந்து எதிர்ப்புக் கொள்கையைப் பரப்பக் கொள்ளை நன்கொடை பெறலாம். தனி நாடு கோஷம் மூலம் சீனா, பாகிஸ்தானிடம் கோடி கோடியாய் நன்கொடை பெறலாம்.

வாய்ப்பு இருந்தால் முதல்வர் ஆகலாம். சமூகப் போராளி என்று புகழும் கிடைக்கும்.

உழைக்காமல் வருமானமும் கொட்டும், பெயரும் கிடைக்கும் என்றால் இதைவிட வேறு எது நல்ல தொழில்? அவன் அவன் வியாபாரம், உழைப்பு, வரி, கடன் என்று அல்லோலபட்டுக் கொண்டிருக்கக் காசு தேட இதை விட எளிமையான வழி உண்டா?

மதம் மாற்றும் கூட்டங்களுக்கு இதைவிட நல்ல செய்தியும் உண்டோ. சீனாவுக்கு இதைவிட நல்ல தந்திரம் தேவையோ?

ஆக வரலாற்றைக் குழப்பவும் தயார் ஆகிறார்கள்.இனி தெலுங்கு கோவில்கள், தமிழர் கோவில்கள் என்று பிரிவினையை விதைக்க அப்பட்டமாகத் திட்டம் தீட்டுகிறார் இந்த சீமான் என்ற கிறிஸ்தவர்.

ஆனால் சீமான் அவ்வளவு அறிவான மனிதர் என்று எனக்குத் தோன்றவில்லை. அவருக்குத் திட்டங்கள் தீட்டித் தர ஒரு பெரிய கூட்டம் வேலை செய்கிறது என்பது 100% உண்மை.

ஈ.வெ.ரா. மாதிரி முருகனை அவ்வளவு அசிங்கமாகப் பேசிய வாய் இன்று முருகன் என் முப்பாட்டன் என்று கூறக் காரணம் என்ன? அங்கேயே ஒருவர் உஷார் ஆகியிருக்கவேண்டும்.

செபாஸ்டீன் தன் மத வெறியைப் புத்திசாலித்தனமாகக் காட்டுகிறார்.

ஸ்ரீ ராமன், மகாபாரதம், பகவத் கீதைஎன்று அனைத்தையும் தமிழன் என்ற போர்வையில் ஒளிந்து கொண்டு இழிவுபடுத்தத் தயார் ஆகிவிட்டது செபாஸ்டீன் படை.

சரி தமிழர்கள் ஹிந்துகளா? அதற்கு எத்தனை ஆதாரங்கள் கொடுக்க வேண்டும். நான் தயார்.

'உலகம் முழுவதும் சென்று குடியேறும் நாம், மொழியால் இணைய விரும்பலாம். ஆனால் அது வெறியாகிக் கலவரமாக வெடிக்கும் அளவுக்கு நம் மனதில் விஷமாக மாறும் என்றால் நீ ஒரு மன நோயாளி... தமிழன், தெலுங்கும் பேசும் நபர், கன்னடம் பேசும் நபர் என்று யாராக இருந்தாலும் இதுவே உண்மை'.

கவலை வேண்டாம் நான் தமிழன்.. இதை ஒரு தெலுங்கு பேசும் மக்கள் இங்கே பேசினால் வந்தேறி என்று பட்டம் கிடைக்கும். அதனால் அவர்களால் பேசிமுடியாமல் இருக்கலாம். ஆனால் அது தேவை இல்லை. தாராளமாக அவர்களும் களத்தில் ஹிந்துவாக இறங்கி இந்த பிரச்னையை எதிர்கொள்ள வேண்டும். நாங்கள் இருக்கோம்.

என்னுடனே படித்து, வளர்ந்து, விளையாடிய என் நண்பர்கள் சீமான் சொன்னால் திடீர் என்று தெலுங்கன், வந்தேறி என்று ஆகி விடுவார்களா? அதை நானும் விட்டுவிடுவேனா?

வந்தேறி என்றால் யார்? சென்னையில் வந்து குடியேறிய மதுரைக்காரனை அப்படித்தான் நடத்துகிறார்கள் சென்னைவாசிகள். எனவே தெலுங்கு வந்தேறி... கன்னட வந்தேறி என்று யாரேனும் பேசினால் வாயை மூடச் செய்யுங்கள்.

மொழிப் பிரிவினையைப் போர்வையாகப் போர்த்திக் கொண்டு புதிய திட்டத்துடன் ஹிந்து மதத்தைச் சிதைக்க மதம் மாற்றும் கூட்டமும், இந்தியாவை உடைக்க தேசவிரோதக் கூட்டமும் விஷமப் பிரசாரத்தை ஆரம்பித்துவிட்டன. ஒற்றுமையாக இருப்போம்... உண்மையைத் தெரிந்துகொள்வோம்.

•

10% பொருளாதார இடஒதுக்கீட்டுக்கு எதிர்ப்பு

செய்தி: 'உயர் ஜாதியினருக்கு பொருளாதார அடிப்படையில் 10% இட ஒதுக்கீடு வழங்கப்பட்டதைச் சட்டரீதியாகவும், போராட்டங்கள் வழியாகவும் எதிர்ப்போம். - கி வீரமணி'

அரசு ஒரு திட்டத்தை அறிவிக்கிறது. அதனுடைய முழு விவரமும் தெரிந்துகொள்ளாமல், அந்தத் திட்டத்தினால் யாருக்குப் பலன், யாருக்கு நஷ்டம் என்ற முழு விவரமும் அலசி ஆராயாமல், உடனே அதற்கு எதிர்ப்புத் தெரிவிப்பதில் என்ன நியாயம் இருக்கிறது?

நீங்கள் எந்தப் பிரிவில் வருகிறீர் என்ற எண்ணத்தை விட்டு விட்டு நேர்மையாக யோசிக்கவும். எளிமையாகப் பல குறைகளைக் கூற முடியும் இந்த இடஒதுக்கீட்டில். அதில் முக்கியமானவை,

1. இடஒதுக்கீட்டின் மூலம் பயனடைந்து வாழ்க்கை தரம் முன்னேறிய பின்பும் அவர்களே தொடர்ந்து அடுத்தடுத்த இடஒதுக்கீட்டைப் பயன்படுத்துகிறார்கள் என்பது. இதனால் யாருக்குப் பாதிப்பு?

SC இடஒதுக்கீட்டில் முன்னேறிய ஒருவர் அந்த இட ஒதுக்கீட்டை விட்டுக் கொடுத்தால் அதனால் பயன்பெறப் போவது ஒரு ST, OBC அல்லது OC வகுப்பைச் சேர்ந்தவர் அல்ல; அதே SC வகுப்பைச் சேர்ந்த மற்றொரு ஏழை குடும்பம்தான். மாநிலத்தில் பட்டியல் சமூகத்தினரின் வாழ்வை இன்று வேகமாக முன்னேறவிடாது தடுப்பது இது தான். ஒரே வீட்டில் 4 பேர் அரசு ஊழியர்கள், தாய் தந்தை அனைவருமே அரசு ஊழியர்களாக இருப்பதை நான் அறிவேன். ஆனால் ஒரு கிராமமே பட்டியல் சமூகமாக இருப்பர். ஆனால் யாரும் அரசு வேலையில் இல்லை. இந்தக் கொடுமை எதனால்? விட்டுக் கொடுக்கும் மனப்பான்மை இல்லாததால் நடக்கிறது.

பரமக்குடி அருகே இருக்கும் கிராமத்துப் பெண்ணும் - சென்னையில் அனைத்து வசதிகளுடன் CBSE-ல் படிக்கும் டாக்டர் மகளும் இருவருமே பிறப்பால் பட்டியல் ஜாதி என்று ஒரே இடஒதுக்கீட்டில் போட்டி போடும் நிலை இருக்கிறது. இது முதல் குறை. அனிதா தற்கொலைக்குக் காரணம் அதே சமூகத்தைச் சார்ந்த இன்னொரு நபர் தான். இது SC, ST, OBC அனைவருக்கும் பொருந்தும்.

2. எவ்வளவு வறுமையில் வாடினாலும் பிறப்பை அடையாளப்படுத்தி உதவி மறுக்கப்படும் சூழல். பொதுப் பிரிவில் இருந்தாலும் பொருளாதாரத்தால் தாழ்த்தப்பட்ட நிலைக்கு வந்துவிட்ட குடும்பம் பல உண்டு. அவர்களுக்கு என்ன தீர்வு கண்டோம்? இது இன்னொரு குறை.

3. இடஒதுக்கீட்டை மொத்தமாக அமலாக்கும் இடத்தில் ஏற்படும் குறை. எடுத்துகாட்டுக்கு, SC இடஒதுக்கீட்டில் பயன்பெற வேண்டிய சமூகங்கள் மொத்தம் சுமார் 75க்கும் மேல். ஆனால் இங்கே குறிப்பிட்ட நான்கு அல்லது ஐந்து சமூகத்தினர்தான் அதிகம் பயன்பெறுகிறார்கள். இன்னும் பல சமூகங்களில் ஒருவர்கூட டாக்டர் ஆனது இல்லை. வசதியாக இதை மறைத்து பொத்தாம் பொதுவாக அரசியல் செய்கிறார்கள் திருமாவளவன்போன்றவர்கள். ஜாதி ஒழிப்பு பேசும் நபர்கள்கூட இதைப் பேசுவது இல்லை. பேசவே மாட்டார்கள். எங்கே பட்டியல் சமூகத்தில் இருக்கும் அனைத்து ஜாதிவாரியாக எந்த எந்த சமூகத்துக்கு எவ்வளவு டாக்டர் பட்டம் கிடைத்தது என்று ஒவ்வொரு ஆண்டும் விவாதம் செய்யக் கூறுங்கள் பார்ப்போம்! வரமாட்டார்கள்! நலத்திட்டம், உதவி அனைத்துத் தரப்பு மக்களுக்கும் சென்று சேர்ந்ததா என்று கண்காணிக்கச் சரியான அளவுகோல் இல்லாமல் இருப்பதும் இன்னொரு குறை.

இன்று பொதுப் பிரிவில் இருக்கும் பொருளாதாரத்தில் பின்தங்கி யோருக்குக் கல்வியிலும், வேலைவாய்ப்பிலும் 10 சதவீதம் இட ஒதுக்கீடு வழங்க மத்திய அமைச்சரவை ஒப்புதல் அளித்திருக்கிறது. இது மேலே கூறியவற்றில் இரண்டாவது குறையைத் தீர்க்கிறது. மீதம் இருக்கும் குறைகளை 2021ல் மக்கள்தொகைக் கணக்கெடுப்புக்குப் பின் நரேந்திர மோதி தீர்ப்பார் என்று நம்புகிறேன். இப்போ விஷயத்துக்கு வரலாம்:

சமூக நீதிக்கு எதிரானது என்று ஸ்டாலின், திருமாவளவன் போன்றவர்கள் எதிர்க்கிறார்களே?

'இவர்களுக்கு உதவுங்கள் என்று கூறலாம். அதில் தவறு இல்லை. ஆனால் வறுமையில் இருந்தாலும் அவனுக்கு உதவாதீர் என்று கூறலாமா? எவ்வளவு பெரிய மானங்கெட்ட அரசியல் பிழைப்பு இது?

திராவிடக் கட்சி பேசும் சமூக நீதியும், மதச்சார்பின்மையும்போன்ற ஒரு கேலிக்கூத்தான சிந்தனை வேறு எதுவும் இல்லை இந்த உலகத்தில்.

கொஞ்சம் சிந்தியுங்கள்: நரேந்திர மோதி SC, ST இந்த வகுப்பில் இருக்கும் இடஒதுக்கீட்டை ரத்து செய்தாரா? இல்லை குறைத்தாரா? அல்லது இருக்கும் இடஒதுக்கீட்டில் இருந்து குறிப்பிட்ட சதவீதத்தினை பிடுங்கி 10% இடஒதுக்கீட்டை உருவாக்கினாரா? அவர்களின் இடஒதுக்கீட்டு சதவிகிதத்தில் எந்த மாற்றமும் இல்லை. இதுவரை என்ன சலுகைகள் கிடைத்ததோ அதே இன்றும் அப்படியே கிடைக்கும். கூடுதலாக 10% இடஒதுக்கீட்டை உருவாக்கி அறிவித்துள்ளார் நரேந்திர மோதி. அடுத்தவனுக்கு உதவக்கூடாது என்று கூற அசிங்கமாக இல்லையா?

இது என் நாடு, இதில் எல்லா சமூகங்களில் இருக்கும் குழந்தைகள் அனைத்தின் மீதும் எனக்கு அக்கறை இருக்கவேண்டும். அந்தப் பரந்த எண்ணம் இல்லாது போனால் எதற்குப் பொது வாழ்க்கை? அந்தக் குழந்தை வறுமையில் வாடினாலும் உதவாதீர்; முன்னுரிமை கொடுக்காதீர். இது எல்லாம் ஒரு எண்ணமா? வெட்கப்படுங்கள் ஸ்டாலின்.

கொஞ்சம் சிந்திக்கவும்:

Pradhan Mantri Adarsh Gram Yojana இதன் மூலம் 50% மேல் பட்டியல் இன மக்கள் வாழும் கிராமங்களைத் தேர்வு செய்து அந்த இடங்களில் தண்ணீர்த் தொட்டி முதல் சாலைகள்வரை அடிப்படை கட்டமைப்புகளை உருவாக்கத் தனி திட்டம், Babu Jagjivan Ram Chhatrawas Yojana திட்டம் மூலம் பட்டியல் ஜாதி மாணவர்களுக்கு பெண்கள், ஆண்கள் இருவருக்கும் தங்கும் விடுதிகள் கட்டி கொடுப்பது. Mahila Adhikarita Yojana (MAY), Mahila Samridhi Yojana (MSY) என்று சில பல திட்டங்கள் அவர்கள் வாழ்க்கை முன்னேற்றம் காணவேண்டி உருவாக்கப்பட்டு மத்திய அரசால் நடத்தப்படுகிறது. National Scheduled Castes Finance and Development Corporation (NSFDC), National Safai Karamcharis Finance and Development Corporation (NSKFDC), Special Central Assistance to Scheduled Castes Sub&Plan (SCSP), Scheme of Assistance to Scheduled Castes Development Corporations (SCDCs), Micro Credit Finance (MCF), Types of Training programmes for SC/ST (Workshops, Job Fairs) என்று தலித் மக்கள் தொழில் தொடங்க, அவர்களுக்கு அதில் தகுந்த சலுகைகள் கொடுக்க முன்னுரிமை கொடுப்பதன் மூலம் அவர்கள் தொழில் முனைவோராக முன்னேற்றம் காணச் சில பல திட்டங்கள்.

Dr. Ambedkar Foundation, Dr. Ambedkar Medical Aid Scheme, Dr. Ambedkar National Merit Award Schemes, Dr. Ambedkar National Merit Award Scheme for Secondary (Class 10th, 12th) Examination, Dr. Ambedkar National Relief Scheme for SC victims of atrocities, Dr. Ambedkar Foundation National Essay Competition Scheme, Dr. Ambedkar Scheme for social integration through inter-caste marriages, Collected Works of Babasaheb Ambedkar (CWBA) Project என்று சில பல திட்டங்கள் தலித் மாணவர்களுக்குச் சமூகத்தில் நல்ல நிலையை எட்டவும் சமூகத்தில் தகுந்த பிரதிநிதித்துவம் கிடைக்கவும் வழிவகை செய்கின்றன. இது தவிர மாநில அரசு திட்டங்கள் தனியாக. இப்போ இந்த எந்தத் திட்டத்தை நரேந்திர மோதி நிறுத்தினார் அல்லது நிதியைக் குறைத்தார்? சொல்ல முடியுமா?

வேறு எந்த பிரதமரையும் விடக் கூடுதலாகப் பட்டியல் சமூகத்தினருக்கு கூடுதல் நிதி ஒதுக்கியவரும் நரேந்திர மோதி அவர்களே. Inter-caste marriages செய்துகொள்ளும் நபர்களுக்கு 2.5லட்சம் உதவி தொகை அதிகம் அறிவித்தது இதே அரசு தானே. யாரையும் வற்புறுத்திப் பட்டியல் சமூகத்தில் இருந்து திருமணம் செய்யக் கூற முடியாது. அதே நேரம் அப்படி வேற்றுமை பார்க்காது திருமணம் செய்வோரை ஆதரிக்கும் வண்ணம் பொருளாதாரத்தில் பின் தங்கிய தம்பதிகளுக்கு 2.5லட்சம் உதவி தொகையை அறிவித்து உதவியவர் இதே நரேந்திர மோதிதானே.

அன்று பொருளாதாரத்தில் 5 லட்சத்துக்குக் கீழ் இருக்கும் தம்பதி களுக்கு எப்படிக் கொடுக்கலாம் என்று எவரும் கேட்கவில்லையே?

ஜாதி ஒழியும்வரை இடஒதுக்கீடு ஒழிக்கக்கூடாது? இந்த திக, திருமா போன்றவர்கள் கூற்று சரியா?

'தலித் என்றால் கல்வி மறுக்கப்பட்டவர்கள், வேலை செய்தும் ஊதியம் இல்லாமல் ஒடுக்கப்பட்டவர்கள், தீண்டாமை மூலம் தாழ்த்தப்பட்ட நிலைக்குத் தள்ளப்பட்ட சமூகம்'. இதுதான் உலக அளவிலான அர்த்தம். இது திருமாவே பலஇடங்களில் கூறிய விளக்கம். ஏன் என்றால் இது உலகம் முழுவதும் இருந்தது என்பதால் அனைத்து நாடுகளிலும் இந்த வரையறைக்குள் வரும் சமூகம் உண்டு.

இப்போது உங்கள் சமூக நீதி சொல்லும் வரையறை என்ன? அரசியல், அதிகாரப் பகிர்வு, கல்வி, வேலை வாய்ப்பு, இதைத் தாண்டி வாழ்வு சூழல் முன்னேற்றம் காணத் திட்டங்களை அரசு தீட்டுகிறது. இதில் சமூகம் மேம்பட முக்கியமானது இடஒதுக்கீடு. 100% இதற்குத் தகுதியான மக்களுக்குச் சென்று சேர்ந்தால்தான் நல்லது. 60 வருடங்கள் ஓடிவிட்டன. இப்போது அடிப்படைக் கேள்வி என்னவென்றால்

ஒருவர் டாக்டர், அவர் மகளும் டாக்டர். இந்தக் குடும்பம் எப்படி தலித் என்ற வரையறைக்கு உள்ளே வரும்? கொஞ்சம் கூற முடியுமா ஸ்டாலின், திருமாவளவன்? அனைத்துவிதத்திலும் இவர்கள் தலித் என்ற மேலே சொன்ன வரையறைக்குள் வர மாட்டார்கள். அந்த வரையறையில் இருந்து வெளியேறிவிட்ட நிலையில் மீண்டும் பிறப்பால் அடையாளப்படுத்தவேண்டும் என்று கூறுவது முதலில் சரியல்ல.

இதே சமூகத்தில் பொது பிரிவில் இருக்கும் ஒருவரை எனக்குத் தெரியும். வீடு வீடாக, மாடி மாடியாக ஏறி இறங்கித் தண்ணீர் கேன் போடும் அந்த நபருக்கு ஒரு மகள். மன நோயாளியாக ஒரு மகன். வீட்டின் வறுமை சொல்ல வேண்டியது இல்லை. நான் நேரே உங்களைக் கூட்டிச் செல்லவும் தயார். இன்றைய காலகட்டத்தைப் பொறுத்தவரை அந்தக் குடும்பம் பொருளாதார நிலையில் தாழ்த்தப் பட்ட நிலையில் இருக்கிறது. இன்றைய தேதியில் அதுதான் உண்மை-வறுமை. அந்தக் குடும்பத்துக்கு உதவி செய்ய விரும்புகிறார் நரேந்திர மோதி. அதுவும் கூடுதலாக இடஒதுக்கீடு உருவாக்கிக் கொடுத்தால் உங்களுக்கு என்ன பிரச்னை?

ஆக, முதலில் ஜாதி இடஒதுக்கீடு அல்ல. இங்கே இருப்பது தலித் இடஒதுக்கீடு. இரண்டையும் போட்டுக் குழப்புகிறார்கள் இந்த திமுக, விசி கட்சி ஆட்கள். இரண்டாவது 2000வருடம் என்று ஆரம்பிக்கக் கூடாது. 2000 வருடம் முன் எவனோ செய்த குற்றத்துக்கு இன்று இருக்கும் இந்த வறுமையில் இருப்பவருக்கு உதவக்கூடாது என்று நினைப்பது ஆரோக்கியமான சிந்தனை அல்ல. 3 தலைமுறைக்கு முன் முன்னோர் செய்த பாவத்தை இன்று பிறக்கும் குழந்தை அனுபவிக்க வேண்டுமா? இதுதான் பிற்போக்கு சிந்தனை.

ஸ்டாலின் கூறுகிறார் சட்டப்படி இது நடைமுறைப்படுத்த முடியாது; ஏன் என்றால் 15(4), 16(4) பிரிவுகளின் கீழ் இது முடியாது என்கிறார். அத்துடன் இது சமூக நீதிக்கு எதிரானது என்று குரல்கொடுக்கிறார். முதல் எதிர்க் குரல் வந்தது திருமாவளவனிடம் இருந்து. வறுமையில் இருப்பவனைக் கைதூக்கி விட வழியில்லை என்றால் அது என்னையா சமூக நீதி? சட்டம் யார் போட்டது நாம் தானே? அது காலத்துக்கு ஏற்றார் போல மாற்றி அமைக்க வேண்டியதும் நம் கடமை தானே. அது தானே சரி?

நீதிபதிகள் சட்டத்தை அமலாக்கம் செய்யும் இடத்தில் இருக்க வேண்டுமே தவிர சட்டம் இயற்றும் இடத்தில் அல்ல. அது மக்களால் தேர்வு செய்யப்பட்ட பிரதிநிதிகளின் வேலை. இது அடிக்கடி திமுக முன்னாள் தலைவர் கருணாநிதி கூறும் வார்த்தை. இன்று இந்த மசோதா நாடாளுமன்றத்தில் மக்கள் அவையில் 323 உறுப்பினர்கள், மாநிலங்கள்

அவையில் 165 உறுப்பினர்கள் ஆதரவுடன் நிறைவேறியுள்ளது. நாடாளுமன்றத்தையடுத்து ஜனாதிபதிக்குச் செல்லும். வேலை முடிந்தது. ஸ்டாலின் பேசுவது அர்த்தமற்றது.

தகுதி வரம்பு சரியாக நிர்ணயம் செய்துள்ளார்களா?

5 ஏக்கருக்கு மேல் விவசாய நிலம் இருக்கக்கூடாது, 1000 SqFt மேல் தனி வீடு இருக்கக்கூடாது, குறிப்பிட்ட நகராட்சிகளில் 900 SqFt மேல் சொந்த பிளாட்டில் குடியிருப்போருக்கு, பிற நகராட்சி அல்லாத பகுதிகளில் சொந்த 1800 SqFt பிளாட் வைத்திருப்போருக்குக் கிடையாது; வருட வருமானம் 8 லட்சத்துக்கு மேல் இருக்கக்கூடாது. மாதம் 60,000-70,000 சம்பளம் வாங்கலாம்; ஆனால் IT ஊழியர்களில் 55% பேருக்கு மேல் வீடு இப்போதுதான் வாங்குகிறார்கள் என்று ஒரு ஆய்வுத் தகவல் தருகிறது. எனவே முதல் முறையாக வாங்கும் நபர்களைக் கணக்கில் கொண்டு பார்த்தோமானால் இந்தத் தகுதி வரையறை சரி. மேலே இருக்கும் ஏதாவது ஒன்றில் உங்களுக்குத் தகுதி இல்லை என்றாலும் இடஒதுக்கீடு கிடைக்கப் போவது இல்லை. எனவே சரியான கணக்கீடே.

இறுதியாக:

இந்தியாவில் படித்தவர்கள் தொடர்பான புள்ளிவிவரம் ஒவ்வொரு பத்தாண்டுக்கும் ஒருமுறை எடுப்பது வழக்கம். அதனைக் கொண்டு திட்டங்களை நடைமுறைப்படுத்த அரசு முயற்சி செய்யும். 1961, 1971, 1981, 1991, 2001, 2011 என்று வெளியான புள்ளி விவரங்கள் ஒரு நிதர்சனமான உண்மையைக் காட்டுகிறது. 2011 புள்ளிவிவரம் கூறும் கணக்கு: இந்திய அளவில் மொத்தம் 74.04% படித்தவர்கள்; அதில் பெண்கள் 65.46%, ஆண்கள் 82.14%. இதில் SC என்று பட்டியலிடப்பட்ட மக்களில் மொத்தம் படித்தவர்கள் 66.10%. அதில் பெண்கள் 56.50%, ஆண்கள் 75.20%. ஆக இன்னும் இந்த ஒடுக்கபட்ட மக்கள் நிலை சராசரி நிலையைத் தொடவில்லை.

2011-ல் அதனால் இட ஒதுக்கீடு முறை தொடர்வதை யாரும் விவாதம் ஆக்கவில்லை. 1961-ல் இது எப்படி இருந்தது என்றால், இந்திய அளவில் மொத்தம் படித்தவர்கள் 18.32%. அதில் பெண்கள் 8.86%, ஆண்கள் 27.15%. இதில் SC மக்களில் மொத்தம் படித்தவர்கள் 10.27%, அதில் பெண்கள் 3.29%, ஆண்கள் 16.96%. இதில் நாம் கவனிக்கவேண்டிய விவரம்: 2001 - 2011 இரண்டின் கணக்கெடுப்பில் வளர்ச்சி சதவீதம் 14% என்று பொது சராசரி இருக்க, SC மக்கள் மக்கள் வளர்ச்சி சதவீதம் 38%க்கும் மேல் இருக்கிறது. ஆக அடுத்த கணக்கெடுப்பு 2021ல் நடக்க

வேண்டும். இந்திய நாட்டின் சராசரியோடு தலித் மக்கள் சராசரியும் நிகராக வளர்ந்து நிற்கும் என்று கணிக்கப்படுகிறது.

அப்படி நடந்தால் தேசத்தில் 1950களில் தொடங்கிய தலித் மக்கள் கல்விக்காக அரசு எடுத்த முயற்சி பெரும் வெற்றி என்று அர்த்தம். இனி அந்தக் கல்விச் சலுகைகளை மாற்றி அமைத்து, தகுதியானவர்களுக்குச் சென்று சேரும்விதம் உருவாக்கவேண்டும். சரி தானே? அன்று மேலே சொன்ன முதல் குறையும், மூன்றாவது குறையும் திருத்தப்படும். 2021 கணக்கெடுப்பை எதிர் நோக்கி அனைவரும் இருக்கிறார்கள். அதை விட்டால் 2031 என்று தள்ளிப் போவது உறுதி. ஆக அப்படியாக, இந்தக் கல்வி இடஒதுக்கீடு முறையை 2021ல் தலித் தலைவர்களின் ஆதரவுடன் மாற்றியமைக்க விரும்புகிறது பிஜேபி அரசு. காங்கிரஸ் வந்தாலும் அதனைச் செய்தாக வேண்டும் என்ற கட்டாயச் சூழல் இருக்கிறது. ஆனால் அதற்கு ஒரு துணிவு தேவை. நரேந்திர மோதி வரக்கூடாது என்று ஒரு சாரார் துடிப்பதில் இந்தக் காரணமும் முக்கியமானது.

•

பாகம் 5

இளைஞர்களும் தேச நலனும்

ஏன் நான் மாணவர்கள் போராட்டத்தை எச்சரிக்கிறேன்?

மாணவர்கள் கொஞ்சம் கவனமாக உண்மையைத் தேடவேண்டும் என்றும் போராளிகளை நம்ப வேண்டாம் என்றும் ஏன் கூறுகிறேன்?

மாணவர்கள் கல்வியில் கவனம் செலுத்தவேண்டும். படித்துவிட்டுத் தம்முடைய பொருளாதார நிலையை மேம்படுத்துவது எப்படி, தேசத்துக்கு நன்மை தரும் தொழில்கள் எவை என்று சிந்தித்துச் செயல்படவேண்டும். திரு ரஜினிகாந்த் தமது ரசிகர்களுக்கு ஒரு விஷயத்தை அடிக்கடிச் சொல்வார்: குடும்பத்தைக் கவனியுங்கள்.

பொறுப்புள்ள நடிகனுடைய வார்த்தைமட்டுமல்ல... தலைவனுடைய வார்த்தையும் அதுவாகத்தான் இருக்கவேண்டும்.

அண்ணல் அம்பேத்கர்கூடக் கற்பிக்கவேண்டும் (நாம் கற்றுக் கொண்டால் தானே அடுத்தவருக்குக் கற்பிக்க முடியும்); ஒன்று சேர்க்க வேண்டும். அதற்குப் பிறகுதான் (அதாவது முதல் இரண்டும் முடிந்த பிறகு அல்லது முடியாமல் போனால்) கலகம் செய் என்றுதான் சொன்னார். நம் இன்றைய கேடுகெட்ட தலைமைகளோ எடுத்த எடுப்பிலேயே கலகத்தைத் தூண்டுகின்றன. பிள்ளை பிடிப்பவர்களிடமிருந்து குழந்தைகளைக் காப்பாற்றுவதுபோல் இன்றைய பிரிவினைவாத சக்திகளிடமிருந்து மாணவர்களைக் காப்பாற்றியாக வேண்டி யிருக்கிறது. மாணவர்களே உஷார்!

'சமீப காலமாக நடக்கும் தமிழக மாணவர்களின் போராட்டங்கள் அறிவார்ந்தவை இல்லை; WhatsApp சார்ந்தது'. அதுதான் இதில் இருக்கும் பிரச்னை. எனவே நாட்டுக்கு நல்லது செய்ய வேண்டும் என்ற நோக்கில் மாணவர்கள் ஒன்று சேர்ந்தால் அது பாராட்டத்தக்கது. ஆனால் உணர்ச்சியைத் தூண்டிவிட்டு உண்மையை மறைத்துத் தந்திரமாகப் போராட்டங்கள் கட்டமைக்கபடுவதை மாணவர்கள் உணராது

போனால் நாட்டுக்கு நல்லது நடக்காது. இது நான் என்னை வந்து சந்திக்கும் என் முன்னாள் மாணவர்கள் அனைவரிடமும் கூறுகிறேன்.

அது ஏன் என்று என்னால் முடிந்தவரை எளிமையாக விளக்குகிறேன்.

நீங்கள் மாணவர்கள் போராட்டம் நடக்கும் இடத்துக்குச் சென்றால்- போராட்டம் ஒருபக்கம் நடக்கும்போது இன்னொரு பக்கம் கலந்து கொண்ட மாணவர்களின் தொலைபேசி எண்ணைச் சேகரிக்கும் வேலையைச் சிலர் செய்வது தெரியும். போராட்டக்களத்துக்குச் சென்ற அனைவருக்கும் இது நடந்திருக்கும்.

'தோழர், உங்க போன் நம்பர் தாங்க. அடுத்த போராட்டம் எதும் நடந்தா உங்களுக்கு சொல்றோம். மாணவர்கள் மாற்றத்தை ஒற்றுமையாக இருந்து உருவாக்க ஒரு தொடர்பு வேண்டும். அதனால உங்க நம்பர் கொடுங்க தோழர்' என்று மாணவர்களிடம், அங்கே கலந்து கொண்ட அனைவரிடமும் இருந்து மொபைல் நம்பர் வாங்கிக் கொள்வார்கள்.

அதன் பிறகு மாணவர்களுக்கு தேசத்தில் நடக்கும் அநியாயங்கள்... கார்ப்பரேட் எதிர்ப்பு, அரசுத் திட்டங்கள் எதிர்ப்பு என்று தொடர்ந்து அவர்களுக்குச் செய்திகளை மேலோட்டமாக, உணர்ச்சியைக் கிளப்பும் தொனியில் அனுப்புவார்கள். அதாவது ஜல்லிக்கட்டு நடக்க விடாமல் நரேந்திர மோதி தடுக்கிறார்... நியூட்ரினோ அணு குண்டு மூலம் தமிழகத்தை வெடி வைத்துத் தகர்க்கப்போகிறார்.

யார் இந்தப் போராளிகள்? எங்கே இருந்து இந்தப் போராட்டங்கள் ஆரம்பம் ஆகின்றன? இவர்களுடைய இலக்கு என்ன? இந்த பிரச்னைகள் எல்லாம் இப்போதுதான் உருவாகின்றனவா..? முன்பே உண்டென்றால் ஏன் போராடவில்லை?

இந்தக் கேள்விகளுக்கு மட்டும் விடை தேடுங்கள். உண்மை எளிமையாகப் புரியும். தமிழகத்தை மட்டும் எடுத்துக்கொள்ளுங்கள்.

முதலில் மாணவர்கள் போராட்டம் தமிழகத்தில் எங்கிருந்து ஆரம்பம் ஆகிறது? ரொம்ப யோசிக்கவேண்டாம். சென்னையில் இருந்துதான் முதல் அதிர்வு உருவாகும். எந்த எந்தக் கல்லூரி மாணவர்கள் முதலில் போராட்டத்தில் பங்கேற்கிறார்கள்?

லயோலா, நியூ காலேஜ், மெட்ராஸ் கிறிஸ்டியன் காலேஜ், ஸ்டெல்லா மேரிஸ், விமன் கிறிஸ்டியன் காலேஜ், YMCA காலேஜ், St Christopher காலேஜ் என்று ஒரு டஜன் கல்லூரி மாணவர்கள்தான் முதலில் போராட்டங்களில் குதிப்பர். இதேபோல மத்திய அரசு நடத்தும் கல்லூரிகளிலும் தொடர் போராட்டங்கள் தூண்டப்படும். அதன் பின்னணியில் அரசுப் பணியில் இருந்து லட்சங்களை சம்பளமாக

வாங்கிக்கொண்டு அரசை எதிர்க்கும் இடதுசாரிகள் ஆசிரியர்கள் (இதில் பலர் வட்டிக்குப் பணம் விட்டுச் சம்பாதிப்பதையே முதல் வேலையாக வைத்திருப்பார்கள்) உண்டு.

பின்னர் ஏதேனும் பிரிவினைக் கட்சி 'இளைஞர்கள்' களத்தில் குதிப்பார்கள். சீன நன்கொடை பெறும் ஊடகங்கள் இந்தப் போராட்டத்தை மாணவர் தன்னெழுச்சிப் போராட்டமாகக் கட்டியெழுப்புவார்கள். இவை எல்லாமே தெளிவாகத் திட்டமிடப்பட்டு தெளிவாக நடத்தப் படுகின்றன.

மேலே சொன்ன அனைத்து கல்லூரிகளும் ஆண்டுக்கு 20கோடி முதல் 100கோடிவரை அரசிடம் நிதி பெற்று நடத்தப்படும் கிறிஸ்தவக் கல்லூரிகள். இதில் இருக்கும் 90%க்கு மேலான ஆசிரியர்கள் கிறிஸ்தவராக இருப்பார்கள். மற்ற பத்து சதவிகிதத்தினர் சிந்தையால் செயலால் கிறிஸ்தவராக இருந்தாக வேண்டியிருக்கும். இங்கே இருக்கும் மதம் மாற்றும் அமைப்புகளுக்கும் இந்தக் கல்லூரி நிர்வாகி களுக்கும் பெரிய அளவு வலுவான தொடர்பு காலம் காலமாக இருந்து வருகிறது. இந்தச் சிறுபான்மை அமைப்புகளுக்கு அரசின் மானியங்கள் மட்டுமல்ல, தாய் மொழியில் கற்றுக் கொடுக்கவேண்டும் என்ற விதியில் இருந்து விலக்கு கேட்டாலோ, 25% நலிவடைந்த பிரிவினருக்கு இடம் தரவேண்டும் என்ற விதியில் இருந்து விலக்குக் கேட்டலோ அரசு விட்டுக்கொடுத்தாக வேண்டும். இந்தச் சிறுபான்மை அமைப்புகள் இந்தியாவை கிறிஸ்தவ தேசமாக, இஸ்லாமிய தேசமாக ஆக்கும் நோக்கில் செயல்பட்டுவருகிறார்கள். அதனால்தான் மோதி அரசு செய்யும் அனைத்தையும் எதிர்க்கிறார்கள்.

இந்த விவகாரத்தை இப்படியே விட்டுவிட்டு, அடுத்த விவகாரத்தைப் பார்ப்போம்.

தீவிரவாத அமைப்புகளான நக்சல், மாவோயிஸ்ட் அமைப்பில் வேலை செய்யும் நபர்கள் பொதுவாக கம்யூனிஸ்ட் கட்சியில் அதிகம் உண்டு. இந்த இடதுசாரி தீவிரவாதக் கூட்டம் ஒருபக்கம் ரயில்களைக் கவிழ்ப்பது, ராணுவ வீரர்களைக் கொலை செய்வது என்று செயல் படுவார்கள். துணை ராணுவப் படைகளில் இளைஞர்கள் சேர்வதைத் தடுக்க இந்தவிதமான தாக்குதல்களை பிஹார், மேற்குவங்காளம், ஆந்திரா, கர்நாடகா போன்ற மாநிலங்களில் நடத்தி வருகிறார்கள். தமிழகத்தில் திமுக ஆட்சியில் துணிச்சலாக நடமாடும் இவர்கள் பொதுவாக ஜெயலலிதா ஆட்சியில் அடங்கி ஒடுங்கி இருப்பார்கள்.

ஜெயலலிதா இறந்த பின் இங்கே தமிழகத்தில் பெரிய அளவு வாய்ப்பு இவர்களுக்கு உருவாகியுள்ளது. இதைப் பயன்படுத்த முழுமையாகக் களமிறங்கியுள்ளனர். இவர்கள்தான் இந்த நவீனப் போராளிகள்.

அட என்ன... இப்படிச் சொல்கிறீர்கள். நாட்டுக்கு நல்லது செய்யப் போராடினால் தவறா?

நாட்டுக்கு நல்லது செய்யப் போராடும் யாரையும் நான் குறை சொல்ல விரும்பவில்லை.ஆனால் நக்சல்கள் நல்லது செய்ய விரும்பும் கும்பல் அல்ல. அது சீனாவின் உதவியுடன் இந்திய தேசத்தை உடைக்க வேண்டும் என்று வேலை செய்யும் தீவிரவாதக் கும்பல். ஆண்டுக்குச் சில ஆயிரம் கோடிகளை இந்தத் தீவிரவாத இயக்கங்களுக்கு பட்ஜெட் போட்டுக் கொடுத்து உதவுகிறது சீனா.

அரசியல் கட்சிகள், ஆட்சியர்கள், அதிகாரவர்க்கம், நிதித் துறை, பெருந்தொழில்கள் இந்த அனைத்தின் மீதும் நம்பிக்கையின்மையை மக்கள் மனதில் விதைப்பதன் மூலம் 'அரசுக்கும் மக்களுக்கும் இடையே அறிவிக்கப்படாத போரை உருவாக்க வேண்டும்; இதன் மூலம் மக்களுக்கு நாட்டின் மீது அவமரியாதையை உருவாக்க வேண்டும். அப்படி ஓர் அதிர்வை மக்கள் மனதில் உருவாக்கிவிட்டால் அதுவே புரட்சி செய்ய எளிது- பிரிவினையை விதைக்க எளிது - இந்தியா என்ற தேசத்தை உடைக்க வழி.

இதைக் கணக்கில் கொண்டுதான் அனைத்துப் போராட்டங்களும் வடிவமைக்கப்படுகின்றன. மக்கள் எல்லோரும் நல்லவர்கள் - ஆட்சியர்கள் எல்லோரும் கெட்டவர்கள்; தனியார் நிறுவனம் என்றால் கெட்டவர்கள் என்று நல்லவன் கெட்டவன் என்ற ஒற்றை சினிமாப் போக்குபோலச் சிந்தனைகளை விதைக்கிறார்கள்.

நான் கேட்கிறேன் இந்த எந்தப் போராளியாவது 'தூய்மை இந்தியா' திட்டம் மூலம் சுத்தம் செய்ய முன் வாருங்கள் என்று மாணவர்களை அழைத்தனரா?

முத்ரா யோஜனா திட்டம் மூலம் மிக மிக எளிமையாகக் கடன் தொழில் தொடங்க மோதி அரசு அறிவித்த திட்டத்தைப் பயன்படுத்தி மாணவர்கள், வேலை தேடும் பட்டதாரிகள் எப்படி தொழில் தொடங்கலாம் என்று ஒரு ஆரோக்கியமான விவாதத்தை வழிகாட்டலை என்றைக்காவது இந்தப் போராளிகள் பரப்பியது உண்டா?

ஏன் அரசின் எந்த நலத்திட்டமும் மக்களிடமும், மாணவர்களிடமும் சென்று சேரும் வண்ணம் உழைப்பது இல்லை?

மனசாட்சியைத் தொட்டுச் சொல்லுங்கள்... மாணவர்கள் வாங்கிய கல்விகடனை அரசு என்ன மிரட்டியா கட்டச் சொல்கிறது? இல்லை கட்டச் சொல்லி அவமானம் செய்கிறதா? கடன் வாங்கிய மாணவர்கள் அனைவரும் மனசாட்சியுடன் பேசுங்கள்.

ஆக ஆட்சியில் இருப்பவர்கள், நீதி துறையில் இருப்பவர்கள் யாருக்கும் நாட்டின் மீது அக்கறை இல்லை. இந்தப் போராளிகளுக்கு மட்டும்தான் உள்ளதா?

எதற்கு அரசு நிறுவனங்களான ONGC, Gas Authority of India, NTPCபோன்றவற்றை ஏதோ தனியார் துறைகள்போல எதிர்க்கும்படி ஏன் மாணவர்களைத் தூண்டுகிறார்கள்? அந்த நிறுவனங்கள் மூலம் நாடு நாசம் ஆகும் என்றும் அதனால் போராட்டம் நடத்த வாருங்கள் என்றும் வீடியோ ஆடியோ என்று ஆதாரங்கள் அனுப்பும் இவர்கள் - ஏன் அந்த ஆதாரங்களை நீதிமன்றத்துக்குக் கொண்டு சென்று தடை வாங்க முயற்சி செய்வது இல்லை?

நீதி கிடைக்காது என்றால் திருமுருகன் காந்தி என்ற டேனியல் வழக்கில் விடுவிக்கப்பட்ட வழக்கில் மட்டும் நீதி வென்றதா?

இதை இப்படியே விட்டுவிட்டு மூன்றாவது கூட்டத்தைப் பார்க்கலாம். அது பல காலமாக இந்த மண்ணில் ஏமாற்றிப் பிழைப்பு நடத்தும் வெட்கம் கெட்ட கூட்டம்.

வேறு யாரும் அல்ல பெரியாரிய திராவிட இயக்கங்கள்.

மே17, கூடங்குளம் அணு உலை எதிர்ப்பு,தமிழ்த் தேச விடுதலை இயக்கம், தமிழ்ப் புலிகள் திருவள்ளுவன், இளந்தமிழகம்,தமிழக ஒடுக்கப்பட்டோர் விடுதலை இயக்கம், தமிழர் விடியல் கட்சி, திராவிடர் விடுதலை கழகம் என்று புதிய புதிய இயக்கங்களை உருவாக்கி புதிய போராளிகளை உருவாக்கும் வேலையை இந்தத் திராவிடக் கழகம் ஆண்டாண்டுகளாகச் செய்து வருகிறது.

இவர்கள் அனைவரும் எதற்குப் பிரிந்துகொண்டு ஆனால் ஒரே கோஷமாக 'ஹிந்துகள்- இந்தியா' இரண்டுக்கும் எதிராகப் பேசவேண்டும்?

இன்று திடீர் என்று முளைத்திருக்கும் போராளிகள் எல்லாம் மேலே சொன்ன ஏதாவது ஒருவகையில் வந்தவர்கள். அனைவரின் நோக்கம் பிரிவினை. பொது எதிரி பிஜேபி - மோதி - ஹிந்துத்துவா தான்.

ஹிந்து பெயரில் ஒளிந்துகொள்ளும் சீமான், திருமுருகன், கூடங்குளம் உதயகுமார், கௌதமன் என்று போராளிகள் அனைவருக்கும் ஏதோ ஒற்றுமை இருக்கும். அதைத் தற்செயல் என்று எடுத்துக்கொள்ள முடியாது.

தமிழகத்தில் ஜல்லிகட்டுப் போராட்டத்தை அடுத்து மாணவர்களைத் தொடர்ந்து போராட்டங்களில் தூண்டிவிடுவது வாடிக்கையாக உள்ளது. இதில் நாட்டுக்கு எதிரான பரப்புரையும் மெல்ல 'ஹிந்தி

எதிர்ப்பு, தமிழ் உணர்வு, வட இந்தியன் தென் இந்தியன்' என்று பிரிவினைகள் மெல்லத் திணிக்கப்படுவது அப்பட்டமாகத் தெரிகிறது. இதனால்தான் மாணவர்களின் உணர்வுகளைத் தூண்டி நடத்தப்படும் போராட்டங்கள் எல்லாம் வேறொரு ஆதாயம் தேடிக் கட்டமைக்கப் படுகின்றன; மாணவர்கள் அதைப் புரிந்துகொள்ளவேண்டும் என்று கூறுகிறேன்.

நாடு நன்றாக இருக்க வேண்டும் என்ற மாணவனின் நோக்கம் சரி. ஆனால் போராடத் தூண்டிவிடும் கூட்டத்தின் நோக்கம் மோசமானது.

எந்த WhatsApp, Facebook சமூக வலைத்தளங்கள்போன்றவற்றின் மூலம் போராட்டம் நடத்தலாம் வாங்க - Group வச்சு புரட்சி செய்யலாம். நாட்டைப் புரட்சியால் மீட்கலாம் என்று யாராவது உங்கள் செல் நம்பர் கேட்டால் தயவு கூர்ந்து கொடுக்க வேண்டாம்.. உடனடி யாக அந்த குரூப்பில் இருந்து வெளிவந்து விடுங்கள். அந்தக் கூட்டத்தில் இருப்பதால் நீங்கள் நிம்மதி இழந்து ஏதோ ஒருவிதப் போராட்டம், வெறுப்பு, கோபம் என்று மொத்தமாக மாறிவிட்டீர்கள் என்று உங்களுக்குத் தோன்றவில்லையா?

மாணவர்கள் ஆர்.எஸ்.எஸில் சேர்ந்து ஹிந்துகளைக் காப்பாற்றுங்கள். ஹிந்துக்களிடையே ஒற்றுமை இல்லை என்றால் நாடு என்ன ஆகும் என்றெல்லாம் பேசி நான் இதை எழுதவில்லை.

உணர்வைத் தூண்ட நான் விரும்பவில்லை. மாணவர்கள் தயவு கூர்ந்து வீட்டுக்குக் கொஞ்சம் பொருள் சேருங்கள். பொருளாதாரச் சிந்தனை களைக் கொஞ்சம் வளர்த்துக்கொள்ளுங்கள். நாலு காசு இல்லை என்றால் காதலிகூட மதிக்க மாட்டார். தயவு கூர்ந்து இந்த எதார்த்தத்தைப் புரிந்துகொள்ளுங்கள். நேர்மையாகப் பொருள் தேடி வீட்டை நல்ல நிலைக்குக் கொண்டுவந்துவிட்டு அப்புறம் நாட்டைப் பற்றிப் பேசலாம்.

என்னால் முடிந்த அனைத்தையும் மாணவர்களுக்கு மதம் ஜாதி பார்க்காமல் செய்வேன். உங்கள் போராட்டக் குணம் உங்கள் வீட்டின் பொருளாதாரம் மேம்பட வேண்டும் என்பதாக இருக்கட்டும். இதை என் வேண்டுகோளாக எடுத்துக்கொள்ளுங்கள்.

இறுதியாக :

17ஆம் நூற்றாண்டு வரைகூட உலக ஆடை மொத்த உற்பத்தியில் 27% இந்தியாவுடையது. ஆனால் பிரிட்டிஷ் ஆட்சியின் முடிவில் அது 2%ஆக வீழ்ச்சியைக் கண்டது. அந்த அளவுக்கு நாசம் அடைந்தது இந்தியப் பொருளாதாரம். 1947ல் நம் வீட்டுப் பெண்களுக்கு 1 சேலை 2 சேலைதான் இருக்கும்; உழைப்பாளிகள் வீட்டில் 1 வேட்டி 2

வேட்டிதான் இருக்கும். 1947ல் பிரிட்டிஷாரை நம் அடித்து விரட்டிய போது நம் நாட்டில் படித்தவர்கள் வெறும் 7%கூடக் கிடையாது. மக்களுக்கு ஒருவேளை உணவு கூடக் கொடுக்க முடியாத அளவு பொருளாதார வீழ்ச்சியைப் பரிசாகக் கொடுத்துச் சென்றனர். ஆனால் இன்று? மனசாட்சியுடன் நடந்துகொள்ளுங்கள். இன்னும் முன்னேற்றம் வேண்டும். அதனை நோக்கி ஆரோக்கியமான சிந்தனையுடன் செயல் படுங்கள்.

இதை மட்டும் கட்சி, மதம், ஜாதி சார்பு தாண்டி மனத்தில் நிறுத்திக் கொள்ளுங்கள்:

'இந்தியா என் தாய். ஒரு ராணுவ வீரனுக்கு வேண்டிய கட்டுப் பாட்டுடன் இந்த தேசத்தை நேசிப்பேன்'.

ஒரு நாளும் மதம் மாற்றும் கூட்டத்தை, கம்யூனிஸ்ட் கூட்டத்தை, திராவிடக் கழகத்தை நம்பவேண்டாம். எதுவாக இருந்தாலும் உடனே உணர்ச்சிவசப்பட்டுப் பொங்க வேண்டாம்.

•

ராணுவக் கண்காட்சி

செய்தி: 'ராணுவத் தளவாடக் கண்காட்சியில் போர் விமானங்கள் சாகசம்- 162 நாட்டுப் பிரதிநிதிகள் பார்வையிட்டனர்'

சென்னையில் நடந்த ராணுவக் கண்காட்சியின் நோக்கம் என்ன? இது எந்தவகையில் நாட்டுக்கும், மாநிலத்தின் நலனுக்கும் நல்லது? இதைக் கேலியும் கிண்டலும் சில கட்சி விமர்சனம் செய்கிறார்களே?

இந்த ராணுவ தளவாடக் கண்காட்சியின் மூலம் மாணவர்கள் மற்றும் இளைஞர்கள் தெரிந்துகொள்ள வேண்டிய ஒரு முக்கியமான விஷயம் இருக்கிறது.

அதைப் பார்ப்பதற்கு முன்பு உங்களுக்கு ஒரு சுவாரசியமான தகவல்:

நமது காவல் துறையினர் கையில் வைத்திருக்கும் கட்டை துப்பாக்கி இருக்கிறதல்லவா? அது Martini-Henry வகை துப்பாக்கிகள். 1870களில் பிரிட்டிஷ் உலக அளவில் தனது சாம்ராஜ்யத்தை விரிவு படுத்தி இருந்தது. அந்தக் காலகட்டத்தில் ஆயுதப்படைக்கு நவீன வகை துப்பாக்கி தேவை என்று துப்பாக்கி தயாரிப்பாளர்கள் மத்தியில் கேட்டுக்கொள்ளப்பட்டது. சிறந்த துப்பாக்கி தயாரிப்பாளருக்கு விருதுகள் வழங்கத் திட்டம் அறிவிக்கப்பட்டது. அப்படி வந்த துப்பாக்கிகளில் Martini நிறுவனம் உருவாக்கிய துப்பாக்கியும் Henry நிறுவனம் உருவாக்கிய துப்பாக்கியில் சில அம்சங்களும் பிடித்துப் போகவே - இரண்டையும் ஒன்றாக இணைத்து Martini-Henry துப்பாக்கி உருவாக்கப்பட்டது. இது அதிக காலம் பிரிட்டிஷ் படையில் இருந்த துப்பாக்கிகளில் முக்கியமானது. இதனால் ஆங்கிலோ- ஜுலு யுத்தம், அநேக காலனிநாடுகளில் நடந்த யுத்தங்கள், ரஷ்ய துருக்கி போர் என்று பல போர்களில் வெற்றிகரமாக சர்வீஸ் செய்தது.

சரி இப்போது இது முழுக்க ஒரு collectible firearms. அதாவது வரலாற்றுப் பொருட்களைத் தேடி வாங்கிச் சேகரிக்கும் மக்களுக்கு

இந்தப் பொருள் மிகவும் பிடிக்கும். ஆனால் இந்தியாவில் கொடுமை யாக இன்றும் பயன்பாட்டில் உள்ளது இந்தத் துப்பாக்கி. பயன்படுத்தலாம் - அதற்காக இவ்வளவு தொழில்நுட்பம் பின்தங்கி இருப்பது நிச்சயம் நல்ல விஷயம் இல்லை. நீங்கள் சாதாரண ஏதாவது ஆப்ரிக்கா நாட்டுக் காவல்துறை வைத்திருக்கும் துப்பாக்கி கூடக் கொஞ்சம் நவீன வகையைச் சார்ந்ததாக இருக்கும். இது அரதப் பழசு.

இப்படிதான் இந்திய ஆயுத உற்பத்தி இருக்கிறது. ஆனால் உலகத்தின் 4ஆவது மிகப் பெரிய ராணுவமும், இரண்டாவது அதிக மக்கள் தொகை கொண்ட நாடாகவும் உள்ள இந்த நாட்டுக்கு இது ஆரோக்கியம் கிடையாது. தீவிரவாதிகளுக்குக்கூட மேம்பட்ட ஆயுதங்கள் கிடைக்க நாம் எப்போதான் மாறுவோம்?

நீங்கள் நினைப்பதுபோலச் சாதாரணமாகப் பின்தங்கி இருக்கவில்லை இந்தியா - பெரிய அளவில் பின்தங்கி உள்ளது.

பாதுகாப்பான தொடர்புக்கு Antennas, Towers; ராணுவம் துணை ராணுவத்துக்குத் தேவையான பிரமாண்டமான லைட்டிங் Military Airfield Lighting எத்தனை நிறுவனங்கள் உற்பத்தி செய்கின்றன? பிரமாண்டமான பொருட்களைத் தூக்க இறக்க எந்த இடத்துக்கும் கொண்டு செல்ல Lifting Equipment எத்தனை நிறுவனங்கள் உற்பத்தி செய்கின்றன? உள்நாட்டு பாதுகாப்புக்குத் தேவையான Surveillance and Sighting Systems எத்தனை நிறுவனங்கள் உற்பத்தி செய்கின்றன? நமது ராணுவம், காவலர்கள் பயன்படுத்தத் தக்க பாதுகாப்பு மிக்க எஃகு, Navigation and Satellite Communication Equipment எத்தனை நிறுவனங்கள் உற்பத்தி செய்கின்றன?

துப்பாக்கி மட்டும் அல்ல; இப்படிப் பல ஆயிரம் வகை Equipment தேவை நமது ராணுவத்துக்கும், காவல் துறையினருக்கும். மொத்தமாக நாட்டின் பாதுகாப்பை நவீனப்படுத்த வேண்டும் என்பது ஆக முக்கியமான விஷயம். இன்னொரு முக்கியமான விஷயம் இதை எல்லாத்தையும் இறக்குமதி செய்யக்கூடாது. நம் நாட்டிலேயே உற்பத்தி செய்ய முயற்சி செய்யவேண்டும்.

உங்களுக்கு ஒரு உண்மை: இந்தியா தனது ஒட்டுமொத்தப் பாதுகாப்புக்குத் தேவையான உபகரணங்களில் 60% இறக்குமதி செய்கிறது. இதனால் ராணுவத்துக்கு ஒதுக்கப்படும் மொத்த நிதியில் 31% வெளிநாட்டு நிறுவனங்களுக்குச் செல்கின்றன. இது வருந்தத் தக்கவகையில் உண்மை. நரேந்திர மோதி ஆட்சிக்கு வந்த பின் நமது Army Special Forces கையில் உள்ள துப்பாக்கிகளைக் கொஞ்சம் தேடிப் பாருங்கள். அது அதற்கு முன் எப்படி இருந்து என்றும் தேடிப் பாருங்கள்.நீ

இப்போது இன்னொரு முக்கியமான விஷயம் அனைவருக்கும் விளக்க விரும்புகிறேன்:

நாட்டில் வேலைவாய்ப்பு உருவாக்குவது என்றால் என்ன என்று நினைக்கிறீர்? பலர் அரசு வேலைவாய்ப்பு உருவாக்கவில்லை என்கிறார்கள். இங்கே ஒரு முக்கியமான தகவலை நாம் புரிந்துகொள்ள வேண்டும். இல்லையென்றால் அந்த ஆண்டவனே வந்து இங்கே ஆட்சி செய்தாலும் நிலை மாறாது. அது, உற்பத்தி துறைசார்ந்த வேலை வாய்ப்பை அதிகம் ஆக்க வேண்டும் என்று மோதி அரசு வேகம் காட்டுகிறது. அதாவது உங்களைச் சுற்றிப் பாருங்கள்; பெரும்பாலான எலக்ட்ரானிக் பொருட்கள் இறக்குமதி ஆனவையே, அதேபோல engineering machinery ஆரம்பித்து சாதாரணக் குழந்தைகள் விளையாடும் பொம்மைகள்கூட நாம் இறக்குமதியே செய்கிறோம்.

உலகின் இரண்டாவது பெரும் மக்கள் தொகை கொண்ட நாடு இப்படி உற்பத்தித் துறை சார்ந்த முன்னேற்றம் இல்லாமல் இருக்கக் காரணம்? முழுக்க முழுக்கப் படித்த மாணவர்கள் மத்தியில் சுயதொழில் தொடங்கவோ, உற்பத்தித்துறை சார்ந்த ஆர்வமோ இல்லாமல் இருப்பது தான். இதனால் இந்தியாவில் 21% labour force மட்டுமே உற்பத்தித் துறையில் உள்ளனர் - 28%வரை சேவை துறையில் இருக்கிறார்கள். 43%வரை இன்னும் விவசாயத்தில் ஈடுபடுகிறார்கள்!

உற்பத்தித் துறையில் 35% தாண்டுவதும், அதன் மூலம் சேவை துறையில் 40% தாண்டுவதும் இலக்காகக் கொண்டு மோதி அல்ல, எந்த அரசும் வேலை செய்யவேண்டும். உள்நாடு உற்பத்தித் திறன் மேம்படாமல் இங்கே வேலை வாய்ப்புக்கு வாய்ப்பே இல்லை. Make in India திட்டம் மூலம் அனைத்து நிறுவனங்களையும் உள்நாட்டில் உற்பத்தி செய்ய மோதி அரசு இன்று மேற்கொள்ளும் நடவடிக்கை=களை ஒரு பத்து ஆண்டுகள் முன் மன்மோகன் சிங் செய்திருந்தால் இன்று நாடு நல்ல நிலையைத் தொட்டிருக்கும்.

இந்த உற்பத்தித் துறையில் முக்கியமானது ஆயுதங்கள் மற்றும் நாட்டுப் பாதுகாப்புக்குத் தேவையான உபகரணங்கள் தயாரிப்பது தான். குறிப்பிட்ட இந்தக் கால இடைவெளியில் சுமார் 570 நிறுவனங்கள் இந்தத் துறைசார்ந்து இந்தியாவில் தொழில் தொடக்கியிருப்பது உண்மையில் நரேந்திர மோதி அவர்கள் தனது திட்டத்தில் முதல் படியில் வெற்றி பெற்றதாகவே கருதவேண்டும்.

இந்தக் கண்காட்சியின் நோக்கம் என்ன?

இதன் மூலம் மாணவர்கள், இளையவர்கள் மத்தியில் பாதுகாப்பு, ஆயுத உற்பத்தி சார்ந்த துறையில் ஆவலைத் தூண்டுவது. இதைச் சுற்றி

சுயதொழில் தொடங்க மாணவர்களிடமும் பெற்றோர்களிடமும் விழிப்புணர்வு ஏற்படுத்துவது. இன்னொரு வகையில் நரேந்திர மோதிதான் முன்வைத்த Make in India மூலம் உலக நாடுகள் இந்தியாவில் தொழில் தொடங்க ஏதுவான சூழல் இருப்பதை வெளிப்படுத்தவும் இந்தக் கண்காட்சி உதவியுள்ளது என்றுதான் கூறவேண்டும்.

Airbus (France), BAE India Systems (UK), Pilatus (Switzerland), Lockheed Martin (USA), Boeing India (USA), Raytheon (USA), Israel Aerospace Industries (Israel), Rafael Advanced Defense Systems Ltd. (Israel), Dassault Aviation SA (France) என்று பெரும் நிறுவனங்களும் தங்கள் உற்பத்தி வேலையைத் தொடங்கத் தேவையான தொழிற் சாலைகள் அமைக்கும் பணியை ஆரம்பித்துள்ளன. இது இன்று தொடங்கி நாளைக்குப் பலன் தரும் எளிய விஷயம் இல்லை. குறைந்தது அடுத்த 10ஆண்டுகளில் இதன் தாக்கத்தை உணரமுடியும். சென்ற பத்தாண்டுகளுக்கு முன் செய்யாததை இன்றாவது திருத்திக் கொண்டு நாடு செல்கிறது என்றவகையில் நாம் பாராட்டியே ஆகவேண்டும்.

தமிழக மக்களுக்கு ஏறக்குறைய ஒரு லட்சம் வேலை வாய்ப்புகளை உருவாக்கவல்லது என்று கூறுகிறார்களே?

வேலை வாய்ப்பு என்றதும் இண்டர்வ்யூ, ரிட்டன் எக்ஸாம் என்று தயவுகூர்ந்து சிந்திக்காதீர் - அது என்னவென்றால் ஒரு இந்தியாவைப் பொறுத்தவரை முறைசாரா தொழிலாளர்கள் 90% இருக்கிறார்கள். அதாவது சுயதொழில் செய்வார்கள்; ஆனால் பெரிய அளவில் நாட்டில் கணக்கு வழக்கு எல்லாம் காட்டிக்கொள்ள மாட்டார்கள். சின்னச் சின்ன டெய்லரிங் முதல் அட்டைப் பெட்டிகள் தயாரிப்பு வரை. இந்தவிதம் இந்தியாவில் அமைய உள்ள ராணுவ தடவாளங்கள் உற்பத்தி மையங்களில் ஒன்று உத்திரபிரதேசத்தில். இன்னொன்று தமிழ்நாட்டில் என்னும்போது அது நேரடியாக இந்த unorganised labourக்கு அதில் வேலை வாய்ப்பையும் வருமானத்தையும் கூட்டும்.

எடுத்துக்காட்டுக்கு:

ஒரு உளவு தொழில் நுட்பத் திறனுள்ள Antenna Research செய்யும் நிறுவனம் ஒன்று இங்கே வருகிறது என்றால் அதற்குத் தேவையாக Power Conversion Systems உற்பத்தி அதிகம் ஆகும். அதாவது Battery, DC/AC inverters தயாரிக்கும் தொழில்கள் வளரும். எளிமையாகச் சொன்ன ஒரு துப்பாக்கி தயாரிக்கும் தொழில் சாலை வந்தால் அந்தத் துப்பாக்கியை எடுத்துச் செல்லத் தேவையான தோல் பைகள் உற்பத்தியாளர்களுக்கு இங்கே ஆர்டர்கள் கிடைக்கும்.

இது புரிகிறதா? இதுதான் முதலீட்டின் அருமை. அது வரும்போது அந்த இடத்தில் பணப் புழக்கத்தை அதிகம் ஆக்கும். கெடுவாய்ப்பாக நம் மாநிலத்தில் கடந்த ஒரு வருடமாகப் போராட்டங்கள் தொடர்ந்து நடப்பதால் முதலீட்டாளர்கள் விலகிச் செல்கிறார்கள். இது மிக மிகப் பெரிய கேடு விளைவிக்கும் விஷயம்.

வேலை வாய்ப்பு என்பது என்னவோ அரசின் கடமை மட்டும் என்று நினைத்தால் முட்டாள்தனம். நாமும் ஒரு படி முன்வந்து உற்பத்தி திறன் சார்ந்து நமது வீட்டு குழந்தைகளை மேம்படுத்த வேண்டும்.

அரசு - அரசின் திட்டங்களுக்கு மக்கள் ஒத்துழைப்பு இரண்டும் இல்லை என்றால் எதுவுமே இங்கே சாத்தியம் இல்லை.

இறுதியாக :

உடனே கொள்ளை அடிக்க பிளான் போட்டிருக்கிறார்கள்... அரசியல் வாதிகள் கேவலம் மோசம் என்று ஆரம்பித்துவிட வேண்டாம். எல்லாவற்றையும் குறை சொல்லிக்கொண்டே திரியும் கூட்டத்தின் நோக்கம் மக்கள் மத்தியில் வெறுப்பைப் பரப்பவேண்டும் என்பது தான். வலைத்தளத்தில் இது அதிகம் ஆகிவிட்டது. அரசு இந்த முயற்சி எடுக்கும் என்றால் அந்த இடத்தில் எனக்கு என்ன மாதிரியான வாய்ப்புகள் இருக்கும்; அதை எப்படி நான் பயன்படுத்திக் கொள்ள வேண்டும் என்றுதான் படித்த பட்டதாரிகள் நினைக்கவேண்டும்.

அதாவது இந்த அளவுக்கு உற்பத்தி செய்ய நிறுவனங்கள் வரும்போது அந்த நிறுவனங்களை அணுகி வேலை வாய்ப்பை அவர்கள் அலுவலகத்தில் தேடவேண்டும் அவர்களுக்கு எதுவும் outsourcing job எதுவும் இருக்கிறதா என்று அணுகலாம். இதன் மூலம் சுயதொழில் வேகம் பிடிக்கும். அதற்குப் பெரிய முதலீடு எல்லாம் வேண்டாம்.

ஒரு பேச்சுக்குக் கூறுகிறேன் நமது Royal Enfiedபோன்ற உறுதியான ராணுவ வாகனம் செய்யும் ஒரு தொழில் சாலை இங்கே வரும் என்றால் - அந்த நிறுவனத்தை அணுகி அவர்கள் tool box மட்டும் செய்ய outsource job work நீங்கள் எடுக்கலாம். தோல் மூலம் அந்த நிறுவனத்தின் சீட் தயாரிக்க ஆர்டர் எடுக்கலாம். leather embossing machine எல்லாம் நாம் வீட்டில் ஒரு அறையில் வைத்துக் கொள்ளும் அளவுக்குச் சின்னது தான். தாராளமாகத் தொழில் தொடங்க முடியும். இப்படி ஆயிரம் ஆயிரம் spares இருக்கும். அதை ஆர்டர் எடுத்தாலே பெரிய லாபம் பார்க்க முடியும். இந்த மாதிரி உற்பத்தி சிந்தனையை மாணவர்கள் உருவாக்கிக்கொள்ளவேண்டும்.

எனவே, இப்போது உற்பத்தித் திறனைக் கூட்டுவதில் மாணவர்கள் ஆர்வம் காட்டவேண்டும். அது அதி முக்கியமான விஷயம் என்பதைக்

கட்டாயம் அனைவரும் உணரவேண்டும். அந்த வகையில் இந்த ராணுவக் கண்காட்சி மற்றும் ராணுவத் தடவாளங்கள் உற்பத்தி தமிழகத்துக்கு வருவதை மகிழ்ச்சியுடன் வரவேற்கவே வேண்டும்.

நல்ல திட்டங்களைப் பாராட்டி - அதற்கு மக்கள் ஆதரவையும் ஒத்துழைப்பையும் கேட்டுக் கொள்வதும் திட்டம் வெற்றி அடையத் துணை நிற்பதும்தானே நல்ல சிந்தனையாக இருக்க முடியும்? ஆனால் தமிழகத்தில் நடப்பது என்ன? முழுக்க முழுக்க எந்த விவகாரத்தை எடுத்தாலும் வெறுப்பை விதைக்கும் வேலை தானே நடக்கிறது?

தமிழகத்தைத் தேர்வு செய்த பாதுகாப்பு அமைச்சர் நிர்மலா சீதாராமனுக்கு நன்றி. இவ்வளவு பெரிய விஷயத்தைச் செய்துள்ளார், ஒருத்தரும் பாராடவில்லை இங்கே. இவரும் தமிழர்தான். அட நம்ம திருச்சி பெண் ராணுவ அமைச்சர். அட கேரளாவில் பாராட்டு கிடைக்கிறது ஆனால் இங்கே? எவரும் அங்கீகாரம் செய்ய மாட்டார்; பெருமைப்பட மாட்டார். குறை மட்டுமே தேடும் கேவலமான கூட்டம் இது.

எது எக்கேடுகெட்டு போகட்டும்; உற்பத்தித் திறனைச் சார்ந்து மாணவர்கள் சிந்திக்கவேண்டும் என்பதுதான் கரு... மறக்கவேண்டாம்.

•

மாற்று அரசியல்

செய்தி: 'மத அரசியல் வேண்டாம், ஜாதி அரசியல் வேண்டாம், திராவிட இனவாத அரசியல் வேண்டாம். மாற்று அரசியல்தான் தேவை.'

மாற்று அரசியல் என்றால் என்ன? அந்த அரசியல் எப்படி இருக்க வேண்டும்? இந்தியாவின் எதிர்கால அரசியலை வழிநடத்திச் செல்லும் இளைய தலைமுறையினரான நீங்கள் கட்டாயம் 'மாற்று அரசியல்' என்றால் என்னவாக இருக்க வேண்டும் என்பதை ஆராய்ந்து சிந்திக்க வேண்டும்.

எந்தக் கட்சிக்கு அறிவியல் சார்ந்த பொருளாதார மாற்று சிந்தனை கொண்டுள்ளதோ அவர்களே அரசியல் மாற்றாக இருக்க முடியும், இருக்க வேண்டும்.

அதாவது எளிமையாகக் கூற வேண்டுமென்றால், விவசாயம் - மொழி இரண்டும் கொண்டு உங்களை உணர்ச்சிவசப்படுத்தி அரசியல் செய்ய நினைப்பவன் ஒன்று முட்டாளாக இருக்கவேண்டும்; அல்லது உங்களை முட்டாளாக்கி அரசியல் செய்ய நினைப்பவனாக இருக்கவேண்டும். அது தவிர்த்து எவர் பொருளாதாரம், அறிவியல், தொழில் வளர்ச்சி என்று முன்வைக்கிறாரோ அவர்களே சிறந்த மாற்று, அவர்களே சமூகத்துக்கு நன்மை செய்ய முடியும்.

புரட்சி, போராளி, கவிதை என்று திரியும் ஒருவர் குடும்பத்தைக் காப்பாற்றுவாரா, அல்லது 1000 ரூபாயை 10000 ரூபாயாக ஆக்கும் வியாபார புத்தி உள்ளவர் வீட்டைக் காப்பாற்றுவாரா என்றால் நம்மால் எளிதில் பதில் கூற முடியும். எனவே நடைமுறை எதார்த்தம்தான் இன்றைய இளைஞர்களுக்குத் தேவை. உணர்ச்சிக் கொதிப்பு என்பது அவர்களை முட்டாள்கள் ஆக்குகிறது.

சரி நாம் கொஞ்சம் பொருளாதாரம் பார்ப்போம்:

1. VISA, MASTER இரண்டும் அமெரிக்க நிறுவனங்கள். இந்த நிறுவனங்கள் என்ன சேவை வழங்குகின்றன? Debit card, Credit card சேவை வழங்குகின்றன. நீங்கள் பொதுவாக எந்த வங்கிக் கணக்கு என்றாலும் இந்த இரண்டில் ஒன்றுதான் உங்கள் ATM. சரிதானே? அது ICICI, Axis, SBI என்று எந்த வங்கி என்றாலும் இந்த நிறுவனங்களின் சேவை தான். இந்த சேவையைக் கொண்டு வாடிக்கையாளர்கள் உலகம் முழுவதும் பணம் எடுத்துக்கொள்ளமுடிகிறது. இதற்கு ஒரு பணப் பரிமாற்றத்துக்கு 0.0014% என்ற அளவு தொகையை அந்த நிறுவனங்கள் வசூல் செய்கின்றன.

இதன் மூலம் ஆண்டுக்கு வருமானமாக $6.32 billion (Rs 4,10,800 கோடி) இந்த VISA என்ற நிறுவனத்துக்கு மட்டும் கிடைக்கிறது. இது புரிகிறதா? உடனே நரேந்திர மோதி இந்த கம்பெனிக்குதான் வருமானம் பார்க்க உதவுகிறார் என்று புரளி கிளப்பக்கூடாது. உனக்கு அந்த சேவை வேண்டாம் என்று நினைத்தால் Net Banking, BHIMபோன்றவற்றைப் பயன்படுத்திக்கொள். எனவே இதனை வைத்துப் புரளி கிளப்புவது வெறுப்பால் செய்யும் வேலை.

2. இதேபோல் நம்ம இஸ்ரோ. ஒரு செயற்கைக்கோள் விண்ணில் செலுத்த மற்ற நாடுகளிடம் 150 கோடியில் இருந்து 2000 கோடிவரை அந்தச் செயற்கைக்கோளைப் பொறுத்து வாங்குகிறது.

3. இதுபோல நம்ம ONGC சிரியா, வியட்நாம்போன்ற நாடுகளில் எண்ணெய், எரிவாயு எடுத்துக் கொடுக்கும் சேவைக்குச் சில ஆயிரம் கோடி வருமான ஈட்டுகிறது.

4. ரிலையன்ஸ் நிறுவனம் கச்சா எண்ணெயைப் பிரித்து பெட்ரோலியம் பொருட்களை ஏற்றுமதி செய்து வியாபாரம் செய்கிறது. தினமும் 70 கோடிவரை லாபம் என்று அறிக்கைகள் பார்க்க முடிகிறது.

இது எல்லாமே மனிதன் அறிவு கொண்டு ஈட்டும் வருமானம். அதாவது மனிதனிடம் அறிவியல் கண்டுபிடிப்புகள், Technology இருக்கின்றன. அதைக் கொண்டு தேவைப்படும் நாடுகளுக்கு, நிறுவனங்களுக்கு சேவை கொடுத்து அதற்குப் பொருள் ஈட்டுகிறோம். எனவே, முழுக்க இது நம் புத்திசாலித்தனத்துக்குக் கிடைக்கும் வருமானம்.

உற்பத்தி செய்து வருமானம் ஈட்டுவது:

கார் உற்பத்தி செய்கிறோம் - மோட்டார் வாகன உதிரி பாகங்கள் செய்து ஏற்றுமதி செய்கிறோம் - பிளாஸ்டிக் பொருட்கள் செய்து ஏற்றுமதி செய்து வருமானம் ஈட்டுகிறோம் என்று மண்ணில் கிடைக்கும் தனிமங்களைக் கொண்டு உற்பத்தி செய்து பொருளாக மாற்றி அதை விற்றுப் பொருள் ஈட்டுகிறோம்.

இப்போது விவசாயம்:

UAS-B ஆய்வகத் தலைவர் ஏ.சிவண்ணா என்ன சொல்கிறார் என்றால் ஒரு கிலோ அரிசி இந்தியாவில் உற்பத்தி செய்ய நம் உள்ளூர் விவசாயிகள் ஏறக்குறைய 3000 முதல் 5000 லிட்டர் செலவு செய்கிறார்கள். அது பெரும்பாலும் நிலத்தடி நீராக இருக்கிறது.

அரிசிக்கு அவ்வளவு தண்ணீர் தேவையா என்று சிலர் நினைக்கிறார்கள். அவர்கள் 2013 - The Guardian வெளியிட்ட IME தகவல் கொஞ்சம் தேடிப் படிக்கவும், அத்துடன் UAS-B அறிக்கையையும் தேடிப் பார்க்கவும்.

மோட்டார் போட்டுத் தண்ணீரை உறிஞ்சி, உழுது விவசாயம் செய்து வருகின்றனர். அதனைக் கொண்டுதான் பெரும்பாலான இடங்களில் விவசாயம் நடக்கிறது. இதில் நாட்டின் தேவைக்குப் போக மீதம் ஏற்றுமதியும் செய்கிறோம்.

இன்னும் சொல்லப் போனால் அதிகம் நாம் ஏற்றுமதி செய்வது விவசாயப் பொருட்களைத்தான். இதன் பின்னால் இருக்கும் ஆபத்தை உணராது இதை நாம் தொடர்ந்து ஊக்கப்படுத்துவது எந்த அளவு சரி என்று புரியவில்லை.

சில விவரங்களை நாம் புரிந்துகொள்ள வேண்டும்.

1 கிலோ அரிசி ஏற்றுமதி என்பதும் - 5000லிட்டர் தண்ணீர் ஏற்றுமதி என்பதும் ஒன்று தானே! நாம் 2016 ஏற்றுமதி செய்த அரிசியின் அளவு மட்டும் 1,03,00,0000 metric tons. அப்போ எவ்வளவு லிட்டர்த் தண்ணீரை ஏற்றுமதி செய்கிறோம் என்று கொஞ்சம் கால்குலேட்டரை எடுத்துப் போட்டுப் பார்க்கவும். 51.5 லட்சம் கோடி லிட்டர்த் தண்ணீரை மறைமுகமாக ஏற்றுமதி செய்கிறோம்.

அதை இன்னொருவிதமாகச் சொன்னால் நாம் ஏற்றுமதி செய்யும் அரிசியை உற்பத்தி செய்ய ஆகும் தண்ணீரைக் கொண்டு சுமார் இந்திய மக்களுக்கு சுமார் 2 வாரம் தண்ணீர்த் தேவையை பூர்த்தி செய்யலாம். (Abdul Shaban 2008ல் கொடுத்த ஆய்வறிக்கையின்படி ஒரு வீட்டுக்கு சராசரியாக 377லிட்டர் தண்ணீர் தேவை.)

2 வாரம் இந்திய மக்கள் வீட்டில் செலவு செய்யும் தண்ணீரை அப்படியே வெளிநாட்டுக்கு விற்பதும் - இந்த 1,03,00, 0000 metric tons அரசி ஏற்றுமதி ஆவதும் ஒன்றே. இது அரிசிக்கு மட்டுமே. இன்னும் கோதுமை, காய்கறிகள், பழங்கள் என்று விவசாயப் பொருட்களைக் கொஞ்சம் கணக்கிட்டால் என்ன கிடைக்கும் என்றால் 'இந்தியா என்ன பைத்தியம் பிடித்த நாடா? அவர்களுக்கே தண்ணீர் போதுமான அளவு இல்லை; எதிர்காலமும் தண்ணீர் பிரச்னை வரும் என்கிறார்கள். இந்த

நிலையில் எதற்குத் தேவைக்கு அதிகமாக விவசாயம் செய்கிறார்கள்?' என்றே அறிவுள்ள எவரும் கேட்பார்.

ஒருவளை தண்ணீர் அதிகம் இருந்து விவசாயம் இந்த அளவு பார்த்து ஏற்றுமதி செய்தால் யாரும் தடுக்கமாட்டார்கள். ஆனால் மிகப் பெரிய அளவு தண்ணீர் பிரச்னை வரும் இடத்திலும் நான் விவசாயம்தான் பண்ணுவேன் என்று பேசுவது தவறு.

விவசாயத்தைக் காப்பாற்றுகிறேன் என்று சொல்லும் பலர் உண்மை உணராத சும்மா ஒரு Emotional விஷயமாக இதைப் பார்ப்பது நாட்டின் கேடு. இந்தியாவின் தற்போதைய அரசும் எப்படியாவது விவசாயிகளை 48% என்ற அளவில் இருந்து 10% என்ற அளவுக்குக் குறைக்க வேண்டும் என்ற முடிவில் இருக்கிறது. அனைவரும் படிக்க வேண்டும், தொழில் வளர்ச்சியை உருவாக்க வேண்டும், ஆராய்ச்சிகளை முன்னெடுக்க வேண்டும் என்று முனைப்பு காட்டி வருகிறது.

இங்கே சில முட்டாள்கள் மாற்று அரசியல் என்ற பெயரில் 'மக்களை விவசாயம் செய்யத் தூண்டிவிடுவது பெரிய தலைவலி'. இவனை அப்படியே தூக்கிக் கொண்டு போய்க் கடலில் கரைத்து விடுங்கள் என்பேன்.

யாரும் விவசாயம் செய்யப் போகவேண்டும் என்று எந்த RBI அதிகாரிகளும் சொல்லவில்லை; பொருளாதார வல்லுனர்களும் கூறவில்லை. ஏன் என்றால் அவர்களுக்கு நாட்டின் உண்மை நிலை புரியும், இந்த சீமான்போல சினிமா வசனம் பேசும் நான்காம் தர முட்டாள்களுக்கு என்ன புரியும்?

சாப்ட்வேர் நிறுவனத்தில் இருக்கும் பிள்ளைகளைக் கூட்டிவந்து விவசாயம் செய்வாராம். அதற்குக் கணக்குப்பிள்ளையாகப் போடுவாராம். மாடு மேய்ப்பது அரசு வேலை என்று சொல்லும் உலகத்தின் மிகப் பெரிய கிறுக்கன் ஒருவன் அரசியலில் இருப்பது இங்கே தமிழ் நாட்டில் மட்டும்தான் என்பது இன்னொரு வேதனை.

கர்நாடகா, ஆந்திரா, தமிழ் நாடு, மகராஷ்டிரா, பிஹார் என்று பெரும்பாலான மாநிலங்கள் தண்ணீர் பிரச்னை சந்திக்கும் இந்தக் காலகட்டத்தில் நிலத்தடி நீரின் மீது அதிக அக்கறை வேண்டும். சும்மா இலவச கரண்டுதானே என்று எடுத்து விவசாயம் செய்கிறேன் பேர்வழி என்று ஒரு கணக்கு வழக்கு இல்லாமல் செயல்படுவது மடமை.

எனவே, அதிகம் அறிவியல் சார்ந்த வளர்ச்சியே இன்றைய தேவை. விவசாயத்தைக் குறைக்கவேண்டும். இருக்கும் தண்ணீரை முடிந்த அளவு சிக்கனமாகப் பயன்படுத்தும் புத்திசாலித்தனம் வேண்டும்.

கப்பல் கட்டுதல், ஆழ்கடல் சென்று மீன் பிடித்தல், கடல் பகுதிகளில் போட்டிகள் நடத்துதல் என்று கடல் சார் பொருளாதாரம் முன்னேற

வேண்டும். அதேபோல மருந்து தயாரிப்பு முதல் ராணுவம் ஆயுதங்கள் வரை உற்பத்தித் தொழில் சாலைகள் புதிய புதிய ஆய்வுகளை மேற்கொண்டு நாம் அறிவியல் கொண்டு முன்னேற்றும் பொருளாதார வேகம் வேண்டும். இலவசம், மானியம், இட ஒதுக்கீடு என்று போகாமல் எவர் அறிவியல், தொழில் சாலைகள், ஆய்வுகள் என்று அர்த்தம் உள்ளவகையில் திட்டங்கள் வைத்துள்ளாரோ அவரே நாட்டுக்குச் சரியான அரசியல் மாற்று.

•

பக்கோடாவும் பொருளாதாரமும்

செய்தி: 'பக்கோடா விற்கச் சொல்கிறார் நரேந்திர மோதி'

தமிழ் திடீர் போராளிகள், காங்கிரஸ்காரர்கள், திக, திமுகவினர், இன்னும் சில மீம்ஸ் போடும் கூட்டங்கள், பக்கோடா விற்பனையாளரைக் குறைவாக எடை போட்டு ஏளனம் செய்கிறார்கள். அவர்கள் கேலி பேசுவது இருக்கட்டும். நான் உங்கள் அனைவரையும் கேட்கிறேன் சில்லறை வணிகத்தில் எது மிகப் பெரிய வேலை வாய்ப்பை உருவாக்கிக் கொடுக்கிறது என்று நினைக்கிறீர்கள்? Food and groceryதான் உலக அளவிலும் இந்திய அளவிலும் சில்லறை வணிகத்தில் 70% வேலை வாய்ப்புக் கொடுப்பவை. இதை முதலில் புரிந்துகொள்ளுங்கள்.

நீங்கள் உண்மையில் நல்லவிதமாகப் பக்கோடா விதவிதமாகப் போடக்கூடியவர் என்றால், 1 கிலோ வெங்காய பக்கோடா போட உங்களுக்கு மொத்தம் 35 ரூபாய் ஆகும் என்றால் - அதை விளம்பரப் படுத்தவும் அதை முறையாக பேக் செய்யவும் தரமான வகையில் விரைவாக மார்கெட் சென்று சேர்க்கும் புத்திசாலித்தனமும் இருந்தால் எளிதில் சில கோடிகளைச் சம்பாதிக்க முடியும். சென்னையில் மட்டும் எவ்வளவு கடைகள் இருக்கும் என்று நினைக்கிறீர்கள்? மீண்டும் கூறுகிறேன் இங்கே retail industry என்றால் அதில் 70 உணவு உற்பத்தி செய்யும் நிறுவனங்களின் பங்குதான் அதிகம். சராசரியாக 20,000 கடைகளுக்கு மேல் இருக்கும்.

இதில் வெறும் 100 கடைகள் அல்லது உணவகங்களுக்கு உங்கள் பக்கோடாவின் சுவையும், அதன் தரமும் பிடித்தால் போதும்; தினமும் வெறும் 5 கிலோ வாங்கினால் போதும்; கிலோவுக்கு 5 ரூபாய் லாபம் என்றாலும் உங்களது மாத வருமானம் = 75,000 ரூபாய் எளிதில் சம்பாதிக்கலாம்.

அட மோதியை விடுங்கள். அவர் சொன்னதாலேயே இங்கே வெறுப்பாகப் பேச ஒரு கூட்டம் உண்டு. உங்கள் வீட்டில் ஒரு பெரியவர்

கூறினால் கேட்பீர் தானே? அவர் என்ன தப்பா கூறிவிட்டார்? 'பக்கோடா விற்பனையும் இங்கே வாய்ப்பு தான்' என்று கூறுகிறார். இதில் என்ன தவறு இருக்கு? யாரும் கிண்டல் பேசலாம்; மனதில் வெறுப்பு உருவாகிவிட்டால் யாரையும் கிண்டல் பண்ணமுடியும்.

நீங்களும் விற்கவும் வியாபாரம் செய்யவும் முயற்சிக்க மாட்டீர்கள். அதே உருளைக்கிழங்கு பக்கோடாவை பெப்சி நிறுவனம் Lays, Kurkure, Doritos என்று அழகாக பேக் பண்ணி விற்பனை செய்ய வாங்கிச் சாப்பிட்டுவிட்டு ஒரு நாள் அவர்களையும் திட்டுவீர்கள். போராட்டம் நடத்துவீர்கள். கடைசிவரை வியாபாரம் என்றால் என்ன விற்பனை சந்தைப்படுத்தல், காசு எப்படித் தேடுவது என்ற சிந்தனையே இல்லாமல் இருங்கள். நாடு எப்படி முன்னேறும்... நீங்கள் எப்படி முன்னேறுவீர்கள்?

இந்தியாவில் மிக்சர் பக்கோடா விற்கும் Haldiram'ண் நிறுவனத்தின் ஆண்டு வருமானம் 4,000கோடி. நீங்கள் 4000 கோடி எல்லாம் வேண்டாம் - ஒரு 1கோடி சம்பாதிக்க முடியாதா?

மீண்டும் கூறுகிறேன் 'இங்கே ஒரு புத்திசாலிக்கு ஒரு கோடி சம்பாதிப்பது பெரிய விஷயம் அல்ல. பிரச்னை அவருக்கு வாய்ப்பைப் பயன்படுத்தி அதைக் காசாக்கும் புத்திசாலித்தனம் இயற்கையாக இல்லை. மாறாகப் புரட்சி செய்றேன் போராட்டம் பண்றேன் என்று தன்னுடைய 20 முதல் 35 வயதுவரை அலைகிறார். பின் கல்யாணம் செய்து குடும்பப் பொருளாதாரம் தேடி ஓடி அதே ஒரு கோடி கிடைக்காதா என்று ஏங்குகிறார் காலத்தை வீணடித்துவிட்டு'.

அய்யா, தமிழ் நாட்டில் 81.30 பேர் வேலை வாய்ப்பு அலுவலகத்தில் பதிவு செய்தவர்கள் மட்டும். கொடுமை என்னவென்றால் கடந்த ஆண்டு சென்னையில் மட்டும் அரசு வேலை வாய்ப்பு அலுவலகத்தில் பதிவு செய்தவர்கள் எண்ணிக்கை 9 லட்சம். அதாவது பைத்தியம் பிடித்ததுபோல இங்கே வெறும் 1.5% பேருக்குக்கூட வேலை வாய்ப்புக் கொடுக்காத/கொடுக்க முடியாத அந்த அரசு வேலையைத் தேடித்தான் ஒரு பெரும் கூட்டமே தங்கள் பொன்னான காலத்தை வீணடித்து Govt Exam Prepare செய்யுறேன் என்று திரிகிறார்கள் (Govt Exam Prepare செய்வது தவறே அல்ல; ஆனால் அதிலும் ஒரு தீவிர ஈடுபாடு இல்லாமல் செயல்படும் கூட்டத்தைக் கண்டால் வெறுப்பும் வேதனையும் வருகிறது.)

பக்கோடா வியாபாரத்தில் சென்னையில் மட்டும் 100 கடைகளுக்குத் தரமான பக்கோடா விநியோகம் செய்ய முடியும் என்றால் 75,000 ரூபாய் மாதம் லாபம் கிடைக்கும் அதே தமிழகத்தில் முக்கியமான 5 நகரங்களுக்கு விரிவுபடுத்தினால் சுமார் 3.75 லட்சம் மாத வருமானம்

கிடைக்கும். அதாவது உங்கள் ஆண்டு வருமானம் 45 லட்சம் என்று இருக்கும். அரசு வேலையில் சென்றால் இந்த அளவு சம்பாதிக்க நிச்சயம் முடியாது (அதனால் லஞ்சம் வாங்கவேண்டியது. நாட்டை நாசம் ஆக்கவேண்டியது.)

தயவுகூர்ந்து உங்களைச் சுற்றியிருக்கும் அனைத்து வாய்ப்புகளையும் பயன்படுத்தி எப்படி வியாபாரம் செய்வது; கையில் 10,000ரூபாய் இருந்தால் அதை எப்படி 12,000 ரூபாயாக மாற்ற என்ன வியாபாரம் செய்யலாம் என்று உங்களைச் சுற்றி வாய்ப்புகளைத் தேடுங்கள்.

அய்யா இந்தப் பக்கோடா போடுற மெஷின் அதிக பட்சம் போனா 2 லட்சம் தானே வரும். அதையும் சிறு குறு தொழில் முனைவோர் என்று நரேந்திர மோதி முத்ரா வங்கிகள் மூலம் தருகிறார். அதைப் பயன்படுத்தலாமே. MSMEபோன்றவற்றை அணுகலாமே! பட்டியல் ஜாதிக் குழந்தைகளுக்கு இன்னும் அங்கே அரசு வாய்ப்புகள் அதிகம். நீங்கள் நினைப்பதுபோல மற்ற வங்கிக் கடன்கள்போல் கிடையாது. அதில் சலுகைகள் அதிகம். தயவுகூர்ந்து வியாபார சிந்தனையைக் கொஞ்சமாவது வளர்த்துக்கொள்ளுங்கள். அண்ணா பல்கலைக் கழகத்தில் இன்ஜினியரிங் டிகிரி வைத்துக்கொண்டு எப்படி பக்கோடா போட? இது மாதிரி மட்டும் சிந்தித்து விடாதீர்கள். அண்ணா பல்கலையெல்லாம் ஒரு பல்கலைக்கழகமா? உலகத்தின் முதல் 500 நல்ல கல்லூரிகளின் பட்டியலில்கூட வரமுடியவில்லை இந்தப் பல்கலைக் கழகத்தால். அதற்குக் கீழ் வரும் கல்லூரிகள் லட்சணம் அதைவிட மோசம்.

எனவே படிப்பு என்பது வேறு; பிழைத்து வாழத் தேவையான அடிப்படை வருமானத்துக்கு வழி தேடுவது என்பது வேறு. இந்த அண்ணா பல்கலையின் சான்றிதழ்களை ஓரமாக ஒதுக்கிவைத்துவிட்டு உங்களால் பிழைக்க முடியும் இங்கே. அதற்கு வாய்ப்புகளைப் பயன்படுத்திப் பொருட்களைச் சந்தைப்படுத்தி வியாபாரம் செய்யப் பக்குவம் வேண்டும். நான் படிப்பைக் குறை சொல்ல மாட்டேன். ஆனால் படித்த படிப்புக்கான வேலையை மட்டுமே தேடுவேன் என்ற புத்தியைக் குறை கூறுகிறேன். ஏன் என்றால் ஒருவர் படித்த லட்சணமும், கல்லூரிகளில் பாடம் நடக்கும் லட்சணமும் நான் அறிவேன், நீங்களும் அறிவீர்கள்.இயற்பியலில் பட்டம் பெற்ற ஒருவருக்கு வீட்டில் மின் விசிறி பழுதானால் சரி செய்யத் தெரியாது. கணிதத்தில் பட்டம் பெற்றவருக்குப் பின்னங்களைப் பெருக்கத் தெரியாது. இதுதான் நம் பல்கலைக் கழகக் கல்வியின் லட்சணம்.

இந்த வேலை தேடும் கூட்டத்தையும் - பெரிய MNCல் வேலை வாங்கிய கூட்டத்தையும் எச்சரிக்க விரும்புகிறேன்.

தனியார் நிறுவனங்களில் AC அறையில் 2 லட்சம் சம்பளம் என்றால் வாழ்க்கை செட்டில் என்று நீங்கள் நினைத்தால் உங்களைவிட முட்டாள் யாரும் இல்லை. கொடுமை என்னவென்றால் IT நிறுவன ஊழியர்களான என் நண்பர்களைச் சந்திக்கிறேன். எல்லோருக்கும் EMI, Loan என்று பெரும் நெருக்கடிகள். இத்தனைக்கும் பலருக்கு ஒரு லட்சம் சம்பளம். ஆனால் மனதில் இருக்கும் கவலை எந்நேரம் வேண்டுமானாலும் வேலை போகுமென்ற பயம்.

சரி போய்ட்டுப் போகுது. அதையே பிடித்துக்கொண்டு ஏன் தொங்குகிறாய்? எந்தத் தனியார் துறை என்றாலும் சரி ஒன்றை நன்கு புரிந்துகொள்ளுங்கள் உங்களது ரிட்டயர்மென்ட் வயது 45க்கு மேல் இருக்காது; 35 வயதைத் தொடும் போதே உங்களுக்கு அதிகபடியான அழுத்தம் கொடுக்கும் வேலை நடக்கும். உங்களை வெளியே அனுப்பிவிட்டு உங்களுக்குத் தரும் சம்பளத்தில் 3 புதிய ஊழியர்களைப் போடத்தான் விரும்புவர். அது அவர்கள் குற்றமும் கிடையாது. இதுதான் உலக நடைமுறை. இதை நீங்கள் குறை சொல்லவே முடியாது. அந்தக் காலகட்டத்துக்குள் நீங்களும் உற்பத்தி சார்ந்த, வியாபாரம் சார்ந்த சிந்தனையை உருவாக்கிக்கொள்ளவில்லை என்றால் எப்படி?

எனவே, நீங்கள் மீண்டும் வேலை வாய்ப்பைத் தேடியே ஆகவேண்டும். நீங்கள் செட்டில் ஆகிவிட்டோம் என்று மட்டும் நினைத்தால் அதை விட முட்டாள்த்தனம் வேறு இல்லை. அப்படி செட்டில் என்று நினைத்து வாங்கிய loan, EMI இப்போது உங்களை அச்சுறுத்தும். அதைச் சமாளிக்கவும் உங்களுக்குச் சுயதொழில்தான் கைகொடுக்கும். தயவு கூர்ந்து உற்பத்தி சார்ந்த துறைகளில் வாய்ப்புகளைத் தேடுங்கள்.

அரசு சிறு குறு தனியார் உற்பத்தியை மிக அதிக அளவில் ஊக்குவிக்கிறது. அதைக் கேலி பேசுவது என்ன நியாயம்? உங்கள் வாழ்வு மேம்பட அரசு உங்கள் ஒத்துழைப்பை எதிர்பார்க்க அதைக் கேலி செய்வதுதான் நோக்கம் என்று திரிந்தால் உங்கள் வாழ்வு எப்படி முன்னேறும். நாடு எப்படி உருப்படும்? கொஞ்சம் வெளிப்படையாக யதார்த்தமாகச் சிந்திக்கவும்.

20 லட்சம்வரை உள்ள எந்தத் தொழிலுக்கும் வரி கிடையாது. எனவே தயக்கம் காட்டாதீர்.

சிறிய - நடுத்தர வகை தொழிற்சாலைகள் (small and medium-sized enterprises) தான் வளர்ந்த எந்த நாட்டிலும் 60 முதல் 70 சதவீத வேலை வாய்ப்பைக் கொடுக்கிறது என்று Organisation for Economic Co-operation and Development (OECD) அமைப்பு கூறுகிறது. இது உலக அளவில் labour force விவரங்களைத் தேடினால் உண்மை என்பதும் புரிகிறது. வேகமாக வேலை வாய்ப்புகளை உருவாக்க மிகச் சிறந்த

வழியாக, சுயதொழில் நோக்கி மாணவர்களை, மக்களை வழி நடத்தவேண்டிய கட்டாயத்தில் உள்ளோம்.

இப்படியான நிலையில் இன்ஜினியரிங் என்று தொழில் கல்வி படிக்கும் குழந்தைகள்கூடப் படித்து வெளியே வரும்போது தொழில் செய்வது எப்படி என்றுகூடத் தெரியாமல் சாதாரண VAO வேலைக்குப் படிக்கும் அவலம் உருவாகியுள்ளது நம் நாட்டில். காரணம்? இந்த நாட்டின் சாபம் அப்படி. செருப்பு தயாரிக்கும் தொழிலாளி முதல் இரும்பு பட்டறையில் ஆயுதங்கள் செய்யும் தொழில் தொட்டு அழகான களிமண் மூலம் மண்பாண்டங்கள் செய்யும் தொழில்வரை அனைத்து உழைப்பு வர்க்கத்தையும் நாம் இங்கே வரலாற்றில் ஒடுக்கித் தாழ்த்தி நடத்தினோம். அதைக் கேவலமாகவும் பேசி வந்தோம். நமது பல பழமொழிகள்கூட நமது சமூகத்தின் தொழில்களை அவமானமாகச் சித்திரிப்பதுபோல இருக்கும். இந்தக் கேடுகெட்ட எண்ணம்தான் மாணவர்களைத் தொழில் சார்ந்து சிந்திப்பதைவிட ஒரு ஆபீஸர் வேலையைத் தேடத் தூண்டுகிறது.

ஜமீந்தார்கள், நாட்டாமைகள், ஆளும் ஆட்சியர்கள்போன்ற சமூகத்தின் உயர் குடிக் கூட்டம் வரலாற்றில் தொழில் செய்வோரை ஒடுக்கியது. அது குற்றம் என்றால் அதைவிடப் பெரிய குற்றம் இன்று படித்து மேம்பட்டுவிட்ட நிலையிலும் மண்பாண்டம் செய்வதோ, செருப்பு தயாரிக்கும் தொழில் செய்வதோ கீழ்த்தரமானது என்று நினைப்பது. எந்தத் தொழிலும் யாரும் செய்யலாம் - செய்யும் தொழில் மூலம் எப்படி செல்வம் ஈட்டுவது என்ற கூடுதல் சந்தைப்படுத்தும் அறிவு மட்டும் இருக்குமென்றால் இங்கே பெரும் தொழில் புரட்சியே நடந்திருக்கும்.

எனவே, இந்த மிகப் பெரிய வேதனையைச் சரி செய்து குழந்தைகள் தொழில் செய்ய ஆர்வம் ஊட்டவேண்டும். பொருள் தேடும் புத்திசாலித்தனத்தை ஊக்குவிக்கவேண்டும் என்று அனைவரும் நினைக்கவேண்டும். பக்கோடாவா அது கேவலம் என்பதுபோன்ற மனநிலை மாறவேண்டும் என்று இங்கே ஒவ்வொரு பொருளாதார நோக்கர்களும் கவனமாக மாணவர்களைப் பொருளாதாரச் சிந்தனை நோக்கிச் செலுத்த முற்படுகிறார்கள்.ஆனால், இந்த காங்கிரஸ் சிதம்பரம், திடீர் போராளிகள் எல்லாம் நரேந்திர மோதி பக்கோடா விற்கச் சொல்லிட்டார் என்று பேசிக் கிண்டலாகச் செய்திகளைப் பரப்புவது எவ்வளவு வேதனையான விஷயம்? அட நீங்கள் பிஜேபிக்கு வோட்டு போடுங்கள்; அல்லது போடாமல் போங்கள். ஆனால் நல்ல விஷயத்தை ஆரோக்கியமாக எடுத்துக்கொள்ளப் பக்குவம் இல்லை என்றால் உங்கள் குடும்பத்தை எப்படி மேம்படுத்தமுடியும்?

முடிவாக:

இன்று மண்பாண்டத் தொழிலில் vase-making விஷயம் தெரியும் என்றால் நீங்கள் எளிதாகப் பல லட்சம் சம்பாதிக்கமுடியும். Vase ஒன்றின் குறைந்த விலை 2500 ரூபாய். உலக அளவில் ஏற்றுமதி வாய்ப்பு உள்ள தொழில். ஆனால் அதை உங்களிடம் ஒருவர் சொன்னால் நீங்கள் என்ன சொல்வீர்கள்... என்னைப் போய் மண்பாண்டம் செய்யவா சொல்றே. ஏன் நீ போய்ச் செய்யேன் என்று பதில் சொல்வீர்கள்.

'நன்கு புரிந்துகொள்ளுங்கள்; உங்களிடம் காசு இல்லை என்றால் சொந்தக் குடும்பத்துக்கே நீங்கள் பாரமாக நிற்பீர்கள். காதலி/காதலன் கூடக் கை விட்டுச் செல்வர். பொருளாதார பலம்தான் மிக முக்கியம். இப்போது போராட்டம் புரட்சி என்று உங்களைத் தூண்டிவிடும் இந்த தி இந்து, விகடன்போன்ற கூட்டத்தினர் எல்லாம் அவரவர் வீட்டுப் பிள்ளைகளை நல்ல பிசினஸ் மேன் ஆக்குவர். உங்களை மட்டும் போராடத் தூண்டுவார். ஏனென்றால் உங்கள் உணர்வுகளைத் தூண்டினால்தானே அவர்களுக்கு வியாபாரம். அதேதான் சினிமாத் துறையும். 'உனக்குப் போக மிச்சம் இட்லி உனது இல்லை' என்று பேசுவார்; ஆனால் 10 கோடிக்கு ரோல்ஸ் ராய் காரில் செல்வதும் அதே கூட்டம் தான். இது ஒரு தந்திரமான நரி கூட்டம்.'

ஒழுங்கா நரேந்திர மோதி சொல்லும் கருத்தில் இருக்கும் உண்மையைப் புரிந்துகொள்ளுங்கள். என்ன என்ன வாய்ப்புகள் இங்கே உன்னைச் சுற்றி இருக்கின்றன; அந்த வாய்ப்புகளைக் கொண்டு எப்படிக் காசு தேடுவது என்று சிந்திக்கவும். தயவுகூர்ந்து இதை உனது முதல் கடமையாக வைத்துச் செய்.

அப்புறம் இன்னொரு விஷயம்: உடனே பக்கோடா போடும் இயந்திரங்களை மட்டும் தேடாதே. Agriculture & Food & Apparel, Textiles - Accessories, Auto - Transportation, Bags, Shoes - Accessories, Electronics - Electrical Equipment, Components, Telecoms, Gifts, Sports & Toys, Health & Beauty, Home needs, Lights, Construction& Machinery, Industrial Parts, Tools & Metallurgy, Chemicals, Rubber, Plastics, Packaging, Advertising Office என்று இங்கே அனைத்து விதமான தொழில்களும் உண்டு. அதைச் சார்ந்த உற்பத்தி நிறுவனங்களும் உண்டு. எனவே, உங்களுக்கான வாய்ப்பு எது என்று தேடுங்கள். மிக மிகக் குறைந்த செலவில் பல தொழில்களை ஆரம்பிக்கமுடியும். அது முழுக்க உங்கள் சூழல் சார்ந்தது. அந்தச் சூழலில் கிடைக்கும் வாய்ப்பு சார்ந்தது. எனவே, அது முழுக்கவும் உங்கள் தேடலால் கிடைக்கும் விடை.

நீங்கள் மிகப் பெரிய software engineer ஆக இருக்கலாம். ஒரு productகூடச் செய்யலாம். ஆனால் சந்தையில் வெற்றி பெற்று உங்களுக்கு லாபம் தர வேண்டும். எனவே புத்திசாலித்தனம் என்பது பொருளை உருவாக்குவதில் மட்டும் அல்ல; லாபம் தரும் வண்ணம் பொருளைச் சந்தைக்குக் கொண்டுவருவதிலும் உள்ளது. எனவே, எவரொருவர் சந்தையைப் புரிந்துகொள்ளாமல் தொழிலைத் தொடங்கு கிறாரோ அவர் வெற்றிபெறுவது இல்லை. உங்களுக்குப் பிடித்த தொழில் எல்லாம் இங்கே வெற்றி பெறவேண்டும் என்ற அவசியம் இல்லை. எனவே சமூகத்தை எடைபோடப் பழகுங்கள்.

எதுவுமே இல்லை சார் என்னிடம்... என்ன செய்வேன்? அட Consulting - Trading செய்யுங்கள். அதற்கு எதற்கு உனக்குக் காசு. அதற்கு உனக்குத் தேவை மார்க்கெட் விவரம். அதாவது எங்கெங்கே என்னென்ன கிடைக்கும் - அதை இங்கே சென்று சேர்த்தால் நமக்கு லாபம் என்று Consulting - Trading செய்யுங்கள். கமிஷன் வியாபாரமா என்று கேவலமாகப் பேசாதே.

பக்கோடா என்ற வார்த்தை ஏளனமாகத் தெரியும் என்றால் நீங்கள் உங்கள் மனதைச் சரிப்படுத்தவேண்டும் என்று பொருள். செய்யும் தொழிலே தெய்வம்.

•

‘நல்லவர்’ இம்ரான் கான்

செய்தி: இம்ரான்கான் நோபல் பரிசுக்கு ஏற்றவர்- முன்னாள் நீதிபதி கட்ஜூ சர்ச்சை பேட்டி

பிப்ரவரி 14 அன்று 3.15 pm - SUV *வாகனம் மூலம் சுமார் 350* kg *வெடிபொருள் மூலம் தீவிரவாதிகள்* CRPF *வீரர்கள் சென்று கொண்டிருந்த வாகனங்கள் மீது தாக்குதல் நடத்துகிறார்கள். இதில் 46 வீரர்கள் இறந்தனர். சுமார் 35 வீரர்கள் படுகாயத்துடன் மருத்துவமனையில் இருக்கிறார்கள்.*

பிப்ரவரி 26 அன்று காலை 3.30 மணிக்கு இந்திய விமானங்கள் மூலம் எல்லையிலிருந்து சுமார் 15 கிமீ தூரத்தில் இருக்கும் தீவிரவாதிகளின் புகலிடமாகப் பல வருடம் இந்தியா குற்றம்சாட்டும் இடமான Balakot*ல் அமைந்திருக்கும் தீவிரவாத முகாம்கள் மீது குண்டு வீசப்பட்டன. முதலில் அப்படித் தாக்குதல் எதுவும் நடக்கவில்லை என்று மறுத்த பாகிஸ்தான் பின், பதில் தாக்குதல் சரியான நேரத்தில் கொடுக்கப்படும் என்று அறிக்கை வெளியிட்டது.*

பிப்ரவரி 27 அன்று மாலை 9.30 மணி அளவில் Nowshera *என்ற இடத்தை நோக்கி இந்திய ராணுவ முகாம்களைக் குறிவைத்துத் தாக்குதல் நடத்த பாகிஸ்தான் விமானப்படையினர் எட்டு* F-16s, *நான்கு* Mirage-3 aircraft, *நான்கு சீனத் தயாரிப்பான* JF-17 *மூலம் முயற்சி செய்தார்கள். இதை இதைப் பகுதியில் கண்காணித்த இந்திய விமானப்படை விரட்டி சென்றது. இதில் சுமார் 26 இந்தியப் போர் விமானங்கள் பயன்படுத்தப் பட்டன. இதில் துரத்திச் சென்ற ஒரு விமானம் தாக்குதலுக்குள்ளாகி பாகிஸ்தான் எல்லையில் நமது ஒரு விமானம் வீழ்த்தப்பட்டது. விமானி அபிநந்தன் பாகிஸ்தான் படையினரிடம் சிக்கினார். விரைவில் நல்லபடியாகத் திருப்பி அனுப்பவும்பட்டார்.*

உலகத்தின் அனைத்துத் தீவிரவாதிகளுக்குச் சொர்க்க பூமியாக இருக்கும் பாகிஸ்தான் இன்று நமது வீரரை விடுவித்ததற்கான காரணம் மூன்றாகப் பிரிக்கலாம்:

காரணம் 1: உலக அளவில் இந்தியாவின் பக்கம் உள்ள நியாயமும் தனிமைப்படுத்தப்பட்டுள்ள பாகிஸ்தானின் தீவிரவாத ஆதரவு முகமும்.

அபிநந்தன் சிறைப்பிடிக்கப்பட்டதும் இந்தியா வெளியிட்ட முக்கியமான அறிக்கை: பாகிஸ்தானுடன் எங்கள் ராணுவ வீரர் அபிநந்தனின் விடுதலை சார்ந்து எந்தப் பேச்சுவார்த்தையும் நடத்தப் படாது; எந்த நிபந்தனைக்கும் இந்தியா ஒப்புக்கொள்ளாது. எங்கள் வீரர் விடுதலை செய்யப்பட வேண்டும்; இல்லையென்றால் இந்தியா அதற்கான வழியைத் தேர்வு செய்யும் என்று தெளிவாக, அழுத்தமாக அறிக்கை வெளியிட்டது.

விடுதலை செய்ய முடியாது என்றால் போர் தவிர வேறு வழி இல்லை; அதுதான் அப்போதைய நிலை. நரேந்திர மோதியின் தீர்மானமும் அதுவே. பாகிஸ்தானிடம் பேச்சுவார்த்தைக்குப் போவது வீண். இந்த ஒட்டுமொத்தப் பதற்றமான சூழலுக்கு இந்தியா எந்த வகையிலும் காரணம் அல்ல. பாகிஸ்தானில் இருந்துசெயல்படும் தீவிரவாத முகாம்கள் பற்றிய விவரங்களை 2009ல் இந்தியா ஏற்கனவே பாகிஸ்தான் வசம் கொடுத்துள்ளது. அதில் சுமார் 43 தீவிரவாத இயக்கங்களை ஐக்கிய நாடுகள் சபையும் தீவிரவாத இயக்கங்களாக அறிவித்துமிருக்கிறது. எனினும் இந்தியா கொடுத்த அந்த வலுவான ஆதாரத்தின் மீது ஒரு நடவடிக்கையும் பாகிஸ்தான் இதுவரை எடுக்கவில்லை.

இந்தியாவில் நடக்கும் அனைத்து தீவிரவாதக் கொடூரச் செயல்களுக்கும் அப்பாவி மக்கள், ராணுவத்தினர் ஆகியோரின் படுகொலைகளுக்கும் பாகிஸ்தான் தரும் தீவிரவாத ஆதரவுதான் முழுக்காரணம். இன்றும் இந்தியா அவர்கள் ராணுவத்தின் மீதோ மக்கள் மீதோ தாக்குதல் நடத்த வில்லை; மாறாக நடவடிக்கை எடுக்கச் சொல்லிக் கொடுத்த அந்தத் தீவிரவாத முகாம்களின் மீதுதான் தாக்குதல் நடத்தியுள்ளது. வருடம் வருடம் ஆதாரம் கொடுத்து நடவடிக்கை எடுக்கக் கூறினால் பாகிஸ்தானின் பதில், இந்தியா போதிய ஆதாரம் கொடுக்கவில்லை என்பதாக மட்டுமே இருந்துவந்துள்ளது. இந்த நிலையில் இனியும் பாகிஸ்தானை நம்பி என்ன பயன்?

மும்பை தாக்குதலுக்கு மூளையாகச் செயல்பட்ட லக்சர் இ தொய்பா இயக்கத் தலைவன் ஹபிஸ் சயீத் மீது எந்த ஆதாரம் கொடுத்தாலும் நடவடிக்கை எடுக்க முடியாது என்று இருக்கும் ஒரு நாடு பாகிஸ்தான். தீவிரவாதிகளுக்கு அடைக்கலம் கொடுப்பதைக் கொள்கையாகக் கொண்ட ஒரு ராணுவத்திடம் பேசி என்ன பிரயோஜனம்?

சிறைப்பிடிக்கப்பட்ட ராணுவ வீரரை விடுவிக்கச் சொல்லி நாம் பேச்சுவார்த்தைக்குச் சென்றால் என்ன செய்யும் பாகிஸ்தான் என்பதை

நம் அரசு நன்கு உணர்ந்திருந்தது. எனவே, போருக்குத் தயார் ஆகும்படித் தன்னுடைய முப்படைக்கு ஆணையிட்டது. போருக்குத் தேவையான ஏற்பாடுகளில் இந்தியா முழுவதும் இறங்கியது. நரேந்திர மோதி பேச்சுவார்த்தைக்குப் போயிருந்தால் பாகிஸ்தான் அரசு இந்திய வீரரை வைத்துக்கொண்டு கடந்த காலத்தில் கந்தகார் விமானம் கடத்தல் நாடகம்போல் ஏதேனும் நாடகத்தை ஆரம்பித்திருப்பார்கள். எனவே, இந்த விவகாரத்தில் உலக நாடுகள் பாகிஸ்தானுக்கு அழுத்தம் கொடுக்க வேண்டும்; அபிநந்தனை விடுவிக்கவில்லையென்றால் போர் தவிர வேறு வழியில்லை என்ற முடிவை எடுத்தார். அவரின் அழுத்தமான அந்த முடிவு பாராட்டத்தக்கது.

உலக நாடுகளிடம் இதனை இந்தியா மிகத் தெளிவாகப் பதிவுசெய்தது. ஆகையால் தான் சவுதி இளவரசர் தன் தனிப்பட்ட ஆலோசகரை விரைந்து பாகிஸ்தான் அனுப்பி வைத்தார். அமெரிக்கப் பாதுகாப்பு ஆலோசகர் உடனடியாக இந்திய வீரரைப் பாகிஸ்தான் விடுதலை செய்ய வேண்டும் என்று அறிக்கை வெளியிட்டது. இதைத் தவிர ஏறக்குறைய G20 கீழ் வரும் பொருளாதார வல்லரசு நாடுகள் அனைத்தும் இந்தியாவின் பக்கம் இருக்கும் நியாயத்தை உணர்ந்து பாகிஸ்தானுக்கு நெருக்கடி கொடுத்தனர். வீரரை உடனே விடுவிக்க வேண்டும். இல்லையென்றால் இந்தியா நிச்சயம் போரில் ஈடுபடும் என்று தெரிவித்தனர். சர்வ தேச அளவில் தனக்கு எந்த ஆதரவும் இல்லையென்பது தெரிந்ததால்தான் பாகிஸ்தான் அவரை உடனே விடுவித்தது.

காரணம் 2: இந்திய ராணுவத்தின் திறன்

நம் வீரர் அபிநந்தனை பாகிஸ்தான் பிரதமர் விடுதலை செய்தது பாராட்டத்தக்க விஷயமே அல்ல; அந்த அளவுக்கு ஒன்றும் பாகிஸ்தான் ராணுவம் நல்லவர்கள் அல்ல. வேறு வழியே கிடையாது பாகிஸ்தானுக்கு.

அது ஏன்?

முதலில் போர் தொடங்கும் என்றால் அதை எதிர்கொள்ள எந்த அளவுக்கு பலம் நம்மிடம் உள்ளது? இந்தியாவால் பாகிஸ்தானால் அதை எத்தனை மாதங்கள் / ஆண்டுகள் நடத்த முடியும் என்ற ஒப்பீடு தான் மிக அவசியம். அந்த வகையில் இந்திய ராணுவம் உலகத்தின் 4வது மிகச் சிறந்த மிகப் பெரிய ராணுவம். பாகிஸ்தான் 17வது இடத்தில் உள்ளது. ஒப்பீட்டு அளவில்கூட இந்தியாவுடன் பாகிஸ்தானின் ராணுவத்தைத் தற்போது ஒப்பிட முடியாது. 1965ல் இந்திய - பாகிஸ்தான் படைகளை ஆயுத பலத்துடன் ஒப்பிட முடியும். ஆனால்

இன்று வாய்ப்பே இல்லை.

	India	Pakistan
Active personnel:	21,40,000	6,53,800
Reserve personnel:	11,55,000	5,13,000
Available for military:	31,91,29,420	484,53,305
தரைப் படை :		
Tanks:	4,426	2,735
Armoured fighting vehicles:	5,681	3,066
Total artillery:	5,067	3,745
Self-propelled artillery:	290	325
Rocket artillery:	292	134
விமானப் படை:		
Total aircraft:	2,216	1,143
Fighter aircraft:	323	186
Multirole aircraf:	329	225
Attack aircraft:	220	90
Helicopters:	725	323
கடல் படை:		
Total naval:	214	231
Aircraft carriers:	20	0
Destroyers:	11	0
Frigates:	15	9
Corvettes:	24	0
Submarines:	15	5

அந்த வகையில் எப்படிப் பார்த்தாலும் இந்தியாவின் பலத்தின் அருகில் கூட இல்லை பாகிஸ்தான். மேலும் யாரும் நாட்டின் கட்டமைப்பை அதன் மதிப்பை ராணுவ பலத்துடன் ஒப்பிடுவதில்லை. அதாவது போர் ஏற்படும் சூழலில் தொடர்ந்து ஆயுதங்களை வழங்கவும், தொடர்ந்து ஆயுத உற்பத்தி செய்யவும் இந்தியாவின் பலம் பல நூறு மடங்கு பாகிஸ்தானை விட அதிகம். Lockheed Martin, Boeing ஆரம்பித்து அனைத்து நிறுவனங்களும் இந்தியாவுக்கு ஆயுதம்

வழங்கும். அல்லது இந்திய நிறுவனங்களுடன் இணைந்து Defence offsets மூலம் ஆயுதங்களைத் தயாரிக்க அந்த நிறுவனங்கள் களம் இறங்கினால் விளைவு மிக மிக மோசமாக இருக்கும். இதை எளிமையாகக் கூறினால் மொத்த பாகிஸ்தானையும் ஒரு வாரத்தில் இந்தியாவால் முடித்து வைக்க முடியும்.

அதாவது அந்த அளவுக்கு இந்திய நிறுவனங்களும் வலுவாகத் தங்கள் உலகத் தரத்தை நிரூபித்துள்ளார்கள். எடுத்துக்காட்டுக்கு ஒரு வான்வெளி சார்ந்த ஆயுதங்களை உற்பத்தி செய்யும் நிறுவனத்துடன் இணைந்து இந்தியாவின் IT நிறுவனங்கள் Defence offsets முழுமையாக இறங்கும் என்றால் அங்கேயும் இந்தியா தான் பெரும் சக்தியாக நிற்கும். Infosys என்ற நிறுவனம் ஒன்றின் மொத்த மதிப்பைக்கூட பாகிஸ்தானின் மொத்த IT நிறுவனங்களால் ஈடு செய்ய இயலாது. இப்படி ஒவ்வொரு துறையிலும் இங்கே சக்திவாய்ந்த நிறுவனங்களும் உண்டு. எனவே ஆயுதம் சார்ந்து உற்பத்தி செய்யும் எந்த நிறுவனமும் பாகிஸ்தான் பக்கம் செல்ல விரும்பாது. இது இன்னொரு முக்கியமான பலம்.

காரணம் 3 : பங்களாதேஷ் போல் பலுசிஸ்தான் உருவாக்கப்படும் என்ற பயம்.

ஒருவேளை போர் மூண்டால் நிலவரம் என்னவாக முடியும்? மேலை உள்ள தகவல்களே போதுமானது முடிவைச் சொல்ல. 1971-ல் பாகிஸ்தானைப் பிரித்து பங்களாதேஷ் உருவாக்கப்பட்டது போல் பலுசிஸ்தான் உருவாக்கப்படும். பலுசிஸ்தான் மக்களுக்கு முன்பே நரேந்திர மோதி ஆதரவுக் குரல் கொடுத்துள்ளார் என்பதை உலகமே அறியும். ஆக அங்கே பாகிஸ்தானின் ராணுவத்தை அகற்றிவிட்டு ஆட்சி அதிகாரத்தில் அந்த மக்களின் பிரதிநிதிகளை அமர்த்திவிட்டு இந்திய ராணுவம் திரும்பும். அத்துடன் வடக்குப் பகுதியில் உள்ள பழங்குடி பகுதிகள் முழுவதையும் ஆப்கானிஸ்தான் இணைத்துக் கொள்ளும். மீதம் பஞ்சாப் மற்றும் சிந்து மாகாணங்களை வைத்துக்கொண்டு அல்லது முழுவதும் முடக்கப்படுவர் பாகிஸ்தானின் ஆட்சியாளர்கள்.

இந்த நிலையில் பாகிஸ்தானில் எவராவது போரை விரும்புவாரா? அவர்கள் அமைதியை விரும்புகிறார்களாம்; அதனால் நம் ராணுவ வீரரைத் திருப்பி அனுப்புகிறார்களாம். இதை குஷ்புவும் அவரைப் போன்றவர்களும் வேண்டுமானால் கொண்டாடலாம், நம்பலாம். சிலர் மோதிமீதான வெறுப்பு காரணமாக அதைப் பேசிப் பேசி மகிழ்ந்து கொள்ளலாம். ஆனால் பாகிஸ்தானுக்கு வேறு வழியே இல்லை என்ற நிலையை நரேந்திரமோதி உருவாக்கினர் என்பது தான் உண்மை.

திடீர் அமைதிப் புறாக்களாக மாறிய கூட்டம்.

பாகிஸ்தான் ராணுவம் வெளியிட்ட செய்தியை நம்பிப் பதிவிடுகிறார்கள். இந்திய ராணுவம் வெளியிடும் செய்திக்கு ஆதாரம் தாருங்கள் என்று கேட்கிறார்கள். ராணுவத்தைக் கிண்டல் செய்து பதிவு போடுகிறார்கள்; தமிழக வீரர் ஒருவர் பாகிஸ்தான் படையிடம் பிடிபட்டுள்ளார் என்றதும் அப்படியே திருப்பி போட்டு கொஞ்சம்கூட வெட்கமே இல்லாமல் ராணுவத்துக்கு ஆதரவாக நரேந்திரமோதி என்ன செய்தார்... உங்கள் வீட்டுக் குழந்தைகளை அனுப்புவீர்களா என்று கேட்கிறார்கள். இறுதியில் வேறு வழியே இல்லாமல் தீவிரவாத நாடான பாகிஸ்தான் நம் வீரரை விடுதலை செய்ய முன்வந்ததைப் பார்த்து இம்ரான்... எவ்வளவு உயர்ந்த பிரதமர்? இந்த மோதியும் இருக்கிறாரே என்று பேசுகிறார்கள். இப்படிப் பேச்சை மாற்றி மாற்றிப் பேசும் மிக மோசமான பச்சோந்தி கூட்டம் உலகத்திலேயே நம் நாட்டில் இருக்கும் இந்த தேசியப் பிரிவினைவாதக் கூட்டம்தான் என்பது இந்த இரண்டே வாரத்தில் அப்பட்டமாக வெளிப்பட்டது.

இதில் நாம் உணரவேண்டிய உண்மை என்னவென்றால் பாகிஸ்தான் பிரதமர் இம்ரான்கான் பேச்சுவார்த்தைக்குத் தயார் என்று அழைக்கிறார். அவர் நடவடிக்கை சரியாகத்தான் இருக்கிறது என்று அப்பட்டமாக பாகிஸ்தானுக்கு வக்காலத்து வாங்கும் விதம் பதிவுகளைத் தந்திரமாகச் சிலர் போட்டார்கள். சிலர் விவரம் அறியாது அதை வழிமொழிந்தார்கள். விவரம் அறியாதவர்கள் கவனத்துக்குச் சில தகவல்கள்:

பாகிஸ்தான் கடந்த 60 வருடங்களில் எப்போதெல்லாம் பேச்சு வார்த்தை என்று முன்வருகிறார்களோ அப்போதெல்லாம் அவர்கள் தங்களை அடுத்தகட்டத் தாக்குதலுக்குத் தயார் செய்துகொள்ள அந்த நேரத்தைப் பயன்படுத்திக்கொள்வார்கள். இதை நீங்கள் உணர்வதற்கு சமீபத்திய எடுத்துக்காட்டு.

2018 ஜூன் பாகிஸ்தான் கேட்டுக்கொண்டதன் பெயரில் அமைதி பேச்சுவார்த்தைக்கு இந்தியா தயாரானது. தனது ராணுவ நடவடிக்கை களை நிறுத்தி அதற்கான சந்தர்ப்பத்தை உருவாக்கியது. 2018 ஜூன் இரண்டாவது வாரம் எல்லைப் பாதுகாப்புப்படை வீரர்கள் 4 பேரைச் சுட்டுக் கொன்றது பாகிஸ்தான் ராணுவம். தள்ளிச் சென்றது பேச்சு வார்த்தை. ஆனால் இந்தியா பேச்சுவார்த்தையை முழுவதும் நிறுத்துவதாக அறிவிக்கவில்லை. எல்லை தாண்டிய பயங்கரவாத நடவடிக்கைகளை பாகிஸ்தான் தடுக்க வேண்டும்; கடுமையான நடவடிக்க எடுக்க வேண்டும் என்று கேட்டுக்கொண்டது.

ஐநா கேட்டுக்கொண்டதன் பெயரில் அடுத்து 2018 நவம்பர் மாதம் இந்தியா பேச்சுவார்த்தைக்கு முன்வந்தது. அடுத்த 24 மணி நேரத்தில்

காஷ்மீர் தீவிரவாதி புர்கான் வானி ஒரு சுதந்தரப் போராளி என்று கொண்டாடி பாகிஸ்தான் காஷ்மீர் விவகாரத்தில் தன் நிலைப்பாட்டைக் காட்டியது. அதோடு எல்லை தாண்டிய பயங்கரவாத ஆதரவை வெளிப் படையாகக் காட்டியது. இந்த முறையும் இந்தியா பின்வாங்கியது.

இது கடந்த வருடக் கதை.

இன்னும் சில எடுத்துக்காட்டுகள் சொல்லுவதற்கு முன் இரு உண்மைகள் நாம் உணரவேண்டும்

1. பாகிஸ்தான் பிரதமராக யார் வந்தாலும் அந்த நபருக்குப் போதிய மரியாதை எல்லாம் அந்த நாட்டில் இருக்காது. அந்த நாட்டின் ராணுவ அதிகாரிகள் அவர்களைப் பெரிய பொருட்டாக மதிக்கமாட்டார்கள். அந்த அளவுக்கு அங்கே ராணுவமும், தீவிரவாதத் தலைவர்களும் ஒருவருக்கொருவர் கூட்டு. அதனால் தான் பாக் ராணுவ மையத்தின் அருகேயே பின்லேடன் பாதுகாப்பாக இருக்கமுடிந்தது. இந்தக் குற்றச்சாட்டை இந்தியா அல்ல; ஆப்கானிஸ்தான் ஆரம்பித்து அமெரிக்காவரை அனைவருமே கூறுகிறார்கள். எனவே முதலில் பாக் ராணுவம் ஒரு உருப்படாத கூட்டம்.

2. இரண்டாவது இப்போதும் பேச்சுவார்த்தைக்குப் போவதில் எந்தத் தயக்கமும் இல்லை. ஆனால் கேள்வி என்னவென்றால் இதுவரை இந்தியா கொடுத்த எந்த ஆதாரத்துக்காவது பாகிஸ்தான் நடவடிக்கை எடுத்ததுண்டா? பாகிஸ்தானில் இருக்கும் பயங்கரவாத முகாம்களை அழிக்க வேண்டும் என்ற எத்தனை முறை இந்தியா கேட்டுக்கொண்டிருக்கும் என்று நினைக்கிறீர்கள்? அனைத்துத் தகவல்களையும் இந்தியா ஒப்படைத்தாலும் அதற்கு நடவடிக்கை எடுக்க பாக் பிரதமருக்கு அங்கே விருப்பம் இருந்தாலும் அதை அந்த ராணுவம் செய்யவிடாது.

எடுத்துக்காட்டுக்கு 2009 ஜூன் மாதம் UN National security Council ஜிம்ஜோன் 43 தீவிரவாத முகாம்களை பாகிஸ்தான் அழிக்க வேண்டும் என்ற பட்டியலை இந்திய ராணுவம் பெயரில் ஒப்படைத்தார். அது 100% உண்மையான ஆதாரங்கள் என்பதால்தான் ஐநாவும் அதற்கு ஆதரவாகக் குரல் கொடுத்தது. ஆனால் என்ன நடவடிக்கை எடுத்தார்கள் என்று கொஞ்சம் தேடிப் படிக்கவும். இது போல் எந்த ஆதாரத்துக்கும் அவர்கள் நடவடிக்கை எடுத்தது இல்லை.

1999 ஆம் ஆண்டு வாஜ்பாய் டெல்லி - லாகூர் இடையே பஸ் பயணம் மேற்கொண்டார். அமைதிக்கான அனைத்து வழிகளையும் கையாண்டார். ஆனால் கிடைத்தது என்ன? கார்கில் யுத்தம். அந்த யுத்தத்துக்கு அவர்கள் பேச்சுவார்த்தை நடத்தும்போதே தயார் ஆகியுள்ளார்கள் என்பது பின்பு வெட்டவெளிச்சமானது. இதைப் பின்னாளில் அன்றைய

பாகிஸ்தானின் பிரதமர் ஒப்புக்கொண்டார், நாங்கள் வாஜ்பாய் முதுகில் குத்திவிட்டோம் என்று. அதற்கு அவர் வருத்தம் கொண்டார். ஆனால் குத்திய பாகிஸ்தான் ராணுவம் வெக்கமேபடாது.

ஒவ்வொரு வருடமும் ஒவ்வொருமுறையும் பாகிஸ்தான் பேச்சு வார்த்தைக்கு அழைக்கும் போதும் அவர்கள் தங்களைத் தயார் செய்து கொள்ளவே அந்த நேரத்தைப் பயன்படுத்தினர் என்பது 100% உண்மை யான வரலாறு. இந்த முறை பேச்சுவார்த்தைக்குக் கூப்பிடுகிறார்களாம் என்று நமது தமிழ் தேசியவாதிகள் ஆரம்பித்து கம்யூனிஸ்ட்வரை அனைவரும் பாகிஸ்தானுக்கு வக்காலத்து வாங்குகிறார்கள்.

இவர்களுக்கு மோதி மீதான வெறுப்பு. அந்த ஒரே காரணத்தினால்தான் கண்மூடித்தனமாக பாகிஸ்தானையே ஆதரிக்கிறார்கள். பிரிவினை வாதிகள் அப்பட்டமாகத் தமிழக இளைஞர்களை ஏமாற்றுகிறார்கள். வரலாறு தெரிந்தவனுக்கு மட்டுமே தெரியும் பாகிஸ்தான் எப்போதுமே தந்திரமாக ஒருபக்கம் தீவிரவாதம் வளர்த்து இந்தியாவைத் தாக்கும்; ராணுவம் கொண்டு அந்தத் தீவிரவாத நடவடிக்கைக்கு உதவும்; அதே நேரம் பேச்சுவார்த்தைக்குத் தயார் என்பதுபோல் நாடகமும் ஆடும். இது உலக நாடுகள் அனைத்தும் ஒப்புக்கொண்ட உண்மை. உலகத்தின் அனைத்துத் தீவிரவாதிகளுக்கும் சிறந்த பதுங்கும் இடமாகவே பாகிஸ்தான் இருந்து வருகிறது.

அடுத்து இன்னொரு கூட்டம் பாகிஸ்தான் போருக்கு நீ உன் பிள்ளை களை அனுப்புவாயா? நீ போவாயா? அந்த வீரருக்குப் பதில் சொல் என்று ராணுவத்தின் மீதான தாக்குதலுக்கு ஆதரவு பெருகுவதைத் தடுக்க வேலை செய்கிறார்கள். இவர்கள் பெரும்பாலும் கம்யூனிஸ்ட் தான். ஏன் என்றால் அவர்கள் வரலாறு அப்படி.

எப்போதெல்லாம் இந்திய மக்களின் ஒற்றுமை ஓங்குகிறதோ அதை மட்டுப்படுத்த வேலை செய்வர்.

ராணுவம் அழைத்தால் செல்ல இங்கே ஏறக்குறைய அனைத்து இளைஞர்களும் தயார்தான். உங்களைப் போல் நாட்டின் எல்லையில் இருக்கும் ராணுவ வீரன் துப்பாக்கி ஏந்த முடியாது என்று மறுத்தால் இந்நேரம் உங்கள் குழந்தைகள் படிக்கும் பள்ளியில் குண்டு வெடிக்கும் அளவுக்கு நம் நாட்டில் எல்லை தாண்டிப் பயங்கரவாதம் இருக்கிறது.

ஒரு வேளை பதில் தாக்குதல் நடத்தவில்லையென்றால் இவர்கள் பேச்சு இப்படி இருக்கும்: என்ன செய்கிறார் மோதி? 56 இன்ச் மார்பு கொண்டவர் என்ன செய்கிறார் என்று விமர்சனம் செய்வர். நடவடிக்கை எடுத்தால் அப்படியே அகிம்சாவாதிகளாகவே மாறுவார்கள்.

ஆக இவர்களுக்குப் பிரச்னை மோதிதான்; இந்திய மக்களின் ஒற்றுமை தான்; ஒழிய நாட்டின் நலனோ ராணுவ வீரர்கள் நலனோ அல்ல. அடுத்து இதில் தமிழ்த் தேசியத் தற்குறிகள் சிலர் அந்த ராணுவ வீரனுக்குப் பிரதமர் பதில் சொல்ல வேண்டும் என்கிறார்கள். அபிநந்தன் விமானி குடும்பத்துக்குப் பதில் சொல்ல வேண்டுமாம். இது இன்னொரு கேடுகெட்ட பிரிவினைவாதக் கூட்டம்.

நான் கேட்கிறேன் பிரபாகரன் பின்னால் நின்ற சுமார் 20,000 வீரர்கள் சாவுக்கு என்ன நீங்கள் என்ன பதில் தந்திருக்கிறீர்கள்? ஐந்தாயிரம் பேர் புரட்சி செய்கிறேன் என்ற பெயரில் இறங்கி ஐம்பதாயிரம் புரட்சியை விரும்பாத அப்பாவி மக்கள் இறந்தனரே. உயிர் இழந்த அந்த மக்களுக்கு விடுதலைப் புலிகள் என்ன செய்தார்கள்? பிரபாகரன் ஏன் போரை நிறுத்திச் சரணடையவில்லை; மக்களைக்கூட விடுங்கள் தன் வீரர்களைக் காப்பாற்ற என்ன செய்தார்?

புலிகளைவிட இலங்கை ராணுவம் மிகவும் பெரியது. அதோடு உலகின் அனைத்து நாடுகளும் இலங்கை ராணுவத்துக்கே உதவி செய்தன. அப்போது ஒரு நல்ல தலைவன் தன்னை நம்பி வந்த வீரர்களைக் காப்பாற்றவாவது போரை விரும்பி இருக்கக்கூடாதுதானே. இன்று அந்த மக்களுக்கும் சேர்த்து இந்தியா தான் உதவிகளைச் செய்து கொண்டுள்ளது. இங்கே பிரபாகரன் படத்தை வைத்துப் பிச்சை தான் எடுக்கிறார்கள் சிலர். அவர்களுக்கு நான் சொல்ல விரும்புவது நீங்கள் இந்தியாவையும் அதன் ராணுவ வீரர்கள் பற்றியும் எந்தக் கவலையும் கொள்ள வேண்டாம். நாங்கள் பார்த்துக்கொள்கிறோம்.

இந்த இடத்தில் ஒரு முக்கியமான உண்மையைத் தமிழக மக்கள் உணரவேண்டும்.

இலங்கையில் எந்தக் கட்சியும் இயக்கமும் பிரபாகரன் படத்தைத் தூக்கவில்லை. புரட்சி எந்த அளவுக்கு நாசம் செய்யும் என்பதை உணர்ந்து அமைதியை நோக்கிச் செல்கிறார்கள். இங்கே தமிழகத்தில் எப்போது பார்த்தாலும் தமிழ் ஈழம் தமிழ் தனிதேசியம் என்று பேசி இந்த மாநிலத்தையும் நாசம் செய்யக் கொக்கரிக்கும் இந்தக் கூட்டத்தை விரட்டி அடிப்பதே தமிழ் நாட்டுக்கும் வீட்டுக்கும் நல்லது. இவர்கள் உங்கள் குழந்தைகளைத் தற்கொலைக்குத் தூண்டிவிட்டு அந்தத் தற்கொலையைத் தங்களுக்குச் சாதகமாகப் பயன்படுத்தி அரசியல் ஆதாயம் தேடுவார்கள். எச்சரிக்கை.

இறுதியாக :

பாகிஸ்தான் மக்கள் எதிரிகள் அல்ல. அந்த அரசும்கூட நமக்கு எதிரி அல்ல. ஆனால் அந்த ராணுவம் ஒரு கேடுகெட்ட தீவிரவாத இயக்கம்.

அதை ராணுவம் என்று கூறுவதைவிட உலகத்தில் இருக்கும் தீவிரவாத தலைவர்களுக்கு அடைக்கலம் கொடுக்கும் கூடாரம் என்று சொல்வதே சரி. அந்த அளவுக்கு மோசமானது. இந்த நிலையில் 40 வீரர்கள் தாக்குதலில் பலியானதற்குப் பதிலடிகொடுக்கும் வண்ணம் நம் ராணுவம் எடுத்த தீவிரவாத ஒழிப்பு நடவடிக்கையை என்னவோ பாகிஸ்தான் மக்களை நாம் கொலை செய்வது போல் இங்கே சித்திரிக்கிறார்கள். நாம் தாக்கி அழித்தது Balakot என்ற பாகிஸ்தானின் முக்கிய பகுதியில் இருந்த தீவிரவாத முகாம்களைமட்டுமே. ஆனால் ஏதோ இதை பாகிஸ்தான் மக்கள் மீது தாக்குதல் நடத்தியது போல் பதிவு. இதை பாகிஸ்தான் பேசவில்லை இங்கே சில அமைதி புறாக்கள் பேசுகிறார்கள்.

2010 பிரிட்டன் வாக்குமூலம்: பாகிஸ்தான் தீவிரவாதத்தை ஒடுக்கும் விஷயத்தில் இரண்டை வேடம் போடுகிறது.

2016 அமெரிக்கா வெளியிட்ட அறிக்கை: தீவிரவாதிகளின் மையமாக பாகிஸ்தான் இருக்கிறது.

இதுபோல் அனைத்து நாடுகளுமே பாகிஸ்தானை நன்கு அறிவர். ஆனால் நம்ம உள்ளூர் போராளிகள் திடீர் என்று பாகிஸ்தான் மீது பாசம் பொத்துக்கொண்டு வரக் காரணம் பாசம் என்றோ அகிம்சாவாதிகள் என்றோ நீங்கள் நினைத்தால் அதை விட வெகுளித்தனம் வேறு இல்லை. அது நரேந்திர மோதி மீதான வெறுப்பு.

நீங்கள் உணர வேண்டிய உண்மை இதுவே; நன்கு கவனித்தால் இந்திய ராணுவம் வெளியிட்ட தகவல்களுக்கு ஆதாரம் கேட்டவரெல்லாம் பாகிஸ்தான் வெளியிட்ட செய்தியை ஆகா ஓகோ என்று அப்படியே நம்பிப் பதிவுகள் வெளியிட்டார்கள். அங்கே ஆதாரம் கேட்க அவர்களுக்கு எண்ணம் வரவில்லை. அந்த அளவுக்கு அவன் பாகிஸ்தானை நம்புகிறார்கள்; இந்திய ராணுவத்தை அவமானம் செய்கிறார்கள். ஆனால் திடீர் என்று விமானபடை வீரர் அபிநந்தன் தமிழக வீரர் என்றதும் அப்படியே மொத்தமாக முகத்தை மாற்றிக் கொண்டு அகிம்சாவாதி போல் நடிக்கிறார்கள். இவர்கள் முகம் எவ்வளவு கீழ்த்தரமானது என்பதை இதில் உணர முடியும். இம்ரான் கானுக்கு அந்த நாட்டு மக்கள் ஆதரவு உண்டு; இங்கே மோதிக்கு அந்த ஆதரவு கிடைக்கக்கூடாது என்று ஒரு கூட்டம் அரசியல் செய்கிறது.

150 பேர் இறப்புக்குக் காரணமான மும்பை தாக்குதலுக்குப் பதிலடி கொடுக்காத மன்மோகன் நல்லவர்; உடனடியாகப் பதிலடி கொடுக்கும் மோதி கெட்டவர் இவர்களுக்கு. சிலருக்கு அனைத்தும் அரசியல் தவிர வேறு இல்லை.

நமது ராணுவம் நமது பெருமை... நமது ராணுவம் நமது உயிர்... நாட்டின் உள்ளே பாதுகாப்பாக மக்கள் வாழ ராணுவமே காரணம். தன் உயிரைக் கொடுத்து ராணுவ வீரன் நாட்டைப் பாதுகாக்கும்போது அதே உணர்வு நமக்கும் வேண்டும்.

அகிம்சாவாதி போல் இன்று நடிப்பவர்கள் அனைவருமே ஒன்று நரேந்திரமோதி மீதான வெறுப்பு அல்லது இந்தியா நாட்டின் மீதான வெறுப்பால் நடிக்கிறார்கள்.

நான் தமிழன்; நான் இந்தியன்.... என் ராணுவம் எனது பெருமை. ஆனால் தேசத்தைச் சிதறடிக்கத் துடிக்கும் கூட்டம் மக்கள் இந்தியராக ஒன்றுபடும் எந்த ஒரு சந்தர்ப்பத்தையும் விரும்பாது. அது உடனே அதை மந்தப்படுத்தவும் இந்தியர் ஒற்றுமையை வலுவிலக்கச் செய்யவும் என்ன வேண்டுமென்றாலும் செய்யும். அதற்கு என்ன வேடம் வேண்டுமானாலும் போடுவார்கள். அதற்குச் சரியான எடுத்துக்காட்டு இந்த சம்பவம்.

•

நல்ல மனிதர்களைத் தேடிப் பிடித்துக்கொள்ளுங்கள்

இந்தியா முன்னேறக்கூடாது என்றால் அதற்கு உள்நாட்டுக் குழப்பங்கள் அதிகம் ஆக வேண்டும்; பிரிவினை தூண்டப்படவேண்டும்; அண்ணா யூனிவர்சிட்டி, லயோலாபோன்ற 4 கல்லூரிகள் வேண்டும் (மாணவர்கள் திறனை மழுங்கடிக்க); தேசத்தின் சட்டங்கள் மீது விரக்தியை உருவாக்கவேண்டும்; அரசின் பெரிய திட்டங்களை முடக்க மக்களைப் போராட்டம் செய்யத் தூண்ட வேண்டும், போராட்டக் காரர்கள் எங்கிருந்தாலும் NGO என்று கூறிக்கொண்டு நிதி உதவி செய்து போராட்டங்கள் தேங்காமல் பார்த்துக்கொள்ள வேண்டும்; ஒவ்வொரு மாநிலத்திலும் விதவிதமாகப் பிரிவினையைத் தூண்ட வேண்டும்; ஜாதிய ஏற்றத்தாழ்வுகளைப் பயன்படுத்திக் கலவரத்தைத் தூண்ட வேண்டும்; இவை அனைத்தையும் செய்ய மீடியாக்களை - செய்தி நிறுவனங்களைப் பயன்படுத்தவேண்டும்.இவற்றையும் தாண்டிச் சாதிக்கும் திறமையான மக்களை அமெரிக்க, ஐரோப்பிய விசா குடுத்து கூட்டிச் சென்றிட வேண்டும்.

இதுதான் நம் நாட்டின் நிலை. உலக அரசியலும் இதில் உண்டு.

இன்றைய நிலையில் நாட்டுக்குப் பெருமை சேர்த்த நல்லவர்களை நினைவில் வைத்துக்கொள்வது நல்லது.

1. உஸ்தாத் பிஸ்மில்லா கான்

இந்தியாவின் உயரிய விருதான பாரத ரத்னா விருது வாங்கிய 3 இசை மேதைகளில் (MS சுப்புலட்சுமி, ரவி ஷங்கர், உஸ்தாத் பிஸ்மில்லா கான்) ஒருவர். பழைய தூர்தர்ஷன் நிலையத்தின் தொடக்க நேரத்தில் பின்னணியில் ஒலிக்கும் ஷெனாய் இசை இவருடையது.

மிகச் சிறந்த பண்பாளர், அமைதியே உருவானவர், மதப் பிரிவினைகள் பார்க்காதவர். மத விரோதங்கள் தலைதூக்கும் இன்றைய தேதியில்

இப்படியான உயர்ந்த மனிதர்களை நாம் மக்களுக்கு எடுத்துச் செல்லவேண்டும். பொறுப்புள்ள குடிமக்களின் கடமை அது.

ஹிந்துஸ்தானிய இசை மேதைகளில் ஆகச் சிறந்த மனிதர்களில் உஸ்தாத் பிஸ்மில்லா கான் ஒருவர். இவர், ரவி ஷங்கர்போன்றவர்கள் இந்தியாவின் பெருமை. ஏன் என்றால் அவர் ஹிந்து கோவில்களுக்கும் இசைப் பங்களிப்பினை வழங்கிப் பெருமை சேர்த்தார். வாழும் முறையால் இஸ்லாமியர் என்றாலும் பண்பால் இந்தியர் என்ற குணத்தினைக் காட்டியவர். அநேகமாக எனக்குத் தெரிந்த வரையில் நம் நாட்டில் சராசரி மக்கள் எல்லோருமே அப்படித் தான்.

ஆனால், சமீபகாலமாக இரு புறமும் பிரிவினை பேசும் கூட்டங்களின் கோஷம் மிகவும் சப்தமாகக் கேட்கிறது. அவர்களிடம் இருந்து கொஞ்சம் தள்ளியே இருங்கள். அப்படியே ஷெனாய் இசைக் கருவியின் சுத்தமான இசையைக் கொஞ்சம் தேடிக் கேளுங்கள். போபாலில் இவருடைய உருவச் சிலையினைப் பார்த்தேன். உடனே தோன்றியது இந்த எண்ணமே.

2. மகாகவி சுப்பிரமணிய பாரதி

பாரதி எதனால் மற்ற எவரையும் விடத் தனித்துவமானவர்?

‘சிந்து நதியின் மிசை நிலவினிலே

சேர நன் நாட்டிளம் பெண்களுடனே

சுந்தரத் தெலுங்கினில் பாட்டிசைத்து

தோணிகளோட்டி விளையாடி வருவோம்’

இன்றைய அரசியல்வாதிகள் தங்கள் சுயநலத்துக்காக மொழி உணர்வைத் தூண்டி - தமிழ் மொழி மட்டுமே உயர்வானது என்று தவறாக வழிநடத்துகிறார்கள். பாரதியோ அனைத்து மொழிகளையும் எந்தப் பாரபட்சமும் காட்டாமல் போற்றுகிறார். ஏன் என்றால் ‘யாதும் ஊரே யாவரும் கேளிர்’ என்பதே நம் முன்னோர் கூற்று. இன்று? மொழி வெறுப்பு அதிகம் திணிக்கப்படுகிறது.

British Museum *14,000* வருடங்கள் முன்பு வேட்டையாடி குழுவாக வாழ்ந்த மனித இனத்தின் தொடக்க கால மக்களின் விவரங்களை *7,000* stone tools மூலம் கண்டறிந்து வெளியிட்டுள்ளது.இன்று archaeology, தொல்லியல் ஆய்வுகள் பல முன்னேற்றம் கண்டு உலகம் முழுவதும் பயணித்த மனித இனத்தின் வாழ்வு முறைகளைத் தோண்டி எடுத்து உண்மையைக் கொண்டுவந்திருக்கிறார்கள். தமிழகத்திலோ கொஞ்சம் கூடக் கூச்சம் இல்லாமல் உலகில் மூத்தகுடி, முப்பாட்டன் என்று எந்த

ஆய்வும் செய்யாமல் வாய்ஜாலம் மட்டும் கொண்டு பேசித் திரிகிறார்கள் சிலர். வெட்கக்கேடு. வெறும் பேச்சு எதற்கு உதவும்?

பாரதிபோல் உலகின் அனைத்துச் சமூகத்தையும் மதித்து அங்கீகரிக்கும் பக்குவம் வரவேண்டும். அனைத்துக் குடிகளையும், மனித நாகரிகங் களையும், மனித வாழ்வியல் முன்னேற்றங்களையும் மதிக்கும் குணத்தை நிச்சயம் நாம் பாரதியிடம் இருந்து பெறவேண்டும். தமிழுக்கு என்ன தொன்மை பெருமை இருக்கோ அதேபோல் உலகத்தில் பல நாகரீகங்களுக்கும் உண்டு என்ற யதார்த்தம் புரியாது போனால் தவறு நம்மிடமே.

3. அப்துல் கலாம்

இந்த மனிதர், கல்யாணம் செய்துகொண்டு மனைவி, பிள்ளைகள் என்று நல்ல குடும்ப வாழ்வை வாழ்ந்திருக்க முடியும். தனது அறிவியல் ஆற்றலால் NASAபோன்ற வெளி நாட்டு ஆராய்ச்சி மையங்களுக்கோ அல்லது Boeing, Sierra Nevada Corporationபோன்ற தனியார் ஆராய்ச்சி நிறுவனங்களுக்கோ சென்றிருந்தால் பல கோடிகளுக்கு அதிபதியாகி யிருப்பார். அட, குடியரசு தலைவராக இருந்தபோதுகூடத் தனக்கு வேண்டிய ஆட்களுக்கு உதவி இருந்தால் அந்த வகையிலும் எளிதில் கோடிகள் குவித்திருக்கலாம்.

இப்படி ஆயிரம் வழிகள் இருந்தும் அந்த மனிதர் 'இந்தியா வல்லரசாக வேண்டும் என்பது என் கனவு' என்று கூறி இந்தியாவுக்குப் போய் உழைத்துக் கொடுத்தார். இவரால்தான் இந்தியா அணு ஆயுத ஏவுகணைகள் சோதனையை நடத்தி உலக நாடுகள் முன்னால் தலை நிமிர்ந்து நின்றது. அதனால் அப்துல் கலாமுக்கு என்ன பயன்?

ஜனாதிபதி பதவியில் இருந்து இறங்கிய பிறகும் நாடு முழுவதும் பயணித்து மாணவர்களிடையே உத்வேகத்தை ஊட்டி வலுவான இந்தியாவை உருவாக்கும் பணியில் கடைசி நாள்வரை ஈடுபட்டுவந்தார்.

கனவு காணுங்கள். கனவென்பது தூக்கத்தில் வருவது அல்ல; உன்னைத் தூங்கவிடாமல் செய்வது எதுவோ அதுவே உன் கனவாக இருக்க வேண்டும் என்று சொல்லி இளைய தலைமுறையை வழிநடத்தியவர்.

இன்று எவன் எவனோ தனி நாடு என்கிறான்.. தமிழ் நாடு இந்தியா என்று பிரிக்கத் துடிக்கிறான்.. அப்துல் கலாமைப் பார்த்துக் கேட்கிறான் : 'அப்துல் கலாம் இஸ்லாமியர்க்கு என்ன செய்தார்' என்று. அடடா இதுபோல் நாட்டைப் பிளவுபடுத்தும் சிந்தனையும் - தமிழ் நாட்டைத் தனிநாடாக ஆக்கும் கோஷமும் இருந்திருந்தால் அப்துல் கலாமுக்கு சீனாவே பல ஆயிரம் கோடிகளை அள்ளிக் கொடுத்திருக்கும். அப்படி எல்லாம் சம்பாதிக்கத் தெரியாத வேடிக்கை மனிதர் இந்த மனிதர்.

இந்தியா முழுவதும் கன்யாகுமரி தொட்டு ஹிமாலயம்வரை மாணவர்கள் அப்துல் கலாம் இறுதியாக அடக்கம்செய்யப்பட்ட இடம் நோக்கி வந்து கொண்டே இருக்கிறார்கள். அவரை பார்த்து இங்கே ஒரு வெறியன் அவமானமாகப் பேசுகிறான். அவனெல்லாம் உயிருடன் இருக்கத் தகுதி இல்லாத புழு பூச்சி.

அணு ஆயுதம் உயிர்களைக் கொல்லும் கண்டுபிடிப்பு; எனவே அப்துல் கலாம் குடியரசுத் தலைவராக வர ஆதரவு தர முடியாது என்ற ஒரு வெட்கங்கெட்ட காரணத்தை 2002-ல் கூறிய கம்யூனிஸ்ட் கட்சிபோல் சீனாவுக்கு ஊதுகுழலாக இருந்து விட்டுப்போகத் தெரியாத ஆள் அவர்.

நம் குழந்தைகளுக்கு வளமான எதிர்காலம் கிடைக்க நாம் நமது நிகழ்காலத்தை அர்ப்பணிப்போம்... என்றார் இந்தப் பிழைக்கத் தெரியாத மனிதர். ஒரு குடும்பம் இல்லாத குழந்தை இல்லாத மனிதர் நாட்டின் எதிர்காலமாக இருக்கும் அனைத்துக் குழந்தைகளின் எதிர்காலத்துக்கு நம்மைத் தியாகம் செய்யத் துணிய வேண்டும் என்கிறார் .

நாட்டின் முன்னேற்றமே தனது லட்சியம் என்று உழைத்த மாமனிதர் அப்துல் கலாம் பிறந்த தமிழ் மண்ணில் நாட்டைத் துண்டாடத் துடிக்கும் கம்யூனிஸ்ட் தீவிரவாத அமைப்புகளான நக்சல், மாவோயிஸ்ட் போன்றவற்றின் ஆதரவாளர்களுக்கு பின்னால் மாணவர்கள் செல்வது நியாயமா?

சீமான், தியாகு, மணியரசன், மே17, கூடங்குளம் சுப. உதயகுமாரன் என்று எவரும் அப்துல் கலாமுக்கு மரியாதை செலுத்தமாட்டார்கள். அவர்களிடமிருந்து அப்துல் கலாம்போல் நேர்மையாக நாட்டுப் பற்றோடு வாழவேண்டும் என்று ஒரு வார்த்தைகூட வரப்போவது இல்லை. இது சத்தியம்.

ஏன் என்றால் இந்தியாவைத் துண்டாடத் துடிக்கும் வேலைக்குக் காசு வாங்கும் இந்த மானங்கெட்ட கூட்டத்துக்கு எப்படி இந்தியாவே தன் உயிராக வாழ்ந்தவரைப் பிடிக்கும்?

நல்லவன் யார் தீயவன் யார் என்று சிந்திக்கவிடாமல், மக்களின் உணர்வுகளைத் தூண்டி நாட்டைத் துண்டாடத் துடிக்கும் இந்தக் கூட்டம் பின்னால் ஒருவர் செல்வது சரியா உங்களையே கேட்டுக் கொள்ளுங்கள்.

ஒற்றுமையாக இருங்கள். நல்ல இசையைத் தேடிக் கேளுங்கள்; குழந்தைகளுக்கும் தூய்மையான இசையைக் கேட்கும் பழக்கத்தை உருவாக்குங்கள். நல்ல கவிதைகளைத் தேடிப் படியுங்கள், உங்கள் கற்பனைத் திறனை வீணாக்காதீர்கள். ஆன்மிக சிந்தனைகளைத்

தேடுங்கள். அறிவியல் கண்ணோட்டத்துடன் எதையும் பாருங்கள். தேசத்துக்காகத் தியாகம் செய்யுங்கள் என்று கூறமாட்டேன். குறைந்தபட்சம் தேச நலனோடு செயல்படுங்கள். இந்த சமூகம், ஆன்மிகம் மற்றும் அறிவியல், இரண்டையும் பிடித்துக்கொண்டு நகர வேண்டும். நல்ல மனிதர்களைத் தேடிப் பிடித்துக்கொள்ளுங்கள்.

'நாட்டின் ஒட்டுமொத்தப் பொருளாதார வளர்ச்சிக்கு இப்போது யார் காரணம் என்று தேடுங்கள் - அந்தப் பொருளாதார ஆதாரத் தூண்களை எதிர்த்துத் தான் இங்கே பெரும்பாலும் போராட்டங்கள் நடக்கும்.

ஒன்றைச் சொல்லி முடிக்கிறேன் :

தூய இனவாதம், தூய மொழி வாதம், தூய ஜாதிய வாதம், தூய மதவாதம் என்று எதுவும் உங்களுக்கு நல்லது செய்யப் போவதில்லை. நான் இந்தியன் - நாம் இந்தியர் என்ற உணர்வுதான் இங்கே பிரிவினைவாத விரக்தி சிந்தனைகளை வலுவிழக்கச் செய்து நாட்டை மேம்படுத்தவும், உங்களை மேம்படுத்தவும் உதவக் கூடிய ஆரோக்கிய மான சிந்தனையாக இருக்கும். நல்ல மனிதர்கள் தேசியவாதிகளாக இருக்கக் காரணமும் அதுவே.'

•

இந்து மதம்
நேற்று இன்று நாளை

B.R. மகாதேவன்

இந்துத்துவ அம்பேத்கர்

மா.வெங்கடேசன்

மோடியின் இந்தியா
ஒரு பொருளாதாரப் பார்வை
ஆர். வெங்கடேஷ்

உடையும் இந்தியா?
ஆரிய திராவிடப் புரட்டும்
அந்நியத் தலையீடுகளும்
ராஜீவ் மல்ஹோத்ரா,
அரவிந்தன் நீலகண்டன்

www.ingramcontent.com/pod-product-compliance
Lightning Source LLC
LaVergne TN
LVHW090301051026
849518LV00005B/1594
9788184939873